உரிமை வீரன்
சேதுபதி

D1680642

க. மனோகரன்

ஸ்ரீசெண்பகா பதிப்பகம்
32/B கிருஷ்ணா தெரு (பாண்டி பஜார்)
தியாகராய நகர், சென்னை – 600 017
போன்: 044–24331510
shreeshenbaga@gmail.com

நூலின் பெயர்	Book Name
உரிமை வீரன் சேதுபதி	Urimai Veeran Sethupathi
ஆசிரியர்	Author
க.மனோகரன்	K. Manokaran
பதிப்பாண்டு: 2023	Edition: 2023
பதிப்புரிமை: ஆசிரியருக்கு	Copywright: Author
பக்கங்கள்: 376	Pages: 376
பொருள்: வரலாற்று நாவல்	Subject: Historical Novel
நூல் அளவு: 1/8 டெம்மி	Size: 1/8 Dummy
ஒளி அச்சு	Typeset
ப.ஆனந்தன், சென்னை-15	P. Anandhan, Chennai - 15
செல்: 99404 36270	Cell: 99404 36270
அட்டை வடிவமைப்பு	Wrapper Design
ராஜேஷ், 97905 24555	Rajesh, 97905 24555
வெளியீடு	Published by
ஸ்ரீசெண்பகா பதிப்பகம்,	Sri Shenbaga Pathippagam
சென்னை - 17	Chennai - 17
அச்சிட்டோர்	Printed by
கிளிக்டுபிரிண்ட்	clictoprint

விலை: ரூ. 375/-

ISBN: 978-81-960953-9-0

தங்கம் தென்னரசு
தொழில்துறை அமைச்சர்

தலைமைச் செயலகம்,
சென்னை-600 009

நாள் 31.12.2022

அணிந்துரை

"தமிழ்ப்புதுநூல் ஆதரிப்பீர்! தமிழ்ப்பாட்டை ஆதரிப்பீர்! தமிழர்க்கென்றே
அமைந்துள்ள கருத்தினையே ஆதரிப்பீர்"

– பாவேந்தர் பாரதிதாசன்

வரலாற்றைப் பிழையற அறிந்துகொள்பவர்களால்தான் பின்னாளில் வரலாற்றைப் படைக்கவும், வரலாறாய் வாழவும் முடியும். அந்த எண்ணத்தை இதயத்தில் நிறைத்து, "உரிமைவீரன் சேதுபதி" எனும் மாவீரனின் வாழ்க்கை வரலாற்றுச் செய்திகளை வாழும் தலைமுறையும் வருங்காலத் தலைமுறையும் அறிந்துகொள்ளும் வகையில், சிறுசிறு புனைவுகள் தூவி சிறப்பானதொரு வரலாற்றுப் புனைகதைப் புத்தகத்தைப் படைத்துள்ள நூலாசிரியர் திரு. க. மனோகரன் அவர்களுக்கு என் நெஞ்சார்ந்த பாராட்டுகள்.

இராஜ முத்து விஜய இரகுநாத இராஜ இரகுநாத தேவ கிழவன் சேதுபதி எனும் மாவீரன் சேதுநாட்டை ஆண்ட சீர்மிகு மன்னராவார். மன்னருக்குத் தேவையான ஆள்திறம், வாள்திறம், படைநடத்தும் பாங்கு, கொடைக்குணம் ஆகியவை ஒருங்கே பெற்ற உரிமைவீரன் சேதுபதி இராமநாதபுரத்தைச் சேதுச் சீமையின் தலைநகராக்கியவராவார். வேளாண் வளம் பெருக்க நீர்வளம் பெருக்கிக் காத்த பெருமைக்குரியவர். சூழ்பகை வென்று காட்டிய சுத்தவீரன். அயலகங்களுடனான வாணிகத் தொடர்பின் பாதுகாப்பை உறுதிசெய்ததோடு, வெளிநாட்டவர்கள் வரம்பிறந்து நம் மண்ணின் வளங்களைச் சுரண்டும்போது அதனை தடுத்தொழித்த தகைமையாளர்.

இத்தகு பெருமைவாய்ந்த ஒரு பெருவீரனின் வாழ்க்கை வரலாற்று நிகழ்வுகளை, பட்டாடையில் பொன்னிழை பதித்ததுபோல் ஆங்காங்கே சிறுசிறு சொந்தப் புனைவுகளையும் சோர்வுதட்டாமல், நடையோட்டம் தடையுறாமல் நேர்த்தியுறக் கோர்த்து "உரிமைவீரன் சேதுபதி" எனும் புனைகதைப் புத்தகத்தைப் படைத்துள்ளார் திரு. க. மனோகரன்.

அவரின் அரிய முயற்சிக்கு என் அன்புவாழ்த்துகள். தொடரட்டும் அவரின் படைப்பாக்கப் பணிகள்.

அன்புடன்,

(தங்கம் தென்னரசு)

முன்னுரை

அன்பு வணக்கங்கள்!

கிழவன் சேதுபதி என்று அழைக்கப்பட்ட இரண்டாம் இரகுநாத சேதுபதி கி. பி 1671 முதல் 1710 வரை சேதுநாட்டைச் சீரும் சிறப்புமாக ஆட்சி செய்த சிறப்புக்குரிய மன்னர். சேதுச் சீமையின் தலைநகராக இராமநாதபுரத்தை ஆக்கியவர் இவர் தான், இன்று இராமநாதபுரத்தில் கம்பீரமாக இருக்கும் அரண்மனையையும் அழகுமிக்க இராமலிங்க விலாசத்தையும் கட்டிவைத்தவரும் இவரே. இன்று கடைவீதியாக இருக்கும் கோட்டைவாசல் பிள்ளையார் கோவிலை ஒட்டி நுழைவு வாயிலையும் முப்பத்தி இரண்டு கொத்தளங்களையும் உடைய மாபெரும் கோட்டையாக அன்று கிழவன் சேதுபதி கட்டிய கோட்டை இருந்திருக்கிறது. இன்று நாம் காண்பது வெள்ளையர் அழித்தது போக அதன் எஞ்சிய பகுதியைத்தான்.

இரகுநாதன் என்ற அரசவம்சத்தின் பெயர் இருந்தாலும், அன்று தனக்கு மறுக்கப்பட்ட அரசுரிமையைத் தன் வாளின் வலிமையால் போராடிப் பெற்றதால் ‘ கிழவன் சேதுபதி’ என்று மக்களால் அன்புடன் அழைக்கப்பட்டவர். இராமநாதபுரத்தை ஆண்ட சேதுபதிகளிலே பெரும் வீரன் என்ற புகழ் பெற்றவர்.

மகாபாரதத்தில் சக்கரவியூகத்தில் நுழைந்த அபிமன்யுவால் அதிலிருந்து வெளியேற முடியவில்லை. ஆனால் போர்ச்சுக்கீசியர், டச்சுக்காரர், மதுரை நாயக்க மன்னர், தஞ்சாவூர் மராட்டிய மன்னர் என்ற பகைவர்களின் சக்கரவட்டத்திற்குள் தன் ஆட்சிக்காலம் முழுவதும் இருந்த இரகுநாத சேதுபதி அந்தச் சக்கரவியூகத்தை தன் வாளின் வலிமையாலும் இராஜதந்திரத்தாலும் உடைத்தெறிந்தவர். தன் கடைசி நாள் வரையிலும் உரிமைக்காகப் போராடி அந்தப் போராட்டத்தில் தோல்வியே காணாதவர். வெற்றித்திருமகளின் வீரமகனாகவே தன் வாழ்வின் கடைசிநாள் வரை விளங்கியவர்.

பதவியேற்ற உடனே உட்பகைகளைப் பெரும் விவேகத்துடன் முடித்து நாட்டின் அமைதியை உறுதிசெய்தார். வெளிப் பகைவர்களாக இருந்த மதுரை அரசை தன் இராஜ தந்திரத்தால் ஒடுக்கிவைத்தார்.

தஞ்சையை ஆண்ட மராட்டிய மன்னனைத் தாக்கி திருவாரூர் வரை கைப்பற்றியவர். மதுரைப் படையும் தஞ்சைப் படையும் ஒன்றாகச் சேர்ந்து சேதுநாட்டைத் தாக்கிய போதும் அவர்களின் பெரும்படையை தன் இருபத்தி ஐந்தாயிரம் பேர் மட்டுமே கொண்ட மறவர் படையால் வென்றவர். பகைவனாக இருந்தாலும் மதுரை மன்னர் சொக்கநாத நாயக்கர் தன் குடும்பத்துடன் முகலாய தளபதி ருஸ்தம்கானால் சிறைவைக்கப்பட்ட போது சீறிஎழுந்து அவன் படையை நிர்மூலமாக்கி மதுரை மன்னரை விடுவித்த மாவீரன். அப்போது ருஸ்தம்கானுடன் நடந்த சண்டையில் அவர் ருஸ்தம்கானின் தலையை ஒரே வீச்சில் துண்டித்தார் என்று வரலாற்றுப் பதிவு உள்ளது. இது அவரின் தோள் வலிமைக்கும் வாள் திறமைக்கும் சான்றாக உள்ளது.

வெறும் வலிமையும் போர்த்திறமையும் மட்டுமே கிழவன் சேதுபதியின் சிறப்புகள் அல்ல. தன் முன்னோரான திருமலை ரகுநாத சேதுபதி ஏற்படுத்தி வைத்திருந்த சிறப்பான ஆட்சிமுறையை அவர் மேலும் சிறப்பாக்கினார். ஏற்கெனவே இருந்த சிறந்த நீர் மேலாண்மை முறைகளை மேம்படுத்தினார். தன் காலத்தில் மேலும் பல குளங்களை வெட்டுவித்து விவசாயத்தை வளர்த்தார். வைகையில் ஒரு சிறு அணை கட்டி இரகுநாத சமுத்திரம் என்ற சிற்றாறு ஒன்றையும் அவர் உருவாக்கி வேளாண்மைக்கு வசதிசெய்துகொடுத்தார் என்று ஒரு கல்வெட்டுக் குறிப்பு உள்ளது. தென் பாரதம் முழுவதிலும் உள்ள பொருட்கள் சேதுநாட்டின் துறைமுகங்கள் மூலமே அரேபியா, சீனம், ரோம் போன்ற நாடுகளுக்கு ஏற்றுமதியாகிவந்த நிலையில் கடல் வணிகத்தின் பாதுகாப்பை உறுதிசெய்தார். திருவாரூர் வரை தான் கைப்பற்றியபோதும் திருமயம் வரை தன் எல்லையாகக் கொண்டு மிகுதியை தஞ்சை மன்னருக்கே திருப்பிக் கொடுத்தார். மதுரைக்கோட்டை தன் கட்டுபாட்டில் இரண்டு ஆண்டுகள் இருந்தபோதும் அதன் காவலை உறுதியாக்கிய பிறகு சொக்கநாத நாயக்கரிடமே மீண்டும் ஒப்படைத்த உன்னத மனம் கொண்டவர் கிழவன் சேதுபதி. இசுலாமியப்பெரும் வணிகரான சீதக்காதி மரைக்காயரிடம் பேரன்பு கொண்டு மதங்கள் கடந்த மனிதநேயம் பேணிய மாமன்னர் அவர். சீதக்காதியும் மீனவர்களும் தனக்கு அளித்த விலை மதிக்கமுடியாத பெரிய மரகதக்கல்லை உத்தரகோசமங்கை ஈசனுக்குச் சிலை செய்து காணிக்கையாக்கியவர். அயல் நாடுகளில் இருந்து வணிகம் செய்ய வந்த இசுலாமிய, கிறிஸ்துவ வணிகர்களுக்கு வசிக்க இடமும் அவர்கள் வழிபாடு செய்ய இடங்களும் கொடுத்து நல்லுறவைப் பேணியவர்.

இவை எவற்றையும் விட அவர் சுதந்திர உணர்ச்சி மிக்கவராக விளங்கியதையே வரலாற்று ஆசிரியர்கள் அவரின் தனிச்சிறப்பாகக் குறிப்பிடுகிறார்கள். தன் இறுதிமூச்சுவரை அவர் மதுரை அரசுக்கு தோப்பா என்னும் கப்பம் கட்ட மறுத்து தனிஅரசாகவே இருந்தார். போர்ச்சுகீசியர்களையும் டச்சுக்காரர்களையும் வணிகர்களாக வரவேற்று பெரும் ஆதரவு அளித்த கிழவன் சேதுபதி, அவர்கள் தம் வரம்பு மீறி சேதுநாட்டின் ஆட்சியையும் முத்துக்கடல் வளத்தையும் குறி வைத்தபோது கோபாவேசம் கொண்டெழுந்து அழித்தொழிக்கிறார். இவரைப்போல இந்தியாவின் ஒவ்வொரு மன்னரும் விழிப்பாக இருந்திருந்தால் இந்தியா பிரிட்டனின் அடிமையாக ஆகியிருக்காது.

கிழவன் சேதுபதியின் சிறப்புகள் குறித்த வரலாற்று ஆராய்ச்சியாளர்களின் குறிப்புகளில் சில...

He [Kilavan Setupati] was clever, intelligent and highly independent. [S. Thirunaavukkarasu in ` Setupatis of Ramnad. ` P31]

There is no doubt that during Kilavan Setupati's reign he was the most powerful ruler in all the territories to the south of the Kaveri. [Dr N. Subramaniyan in A History of Tamail Nadu. p 72]

Being a capable administrator and a skillful soldier, he raised the Prestige of the Maravaa country and made it a force to be reckoned with. [Ramanathapuram District Gazatteer, p 85

Kilavan Setupati of Ramnad was in a position to occupy the capital city of Mathura itself for two years. - [Dr N. Subramaniyan in History of Tamil Nadu. p 100]

The fort of Ramnad is old but the palace is one of the best buildings I ever saw in the country and the inhabitants lived truly in Eastern luxury. In the opinion of the British administraators the economy of Ramanathapuram appeared prosperous when the Setupatis were in power. [Letter from Smith to Madras Council in ' Military Cunsultations ']

A little way to the south and on the coast lie the vast ruins of a city called Periyapattinam [large port or city] in the Ramnad zamindari where people till recently picked up coins and antiquities of sorts and I am informed, a considerable portion of the city could still be traced at low water. [S. Krishnasami Aiyangkaar in 'South India And Her Mohammaden Invaders ' p 64.]

Now the Thevar [Kilavan Sethupathi] with the active assistance of the influential trading community [Marakayars] of the coast attempted to pursue a commercial policy that would defeat the aims of the Dutch monopoly. [R. Arasarathnam, Univesity of Malaya, Malaysia, in his Commercial Policies of The Sethupathis of Ramanathapuam, Seminarsin Madras 1968

இத்தகைய சிறப்பு வாய்ந்த கிழவன் சேதுபதியின் ஆட்சியில் கூறப்படும் ஒரே குறை பாதிரியார் ஜான் டி பிரிட்டோ வுக்கு அவர் மரண தண்டனை அளித்த நிகழ்வு. அது சரி என்றும் தவறு என்று இருவேறு கருத்துக்கள் இருக்கலாம். எப்படி இருப்பினும் அது ஒரு துயர நிகழ்வே. "it was a political murder and not a religious persecution. [Dr. S. Kathirveel in A History of the Maravaas p219]

கிழவன் சேதுபதிக்கு நாற்பத்தி ஏழு மனைவியர் இருந்தனர் என்றும் கூறப்படுகிறது. அப்படி இருந்திருக்க வாய்ப்பில்லை; பொதுவாக அரண்மனைகளில் இராணிகள் மட்டுமல்லாது அவர்களின் உறவுப்பெண்கள், தோழியர் போன்றோரும் வசிப்பார்கள். அவர்களையும் சேர்த்து மன்னரின் மனைவியர் என வெள்ளையரால் தவறாகக் குறிப்பிடப் பட்டிருக்கவேண்டும் என்பது என் கருத்து.

மாவீரனாகவும் சிறந்த இராஜ தந்திரியாகவும் சுதந்திர உணர்வு கொண்ட மனிதனாகவும் திகழ்ந்த மன்னர் கிழவன் சேதுபதி ஐயாயிரம் சதுர மைல்கள் பரப்பளவு கொண்டிருந்த சேது நாட்டை ஆண்ட மன்னர். ஒரு காலகட்டத்தில் வடக்கே திருவாரூரிலிருந்து தெற்கே திருநெல்வேலி வரை அவரது ஆட்சி பரவியிருந்தது என்று குறிப்புகள் உள்ளன. தென் தமிழ் நாட்டின் மாவீரனாகவும் நாட்டின் தன்னாட்சியையும், நாட்டு மக்களின் உரிமையையும்மதித்து வாழ்ந்த ஒரு மன்னன் கிழவன் சேதுபதி என்று மக்களால் அன்புடன் அழைக்கப்பட்ட இரகுநாதத் தேவர். இவரின் வரலாற்றை ஏற்கெனவே திரு மீ. மனோகரன் அவர்கள் சிறப்பாக எழுதியிருக்கிறார். இது மிகவும் சிறப்பான ஒரு பணியாகும். நான் கிழவன் சேதுபதியின் வரலாற்றைச் சில புனைவுகளுடன் ஒரு கதையாக எழுதியிருக்கிறேன். வரலாற்றுக் குறிப்புகளின் இடை வெளிகளை மட்டுமே நான் என் கற்பனையால் நிரப்பியிருக்கிறேன். நம் ஊரின் சிறப்புகளும் நம் வரலாறும் நமக்கே தெரியாத ஒரு நிலைதான் இன்று இருக்கிறது. சிறப்பான ஒரு மன்னரின் வாழ்க்கையை, நமது வரலாற்றின் பெருமை மிக்க ஒரு பகுதியை நமது அடுத்த தலைமுறைக்கு எடுத்துச் சொல்வதே இந்த வரலாற்றுப் புதினத்தை எழுதுவதில் என்னுடைய நோக்கம்.

பெரும் புகழும் இறுதிவரை எவராலும் அசைக்கமுடியாத வலிமையும் பெற்ற சிறப்பான மன்னராக வாழ்ந்த கிழவன் சேதுபதி என்ற இரகுநாத சேதுபதி உருவாக்கிய தலைநகரம் தான் இன்றைய இராமநாதபுரம். இங்கே தான் நாம் பல தலைமுறைகளாக வாழ்ந்துவருகிறோம். இராமநாதபுரம் அரண்மனை முன்பு அவரது திரு உருவச்சிலை ஒன்றை நிறுவி அதன் கீழ் அவருடைய சிறப்புகள் அனைத்தும் பொறித்து வைக்கப்படவேண்டும் என்பது என்னுடைய விருப்பம்! ஏனென்றால் இது நம்முடைய வரலாறு! நன்றி!

இந்த வரலாற்றுப் புதினத்தை சிறப்பாக வெளியிடும் செண்பகா பதிப்பகத்துக்கு என்னுடைய மனம் நிறைந்த நன்றிகள்!

சென்னை
7-11-22

அன்புடன்
க. மனோகரன்.
அ. பே. எண் 9952510045

பொருளடக்கம்

1	குதிரை வீரன்	10
2	கூரிக்கிழவன் பயிற்சிச்சாலை	20
3	மன்னர் இட்ட கட்டளை	27
4	முத்துக்கடலும் கீழக்கரையும்	33
5	பெருவணிகர் மரைக்காயர்	41
6	திட்டமும் ஆலோசனையும்	51
7	கடற்கொள்ளையர்	58
8	மன்னர் மறைந்தார்!	67
9	உரிமை வீரன் இரகுநாதன்	73
10	புதிய சேதுபதி	85
11	கிடைத்த இரண்டு சேதிகள்	91
12	வீட்டுச்சிறையில் மதுரை மன்னன்	96
13	திரையத் தேவன் செய்த சதி	107
14	ருஸ்தம்கான் என்னும் அரக்கன்	113
15	தலையை இழந்த தளபதி	119
16	மதுரை அரசின் மதியூகி	126
17	மகர் நோன்பு விழாவில் கொலைமுயற்சி!	136
18	படகில் வந்த பகைவன்	144
19	மார்கசின் மனக்கோட்டை	155
20	தகர்ந்த மனக் கோட்டையும் இடிந்த கோவிலும்	166
21	குமாரபிள்ளையின் சூழ்ச்சி	175
22	போர்ச்சுகல் பாதிரியார்	184
23	வேண்டுகோளா? கட்டளையா?	191
24	பாதிரியாரின் பகைவர்கள்	196

25	தலைநகர் மாற்றம்	201
26	பயமற்ற பாதிரியார்	206
27	மதுரை விரித்த சதிவலை	211
28	சதி வலையில் சேதுபதி	219
29	வலையில் சிக்கிய வேடர்கள்!	226
30	புதிய தலைநகரமும் மரகத நடராசரும்	236
31	மரைக்காயரின் மணவிழா	243
32	மதுரையுடன் முதல் போர்	248
33	மீண்டும் வந்த பாதிரியார்	258
34	திருமெய்யம் கோட்டை	264
35	செந்தமிழ்ச் சேதுபதி	270
36	சாயல்குடிச் சதி	275
37	புதுக்கோட்டைப் புள்ளிமான்	284
38	கடைசி விருந்து	293
39	பாதிரியார் - மன்னர் எடுத்த முடிவு	300
40	பாதிரியாரின் பரிதாப முடிவு	307
41	மனம் மாறும் தொண்டைமான்	312
42	அடி பட்ட பெண் புலி	316
43	இராணி மங்கம்மாளின் தோல்வி!	323
44	தொண்டைமானின் ஆசை!	331
45	வடிவழகியின் வஞ்சம்!	338
46	தொண்டைமானின் துரோகம்	344
47	வெள்ளமும் வறட்சியும்	351
48	தஞ்சை மராட்டியன் படையெடுப்பு	356
49	என்றும் குறையாத வீரம்!	361
50	உரிமை வீரன் கிழவன் சேதுபதி!	366

1
குதிரை வீரன்

மார்கழி மாதத்தின் அதிகமான முன்பனிப் பொழிவில் நன்றாக நனைந்ததனால், வழக்கமாக இரவுப் பொழுதிலும் ஓரளவு வெப்பமாக இருக்கும் அந்தப் பிரதேசம் அந்த இரவில் அதிகக் குளிர்ச்சியான ஒன்றாக மாறியிருந்தது. அங்கு வீசிய குளிர்ந்த காற்று இரவின் குளிரை மேலும் அதிகமாக்கியது. சேதுச்சீமையின் முக்கிய நகரான இராமநாதபுரத்துக்குப் பக்கத்தில் இருந்த பெரிய கண்மாயில் அந்த மாதம் பெய்த பெருமழையாலும், வைகை ஆற்றின் நீர்வரத்தாலும் கரைகளைத் தொட்டுக்கொண்டு நீர் நிரம்பி தளும்பிநின்றது. முழு நிலவு நாளுக்கு இன்னும் இரண்டு நாட்களே இருந்ததால், நிலவும் வானத்தில் நன்கு மேலேறி தன் ஒளியால் பெரிய கண்மாயின் அழகைப் பேரழகாக்கியது. அந்தக் கண்மாயின் மேற்பரப்பில் அலைகள் ஓரளவு பெரிதாக இருந்ததால், கண்மாய் ஒரு கடலைப்போல் காட்சியளித்தது. சுற்றிலும் இருந்த அதன் கரைகள் நன்கு உயரமாகவும் அகலமாகவும், நெடுகிலும் வேம்பு, பூவரசு, பனை, போன்ற மரங்கள்நிறைந்து இருந்ததால் ஒரு கோட்டைச்சுவர் போல உறுதியாகவும் இருந்தன. உயர்ந்திருந்த கரையின் அடிவாரத்தில் சுற்றிலும் நீண்ட வெள்ளைநிற நீண்ட முட்களைக்கொண்ட உடை மரக்காடுகள் இருந்தன.

பெரியகண்மாயின் நீர்ப்பரப்பு மறுகரையைக் காணமுடியாத அளவு மிகவும் பெரியதாக விரிந்தும் பரந்தும் இருந்ததாலும் கண்மாயில் நீர் நிறைந்திருந்ததாலும் குளிர்ந்திருந்த காற்றில் வேகமும் அதிகமாக இருந்தது. கண்மாய்க் கரையின் மேல்தளம்சமதளமாக ஒரு சாலை போல் இருந்தது; ஆங்காங்கே கீழிருந்து சரிவான பாதைகள் கண்மாய்க்கரை மேல் ஏறிச்செல்வதற்காக அமைக்கப்பட்டிருந்தன. அந்த இரவு நேரத்தில், அந்தப் பகுதி தவளைக்கூட்டத்தின் கரகர வென்ற கச்சேரியும் சில்வண்டுகளின் காதுகளைத் துளைக்கும் படியான கூர்மையான ஓசையும் இன்னும் பலவிதமான வண்டுகளின் ரீங்காரமும் தவிர வேறு ஓசைகள் இன்றி அமைதியாக இருந்தது. பகல் முழுவதும் பறந்து திரிந்த பலவகைப் பறவைகளும் எப்போதும்

கண்மாயில் கிடக்கும் நீர்க்காகங்களும் இரவானதும் தம் கூடுகளில் அமைதியாக அடங்கிக் கிடந்தன. மனித நடமாட்டம் என்பது அப்போது அந்தப் பகுதியில் அறவே இல்லை. எதையோ எதிர்பார்த்து இருந்தது போல தொடர்ச்சியாகவும் விட்டுவிட்டும் ஒலியெழுப்பிக்கொண்டிருந்த சில்வண்டுகள்,தவளைகள் போன்ற சிறிய உயிரினங்கள் திடீரென தம் ஓசைகளை எல்லாம் நிறுத்திக்கொண்டு அமைதியாக இருந்தன.

அப்போது இராமநாதபுரத்திலிருந்து மதுரைக்குச் செல்லும் பெருவழிச்சாலையில் ஒரு கருநிறக் குதிரை படுவேகமாக வந்துகொண்டிருந்தது. அந்தக் குதிரையில் அமர்ந்திருந்த வீரன் குதிரையின் வேகத்தைக் குறைக்காமல் சட்டென்று தன் குதிரையைப் பிரதானச் சாலையிலிருந்து விலக்கி சாலையை ஒட்டி இருந்த பெரியகண்மாய்க்கரையை நோக்கித் திருப்பினான். அவன் திடீரென்று முரட்டுத்தனமாக கடிவாளத்தை இழுத்தாலும் அந்தக் குதிரை கொஞ் சமும் அலட்டிக்கொள்ளாமல் சாலையிலிருந்து இறங்கி கண்மாயை நோக்கிப் பாய்ந்தது. அடர்ந்த மரங்களின் ஊடே ஓடிய அந்தக்குதிரை கண்மாய்க்கரையில் இருந்த சரிவுப்பாதை ஒன்றின் வழியாக தன் வேகத்தைக் கொஞ்சமும் குறைத்துக்கொள்ளாமல் அனாயாசமாக மேலே ஏறியது.

அது நல்ல உயரம் கொண்ட ஒரு கறுப்பு நிற உயர்வகை அராபியக் குதிரை. கண்மாய்க்கரை மேல் ஏறிய வேகத்தில் கொஞ்சம் கூட வேகத்தைக் குறைத்துக்கொள்ளாமல் அது கரையின் தளத்தில் பாய்ந்து ஓடியது. இதனால் அந்தக் குதிரையின் மேல் அமர்ந்து அதைச் செலுத்தியவன் குதிரையேற்றத்தில் மிகவும் சிறந்தவன் என்று தெரிந்தது. அவனுக்கு வயது முப்பத்தி ஐந்து இருக்கலாம். ஒல்லியான ஆனால் உறுதியான உடற்கட்டுக் கொண்ட அவன் தலைமுடி நீண்டு, தோள்வரை தொங்கி, அந்தக் குதிரையின் பிடறி மயிர் போல இருந்தது. காற்றில் முடி பறக்காமல் இருக்க, அவன் ஒரு துணியை நெற்றியில் கட்டியிருந்தான். அந்தத்துணி அவன் நெற்றியில் இருந்த ஒரு நீளமான தழும்பையும் ஓரளவு மறைத்திருந்தது. நாலுகால் பாய்ச்சலில் போன அந்தக் குதிரை கொஞ்ச தூரம் போய் ஒரு இடத்தில் நின்றது. நிறுத்துவதற்காக திடீரென கடிவாளம் இழுக்கப்பட்டதால், அது தன் முன்னங்கால்கள் இரண்டையும் தூக்கி, பெரிதாகக் கனைத்தபடி நின்றது. திமிறியபடி நின்ற அந்த முரட்டுக் குதிரையை அந்த வாலிபன் தன் இரு கரங்களையும் கொஞ்சம் நீட்டி கடிவாளத்தின் மீதான தன் பிடியைத் தளர்த்தி இழுத்து நிறுத்தினான். குதிரை நான்கு கால்களையும் ஊன்றி நின்றதும் அதன் பிடரியில்

தட்டிக்கொடுத்தான். பின் தன் இடது கரத்தால் மீசையை மேல் நோக்கி நீவிக்கொண்டான்.

அந்தக் குதிரைவீரன் பெயர் இரகுநாதத் தேவன்; இராமனாதபுரம் சேதுபதி மன்னரின் நம்பிக்கைக்குரிய படைத் தலைவர்களில் ஒருவன்.

குதிரை மேல் இருந்தபடியே அவன் கண்மாய்க் கரையிலிருந்து சற்றுத் தொலைவில் தெரிந்த சிற்றூரைப் பார்த்தான். நிலவொளியில் அங்கிருந்த குடிசைகள் தெளிவாகத் தெரிந்தன. அப்போது கரையின் ஓரத்தில் இருந்த அடர்ந்த மரங்களின் அடியில் நின்றிருந்தஒரு வெள்ளை நிற நாய் சில அடிகள் முன்னால் வந்து அவனைப் பார்த்து சில முறைகள் குரைத்தது. உடனே அது எதையோ கவனிப்பது போல் அந்த மரத்தின் பக்கம் பார்த்துவிட்டுக் குரைப்பதை நிறுத்திக்கொண்டு அமைதியாக ஒரு மரத்தின் பின்னால் போய் மறைந்துகொண்டது. அதைக் கவனித்து விட்ட குதிரைவீரன் முகத்தில் ஒரு வினாடி சிந்தனை தெரிந்தது; அவனது சிறிய கண்கள் சுருங்கின. அவன் வலது கை இடையில் இருந்த வாளை நோக்கிச் சென்றது. பிறகு என்ன நினைத்தானோ அவன் கை வாளை எடுக்கவில்லை. சில கணங்கள் அவன் கண்கள் அந்த இடத்தைக் கூர்ந்து கவனித்தன . அப்போது அவன் இதழ்களில் சிறு புன்னகை தெரிந்தது. எதையோ முடிவுசெய்தது போல் தனக்குள் எதையோ சொல்லிக்கொண்டு தலையை ஆட்டிக்கொண்ட அவன் குதிரையின் கடிவாளக்கயிற்றைச் சொடுக்கினான். மறு வினாடி குதிரை கண்மாய்க் கரையின் இன்னொரு சரிவில் இறங்கி மெதுவாக அந்தக் குடிசைகளை நோக்கிப் போனது.

அந்த இடத்தில் சுமார் ஐம்பது குடிசைகள் இருந்தன. அந்தக் குடிசைகளின் நடுவில் ஒரு வீடு மட்டும் ஓடுவேயப்பட்டதாக இருந்தது. எல்லா வீடுகளிலும் விளக்குகள் எரியாவிட்டாலும் அந்த ஒரு வீட்டில் மட்டும் அந்த நேரத்திலும் விளக்கு எரிந்துகொண்டிருந்தது. அந்த வீட்டின் கதவருகில் ஒரு இளம் பெண் உறக்கம்கொள்ளாமல் யாரையோ எதிர்பார்த்து உட்கார்ந்திருந்தாள். அவள் எதிர்பார்த்தது குதிரையில் வந்த அந்த வாலிபனைத்தான். ஆவலுடன் அவனை எதிர்பார்த்து இருந்ததால் தொலைவில் வரும்போதே குதிரையின் குளம்படிச் சத்தம் அவளுக்குக் கேட்டது. உடனே அவள் எழுந்து உணவு வகைகளையும் குடிக்க ஒரு குவளையில் நீரும் எடுத்து ஒரு பலகையின் மேல் வைத்தாள். அதன் முன்பாக ஒரு பனை ஓலைத் தடுக்கையும் போட்டுவைத்தாள். தன் ஆசைக்காதலனை வரவேற்க அவள் வெளியே வந்து வேகமாக நடந்துவந்தாள். குதிரை அந்த வீட்டின் முன் வந்து நின்றதும் குதித்து இறங்கிய வாலிபன், குதிரையை ஒரு மரத்தில் கட்டிவிட்டு, அவளை அணைத்துத் தூக்கிக்கொண்டு

உள்ளே போனான். அவன் நல்ல உயரம் உடையவன் என்பதும் அவனுடைய உடலின் வலிமையும் அவன் அவளை அனாயாசமாகத் தூக்கிக்கொண்டு நடந்தபோது தெரிந்தது. அந்த இளம்பெண் சற்றே கருப்பாகவும் அவனுக்கு ஏற்ற உயரத்துடனும் எவரையும் கவர்ந்திழுக்கும் அழகுடனும் இருந்தாள்.

குடிசையின் பின்னால் போய்க் குளித்துவிட்டு வந்தவன், அவளைப் பார்த்துச் சிரித்தபடியே பேசத் தொடங்கினான். அவன் உடலின் உறுதிக்கும் தோற்றத்துக்கும் ஏற்றபடி அவனுடைய குரலும் ஒரு கம்பீரமுடன் ஒலித்தது.

"அன்னக்கிளி! நான் இன்று இங்கே வருவேன் என்பது எப்படி உனக்குத் தெரியும்? உணவெல்லாம் கூட தயாராகச் சமைத்து வைத்திருக்கிறாயே?"

"நான் தினமும் தான் உங்களை எதிர்பார்க்கிறேன்; ஆனால் என்னவோ இன்று நீங்கள் நிச்சயம் வருவீர்கள் என்று என் மனது சொன்னது; அதனால் தான் உணவு சமைத்துவைத்தேன்! என் மனம் சொன்னது சரியாகவே இருக்கிறது!"

"அன்னக்கிளி! இன்று நீ வைத்திருக்கும் மீன் குழம்பின் வாசம் கண்மாய்க்கரைக்கே வந்து என்னை இழுத்துவந்துவிட்டது!"

அவள் அதற்கு பதிலாக ஒரு புன் சிரிப்புடன், "உங்களுக்குப் பிடிக்கும் என்று தான் நீங்கள் எப்போது வந்தாலும் நான் அதையே வைக்கிறேன். உங்களுக்கும் அது சலிக்கவில்லை தானே!"

"ஆம்; நீ சொல்வது உண்மைதான்; அன்னத்தின் நடையும் கிளியின் முக அழகும் கொண்ட உனக்கு அன்னக்கிளி என்ற பெயர் மிகவும் பொருத்தமானது தான்!"

அதைக்கேட்ட அவள் முகத்தில் பெரும் வெட்கம் காட்டியதுடன் அவனை அமரச்செய்து அவனுக்கு உணவு பரிமாறினாள். அன்று அவள் மீன் குழம்புக்குத் துணையாக கீழைக்காட்டு அரைக் கீரையையும் அரைத்துவைத்திருந்தாள். அவை இரண்டுமே அவனுக்கு மிகவும் பிடித்தமானவை என்பதால் அவள் அன்புடன் பரிமாறிய உணவை அவன் ஆசையுடன் சாப்பிட்டான்.

"அடடா! நீ வைக்கும் மீன்குழம்பின் ருசியே அலாதி தான்.! உன்னைப் போலவே உன் மீன் குழம்புக்கும் என் மனதில் தனி இடம் உண்டு!"

அன்னக்கிளி அவனை ஒரு ஏக்கத்துடன் பார்த்தாள். அதை அவனும் கவனித்தான்.

"என்ன அன்னக்கிளி! ஏன் அப்படிப் பார்க்கிறாய்? உன் முகத்தில் ஏதோ கவலை தெரிகிறதே?"

"காவலுக்கோ ஏன் என்று கேட்பதற்கோ யாரும் இல்லாத இந்தப் பெண்ணுக்கு உங்கள் காவல் ஒன்றுதான் நம்பிக்கை அளிக்கிறது. உங்கள் அன்பு ஒன்றுதான் இந்த உலகத்தில் எனக்கு ஒரே பிடிமானம். எனக்கு உங்கள் மனதில் இடம் கொடுத்திருக்கிறீர்கள்; ஆனால் வாழ்க்கையில் ஒரு பெண்ணுக்கு அது மட்டும் போதுமா?"

"வேறு என்ன வேண்டும் உனக்கு? சொல் அன்னக்கிளி!"

அவள் பெருமூச்சுவிட்டாள். "உங்களுக்கு ஏற்கெனவே சில மனைவியர் இருக்கிறார்கள். அப்படி இருக்கும்போது உங்கள் வீட்டில் எனக்கென்ன இடம் கிடைக்கப்போகிறது? அவர்கள் என்னை ஏற்றுக்கொள்வார்களா?"

அவன் மெதுவாகச் சிரித்தான். "அன்னக்கிளி! முதலில் ஒருத்தி இருக்கும்போது தானே மற்றவர்களை நான் மணந்துகொண்டேன். அவர்கள் அவளை ஏற்றுக்கொண்டார்கள் அல்லவா? அதேபோல அவர்கள் உன்னையும் ஏற்றுக்கொள்வார்கள்; இந்த இரகுநாதத் தேவன் வாழ்வில் உனக்கு நிச்சயம் உரிமையுடன் கூடிய ஒரு இடம் உனக்கு உண்டு; கவலைப்படாதே!"

"எனக்கு இன்னும் ஒரு கவலையும் இருக்கிறது!"

"இன்னும் ஒரு கவலையா? அது என்ன?"

"நீங்கள் எப்போதும் இப்படி தனியாகவே இரவு வேளையில் வருகிறீர்கள். வழியில் உங்களுக்கு ஏதேனும் ஆபத்து என்றால் நான் என்ன செய்வேன்?"

அவன் சிரித்தான். "நீ சொல்வது சரிதான்; ஆனால் சேதுபதியின் நம்பிக்கைக்குரிய ஒரு வீரனை, வழிமறித்துத் தாக்கும் அளவு தைரியம் உள்ளவன் இந்தச் சீமையில் எவன் இருக்கிறான்? எப்போதும் என்னுடன் கவசம் போல் துரைசிங்கம் இருப்பான். அவனை மீறி என் அருகில் யாரும் நெருங்கிவிட முடியாது. இங்கே வரும்போது மட்டும் நான் அவனைத் தவிர்த்துவிடுவேன். அப்போதும் என்னுடன் என் கை வாள் இருக்கும்! அதனால் உனக்கு எந்தக்கவலையும் வேண்டாம்!"

பேசிக்கொண்டே அவன் தன் இடைப்பட்டையிலிருந்து ஒரு அழகிய கிளிப்பதக்கத்தையும் இரண்டு முத்துச்சிலம்புகளையும் மெதுவாக எடுத்தான். முதலில் பதக்கத்தை அவள் கழுத்தில் அணிவித்துவிட்டு பின் சிலம்புகளை அவள் கால்களில் அணிவித்தான். அவள் அவனது பரிசுகளால் திக்குமுக்காடினாலும் மகிழ்ந்தாலும் அது ஒரு சில வினாடிகளே அவளின் அழகிய முகத்தில் நீடித்தது. அவன்

என்ன சமாதானம் சொன்னாலும் அவனது பாதுகாப்பு குறித்த கவலை தான் அவள் முகத்தில் நீங்காமல் இருந்தது.

“நீங்கள் சொல்வது மிகவும் சரி! இருந்தாலும்...”

அதற்குமேல் அவளால் பேசமுடியவில்லை. அவன் அவளைப் பேசவிடவில்லை. தன் இதழ்களால் அவளுடைய மெல்லிய இதழ்களில் முத்தமிட்டு அவள் பேசுவதை நிறுத்தினான். அவளும் கவலையை மறந்து அவனுடன் மகிழத் தொடங்கினாள். அதுவரை வானத்தில் உச்சியில் இருந்தபடி ஒளிபரப்பிய நிலா மெதுவாக தரையை நோக்கிக் கீழே இறங்கத் தொடங்கியது.

கொஞ்சநேரம் ஆழ்ந்து உறங்கிய அவன் சட்டென்று விழித்தான். களைத்துப்போய் நன்றாக உறங்கிக்கொண்டிருந்த அன்னக்கிளியை எழுப்ப அவன் விரும்பவில்லை. குளித்துவிட்டு வந்து உடைகளை அணிந்துகொண்ட பின் தன் உடை வாளையும் குறுவாளையும் எடுத்து இடுப்பில்அணிந்து கொண்டு அவன் மெதுவாக வெளியே வந்தான்.

விடிவதற்கு இன்னும் வெகுநேரம் இருந்ததால் இருள் அடர்த்தியாகவே இருந்தது. இப்போது நிலவொளியில் தெரிந்த அவன் முகம், தன் இனிமையான இயல்பு மாறி கொஞ்சம் கோபமும் சிந்தனையும் சேர்ந்ததாக இருந்தது. எச்சரிக்கையுடன் அவன் ஒருமுறை சுற்றிலும் பார்த்தான். தன் வாளைஉருவி ஒருமுறை கூர் பார்த்துக்கொண்டு காற்றில் ஒரு முறை வீசியும் சரி பார்த்தான். பிறகு குறு வாளையும் தன் விரல்களால் ஒரு முறை தொட்டுச் சரி பார்த்துக் கொண்டு, வேகமாக குதிரையின் பக்கம் வந்து நின்று அதன் கயிறை அவிழ்த்துவிட்டு அதன் மேல் தாவி ஏறினான். அடுத்த கணம் அவன் குதிரை கண்மாய்க்கரையை நோக்கி விரைந்தது.

கண்மாய்க் கரையில் இரகுநாதன் முதலில் இறங்கிய சரிவில், இருந்த ஒரு பெரிய வேப்ப மரத்தின் மேல்நான்கு பேர் மறைந்து இருந்தார்கள். அவர்களின் நோக்கம் இரகுநாதனைக் கொலை செய்வது தான். அவர்கள் அவன் குடிசைக்குப் போவதற்கு வெகுநேரம் முன்பாகவே வந்து மரத்தின் மேல் மறைந்துகொண்டிருந்தார்கள். அவன் திரும்பி வரும்போது எதிர்பாராதபடி அவன் மேல் பாய்ந்து தாக்கினால், அவனை எளிதாகக் கொன்றுவிடலாம் என்பது அவர்களின் திட்டம். ஆனால் அவன் திரும்பி வர வெகுநேரம் ஆனதால் அவர்களில் ஒருவன் சலிப்படைந்தான். அவன் எரிச்சலுடன் சொன்னான்.

“அவன் போகும் போது இங்கே கொஞ்சநேரம் நின்றான்; அப்போதே எளிதாக அவனைக் கொன்றிருக்கலாம்; நீங்கள்

அப்போது வேண்டாம் என்று தடுத்துவிட்டீர்கள்; இனிமேல் அவன் வருவானா, அப்படியே வந்தாலும் இதே வழியில் வருவானா என்று தெரியவில்லை!" '

அதற்கு இன்னொருவன் சொன்னான். "அவன் நிச்சயம் இதே வழியில் தான் வருவான். இது தான் பிரதான சாலைக்குப் போவதற்கு குறுக்கு வழியாகும். நாங்கள் இதற்கு முன் பலதடவைகள் அவன் இதே வழியில் வந்து போவதைப் பார்த்திருக்கிறோம்; அதனால் உனக்கு ஐயம் தேவையில்லை!"

அப்போது சற்றுத் தள்ளி இருட்டில் மறைந்தபடி நின்றிருந்த ஒருவன் அந்த ஆட்களிடம் கண்டிப்பான குரலில் சொன்னான்.

"உங்கள் சந்தேகங்களை எல்லாம் அப்புறம் விவரமாகப் பேசிக் கொள்ளலாம். அவன் திரும்பி வரும் நேரம் இதுதான். தயாராக இருங்கள்! கோட்டைவிட்டுவிடாதீர்கள்!"

அந்த ஆளும் தன் கையில் ஒரு குத்துவாளைத் தயாராக வைத்திருந்தான்.

சரியாக அவன் பேசி முடிக்கும்போது இரகுநாதனுடைய குதிரை வரும் ஓசை அருகில் கேட்டது. அந்த ஓசை கேட்டதும் அவர்கள் பேச்சை நிறுத்திக்கொண்டு மரத்திலிருந்து கீழே குதித்து, தங்கள் வாட்களை உருவிக்கொண்டு மரத்தின் பின்னால் தயாராக நின்றுகொண்டார்கள். அந்த நான்கு பேரின் பார்வையும் குதிரையில் வந்த இரகுநாதன் மேல் இருந்தது. அவர்கள் நெஞ்சுகளின் படபடப்பு அதிகமானது.

ஒருவன் பார்க்கும்போது குதிரையில் இரகுநாதன் இருப்பது நிலவின் ஒளியில் தெரிந்தது.

உடனே அந்த ஆள், "ம். அவன் பக்கத்தில் வந்துவிட்டான்!" என்று எச்சரித்தான். "இன்றுடன் இவன் கதையை முடித்துவிடவேண்டும்!" என்று இன்னொருவன் சொல்லிக்கொண்டு தன் முகத்தை ஒரு துணியால் மறைத்துக் கட்டிக்கொண்டான். மற்றவர்களும் அதுபோல் தம் முகங்களைத் துணியால் மறைத்துக்கொண்டார்கள்.

அவர்கள் கைகளில் வாட்களும் குத்துவாட்களும் தயாராக இருந்தன. அவனைக் கொன்றுவிட்டால் கிடைக்கப்போகும் பொற்காசுகளின் நினைவு அப்போதே அவர்களை மகிழ்ச்சியில் ஆழ்த்தியது. ஏற்கெனவே குடித்திருந்த கள் ஏற்றிய கொலை வெறியுடன் பொற்காசுகளின் நினைப்பும் சேர்ந்துகொண்டது.

குதிரையின் குளம்படி ஓசை மிகவும் பக்கத்தில் வந்துவிட்டது. சட்டென்று மறைவிலிருந்து வெளிப்பட்டு அவர்கள் குதிரையை

நோக்கிப் பாய்ந்தார்கள். அப்படிப் பாய்ந்தவர்கள் திகைத்துநின்றார்கள். குதிரை மட்டுமே அங்கே நின்றது; அதன் மேல் ஆள் யாரும் இல்லை; குதிரையின் மேல் இருந்தவன் எங்கே என்றுஅவர்கள் யோசிக்கும் முன்பே ஒருவன் அலறியபடி விழுந்தான். இருளில் செடிகளின் மறைவில் இருந்து இரகுநாதன் வெளியே வந்தான். அவன் கையில் இருந்த வாளில் ரத்தம் தோய்ந்திருந்தது!

அவனைப் பார்த்த ஒருவன், "டேய்! அவன் இங்கே இருக்கிறான்!' என்று கத்திக்கொண்டே தன் வாளை நீட்டினான். அடுத்த கணம் அவன் கையில் இரகுநாதனின் வாள் பாய்ந்தது. வாளை நீட்டியவன் தன் வாளைக் கீழே போட்டுவிட்டு அலறினான். அத்துடன் அவனுக்குத் தோளில் இன்னொரு வெட்டும் விழுந்தது. அவன் வலி தாங்காமல்அப்படியே தரையில் உட்கார்ந்துவிட்டான். மற்ற இருவரும் இரகுநாதனை மூர்க்கமாகத் தாக்கினார்கள். அவர்களை இரகுநாதன் ஒரே இடத்தில் நிற்கும்படி செய்து தன் வாளின் கட்டுப்பாட்டில் அவர்களை வைத்தான். ஒருவன் கையிலிருந்த வாள் இரகுநாதன் தட்டியதும் மேலே பறந்துபோய் மரக்கிளையில் குத்தி நின்றது. அங்கிருந்த பறவைகள் மிரண்டுபோய்க் கீச் கீச் என்று கத்திக்கொண்டு இங்கும் அங்குமாகப் பறந்தன. ஒரு சில வீச்சுக்களுக்குப் பின் அவர்கள் களைப்படைந்தார்கள். தொடர்ந்து வாள் பிடிக்க முடியாதபடி அவர்களின் கைகளில் தன் வாளால் வெட்டிய இரகுநாதன், இன்னொரு கையால் அவர்களை பலமாக அடித்துக் கீழே தள்ளினான். கீழே விழுந்த ஒருவனின் வாள் பிடித்த கையின் மேல் தன் காலை வைத்து அழுத்தியபடி இரகுநாதன் சிரித்தான்.

அவர்கள் அவனுக்கு தாங்கள் அங்கே வந்து மறைந்திருப்பது எப்படித் தெரிந்தது என்று குழம்பினார்கள். அதையும் இரகுநாதனே அவர்களுக்குத் தெளிவுபடுத்தினான்.

"நீங்கள் இங்கே வந்திருப்பது எனக்கு எப்படித் தெரியும் என்று தானே யோசிக்கிறீர்கள்? முயல் வேட்டைக்கும் மான் வேட்டைக்கும் போகும்போது வேண்டுமானால் நாயை உடன் அழைத்துக்கொண்டு போகலாம். ஆனால் நீங்கள் வந்திருப்பது புலி வேட்டைக்கு. நாயை அழைத்துவந்தது நீங்கள் செய்த தவறு!"

கீழே கிடந்தபடி அமைதியாக இருந்த அவர்களில் ஒருவன் மட்டும் கொஞ்சம் தைரியத்தை வரவழைத்துக்கொண்டு கேட்டான்.

"இந்த நாயை அழைத்து வந்தது எப்படித் தவறாகும்? அது என்ன தவறு செய்தது?"

அவனுடைய கேள்விக்கு இரகுநாதன் பொறுமையாக பதில் சொன்னான். "நான் போகும் போது மறைவிலிருந்து வெளியே வந்து உங்கள் நாய் என்னைப் பார்த்துக் குரைத்தது. அதுதான் இந்த நாய் செய்த தவறு. அது இங்கே ஆட்கள் மறைந்திருப்பதை எனக்குச் சொல்லிவிட்டது; நீங்கள் மறைந்திருப்பது எனக்கு எப்படித் தெரிந்தது என்று இப்போது புரிகிறதா முட்டாள்களே? உங்களுடன் இருந்ததால் இந்த வேட்டைநாயும் தைரியம் இழந்து நரி போல் ஆகிவிட்டது!"

வெட்டுக் காயங்களின் வலியைத் தாங்கமுடியாமல் அவர்கள் முனகினார்கள். இரகுநாதன் தன் வாளின் நுனியால் அவர்களின் மார்பைத் தொட்டபடியே கேட்டான்.

"உங்களை அனுப்பிவைத்தவன் யார் என்று சொன்னால் உங்களை நான் உயிருடன் விட்டுவிடுகிறேன்! இல்லையென்றால் பொழுது விடியும்போது நீங்கள் இந்தக் கண்மாய்க் கரையில் பிணமாகக் கிடப்பீர்கள்! உங்கள் உடல்கள் இந்தக் காட்டில் திரியும் நரிகளுக்கு உணவாகும்!"

"எங்களை அனுப்பியவர் பெயரைச்சொன்னால் அவர் எங்கள் தலைகளை வெட்டிவிடுவார்!" என்றான் ஒரு ஆள்.

இப்படிப் பேசிக்கொண்டிருக்கும்போதே, கீழே விழுந்துகிடந்த அவர்கள் தந்திரமாக நகர்ந்து கரையிலிருந்து சரிவான சுவரில் சறுக்கி உருண்டார்கள். அப்படியே போய் இருளில் மறைந்து ஓடினார்கள். அப்போது அதுவரையில் ஒரு பெரிய மரத்தின் பின்னால் மறைந்து நின்று நடப்பதைக் கவனித்துக்கொண்டிருந்த ஒரு ஆள் அவர்கள் தப்பித்து ஓடியதைப் பார்த்துவிட்டு சட்டென்று ஓடிப்போய் மறைவாக நின்ற ஒரு குதிரையில் ஏறினான். அப்போது அவன் கையிலிருந்த குத்துவாள் நழுவிக் கீழே விழுந்தது. உயிர் தப்பும் அவசரத்தில் அந்த இருளில் அதைத் தேடி எடுக்க அவனுக்கு நேரமில்லை என்பதால் அவன் குதிரையை விரட்டிக்கொண்டு இருளில் போய் மறைந்து போனான். இரகுநாதனும் உயிர் தப்பி ஓடிய அவர்களைப் பிடிக்க முயலவில்லை. ஆனாலும் அவர்கள் யார் என்பது இரகுநாதனுக்குத் தெரிந்துவிட்டது. அவர்கள் அங்கே விட்டுச்சென்ற ஒரு குத்துவாள் அவனுக்கு அதைத் தெரிவித்துவிட்டது. கீழே கிடந்த குத்துவாளை எடுத்துப் பார்த்த அவன் தீவிரமான சிந்தனையுடன் தன் குதிரையில் ஏறினான்.

2
கூரிக்கிழவன் பயிற்சிச்சாலை

இராமநாதபுரத்தில் கூரிக்கிழவனால் நடத்தப்பட்டுவந்த போர்ப் பயிற்சிச் சாலை அந்தக் காலை நேரத்தில் மிகவும் பரபரப்பாக இருந்தது. ஆயுதங்கள் ஒன்றோடு ஒன்று மோதி எழுப்பிய ஓசையும் வீரர்கள் எழுப்பிய 'ஆ, ஊ' என்ற ஓசைகளும் அங்கே பெரிதாகக் கேட்டன. கூரிக் கிழவன் தனக்கு வயதாகிவிட்டதால் அதன் பொறுப்பை தன் மகன் துரைசிங்கத்திடம் ஒப்படைத்துவிட்டார். இருந்தபோதிலும் வேலை எதுவும் செய்யாமல் வீட்டில் இருப்பது பிடிக்காமல் அவர் தினமும் அங்கு வந்து தன்னால் முடிந்தவரை மாணவர்களுக்கு பயிற்சியளித்துவந்தார். அதுபோல் அன்றும் அவர் அங்கு வந்து ஒரு பக்கமாக இருந்துகொண்டு பயிற்சிகளைக் கவனித்துக் கொண்டிருந்தார். துரைசிங்கம் சில வாலிபர்களுக்கு வளரிவீசுவதில் பயிற்சி அளித்துக்கொண்டிருந்தான். நாற்பது ஐம்பது இளைஞர்கள் ஒரு இடத்தில் நின்று வரிசையாக வளைந்த வளரிகளை குறி பார்த்து வீசினார்கள். அப்போது அந்த வளரிகள் காற்றைக்கிழித்துக்கொண்டு வேகமாகப் போய் இலக்கைத் தாக்கிவிட்டு திரும்ப அதை வீசியவன் பக்கமே சுழன்றபடி திரும்பிவந்ததும் அந்த வளரிகளை இளைஞர்கள் தாவிப் பிடிப்பதுமான காட்சி பார்ப்பவர்களை மெய்சிலிர்க்க வைக்கும் வகையில் இருந்தது. ஒரு பூவரச மரத்தின் கீழ் கிடந்த ஒரு பெரிய உருண்டையான 'இளவட்டக்கல்லை' தூக்குவதற்கு சிலர் முயற்சி செய்துகொண்டிருந்தார்கள். அதைத் தூக்க முடியாமல் கீழே போட்டவர்களைப் பார்த்து மற்றவர்கள் கேலியாகச் சிரித்தார்கள்.

அந்தப் பயிற்சிகளில் தீவிரமாக இருந்தாலும், துரைசிங்கத்தின் செவிகளில், தொலைவில் வேகமாக வரும் ஒரு குதிரையின் குளம்படி ஓசை தனியாகக் கேட்டது. அவன் கொஞ்சம் விலகிவந்து நின்று ஓசை வந்த திக்கில் கவனித்தான். பயிற்சிச் சாலையை நோக்கி சற்றுத்தொலைவில் ஒரு குதிரைவீரன் வருவதைப் பார்த்தான். குதிரை வரும் வேகத்தைக்கொண்டே வருவது தன் நண்பன்

இரகுநாதத்தேவன் தான் என்பதை அவன் தெரிந்துகொண்டான். அதனால் துரைசிங்கத்தின் முகத்தில் ஒரு புன்னகை மலர்ந்தது. குதிரை, பயிற்சிச்சாலையை நெருங்கியதும் வேகம் குறைத்து மெல்ல நடைபோட்டு வந்து நின்றது.

அப்போது பயிற்சித் திடலின் ஒரு மூலையில் இருந்து பயங்கரமாகக் குரைத்துக்கொண்டே இரண்டு வெள்ளைநிற நாய்கள் இரகுநாதனை நோக்கிப் பாய்ந்துவந்தன. குதிரைலிருந்து குதித்த அவன் அவற்றைக் கண்டதும் சற்று நின்றான். உடனே அந்த நாய்களும் சட்டென்று நின்று வாலை ஆட்டிக்கொண்டே இரகுநாதன் மேல் பாய்ந்து உரசிக் கொஞ்சி விளையாடின. அவை இரண்டும் நன்கு உயரமான வெள்ளை நிற இராசபாளையம் வகை நாய்கள். அவற்றை துரைசிங்கம் ஆசையாக வளர்த்து வந்தான். நான்கு இராசபாளையம் நாய்கள் சேர்ந்து நின்றால் ஒரு புலியைக் கூட கொன்றுவிடும் என்பார்கள். அவ்வளவு வலிமையும் வேகமும் கொண்டவை அந்த வகை நாய்கள்! அவை போன்ற ஏராளமான நாய்களை அவன் சேதுச்சீமையில் பல இடங்களில் வைத்து ஆட்கள் மூலம் வளர்த்துவந்தான். தன் மேல் உரசிய அந்த இரண்டு நாய்களுடனும் விளையாடியவாறே இரகுநாதன் துரைசிங்கம் இருந்த இடத்தை நோக்கி நடந்தான்.

தன் நண்பனைக் கண்டதும் துரைசிங்கம் தன் உதவியாளிடம் சொல்லிவிட்டு இரகுநாதனிடம் வந்தான். துரைசிங்கம் அப்படியே தன் தந்தையின் பிரதியாக அதே கட்டுறுதியான உடலுடன் இருந்தான். மீசைகூட அவரைப்போலவே ஓரளவு பெரியதாக வைத்திருந்தான். இரகுநாதன் அங்கே ஒரு கல் பலகை மேல் அமர்ந்திருந்த கூரிகிழவனை வணங்கினான். அவர் முதுமையால் கொஞ்சம் தளர்ந்திருந்தாலும் இன்னும் தன் பழைய கம்பீரத்தை இழக்காமல் இருந்தார். அவருடைய குரலும் தளராமல் கணீரென்று இருந்தது.

“கும்பிடுறேன் அப்பா!”

“மகராசனா இரு அய்யா! துரைசிங்கம் உங்கிட்ட எதோ ராசாங்கச் சேதியைச் சொல்லணும்னு சொன்னான்யா! அவனைப் பாரு!”

ரகுநாதன் துரைசிங்கத்திடம் போய் தனியாகப் பேசத் தொடங்கினான். .

முதலில் துரைசிங்கம் தான் பேசினான். “காலையிலேயே வந்துவிட்டீர்களா? இல்லை இப்போதுதான் வருகிறீர்களா?”

அவனைக் கூர்ந்து கவனித்த இரகுநாதத்தேவன், "இரவின் கடைசிச் சாமத்திலேயே நான் வந்துவிட்டேன் துரைசிங்கம்; ஏன் கேட்கிறாய்?"

"அரண்மனையிலிருந்து உங்களைத் தேடி ஆள் வந்தான். மகாராஜா உங்களைப் பார்க்கவேண்டும் என்று சொன்னதாக அவன் சொன்னான். அவன் வந்த வேகத்தைப் பார்த்தால் ஏதோ முக்கியமான சேதியாக இருக்கும் போலத் தெரிந்தது!"

"ஆம்; அப்படித்தான் இருக்கும்; இல்லையென்றால் மகாராஜா ஆள் அனுப்ப மாட்டார்!"

"நீங்கள் உடனே அரண்மனைக்குப் போய் மகாராஜாவைப் பாருங்கள்!"

"சரி துரைசிங்கம்! நான் உடனே போகிறேன். அதற்கு முன் உன்னிடம் ஒரு முக்கியமான சேதி பேசவேண்டும்!"

பேசிக்கொண்டே அவன் முந்தைய இரவு தான் கைப்பற்றிய குத்துவாளை எடுத்து துரைசிங்கத்திடம் காட்டினான். அதைப் பார்த்த துரைசிங்கம் பதற்றமானான்.

"என்ன இளவரசே! நேற்று இரவு என்ன நடந்தது?"

"துரைசிங்கம்! என்னை இளவரசன் என்று சொல்லாதே என்று உன்னிடம் எத்தனை முறை சொல்வது?"

இரகுநாதன் சலித்துக்கொண்டான்.

"பட்டத்துக்கு உரிமையும் தகுதியும் உள்ள உங்களை இளவரசன் என்று அழைப்பதில் என்ன தவறு உள்ளது?" என்று துரைசிங்கம் பதில் சொன்னான்.

பிறகு இரகுநாதன் அன்று இரவு நடந்ததை அவனிடம் விவரித்தான். அதைக்கேட்ட துரைசிங்கம் முகம் கோபத்தால் சிவந்தது.

"இதற்காகத்தான் நீங்கள் எங்கேயும் தனியாகப் போக வேண்டாம் என்று நான் சொல்வது!"

இரகுநாதன் பலமாகச் சிரித்தான். "துரைசிங்கம்! சேதுபதியின் படைவீரர்களான நாமே நம் ஊரில் தனியாகப் போகப் பயந்தால் எப்படி? தவிரவும் என்னை யார், எதற்காகக் கொல்லப்போகிறார்கள்? நான் மகாராஜாவின் சாதாரணப் படைத் தலைவர்களில் ஒருவன் தானே?"

ஆனால் துரைசிங்கம் அதைக்கேட்டுச் சிரிக்கவில்லை. "இவருக்கு எல்லாமே விளையாட்டுத்தான்!" என்று நினைத்துக்கொண்ட அவன் முகம் தீவிரமான சிந்தனையில் மூழ்கியிருந்தது.

“இளவரசே! நீங்கள் சாதாரண படைத்தலைவன் மட்டும் என்றால் உங்களை யார் கொல்லப் போகிறார்கள்? நீங்கள் மகாராஜாவின் நம்பிக்கைக்குரிய சில படைத் தலைவர்களில் ஒருவர். முக்கியமானவர். தவிரவும் இந்தச் சீமையின் அரசுக்கு உரிமை உள்ளவர்களில் நீங்களும் ஒருவர். அதனால் தான் உங்கள் மீது இந்த தாக்குதல்!”

“துரைசிங்கம்! அரசுரிமை பற்றி இப்போது என்ன பேச்சு? நம் மன்னர் அப்படியொன்றும் வயதானவர் இல்லையே! மேலும் அரசுரிமை கோருவதற்கு நேரடி உரிமை உள்ளவர்கள் வேறு இரண்டு பேர் இருக்கிறார்களே? அப்படி இருக்கும்போது இதில் நான் எங்கே வருகிறேன்?”

“இளவரசே! அரசுக்கு உரிமை கோரும் நிலை எப்போது வேண்டுமானாலும் வரலாம்! இராஜ சூர்ய மாகாராஜா சொற்ப ஆயுளில் மறைந்தார். நம் இப்போதைய மகாராஜாவுக்கு எதிராகவும் சிலர் சதி செய்வதாக அப்பா என்னிடம் சொல்லியிருக்கிறார். நீங்களும் இதை அறிவீர்கள். உங்களுக்கு இருக்கும் உரிமையை அறிந்திருப்பதால் தான் அந்தச் சதிகாரர்கள் தான் முன்னெச்சரிக்கையாக உங்களைப் போட்டியிலிருந்து அகற்றிவிட விரும்புகிறார்கள். நேற்று இரவில் நடந்த நிகழ்ச்சி இதைத் தான் காட்டுகிறது!”

துரைசிங்கம் சொன்னதைக்கேட்ட இரகுநாதனின் மனம் சிந்தனையில் ஆழ்ந்தது. துரைசிங்கம் மேலும் சொன்னான்.

“நான் காரணமில்லாமல் எதையும் சொல்லமாட்டேன் என்பது உங்களுக்குத் தெரியும் அல்லவா?”

“ஆம்! துரைசிங்கம்! நீ சொல்வது உண்மைதான்! பங்காளிச் சண்டை என்பது நம் இரத்தத்திலேயே இருப்பது போல! இது தான் தமிழர்களின் நிரந்தரமான சாபம்!” இரகுநாதன் குரலில் கவலை தோய்ந்திருந்தது.

சேர சோழ பாண்டியர்களான தமிழ் நிலத்தின் மூவேந்தர்கள் உலகையே வெல்லும் பேராற்றல் படைத்தவர்களாக இருந்தார்கள்; தமிழ் நிலம் மட்டுமல்லாமல் கடல்கடந்த நாடுகள் பலவும் அவர்களின் ஆளுகைக்குள் இருந்த காலமும் உண்டு. ஆனால் பொறாமையால் தங்களின் பங்காளிகளுடன் அடிக்கடி சண்டையிட்டுக்கொண்டு, அந்தச் சண்டைகளால் அவர்கள் அந்நியர்களிடம் தம் ஆட்சியை இழந்தார்கள்; கடைசிகாலப் பாண்டியர்கள் இருவர் தமக்குள் சண்டையிட்டுக் கொண்டு கடைசியில் நாயக்க மன்னர்களின்

உதவியை நாடினார்கள். அதில் ஒருவனின் உதவிக்கு வந்த நாயக்கர் ஒருவர் தானே மன்னன் என்று அறிவித்துக்கொண்டார். இப்படி தமிழ் மன்னர்கள் அந்நியர் கையில் தம் நாட்டை ஒப்படைத்துவிட்டார்கள். அதன் பிறகு தமிழகத்தில் தமிழ் மன்னர்களின் ஆட்சி மீண்டும் ஏற்படவே இல்லை; பிற மொழியினரின் தாக்கம் தமிழ் மக்களின் வாழ்க்கை முறையிலும் கலை, பண்பாட்டிலும் அதிகமாக ஏற்பட்டது. அதன் விளைவாக காலப் போக்கில் செல்வச்செழிப்பிலும் வாழ்க்கைப் படிநிலையிலும் தமிழர்கள் பின் தங்கிவிட்டனர். இந்த அனைத்துக்கும் காரணம் தமிழரிடையே இருந்த ஒற்றுமையின்மைதான். அதை நன்றாக உணர்ந்திருந்ததால் தான் அந்தக் கவலை இரகுநாதன் குரலில் வெளிப்பட்டது.

இரகுநாதத்தேவன் சிந்தனையில் ஆழ்ந்தான்.

அவன் கையிலிருந்த குறுவாளை வாங்கிப் பார்த்த துரைசிங்கம், “இந்தக் குறுவாள் தான் நேற்று உங்களைத் தாக்கியவர்களிடம் இருந்ததா இளவரசே?” என்று கேட்டபடி அதை வாங்கிப் பார்த்தான். அதில் இருந்த எழுத்து அடையாளத்தைக் கூர்ந்து பார்த்தான்.

“இது திரையத்தேவனுடைய குத்துவாள் தான். அவன் உங்களைக் கொல்வதற்காக கொலையாட்களை அனுப்பியதுடன் நிற்காமல் ஆர்வக்கோளாறில் தானே நேரிலும் வந்திருக்கிறான். அவன் அனுப்பிய ஆட்கள் என்ன ஆனார்கள் இளவரசே?”

“அன்று வந்தவர்கள் ஐந்து பேர்; அதில் என்னுடன் சண்டை-யிட்டவர்கள் நான்குபேர். அவர்கள் எல்லோரும் முகத்தை மூடி-யிருந்தார்கள். நான்குபேரும் காயங்களுடன் இருளில் தப்பி ஓடிவிட்டார்கள். ஒரு ஆள் மட்டும் என்னுடன் சண்டையிடாமல் இருட்டில் மறைந்திருந்தான். கடைசியில் அவனும் ஓடிப்போய் குதிரையில் ஏறிக்கொண்டு ஓடிப்போனான். அவன் தான் இதை விட்டுவிட்டுப் போயிருக்கவேண்டும்!”

“ஆகா! நல்ல சந்தர்ப்பத்தை விட்டுவிட்டீர்களே! தப்பி ஓடிய ஒருவன் திரையத்தேவன் தான். நீங்கள் அன்று அவனை மட்டுமாவது கொன்றிருக்கவேண்டும். அரசுக்கான உரிமைப்போட்டியில் ஒரு ஆள் நேற்றே ஒழிந்திருப்பான்!”

அதைக்கேட்ட இரகுநாதன் சிரித்தான். “அவனைக் கொல்வதால் எனக்கு என்ன மகிழ்ச்சி? உண்மையைச் சொல்லவேண்டும் என்றால் நான் அவர்கள் யாரையுமே கொல்ல விரும்பவில்லை துரை சிங்கம்!”

அதுவரை அமைதியாக இருந்து அவர்கள் பேசுவதைக்

கவனித்துக்கொண்டிருந்த கூரிக்கிழவன் அவர்களின் பக்கத்தில் வந்து நின்றார். அவர் இரகுநாதனின் தோளில் கை வைத்து, “தம்பி இரகுநாதத்தேவா! உனக்கு வேண்டுமானால் அவர்களைக் கொல்ல விருப்பம் இல்லாமல் இருக்கலாம். ஆனால் அவர்கள் அப்படி அல்ல. உன்னைக் கொல்வதற்கு மறுபடியும் முயற்சி செய்வார்கள்! அதனால் நீ மிகுந்த எச்சரிக்கையுடன் இருந்துகொள்ளவேண்டும்!” என்று அக்கறையுடன் சொன்னார்.

“ஆம் இளவரசே! அவர்கள் செய்வது தான் அரசியல்! மன்னருக்கு எதிராக சில பாளையக்காரர்கள் சதி செய்கிறார்கள் என்று நம்பகமான தகவல் கிடைத்திருக்கிறது! பெரும் ஆபத்துக்கு இடையே தான் மன்னர் இருக்கிறார்! அதுதான் எனக்குக் கவலை அளிக்கிறது!”

“இரகுநாதா! துரைசிங்கம் சொல்வது போல் சதி நடப்பது உண்மை தான். மன்னர் மரணமடைந்தால் அரசுக்கு உரிமை பெறுபவர்களில் ஒருவனான திரையத்தேவன் தான் இதற்கெல்லாம் காரணம். சில பாளையக்காரர்கள் அடிக்கடி இரகசியமாக கூடிக்கூடிப் பேசுகிறார்கள். மகாராஜா மட்டுமல்ல தம்பி; நீயும் மிகுந்த எச்சரிக்கையாக இருக்கவேண்டும்! எப்போது என்ன நடக்கும் என்று சொல்லமுடியாது!” என்று சொன்னார்.

அவர்கள் சொன்னதை எல்லாம் பொறுமையாகக் கேட்டுக் கொண்ட இரகுநாதனின் மனம் கனத்தது. மன்னரை நினைத்து அவன் மனம் வேதனையில் ஆழ்ந்தது.

அவன் புறப்படும் போது, “இரகுநாதா! இப்போது நாம் பேசியது உன் மனதில் இரகசியமாக இருக்கட்டும்! இதை எவருடனும் நீ பகிர்ந்து கொள்ளாதே!” என்று அவனை எச்சரித்தார் கூரிக்கிழவன்.

அதிகாரத்துக்கான போட்டியில் தன்னையே கொலைசெய்ய முயற்சிக்கிறார்கள் என்ற சேதி இரகுநாதனுக்குப் புதிதாகவும் அதிர்ச்சியளிப்பதாகவும் இருந்தது.

அவர்களிடம் விடைபெற்றுக்கொண்டு இரகுநாதத்தேவன் வேகமாக போகலூர் அரண்மனை நோக்கித் தன் குதிரையைச் செலுத்தினான்.

“தன்னையே கொலை செய்ய முயல்பவர்கள் மன்னரைக் கொல்ல ஏன் முயற்சிக்க மாட்டார்கள்? மன்னனாக இருப்பதுவும் ஆபத்துக்கள் நிறைந்தது தான்; எந்த நாடாக இருந்தாலும், யார் அரசனாக இருந்தாலும் அவர்களுக்கு எதிராக சதிகாரர் கூட்டம் ஒன்று உருவாகிவிடும் போல! அதிகாரத்துக்கும் அரசபோகத்துக்கும்

ஆசைப்படும் கூட்டம் ஒன்று எல்லா அரண்மனைகளிலும் இருப்பதுவும் அரசியலின் ஒரு அங்கம் போல!" என்று அவன் நினைத்துக்கொண்டான்.

குதிரை கொஞ்சம் கொஞ்சமாக வேகமெடுத்ததும் இரகுநாதன் தனக்கு வரக்கூடிய ஆபத்துக்களை மறந்துவிட்டான். மன்னர் தன்னிடம் என்ன சொல்லப்போகிறார் என்பதைப் பற்றிய சிந்தனையில் அவன் மனம் மூழ்கியது.

மகாராஜா தன்னை எந்தக் காரியத்துக்காக வரச்சொல்லி-யிருப்பார் என்று அவனால் அப்போதே ஓரளவு ஊகிக்க முடிந்தது. இருந்தாலும் வேறு காரணம் எதுவும் இருக்குமோ, சதி நடப்பது பற்றி மன்னர் எதுவும் சொல்வாரோ என்று எதிர்பார்த்து அவன் மனதில் ஒரு குறுகுறுப்பு உருவாகியிருந்தது. மன்னருக்கு தனக்கு எதிராக நடக்கும் சதி பற்றித் தெரியாமலா இருக்கும் என்று அவன் நினைத்தான். கூரிக் கிழவனுக்குத் தெரிந்திருக்கிறது என்றால் அது நிச்சயம் மன்னருக்கும் தெரிந்திருக்கும். ஆனாலும் யார் என்ன சொன்னாலும் மன்னர் தானாகச் சொன்னால் தானே எதுவும் உறுதியாகும் என்று நினைத்துக் கொண்டு குதிரையை மேலும் வேகமாக விரட்டினான்.

3
மன்னர் இட்ட கட்டளை

இரகுநாதன் போகலூர் அரண்மனைக்குப் போய்ச்சேரும்போது சூரியன் உயரத்தில் இருந்ததால் வெயில் கடுமையாக இருந்தது. அவனைப் பார்த்ததும் ஒரு காவலன் ஓடிவந்து பணிந்துவிட்டு அவன் இறங்கிக்கொண்டதும் அவனுடைய குதிரையைப் பிடித்துக்கொண்டு போனான். அவனை வரவேற்ற அரண்மனைப் பணியாள் அவனை மன்னரின் அலுவல் அறையில் அமரச்செய்துவிட்டு வேகமாகப்போய் ஒரு குவளையில் நிறைய பனாட்டி என்ற குளிர்ந்த பானத்தைக் கொண்டுவந்து பணிவுடன் கொடுத்தான். அந்த வெயில் நேரத்துக்கு இரகுநாதனுக்கு அது மிகவும் தேவையாகவே இருந்தது. பனாட்டி என்பது பனம் பழத்தின் இனிப்பு மிகுந்த சாற்றிலிருந்து தயாரிக்கப்படும் ஒரு சுவை பானம். அக்காலத்தில் சேதுநாட்டிலிருந்து இலங்கைக்கும் பல அரபு நாடுகளுக்கும் அதிகமாக ஏற்றுமதியான பொருட்களில் பனாட்டியும் ஒன்று. அரண்மனைப் பணியாட்கள் இரகுநாதனிடம் பணிவுடன் நடந்துகொண்டதிலிருந்து அவனுக்கு அரண்மனையில் நல்ல பெயர் இருந்தது தெளிவாக விளங்கியது.

பணியாள் கொடுத்த பனாட்டியை சுவைத்துக் குடித்த இரகுநாதனிடம் பணியாள், "ஐயா! மகாராஜா சிறிது நேரத்தில் வந்து விடுவார்!" என்று சொல்லிவிட்டுப்போனான்.

. . . .

சேதுநாடு பழந்தமிழ் நாட்டில் பாண்டிய நாட்டின் ஒரு பகுதியாக இருந்தது. அது கீழச்செம்பிநாடு, வடதலைச்செம்பி நாடு, தென்னாலை நாடு, இடையள நாடு, பொலியூர் நாடு, களவழி நாடு மற்றும் செவ்விருக்கை நாடு என்ற ஆறு சிறு நாடுகளைக் கொண்ட நிலப்பரப்பு ஆகும். அதில் மொத்தம் பதிமூன்று சீமைகள் இருந்தன. அவை இராமநாதபுரம், சிவகங்கை, காளையார்கோவில், திருவாடானை, திருவாரூர், புதுக்கோட்டை, மேல மாகாணம், அஞ்சிரண்டு, வெள்ளாம்பற்று, கமுதை, அறந்தாங்கி, பட்டுக்கோட்டை, மற்றும் சூரக்குடி ஆகியன. சேதுநாடு பாலையும் நெய்தலும் சேர்ந்த

ஒரு பரந்த நிலப்பகுதி ஆகும். வறண்ட நிலமாக இருந்ததால் விளைச்சல் வாய்ப்புகள் குறைவாக இருந்தாலும்,சிறந்த நீர் மேலாண்மையால் ஆண்டு முழுவதும் விவசாயம் செய்தார்கள். சேதுநாட்டில் அந்த நாளில் இருபத்தி நாலு நெல் வகைகள் பயிரிடப்பட்டன. நெற்களஞ்சியமான தஞ்சாவூருக்கே சேதுச்சீமையின் பெரிய பொதிவண்டிகள் நெல் மூட்டைகளைச் சுமந்து சென்ற காலமும் இருந்தது. சுந்தரபாண்டியன் பட்டணம் முதல் கனிராசபுரம் வரை இருந்த சேது நாட்டின் முத்துக் கடல் வளத்தால் உலக நாடுகளுடனும் முத்துவணிகம் செழித்து பாண்டிய நாட்டின் கருவூலமாகவே அது திகழ்ந்தது.

பாண்டியர் காலத்துக்குப் பின் நாயக்கர்களின் ஆட்சி ஏற்பட்டு சில காலம் அவர்களின் அதிகாரத்துக்கு உட்பட்டதாக இருந்தது. ஆனால் திருமலை சேதுபதியின் காலத்தில் சேதுநாடு நாயக்கர்களின் அதிகாரத்திலிருந்து தன்னை விடுவித்துக் கொண்டு தனி நாடாக இயங்கிவந்தது. ஆரம்ப காலத்தில் சேது நாட்டின் தலை நகராக விரையாத கண்டன் என்ற ஊர் இருந்தது. அங்கே இருந்து ஆட்சி செய்த சேதுபதியை நாயக்கரின் தளபதியான விசுவநாத நாயக்கன் போரில் கொன்றுவிட்டான். அதனால் அங்கே இருந்த மறவர்கள் எல்லோரும் பல தேசங்களுக்கும் தப்பிச்சென்றார்கள். அவர்களில் சடைக்கத்தேவன் என்ற இளைஞன் மட்டும் சில ஆட்களுடன் இலங்கைத் தீவுக்குத் தப்பிச்சென்றான். அங்கே அவன் சில காலம் தலைமறைவாக இருந்துவிட்டு மீண்டும் தமிழ் நாட்டுக்குத் திரும்பிவந்தான். அவன் புகலூர் என்ற போகலூரில் இருந்துகொண்டு படை திரட்டி, மதுரை அரசுடன் மோதி சில பகுதிகளை மீட்டு,சேதுபதி வம்சத்தை மீண்டும் ஏற்படுத்தினான். அவன் வழியாக குட்டன் சேதுபதி, இரண்டாம் சடைக்கத் தேவர், முதலாம் இரகுநாத சேதுபதி, சூரிய நாராயணத் தேவர் ஆகியோர் சேதுபதிகளாக இருந்து ஆட்சி செய்தார்கள்.

திருமலை சேதுபதி என்று பெயர் பெற்ற முதலாம் இரகுநாத சேதுபதியின் மறைவுக்குப் பின் கட்டயத்தேவன் என்று அழைக்கப்பட்ட மாவீரன் சூரியநாராயணத்தேவன் சேதுபதியாக பட்டம் ஏற்றார். ஆனால் அவர் சில ஆண்டுகளிலேயே மரணமடைந்ததால், அடுத்த வாரிசான அதன இரகுநாத சேதுபதி பட்டத்துக்கு வந்திருந்தார். திருமலை சேதுபதி தன் காலத்திலேயே திருமலை நாயக்கரை எதிர்த்துக்கொண்டு, சேதுநாட்டை தனியரசாக அறிவித்தார். மதுரைக்குச் செலுத்தவேண்டிய தோப்பா என்ற தோப்பாரணத் தொகையைச் செலுத்தமுடியாது என்று அவர் மறுத்துவிட்டார்.

சேதுநாடு நாயக்கர் அரசின் பாளையங்களில் ஒன்று என்ற நிலை மாறி சமஸ்தானம் என்ற தனி நாடாக வலுவாக நிலைபெற்றது. திருமலை சேதுபதி சேதுநாட்டில் கட்டுக்கோப்பு மிக்க வலுவான ஒரு அரசை ஏற்படுத்தி வைத்திருந்ததால் அவருக்குப் பின் வந்த சேதுபதிகளின் ஆட்சிக் காலத்திலும் அது தொடர்ந்து நிலையான தனியரசாகவே நீடித்தது. அரசும் ஆட்சியும் வலுவாக இருந்தபோதும் பங்காளிகளுக்கிடையே நிலவிய அதிகாரப் போட்டியும் பூசல்கள் மட்டும் என்றும் முடியாத தொடர்கதையாகவே இருந்தது.

போகலூர் அரண்மனையைச் சுற்றிலும் வேப்ப மரங்களும் அரசமரங்களும் முன்புறம் பெரிய ஆலமரம் ஒன்றும் இருந்தன. அரண்மனையின் சன்னல்களின் வழியே இதமாக வீசிய அந்த மரங்களின் குளிர்ச்சியான காற்றில் இரகுநாதனின் உடம்பில் வழிந்த வியர்வை சீக்கிரமாக உலர்ந்தது. குளிர்ச்சியான பனாட்டியை ருசித்துச் சுவைத்தபடியே அவன் அமர்ந்திருந்தான். மன்னர் தன்னை எதற்காக வரச்சொன்னார் என்பதை அவன் ஓரளவு ஊகித்திருந்தாலும் தனக்கு அவருடைய கட்டளை என்னவாக இருக்கும் என்று யோசித்தவாறே அவன் காத்திருந்தான். சிறிதுநேரத்தில் மன்னர் வருவதை வாயிற் காவலன் உரத்த குரலில் அறிவித்தான்.

மன்னர் வருவது தெரிந்ததும் இரகுநாதன் எழுந்து நின்று கொண்டான். அவர் அறைக்குள் நுழைந்ததும் அவன் கைகூப்பி தலைபணிந்து வணங்கினான். தலையசைத்து அவன் வணக்கத்தை ஏற்றுக்கொண்ட மன்னர் தன் இருக்கையில் அமர்ந்தார். அரண்மனை மருத்துவரின் உடல் பரிசோதனை, வள்ளுவனின் சோதிடம் போன்ற வழக்கமாக காலையில் நடக்கும் சோதனைகளை முடித்தபின் குளித்துமுடித்து இராஜராஜேசுவரி அம்மனை வணங்கி, பூசைகளையும் முடித்துவிட்டு மார்பு முழுவதும் சந்தனம் பூசிக்கொண்டுவந்திருந்தார் மன்னர் அதன இரகுநாத சேதுபதி. அவர் நுழைந்ததும் அந்த அறை முழுவதும் சந்தனத்தின் நறுமணத்தால் நிரம்பியது.

மன்னரின் அலுவலக அறையின் வாயிலில் நீண்ட வேலும் குத்துவாட்களும் உடைவாளும் தாங்கிய சேர்வைகாரர் இருவர் காவல் நின்றிருந்தார்கள். அவர்கள் இரகுநாதனைக் கண்டதும் அவனை வரவேற்கும் விதமாகப் புன்முறுவல் பூத்துவிட்டு மீண்டும் இறுகிய முகத்துடன் நின்றுகொண்டார்கள். சேர்வைக்காரர்கள் என்பவர்கள் சேதுபதி மன்னரைக் காக்க தம் உயிரையும் தியாகம் செய்வதாக இரத்தச் சபதம் ஏற்ற மெய்க்காவலர்கள்.

மன்னர் அதன இரகுநாத சேதுபதி நல்ல உயரமும் அதற்கேற்ற

உடலும் பெற்று மிகுந்த கம்பீரமான தோற்றம் உடையவராக இருந்தார். சிறந்த வீரன் என்பதை அவரின் இறுகிய உடற்கட்டும் நீண்ட கைகளும் தெளிவாகக் காட்டின. அவர் உடைவாள் அணியாமல் இருந்தாலும் எதிரில் இருப்பவருக்குத் தெரியாதபடி அவருடைய கைக்கு எட்டும் தூரத்தில் ஒரு வாளும் இரண்டு குத்துவாட்களும் வைக்கப்பட்டிருந்தன. இருக்கையில் அமர்ந்ததும் சிறிது நேரம் யோசித்த மன்னர் இரகுநாதனைக் கூர்ந்துபார்த்தார். பிறகு சிறு புன்னகையுடன் பேசினார்.

“இரகுநாதா! உன்னை ஏன் வரச்சொன்னேன் என்று தெரியுமா?”

மன்னர் தன்னைச் சோதிக்கிறார் என்பதை இரகுநாதன் புரிந்து கொண்டான்.

“மகாராஜா! எனக்கு இரண்டு காரணங்கள் தெரிகின்றன. முதலாவது சில நாட்கள் முன்பு சிவகங்கையில் நடந்த ஒரு சதியாலோசனை. இரண்டாவது, நம் வணிகக் கப்பல்கள் இரண்டு நாட்கள் முன்பு கடற்கொள்ளையர்களால் தாக்கப்பட்டன என்பது.”

பதில் சொல்லிவிட்டு மன்னரின் முகத்தைப் பார்த்தான் இரகுநாதன்.

மன்னரின் முகத்தில் திருப்தி தெரிந்தது.

“இரகுநாதா! முதல் காரணம் அவ்வளவு முக்கியமானதல்ல; அது நம் ஆட்கள் செய்வது தான். நமக்குத் தெரியாமல் அவர்கள் பெரிதாக எதுவும் செய்துவிட முடியாது. ஆனால் இரண்டாவது காரணம் அப்படியல்ல; அது வெளி ஆட்களால் உருவாகியிருப்பது. அதை நாம் அலட்சியப்படுத்த முடியாது. நம் கப்பல்களை யாரும் தாக்குவதை நாம் அனுமதிக்கமுடியாது. அந்தக் கடற்கொள்ளையர்களை நாம் உடனே ஒடுக்கியாகவேண்டும். தென் பாரதத்தின் பல நாடுகளும் தம் பொருட்களை சேதுநாட்டின் துறைமுகங்கள் மூலம் அனுப்புவதே சேதுக் கொடி பறக்கும் கப்பல்களைத் தாக்க எந்தக் கொள்ளையனுக்கும் துணிவு வராது என்பதால் தானே! கடலுக்கு அப்பால் இருக்கும் நாடுகளிலும் நமக்கு இப்படி ஒரு பெயர் இருக்கிறது அல்லவா?”

அவர் சொன்னதை அமைதியாகக் கேட்ட இரகுநாதன் சொன்னான்.

“ஆம் மகாராஜா! அந்தப்பெயரை நாம் இழந்துவிடக் கூடாது.”

மன்னர் அவன் சொன்னதை ஆமோதித்துத் தலையசைத்தார்.

“இரகுநாதா! சரியாகச்சொன்னாய்; நேற்று இரவு மரைக்காயர் வந்து கடற்கொள்ளையர் தம் கப்பல்களைத் தாக்கிய சேதியைக்

கவலையுடன் சொன்னான். அதற்கு முன்பே நாம் அறிந்துகொண்டோம் என்றாலும், அவனும் நம்மிடம் வந்து முறையிட்டான். நாம் அவனுடைய கவலையைப் போக்கவேண்டும்; நம்மைப் பொறுத்தவரை இதுவே தாமதம் தான்!"

இரகுநாதன் எதுவும் பேசாமல் அமைதியாக இருந்தான். அப்படி இருந்தால் மன்னரின் ஆணையை எதிர்பார்த்து நிற்கிறான் என்று பொருள். அதை மன்னர் அறிவார்.

மன்னர் தன் தொண்டையைச் செருமிக்கொண்டார்.

"இரகுநாதா! அந்தக் கடற்கொள்ளையர்கள் உடனடியாக ஒடுக்கப்பட வேண்டும். அவர்கள் மறுபடி தலைதூக்காமல் முற்றாக ஒழிக்கப்படவும் வேண்டும். சேதுக்கொடியின் அதிகாரம் எவருக்கும் ஐயம் எழாதபடி முத்துக் கடல் பரப்பில் உறுதியாக நிலைநாட்டப்பட வேண்டும்! அரேபிய, சீன, வங்காளக் கப்பல்கள் நம் கடலில் அச்சமில்லாமல் வந்துபோக வேண்டும்!"

சேதுபதி குரலை உயர்த்தாமல் அதேசமயம் மிகவும் உறுதியான குரலில் தம் விருப்பத்தை ஆணையாக அவனிடம் சொன்னார்.

"உத்தரவு மகாராஜா!"

"என்ன செய்யவேண்டும், எப்படிச்செய்யவேண்டும் என்பது உனக்குத்தெரியும்! ஏற்பாடுகளைச் செய்துவிட்டு என்னை வந்துபார். முதலில் நீ சென்று மரக்காயரைப் பார்த்து மேற்கொண்டு விவரம் கேட்டுக்கொள். அது உனக்கு உதவியாக இருக்கும்!"

இரகுநாதன் புறப்படுவதற்காக அப்படியே பின்னோக்கி சில அடிகள் நடந்தான்; மன்னருக்கு முதுகு காட்டி நிற்கக்கூடாது என்பது மரியாதை. அப்போது மன்னர் மீண்டும் அவனை அழைத்தார். அவன் அப்படியே அவர் முன் வந்து நின்றான்.

மன்னர் அவனிடம் சொன்னார். "இரகுநாதா! இரவில் எங்கே போனாலும் தனியாகப் போகாதே; ஆட்கள் துணையுடன் போ; என்னைக் குறிவைக்கும் சதிகாரர்கள் முதலில் உன்னைத்தான் ஒழிக்கப்பார்ப்பார்கள்; ஆகவே அலட்சியம் கூடாது!"

தான் இரகசியமாக அன்னக்கிளியைப் பார்க்கப்போனது கூட மன்னருக்குத் தெரிந்திருக்கிறது என்று நினைத்து ஒருகணம் அதிர்ந்த இரகுநாதன் வெட்கத்துடன் தலைகுனிந்து மன்னரை வணங்கியபடி அறையை விட்டு வெளியேறினான்.

தனக்கு எதிராக சதி நடப்பதை அறிந்துகொண்டும் அதைப்பற்றி எதுவும் பேசாமல் மன்னர் அமைதியாக இருந்துகொண்டு வணிகரின்

நலன் பற்றி அக்கறைப் படுவது அவனுக்கு வியப்பாக இருந்தது. அதுதான் ஒரு நல்ல அரசனின் குணம் என்று மன்னரை வியந்தபடியே அவன் வந்தான்.

அரண்மனையைவிட்டு வெளியே வந்த இரகுநாதன், நேராக குதிரைப் பந்தியை நோக்கிப் போனான். அவன் வருவதைப் பார்த்த காவலன் வேக வேகமாக அவனுடைய குதிரையை அவிழ்த்துக் கொடுத்தான். இரகுநாதன் அவனுக்கு நன்றியாக ஒரு புன்சிரிப்பைக் கொடுத்துவிட்டு சில அடி தூரம் அதை நிழலில் நடத்திக்கொண்டு போனான். குதிரையில் தாவி ஏறுவதற்குமுன் அவன் போகலூர் அரண்மனையை ஒருமுறை பார்த்தான்.

போகலூர் அரண்மனை வெறும் மண்ணாலான கட்டிடம் தான் என்றாலும் மிகவும் உறுதியானது. பிரமாண்டமாக இல்லாவிட்டாலும் மிகுந்த அழகுடன் அமைக்கப்பட்டிருந்தது. அந்த வளாகமே அழகிய முகப்பும் சுற்றிலும் வேம்பு, அரசு போன்ற பலவகையான மரங்களுடன் குளிர்ச்சியாகவும் இருந்தது. அதன் பின்புறம் ஒரு சிறிய நந்தவனம் இருந்தது. முகப்பில் இருந்த அரசவை மண்டபம் நன்கு விசாலமாகவும் சில படிகள் ஏறிச்செல்லக்கூடிய வகையில் உயரமாகவும் இருந்ததுடன் மிக அழகுடனும் காட்சியளித்தது. அரண்மனையின் முன்பாக ஆயிரக்கணக்கில் வீரர்கள் திரண்டு நிற்க ஏதுவாக பரந்த வெளி ஒன்று இருந்தது. வைகை ஆறு அருகிலேயே ஓடியதால் அந்தப் பகுதி மிகவும் செழிப்பாகவும் இருந்தது. இலங்கையில் தலைமறைவாக வாழ்ந்து திரும்பிவந்த சடைக்கத்தேவர் மீண்டும் சேதுபதியாகி அரசை நிறுவியபோது போகலூரைத் தான் சேதுச்சீமையின் தலைநகராக வைத்துக் கொண்டார். அப்போது அவரால் கட்டப்பட்ட அரண்மனை தான் அது. திருமலை சேதுபதி என்ற முதலாம் இரகுநாத சேதுபதி இராமநாதபுரத்தை சேதுச்சீமையின் தலைநகராக்கினால் நல்லது என்று விரும்பினார். ஆனால் அது அவர் காலத்தில் கைகூடவில்லை. புகழூர் என்ற போகலூரே தலை நகரமாகத் தொடர்ந்தது.

குதிரையில் தாவி ஏறிய இரகுநாதன் அரண்மனையின் வெளிவாயில் வரை அதை மெதுவான ஓட்டத்தில் போகவிட்டு, வாயிலைக் கடந்ததும் அதிவேகமாகச் செலுத்தினான். அரண்மனையில் உணவும் நீரும் அருந்தி களைப்பு நீங்கியிருந்த அவனுடைய குதிரை சாலையில் உற்சாகமாகப் பாய்ந்தது. அவன் மனம் மன்னர் தனக்கு இட்ட பணியைச் செய்து முடிக்க பரபரப்பாக சிந்திக்கத்தொடங்கியது.

4
முத்துக்கடலும் கீழக்கரையும்

கீழக்கரையிலிருந்து கிளம்பிச்சென்ற சேதுநாட்டு வணிகக் கப்பல்களைச் சில நாட்கள் முன்பு கடல்கொள்ளையர் தாக்கிய நிகழ்வு இரகுநாதன் மனதில் பெருங்கோபத்தை ஏற்படுத்தியிருந்தது. திடீரென்று கொள்ளையர்களுக்கு எப்படி அந்தத் துணிச்சல் வந்தது என்று அவன் யோசித்தான். காரணம் எதுவானாலும் அவர்கள் உடனே ஒடுக்கப்படவேண்டும் என்று நினைத்த அவன் அதற்கான வழிகளைத் தீவிரமாக யோசிக்க ஆரம்பித்தான்.

நெடுங்காலமாகவே தரம் வாய்ந்த முத்துக்கள் அதிகம் கிடைத்ததால் சுந்தரபாண்டியப் பட்டணம் முதல் கனிராசபுரம் வரையிலும் இருந்த நீண்ட கடல் பகுதி 'முத்துக்கடல்' என்று அழைக்கப்பட்டது. அந்தத் தென்கடல் பகுதிகள் தொன்றுதொட்டு சேதுபதி மன்னர்களின் கட்டுப்பாட்டில் தான் இருந்தன. நல்ல நிறமும் உருண்டையான வடிவமும் ஒளியும் மிகுந்த முத்துக்களே முதல் தரமானவை. அத்தகைய முத்துக்களை யவனம், சீனம், எகிப்து போன்ற நாடுகளில் இருந்த செல்வந்தர்கள் அதிகம் விரும்பி வாங்குவார்கள். அப்படிப்பட்ட முதல் தரமான முத்துக்கள் சேதுக்கடலில் தான் அதிகம் விளையும். அதன் காரணத்தால் அங்கே முத்துக்குளித்தல் தொழில் பெருமளவில் நடந்தது. முத்துக்கடல் பகுதியில் முத்துக்குளிக்கும் உரிமையைப் பெறவேண்டி ரோமாபுரி, சீனம், எகிப்து, அரபுநாடுகள் போன்றவைகளின் அஞ்சுவண்ணம், திசை ஆயிரத்தவர் போன்ற பெருவணிகக் குழுக்கள் சேதுபதியின் அரண்மனையில், விலை உயர்ந்த பரிசுப் பொருட்களுடன் அதிகாலை முதலே காத்திருப்பது வழக்கம். முத்துச்சிலாப உரிமையைப் பெறுவதில் இந்த நாடுகளுக்கிடையே பெரும் போட்டியும் நிலவியது.

தென்பாரதத்தின் பலநாட்டு வணிகர்களும் தம் வணிகப் பொருட்களைச் சேதுநாட்டுக்கு பெரிய பொதிவண்டிகளில் கொண்டுவந்து கீழக்கரை என்று அயல்தேச வணிகர்களால் பெயரிடப்பெற்ற அருள்தொகை மங்கலம், தேவிபட்டணம் எனப்படும்

இளங்கோ மங்கலம், தொண்டி மற்றும் அழகன்குளம் ஆகிய துறைமுகங்களிலிருந்தும், மார்க்கோபோலோ, தேவர்னியர் போன்ற அயல்தேசப்பயணிகளால் பட்டணம் என்ற பொருளில் பட்டன் என்று அழைக்கப்பெற்ற பெரியபட்டணம் ஆகிய துறைமுகங்களிலிருந்தும் சேதுநாட்டின் கப்பல்கள் மூலம் பல நாடுகளுக்கும் அனுப்பினார்கள். இதற்கு முக்கிய காரணம் சேதுநாட்டுக் கப்பல்கள் அளித்த பாதுகாப்பு. பின்னாளில் பார்த்திபனூர் என்று சோழர்களால் பெயரிடப்பட்ட பார்வதிசேகரநல்லூர் அன்று பரதகண்டத்தின் அத்தனை பொருட்களும் கிடைக்கும் ஒரு பெரிய, புகழ்பெற்ற சந்தை நகரமாக விளங்கியது. முத்துக்குளித்தலும் கடல்வாணிகமும் சேதுநாட்டின் சிறப்புக்கும் வளத்துக்கும் முதன்மையான காரணங்கள். இதனை நன்கு உணர்ந்திருந்ததால் தான், அதனைக் காப்பாற்றுவதற்காக சேதுமன்னர் உடனடி நடவடிக்கையில் முனைப்புடன் இறங்கினார்.

பளபள என்று மின்னிய கருங்குதிரை இரகுநாதன் மனதின் வேகத்துக்கு ஈடுகொடுத்து, பாய்ந்து ஓடியது. அது இடையில் எங்கேயும் நிற்காமல் ஓடி இராமநாதபுரத்தில் போய் நின்றது. அது நின்ற இடம் கூரிக்கிழவனின் பயிற்சிச் சாலை. அங்கே தான் சேது நாட்டு வீரர்களுக்கு போர்க்கலையில் பயிற்சி அளிக்கப்பட்டது. அங்கே மாணாக்கர்களின் ஆயுதப்பயிற்சி அப்போதுதான் முடிந்திருந்தது. ஆனாலும் மாணவர்களுக்கு கூரிக்கிழவன் சில சண்டை முறைகளையும், சில நுணுக்கங்களையும் விளக்கிக் கொண்டிருந்தார். இன்னொரு பூவரசு மர நிழலில் துரைசிங்கம் சில இளைஞர்களிடம் வளரி எறிவது பற்றிப் பேசிக்கொண்டிருந்தான். அவன் வீசிய ஒரு வளரி ஒரு மரக்கிளையைத் தாக்கிவிட்டு திரும்பி அவனிடமே வர அவன் அதை லாவகமாகப் பிடித்து தன் முதுகுப்பட்டையில் செருகி வைத்துக்கொண்டான்.

அவன் இரகுநாதனைப் பார்த்ததும் தன் பேச்சை முடித்துக் கொண்டு வந்தான்.

"என்ன இளவரசே! மன்னரைப் பார்த்துவிட்டீர்களா?"

"முதலில் குடிப்பதற்கு கொஞ்சம் நீர் கொடு; சரியான வெயில்!" என்ற இரகுநாதன் நீர் குடித்து ஆசுவாசப்படுத்திக்கொண்டான்.

"சதிகாரர்கள் கூடிப்பேசுவது மன்னருக்குத் தெரிந்திருக்கிறது. ஆனால் அதைப் பற்றி அவர் அதிகம் கவலைப்படவில்லை. நம் கப்பல்களைக் கடல் கொள்ளையர் தாக்கியது தான் மன்னர் இப்போது என்னை அழைத்ததன் காரணம். இந்தச் சேதி அறிந்து அவர் கடும் கோபத்தில் இருக்கிறார். கொள்ளையரை உடனே

ஒடுக்கியாகவேண்டும் என்பது தான் மன்னரின் ஆணை.!"

"சரி; நாம் எப்போது அவர்களைத் தாக்கப்போகிறோம்? இனியும் தாமதம் கூடாது அல்லவா?"

துரைசிங்கத்தின் இந்தக்குணம் இரகுநாதனுக்கு எப்போதும் வியப்பை அளிக்கும். தான் நினைப்பதையே இவனும் எப்படி நினைக்கிறான்? தன் முடிவுக்கு அவன் ஒரு நாளும் மறுவார்த்தை சொன்னதுகிடையாது. இப்படி நினைத்த அவன் துரைசிங்கத்தை ஒருமுறை கூர்ந்து பார்த்தான்.

"ஆம் துரைசிங்கம்; தாமதம் கூடாது. முதலில் நாம் கீழக்கரைக்குப் போய் வணிகர் மரைக்காயரைப் பார்க்கவேண்டும்."

"மரைக்காயரையா? அவரை ஏன் பார்க்கவேண்டும்?"

"அதுதான் மன்னரின் ஆணை. ஆனால் ஏன் மரைக்காயரைப் பார்த்துப் பேசும்படி மன்னர் சொல்கிறார் என்று எனக்குப் புரியவில்லை. கடற்கொள்ளையருடன் சண்டையிடப் போவது நாம் தானே? இதில் மரைக்காயர் என்ன செய்யப்போகிறார்? அவர் ஒரு வணிகர் தானே?"

"இளவரசே! மரைக்காயருடைய மரக்கலங்கள் தான் தாக்குதலுக்குள்ளானவை. அதனால் அவரிடம் கொள்ளையரைப் பற்றிய விவரங்கள் கிடைக்கலாம் என்பதால், மன்னர் அவ்வாறு சொல்லியிருக்கலாம். நம் மன்னர் எதையும் அவ்வளவு சாதாரணமாகச் சொல்லிவிட மாட்டார். இதற்கு நாம் நினைப்பதைவிட முக்கியமான வேறு காரணமும் இருக்கும்! நாம் புறப்படுவோம்!"

உடனே துரைசிங்கம் கிளம்பினான். இருவரும் கூரிக்கிழவனிடம் விவரம் சொல்லிவிட்டு உடனே புறப்பட்டார்கள். அவர்களின் கருநிறக் குதிரைகள் இரண்டும் மணல் நிறைந்த கீழக்கரைச் சாலையில் காற்றைக் கிழித்துக்கொண்டு பாய்ந்தன.

போகும் வழியில் இரகுநாதன் துரைசிங்கத்திடம் கேட்டான்.

"துரைசிங்கம்! நான் அன்னக்கிளியைப் பார்க்கப்போவது பற்றி நீ எதுவும் மன்னரிடம் சொன்னாயா?"

"இல்லை! நான் எதுவும் சொன்னதில்லை; ஏன் கேட்கிறீர்கள்?"

"அதுகூட மன்னருக்குத் தெரிந்திருக்கிறது துரைசிங்கம்! இரவில் எங்கேயும் தனியாகப் போகவேண்டாம்; ஆபத்து நேரிடலாம்! என்று என்னை அவர் எச்சரித்தார்! எனக்கு ஒரே வெட்கமாகப் போய்விட்டது!"

அதைக்கேட்ட துரைசிங்கம் சத்தமாகச் சிரித்தான். "ஆகா! சேதி மன்னர் வரைக்கும் போய்விட்டதா? இனிமேல் உங்கள் பாடு மிகவும்

சிக்கல் தான் இளவரசே!"

அதைக்கேட்ட இரகுநாதனும் சிரித்துவிட்டான்.

"நான் அதை நினைத்துக் கேட்கவில்லை துரைசிங்கம்! நாம் ரகசியம் என்று நினைப்பவை கூட மன்னருக்குத் தெரிந்திருக்கிறதே என்று வியப்படைகிறேன்! நம்மையும் மன்னரின் ஆட்கள் கண்காணிக்கிறார்களா?"

"நாடாளும் வேலை என்பது நாம் நினைப்பது போல் அவ்வளவு எளிதானதல்ல இளவரசே! பகைவரை அடையாளம் கண்டு அவர்களைத் தொலைவில் நிறுத்திவைப்பதுடன் தன் அருகில் இருப்பவர்களையும் நன்றாக அறிந்துவைத்துக் கொள்ளவேண்டும்! தன்னை நம்புகிறவர்களின் பாதுகாப்பையும் ஒரு மன்னர் உறுதிசெய்துகொள்ள வேண்டும் அல்லவா? அதைத்தான் நம் மன்னர் செய்கிறார்!"

கீழக்கரை என்று வணிகர்களால் பெயர் சூட்டப்பெற்ற அந்தத் துறைமுக நகரின் பழையபெயர்கள் 'அருள்தொகை மங்கலம்' மற்றும் 'நினைத்ததைமுடித்தான் பட்டினம்' என்பவை. தென் கடலின் கிழக்கே இருந்ததால் அது அயல் நாட்டு வணிகர்களால் கீழைக்கரை என்று அழைக்கப்பட்டு அதுவே அந்தத் துறைமுக நகரத்தின் பெயராக நிலைத்துவிட்டது. இரத்னகாரக் குடாக்கடலில் கீழக்கரையின் இட அமைப்பு அதை ஒரு வசதியானதும் பாதுகாப்பானதுமான இயற்கைத் துறைமுகமாக வடிவமைத்திருந்தது. அந்த வசதியினால் சேது நாட்டின் கடல்வணிகம் அங்கே வெகுசிறப்பாக நடைபெற்றது.

சாலையின் இரு புறங்களிலும் இருந்த பொட்டல் தரவைகளையும் பனைமரங்கள் கூட்டமாக இருந்த பனங்கூடல்களையும், சிறிய பனைமரங்களை மூடும் அளவுக்கு உயரமாகக் குவிந்திருந்த மணல்மேடுகளையும் கடந்து இரகுநாதனும் துரைசிங்கமும் கீழக்கரையை அடைந்தார்கள். டச்சுக்காரர்களின் நெசவுக்கூடம் இருந்த பருத்திக்காரத் தெருவையும் பலநாடுகளின் பண்டகசாலைகள் இருந்த பன்னாட்டுத்தெருவையும் கடந்து, இரகுநாதனும் துரைசிங்கமும் மரைக்காயரின் மாளிகை முன் வந்துசேர்ந்தபோது மாலை நேரமாகிவிட்டது. சூரியன் கீழே இறங்கத் தொடங்கி கடல் காற்றும் வீசியதால் அப்போது வெயிலும் குறைவாகவே இருந்தது.

இந்து மாகடல் மகோததி என்று அழைக்கப்பட்ட இந்தியப் பெருங்கடலின் ஒரு பகுதியாக இருந்த இரத்னஹாரம் என்ற அந்தக் குடாக்கடல்அவர்கள் முன் பரந்து விரிந்து காட்சியளித்தது. உள்புறமாக

வளைந்து பல சிறிய தீவுகளை பதக்கங்கள் போல் கொண்ட ஒரு இரத்தின மாலை போல் அது இருந்ததால் அதற்கு இரத்தின ஆரம் என்ற பெயர் பொருத்தமானதே என்று அவன் நினைத்தான்.

அந்தக் கடலின் அமைப்பைப்பற்றி எத்தனை முறை பார்த்திருந்த போதும் கடலின் பிரமாண்டம் அவர்களுக்கு வியப்பையே அளித்தது; இரகுநாதன் கடலின் ரசிகன். அந்தக் கடற்கரையிலிருந்து அவர்கள் பார்த்தபோது வெகுதொலைவில் பல நாடுகளின் பெரிய கப்பல்களும் நங்கூரம் பாய்ச்சி நிற்பது தெரிந்தது. கொஞ்சம் கரைக்கு அருகில் வந்துநின்ற கப்பல்களில் அந்த நாட்டின் கொடிகள் அழகாகப் பறந்ததையும் அவர்களால் பார்க்கமுடிந்தது. கடற்கரையை ஒட்டி பச்சைப் பசேல் என்று அடர்த்தியாக தென்னந்தோப்புகளும் சற்றுத் தள்ளி பனைமரங்களும் ஏராளமாக இருந்தன. கடலின் உப்புக்காற்று கருவாட்டின் வாசத்துடன் சேர்ந்து அவர்களின் நாசிகளைத் தொட்டது.

கடற்கரையில் வலைகளைத் தோளில் போட்டுக்கொண்டும், துடுப்புகளைக் கைகளில் தூக்கிக்கொண்டும்,கடல் நீரில் நனைந்ததால் செம்பட்டை நிறமான தலைமுடி கொண்ட மீனவர்கள் அங்கும் இங்கும் போய்க்கொண்டிருந்தார்கள். அவர்களின் மீன் பிடி படகுகள் துறைமுகத்திலிருந்து அதிக தொலைவு தள்ளியே இருந்தன. அங்கே தான் மீனவர்களின் குடியிருப்பும் இருந்தது. தரையில் விதவிதமான அழகிய சிப்பிகளும் சங்குகளும் ஆங்காங்கே இரைந்து கிடந்தன. ஒரு இடத்தில் பொதிவண்டிகளிலிருந்து பொருட்களை வேலையாட்கள் பலர் இறக்கிவைத்துக் கொண்டிருந்தார்கள். வரிசையாகச் சில பொதிவண்டிகள் ஒவ்வொன்றாக வந்து பொருட்களை ஏற்றிக்கொண்டு கடற்கரையை நோக்கிப் போவதையும் அவர்கள் பார்த்தார்கள். இதனால் அந்தப்பகுதி முழுவதும் ஒரே இரைச்சலாக இருந்தது. அந்த இரைச்சலையெல்லாம் மீறி கடல் அலைகளின் பேரோசை கேட்டது. கடற்கரையில் நாகணவாய்ப் பறவை என்று இலக்கியங்களில் சொல்லப்படும் மைனாப் பறவைகள் சில தத்தித் தத்தி நடந்துகொண்டிருந்தன. மணிச்சிரல் எனப்படும் மீன்கொத்திப் பறவைகள் சில மரக்கிளைகளில் அமர்ந்தபடி கடலையே கூர்ந்து பார்த்துக் கொண்டிருந்தன. கடல் நீரில் மிதந்தபடியும் படகுகளில் இருந்தபடியும் பல கடல் காக்கைகள் கடற்கரையின் இரைச்சலில் தங்களின் பங்களிப்பைச் செய்தபடி இருந்தன. இவை எல்லாவற்றையும் கவனித்துக்கொண்டு இருப்பவை போல் கழுகுகளும் கழுத்தில் வெள்ளை நிறம் கொண்ட பருந்துகளும் வானத்தில் வெகு உயரத்தில் வட்டமிட்டபடி பறந்துகொண்டிருந்தன. நிலத்திலும் வானிலும் பரந்து

தெரிந்த இந்தக் காட்சிகளை எல்லாம் கண்கள் விரிய பெரும் வியப்புடன் பார்த்துக்கொண்டே போனான் இரகுநாதத் தேவன்.

ஒரு இடத்தில் தென்னங்கீற்றுக்கள் வேய்ந்த பெரிய கொட்டகை ஒன்றின் கீழ் பலவகையான பொருட்கள் குவித்து வைக்கப்பட்டிருந்தன. அங்கே வேலை செய்த ஆட்கள் அவற்றை வீசை, சுமை, நடை, பொதி என்ற அளவுகளில் நிறுத்துப் பெரிய பெரிய மூட்டைகளாகக் கட்டி வைத்தார்கள். இன்னும் தானியங்கள் போன்ற சிலவற்றை படி, நாழி, குறுணி, மரக்கால் என்று அளந்து மூட்டைகளாகக் கட்டி வைத்தார்கள். நீட்டல் அளவுக்காக மாகாணிக்கோல் என்ற ஒரு அளவுகோலும் அங்கே இருந்தது. அந்தப் பொருட்கள் எல்லாம் சுங்க அலுவலகத்தின் முத்திரை பெறப்பட்டு, அங்கே வரிசையாக நின்ற சிறிய படகுகளில் ஏற்றி ஆழ்கடலில் நின்றிருந்த பலநாடுகளைச் சேர்ந்த பெரிய கப்பல்களுக்கு அனுப்பப்பட்டன. அவர்கள் போகும் வழியில் இதுபோன்ற பல கொட்டகைகளை அவர்கள் பார்த்தார்கள். அதுபோல் அங்கே பலநாடுகளையும் சேர்ந்த வணிகர்கள் அவரவர் நாட்டு ஆடைகளில் தென்பட்டார்கள். அந்த இடங்களில் பல நாட்டு வணிகர்களின் மொழிகளும் கலவையாகக் கேட்டது வேடிக்கையாக இருந்தது.

இன்னொரு இடத்தில் அயல்நாடுகளிலிருந்து பெரிய கப்பல்களில் வந்து இறங்கிய பொருட்கள் சுங்க அலுவலகத்தில் காசுகளைக்கொடுத்து முத்திரை பெறும் வேலை முடிந்து,இங்கே கரையில் வரிசையாக காத்துக்கொண்டிருந்த ஏராளமான பெரிய பொதிவண்டிகளில் ஏற்றி மதுரை, திருநெல்வேலி, தஞ்சாவூர் ஆகிய ஊர்களுக்குப் போகும் சேதுமார்க்கம் என்று அழைக்கப்பட்ட பெருவழிச்சாலைகளில் அனுப்பிவைக்கப்பட்டன. இந்த வேலைகள் எல்லாம் இடைவிடாமல் தொடர்ந்து நடைபெற்றுக்கொண்டிருந்தன.

"நீரின் வந்த நிமிர்பரிப் புரவியும்
காரின் வந்த கருங்கறி மூடையும்
வடமலைப் பிறந்த மணியும் பொன்னும்
குடமலைப் பிறந்த துகிலும் ஆரமும்
தென் கடல் முத்தும் குணகடல் துகிரும்
கங்கை வாரியும் காவிரிப் பயனும்
ஈழத்து வரைவும் காழகத்து ஆக்கமும்
அரியவும் பெரியவும் நெறிய ஈண்டி
வளம்தலை மயங்கிய நனந்தலை மறுகு!"

என்று காவிரிப்பூம்பட்டினத்தைப் புகழ்ந்த பட்டினப்பாலைப் பாடல் சேதுநாட்டின் துறைமுகங்களுக்கும் சிறப்பாகவே பொருந்தியது.

அங்கே வேலை செய்துகொண்டிருந்தவர்களின் உரத்த கட்டளைக்குரல்களும் பெரும் பொதிகளை நகர்த்தும் போதும் நெம்புகோல்களைப் பயன்படுத்தி நெம்பி மேலே ஏற்றும்போதும் அவர்கள் எழுப்பிய உந்து ஓசைகளும் அந்த இடத்தில் பெரிதாகக் கேட்டன. பலமுறை கீழக்கரைக்கு வந்திருந்தாலும் இரகுநாதன் துறைமுகங்களின் பக்கம் அதிகம் சென்றதில்லை என்பதால் அவனுக்கு அங்கே நடந்தவை எல்லாம் புதியதாகத் தெரிந்தன. அதனால் அங்கே நடந்த ஒவ்வொன்றையும் வியப்புடன் பார்த்துக்கொண்டே அவன் போனான். அங்கே அவ்வளவு வேலைகள் நடக்கும் என்று அவன் நினைத்தது கிடையாது. அவனுடைய வியப்பு துரைசிங்கத்துக்குப் பெரும் வேடிக்கையாக இருந்தது.

கொஞ்சநேரம் எதுவும் பேசாமல் வந்த துரைசிங்கம் புன்சிரிப்புடன் கேட்டான்.

"இரகுநாதா! இந்த ஒரு துறைமுகமே உன்னை இப்படி வியப்படையச் செய்கிறதே! இன்னும் பெரிய பட்டணம், தேவிபட்டணம் துறைமுகங்களை எல்லாம் பார்த்தால் நீ என்ன ஆவாய்?"

"நீ சொல்வது சரிதான்! அவை இன்னும் பெரியவையா? நான் நம் துறைமுகங்களை இன்னும் நன்றாகப் பார்க்கவேண்டும்!"

"ஆம்; தேவிபட்டினத்தில் தான் அரேபியக் குதிரைகள் வந்து இறங்கும்; விதவிதமான நிறங்களில் அவை கப்பலில் இருந்து கரையில் இறங்கித் துள்ளி ஓடும் காட்சி ஒன்றே போதும் உன்னை மயக்குவதற்கு!"

"ஆகா! அப்படியா?"

"இன்னும் பெரியபட்டணம் இருக்கிறதே! அது இந்தக் கீழக்கரையைப் போல் பல மடங்கு பெரியது! அதில் நடக்கும் வணிகத்தின் அளவும் அப்படித்தான்! அது அயல் நாட்டு வணிகர்களின் சொர்க்கம்! உப்பு முதல் சந்தனம் வரை எல்லா வகையான பொருட்களும் அங்கே இருந்து பல நாடுகளுக்கும் போகும்! உப்பு மட்டுமே தனியாக கப்பல் கப்பலாகப் போகும் என்றால் மற்ற பொருட்கள் வணிகத்தின் அளவைப் பார்த்துக்கொள்!"

"அப்படியானால் இந்தத் துறைமுகங்களை அவசியம் நாம் ஒருநாள் போய்ப் பார்க்கவேண்டும் துரைசிங்கம்!"

"நிச்சயம் பார்க்கலாம்! சேதுச் சீமையில், அதுவும் இங்கேயே இருந்துகொண்டு இந்தத் துறைமுகங்களை எல்லாம் நீ பார்க்காமல் இருப்பது பெரும் தவறு! உன் வீட்டில் அனுமதி வாங்கிக்கொண்டு வா! இந்தத் துறைமுகங்களைப் பார்த்துவிட்டு வரலாம்!"

துரைசிங்கம் அப்படிச் சொன்னதும் இரகுநாதன் சிரித்தான்.

"நீ சொல்வதை ஒப்புக்கொள்கிறேன்; போர்ச்சுகீசியரும் ஒல்லாந்தரும் அரேபியரும் சீனரும் இங்கே பெரிய அளவில் வணிகம் செய்கிறார்கள் என்பதே சிறப்பான விசயம் தானே?"

"ஆமாம்; ஆனால் இந்தப் பிரமாண்டமான வணிகத்தின் பெரும் பகுதி மரைக்காயருடையது தான்! சேதுபதியின் ஆளாக இருந்து அவர் தான் இந்தக் கடல் பகுதியில் வணிகத்தை ஒழுங்குசெய்கிறார்!"

அதைக் கேட்டதும் அத்தனை பெரிய வணிகத்தை பொறுப்பாக இருந்து நடத்தும் பெருவணிகர் மரைக்காயரைப் பார்க்கவேண்டும் என்று இரகுநாதனின் மனதில் ஆவல் உருவானது.

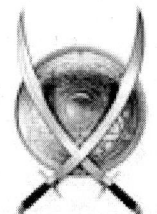

5
பெருவணிகர் மரைக்காயர்

காலை முதல் இரவு வரை பரபரப்பாக இயங்கிய கீழக்கரைத் துறைமுகத்தை ஒட்டி கடற்கரை நெடுகிலும் ஏதாவது ஒரு வேலை நடந்துகொண்டிருந்தது. அப்படித் தொடர்ந்து வேலை செய்தவர்களில் களைத்துப்போன சிலர் ஒரு ஓரமாக வந்து மரநிழலில் நின்று பேசியபடி ஓய்வெடுத்துக் கொண்டிருந்தார்கள். அவர்களில் ஒருவன் சொன்னான்.

“விவசாயம் செய்பவர்களும், பனையேறிகளும் நம்மைப்போன்ற மீனவர்களும் கடுமையாக உழைத்து பலவிதமான பொருட்களை உற்பத்தி செய்கிறோம். அதையெல்லாம் இந்த மரைக்காயர் வெளிதேசங்களுக்கு அனுப்பி நல்ல விலைக்கு விற்றுவிடுகிறார். அதனால் நமக்கும் வருசம் முழுவதும் வேலை இருக்கிறது. நல்ல வருமானமும் கிடைக்கிறது. இந்த மகராசன் நல்லா இருக்கணும்!”

இன்னொருவன் சொன்னான். “மரைக்காயருக்கு நம்ம மகாராஜாவிடம் நல்ல செல்வாக்கு இருக்கிறதே!”

“ஆமாம்! நம் மக்களுக்கு மரைக்காயர் நல்லது செய்கிறார் இல்லையா? அத்துடன் மரைக்காயரின் வணிகத்தால் நம்ம அரசாங்கத்துக்கும் வருமானமும் நல்ல பெயரும் கிடைக்கிறதாம். அதனால் தான் நம்ம மகாராஜா மரைக்காயரை அவ்வளவு தூரம் மதிக்கிறார்; அவர் மேல் ரொம்ப நம்பிக்கையும் வைத்திருக்கிறார்.!”

“ஆமாம்! ஒருத்தர் நல்லா இருந்தால் அவரைச் சுற்றி இருக்கிறவர்களும் நல்லா இருக்கலாம் தானே!”

“நீ சொல்வது ரொம்பவும் சரி! ஆனால் இந்த ஒல்லாந்தர்கள் மரைக்காயருக்கு ஏகப்பட்ட இடைஞ்சல் பண்ணுகிறார்களாமே? நீ கேள்விப்பட்டாயா?”

“ஓ! நெறைய கேள்விப்பட்டேன்! ஆனால் ஒல்லாந்தர்கள் எல்லாம் மரைக்காயர் மாதிரி நமக்கு நல்லது செய்ய மாட்டார்கள்; அதனால் நம் மகாராஜா மரைக்காயரை ஒரு நாளும் கைவிடமாட்டார் என்று நினைக்கிறேன்!”

“அதே மாதிரி மரைக்காயரும் மகாராஜாவுக்கு நல்லா

விசுவாசமா நடந்துகொள்கிறாராம்!"

அவர்களின் பேச்சைக்கேட்ட துரைசிங்கம் சொன்னான். "இளவரசே! இவர்கள் பேசுவதைக் கேட்டீர்களா? அரண்மனை விசயங்களும் நாட்டு நடப்பும் நம்மைவிட இவர்களுக்கு நன்றாகத் தெரிந்திருக்கிறதே!"

"நாட்டு நடப்பும் நல்ல விசயங்களும் மக்களுக்குத் தெரிந்திருப்பது மிகவும் நல்லது தானே துரைசிங்கம்!" என்று சொல்லி இரகுநாதன் சிரித்தான்.

மன்னரைப் பற்றியும் மரைக்காயரைப் பற்றியும் அந்த தொழிலாளிகள் நல்லவிதமாகப் பேசிக்கொண்டது அவர்களுக்கு மகிழ்ச்சியாக இருந்தது. கடற்கரையில் இருந்த ஒரு தென்னந்தோப்பில், மரங்களுக்கு இடையே ஒரு பெரிய கட்டிடம் தெரிந்தது. அது மரைக்காயரின் வசந்த மாளிகை என்று ஒருவர் சொன்னார்.

நண்பர்கள் இருவரும் மரைக்காயரின் மாளிகைக்கு வழிகேட்க வேண்டிய அவசியமே எழவில்லை. தொலைவில் இருந்தே அது பெரிதாகத்தெரிந்தது. அதனால் அவர்கள் தம் குதிரைகளை நேராக அந்தப் பெரிய மாளிகையை நோக்கிச் செலுத்தினார்கள். போகும் வழியில் ஒரு மேடான இடத்தில் நின்று கடல்பரப்பைப் பார்த்தார்கள்.

கரையிலிருந்து பார்த்தபோது கடலில் கொஞ்சம் தொலைவில் ஒரு நுரைக் கோடு தெரிந்தது. அது ஒரு நீண்ட சுவர்; அதில் கடல் அலைகள் மோதி நுரைத்ததால் அது ஒரு வெண்மையான கோடாகத் தெரிந்தது. அது தான் இலங்கைக்கு இராமன் போவதற்காக அனுமன் அமைத்த பாலம் என்று சொல்லப்படுகிறது. கடலில் வெகுதொலைவில் நின்ற பல நாடுகளின் பெரிய கப்பல்களில் இருந்து, வணிகப் பொருட்களை எடுத்துக்கொண்டு கரைநோக்கியும், அதே வேளை கரையிலிருந்து பொருட்களை ஏற்றிக்கொண்டு கப்பல்களை நோக்கி வந்தபடியும் சிறு மற்றும் நடுத்தரமான தோணிகள் கூட்டம் கூட்டமாய் அந்தக் கடலில் தென்பட்டன. அப்படி கரையை நோக்கி வந்த தோணிகளில் கோதுமை, கம்பளித்துணிகள், இரும்பு, பவளம் போன்ற கற்கள், ஈழமரம், தேக்குமரக்கட்டைகள் போன்றவை இருந்தன. கரையிலிருந்து ஆழ்கடல் நோக்கிப் போனவற்றில் சங்கு, உப்பு, மீன், கருவாடு, பருத்தி, தோல், நெல், துணிவகைகள் எல்லாம் இருந்தன. அந்தப் படகுகளுக்கு மேலே வானத்தில் ஆலாப் பறவை இணைகளும் கடல் நீரை ஒட்டி கடல்புறாக்களும் கூட்டமாய்ப் பறந்தன. ஒரு இடத்தில் நின்று இந்தக்காட்சியை எல்லாம் சற்றுநேரம் ரசித்துவிட்டு அவர்கள் மரைக்காயர் மாளிகையை நோக்கி தம் குதிரைகளைச் செலுத்தினர்.

மரைக்காயரின் மாளிகை முன்பு பெரிய சதுக்கம் ஒன்று இருந்தது. அங்கே ஒரு ஓரமாக அரண்மனையின் சாரட் வண்டி ஒன்று நின்றதை வைத்து அதுதான் மரைக்காயர் மாளிகை என்று உறுதிசெய்துகொண்டார்கள். இரண்டு குதிரைகள் பூட்டக்கூடிய அந்த வண்டியில் தான் மரைக்காயர் அரண்மனைக்குப் போய்வருவார். அந்தச் சதுக்கத்தில் நின்ற வேப்பமர நிழலில் மரைக்காயரைப் பார்க்கவந்திருந்த பலர் இருந்தார்கள். மாளிகையின் முன்பு அவர்களின் குதிரைகள் வந்து நின்றதுமே, ஒரு ஆள் வேகமாக வந்து மிகுந்த பணிவுடன் விசாரித்தான். பிறகு அவன் சொன்னதும் இன்னொருவன் வந்து அவர்களின் குதிரைகளைக் கொண்டுபோய் ஒரு இடத்தில் கட்டிவைத்தான். முதலில் வந்தவன் அவர்களை உள்ளே அழைத்துக்கொண்டு போனான். உள்ளே இருந்த இன்னொரு ஆள், சற்றே வயதானவர், அவர்களை வரவேற்று இருக்கைகளில் அமரச்செய்தார். அவர் வெள்ளையான தாடிமீசையுடன் கழுத்தில் ருத்ராட்சமாலை அணிந்திருந்தார். அந்தப் பெரியவருக்கு வந்திருப்பவர்கள் யார் என்பது தெரியவில்லை. ஆனால் அவர்கள் அரண்மனைப் பிரமுகர்கள் என்பது மட்டும் தெரிந்தது.

"அரண்மனையிலிருந்து நீங்கள் வருவதாக பையன் சொன்னான். மரைக்காயர் இப்போதுதான் தொழுகையில் உட்கார்ந்தார். நீங்கள் கொஞ்ச நேரம் இங்கே இருங்கள். அவர் தொழுகை முடிந்ததும் வந்துவிடுவார். சிரமத்துக்குப் பொறுத்துக்கொள்ளவேண்டும்!"

அவர் இருவருக்கும் சுக்கு போட்டு காய்ச்சி ஆறவைத்த பதநீர் கொண்டுவந்து கொடுத்தார். அவர்கள் அதைப் பருகிக்கொண்டே அந்த விசாலமான அறையைக் கவனித்தார்கள். அந்த அறையில் புதுவகையான ஒரு நறுமணம் நிறைந்திருந்தது. பல இடங்களிலும் பெரிய பீங்கான் குவளைகள் அழகாக வைக்கப்பட்டிருந்தன. அவை வழவழவென்றும் அழகிய பல வண்ண ஓவியங்களுடனும் இருந்தன. அதுபோன்ற சிலவற்றை இரகுநாதன் அரண்மனையில் மட்டுமே பார்த்திருக்கிறான். அங்கே இருந்த இன்னும் பல அழகான பொருட்கள் இரகுநாதனுக்கு வியப்பையூட்டின.

அவனது வியப்பைக் கவனித்த துரைசிங்கம்; "மரைக்காயர் தான் நம் வணிகர்களில் பெரியவர் என்பது உங்களுக்குத் தெரியும் அல்லவா? இவரது வணிகம் அரபு நாடுகளுடன் மட்டுமல்லாமல் ரோமாபுரி, சீனம் முதலிய நாடுகளுடனும் பெரிய அளவில் நடக்கிறது. ஆயிரத்துக்கும் மேலான பெரிய மரக்கலங்கள் இவரிடம் உள்ளன. இத்தனை பெரிய வணிகராக இருந்தாலும் மன்னருக்கும் சேதுநாட்டுக்கும் விசுவாசமாக இருப்பவர் மரைக்காயர். அதனால்

தான் நம் மன்னர்களின் அன்புக்கும் நம்பிக்கைக்கும் உரியவர்களாக மரைக்காயர் குடும்பத்தினர் இருக்கிறார்கள்!” என்று விளக்கினான்.

மரைக்காயர் ஒரு பெரிய வணிகர் என்ற அளவில் இரகுநாதன் அறிந்திருந்தான் என்றாலும் அவன் அதற்கு மேல் அவரைப் பற்றிப் பெரிதாக எண்ணியது கிடையாது. போர்ப்பயிற்சி, ஆயுதங்கள், மன்னரின் காவல் பணி, கூரிக்கிழவன் பயிற்சிச் சாலை என்றே அவனுடைய வாழ்க்கை நடந்து வந்தது. ஆயுதங்களுடன் அவனுக்கு இருந்த பரிச்சயம் ஆட்களுடன் கிடையாது. அதிலும் வணிகர்களுடன் அவன் அதிகமான பழக்கத்தை ஏற்படுத்திக்கொண்டது இல்லை. அதனால் தான் துரைசிங்கத்தின் விளக்கத்தைக்கேட்டு அவன் அதிக வியப்படைந்தான். துரைசிங்கத்தின் விளக்கத்தை அவன் அமைதியாக கேட்டுக்கொண்டான் என்றாலும் தங்களை மரைக்காயர் அப்படி காத்திருக்க வைத்ததை அவன் அவ்வளவாக விரும்பவில்லை.

“நீ எப்படி இதுபோன்ற நிறைய விசயங்களைத் தெரிந்து வைத்திருக்கிறாய் துரைசிங்கம்?” என்று இரகுநாதன் மெதுவாகச் சொன்னான். அதைக்கேட்டு துரைசிங்கம் சிரித்துக்கொண்டான்.

மரைக்காயர் தொழுகையில் இருக்கிறார் என்றதும் அந்த இடமே அமைதியாகிவிட்டது.

உள்ளே....

கூடத்தில் ஒரு மெல்லிய திரைக்குப் பின்னால் இருந்த இடத்தில் மரைக்காயர் தகாராவை முடித்துக்கொண்டு தொழுகையில் அமர்ந்தார். நின்றபடி கைகளை உயர்த்தி அல்லாகு அக்பர் என்று சொல்லி தொழுகையைத் தொடங்கினார். பிறகு கைகளை மடக்கி மார்பில் வைத்துக்கொண்டு திருக்குர் ஆனின் முதல் அத்தியாயத்தைப் படித்தார். பின் இன்னும் இரு அத்தியாயங்களைப் படித்தார். மீண்டும் கைகளை உயர்த்தி அல்லாகு அக்பர் என்று சொன்னார். பின் பணிந்தநிலையில் மூன்று முறை சுபானா ரப்யால் அதிம் என்றார். எழுந்து நின்று சமி அல்லாகு லிமான் ஹனிதா, ரபன்னா வா லகால்ஹம்த் என்று சொன்னார். பின் உட்கார்ந்த நிலையில் ஒருமுறையும் , நின்ற நிலையில் ஒரு முறையும் அல்லாகு அக்பர் என்று சொன்னார். பிறகு திருக்குர் ஆனில் இருந்து மேலும் சில பகுதிகளை வாசித்தார். முடிவாக வலப்பக்கம் திரும்பி ஒருமுறையும் இடப்பக்கம் திரும்பி ஒரு முறையும் அசலாமு அலைக்கும் வா ரகமத்துல்லா என்று சொல்லி தொழுகையை நிறைவு செய்தார்.

அவர் தொழுகையை முடித்து எழுந்து நிற்கும்வரை அங்கே

சிறு ஓசை கூட எழாதபடி அந்தப் பெரியவர் பார்த்துக் கொண்டார். மறுபடியும் பெரியவர் அவர்களிடம் வந்து 'ஐயா! தொழுகை முடிந்து விட்டது; இப்போது மரைக்காயர் வந்துவிடுவார், "என்று சொல்லிவிட்டு உள்ளே போனார்.

அந்தப் பெரியவர் போய் மரைக்காயரிடம் தணிந்த குரலில், "அரண்மனையிலிருந்து ஆட்கள் வந்திருக்கிறார்கள்!" என்று சொல்வது கேட்டது.

சிறிது நேரத்தில் திரைச்சீலையை விலக்கிக்கொண்டு ஒரு இளைஞன் வந்தான். அவனுக்கு அதிகமானால் இருபது வயது இருக்கலாம். அவன் இரகுநாதனையும் துரைசிங்கத்தையும் பார்த்து தன் வலது கையை நெற்றியில் வைத்து, 'சலாம்' என்று பணிவுடன் சொல்லிவிட்டு மேலும் ஏதோ சொல்ல ஆரம்பித்தான்.

அவன் பேசுவதற்கு முன் இடைமறித்த இரகுநாதன் அவனிடம், "தம்பி! நாங்கள் ஒரு முக்கியமான அரசாங்க வேலையாக மரைக்காயரைப் பார்க்க வந்திருக்கிறோம். மகாராஜா சொல்லித்தான் இங்கே வந்திருக்கிறோம்; அதனால் உங்கள் மரைக்காயரைச் சற்று விரைவாக வரச்சொல்!" என்றான்.

அந்த இளைஞன் அவர்களைப் பார்த்துப் புன்னகை செய்தான். பிறகு "மன்னிக்க வேண்டும் ஐயா! உங்களை ரொம்ப நேரம் காக்க வைத்துவிட்டேன்; நான் தான் மரைக்காயர். சையது அப்துல் காதர் மரைக்காயர்; ஆனால் எல்லோரும் என்னை சீதக்காதி மரைக்காயர் என்று தான் சொல்வார்கள். தொழுகையில் அமர்ந்துவிட்டால் இடையில் எழுந்துவரமுடியாது. அதனால் இவர்களும் தொழுகை முடியும்வரை என்னிடம் எதுவும் சொல்லமாட்டார்கள்!" என்றான்.

அந்த இளைஞன் தான் சேதுச் சீமையின் பெருவணிகன் மரைக்காயர் என்று அறிந்ததும் இரகுநாதன் பெரும் திகைப்படைந்தான். அவனால் அதை நம்பமுடியவில்லை.

மரைக்காயன் அந்தப் பெரியவரைப் பார்த்து "ஐயா! நம் விருந்தாளிகளுக்கு குடிப்பதற்கு குளிர்பானம் கொடுத்தீர்களா?" என்று கேட்டான்.

பெரியவர் "ஆம்; கொடுத்தேன் தம்பி!" என்றார்.

துரைசிங்கமும் தலையை ஆட்டினான். "இந்த வெயிலுக்கு ஏற்ற மிக ருசியான பதநீர் குடித்தோம் மரைக்காயரே!"

மரைக்காயன் சிவந்த நிறமுடன் நல்ல உயரமுடனும் செல்வச் செழிப்பு தெரியும்படியான பூசினாற் போன்ற உடம்புடனும் இருந்தான்.

முழுக்கைகளுடன் முழங்காலை மறைக்கும்படியான அங்கியும் பாதங்கள் வரை மறைத்த கால் சாராயும் அவன் அணிந்திருந்தான். இளம் தாடியும் மீசையும் இருந்த அவனுடைய வட்டமான முகத்தில் ஒரு இளநகை இதழ்களில் தவழ்ந்து அழகாக்கியது. தலையில் இருந்த நீண்ட தலைமுடியை மறைத்தபடி ஒரு தொப்பியை அவன் அணிந்திருந்தான்.

இரகுநாதன் இன்னும் திகைப்பிலிருந்து மீளவில்லை. "இத்தனை நாடுகளுடனான இவ்வளவு பெரிய வணிகத்தை தலைமை தாங்கி நடத்துபவன் இந்த இளைஞனா?" என்று வியந்தான்.

ஆனால் "கடற்கொள்ளையரை ஒடுக்குவது பற்றி இவனிடம் என்ன பேசமுடியும்? அதைப் பற்றி இவன் நமக்கு என்ன ஆலோசனையைச் சொல்லிவிடமுடியும்?" என்றும் அவன் நினைத்துக்கொண்டான்.

அவனது வியப்பைப் புரிந்துகொண்ட அந்த இளைஞனும் புன்முறுவல் பூத்தான். "என் வாப்பா தான் இவ்வளவு காலமும் வணிகத்தைக் கவனித்துவந்தார். சென்ற ஆண்டு அவர் மவுத் ஆகிவிட்டதால் மூத்த மகனான நான் இந்தப் பெரும் பொறுப்பை ஏற்க வேண்டியதாகிவிட்டது. என்ன செய்வது? எல்லாம் இறைவன் செயல்!"

மரைக்காயன் மிகவும் நிறுத்தி நிதானமாக மென்மையான குரலில் பேசினான். அவனது குரலில் கேட்பவர்கள் விரும்பக்கூடிய ஒரு இனிமை இருந்தது. அவனது ஒவ்வொரு சொல்லும் அன்பில் தோய்ந்து வெளிவந்தது. பேசும் போதும் பேசாமல் இருக்கும் போதும் அவன் முகத்தில் ஒரு புன்சிரிப்பு இருந்தது.

இப்போது இரகுநாதன் மனதில் எரிச்சலும் வியப்பும் நீங்கி அந்த இளைஞன் மேல் பரிவும் அன்பும் ஏற்பட்டிருந்தது.

"இத்தனை பெரிய வணிகத்தை நடத்தும் பெரும் பொறுப்பில் இருப்பவர் என்பதால் நான் ஒரு முதியவர் தான் மரைக்காயராக இருப்பார் என்று நினைத்தேன். இத்தனை சிறிய வயதில் பெரும் வணிகத்தை நீங்கள் நிர்வகிப்பது எனக்கு வியப்பாக இருக்கிறது!"

"நான் என் தந்தையார் இருக்கும்போதே ஒரு ஆர்வத்தில் அவருக்கு உதவியாக இருந்து வணிகத்தை ஓரளவு கற்றுக்கொண்டேன்; அந்த அனுபவம் தான் இன்று எனக்கு கைகொடுக்கிறது. அதோடு இந்தப் பெரியவரும் எனக்கு இதில் உதவியாக இருக்கிறார். இவர் அப்பாவுடன் பலகாலமாக இருந்து நல்ல அனுபவம் பெற்றவர்! எல்லாவற்றுக்கும் மேலாக சேதுபதியின் அன்பும் ஆதரவும் இருப்பதால் எனக்கு அச்சம் எதுவும் இல்லாமல் இருக்கமுடிகிறது!"

அந்தப் பெரியவர் அதைக்கேட்டு மகிழ்ச்சியுடன் புன்னகை செய்தார்.

“மன்னரே உங்களை அனுப்பியிருக்கிறார் என்றால் மிகவும் முக்கியமான சேதியாகத் தான் இருக்கும்!” என்றான் மரைக்காயன்.

“ஆமாம் மரைக்காயரே! சில நாட்கள் முன்பு உங்கள் சரக்குக் கப்பல்கள் சில கொள்ளையரால் தாக்கப்பட்டது பற்றி மன்னரிடம் முறையிட்டீர்களாம்; அது தொடர்பாக விவரம் கேட்கத்தான் மன்னர் என்னை அனுப்பிவைத்தார்!”

இளைஞன் மீண்டும் புன்னகைசெய்தான். “ஐயா! நான் மிகவும் இளையவன். அதனால் நீங்கள் முதலில் அழைத்ததுபோல் தம்பி என்றே என்னை அழைக்கலாம். உங்கள் அழைப்பில் நான் ஒரு அன்பை உணர்கிறேன். இறைவன் அருளால் இது தொடரவேண்டும்!”

“மகிழ்ச்சி தம்பி! இனிமேல் அப்படியே அழைக்கிறேன்!”

அவன் அவர்களை உள்ளே இன்னொரு அறைக்கு அழைத்துச் சென்று அமரச்செய்து தானும் உடன் அமர்ந்துகொண்டான்.

அவர்களிடம் அவன் தன் கப்பல்கள் தாக்கப்பட்டது பற்றி விரிவாகப் பேசினான். அவனுடைய பேச்சில் தெரிந்த பண்பும் பணிவும் இரகுநாதனையும் துரைசிங்கத்தையும் மிகவும் கவர்ந்தன. தான் ஒரு பெரிய வணிகன், செல்வந்தன், தன்னைக் காண மன்னரே ஆட்களை அனுப்பியிருக்கிறார் என்ற செருக்கு அவனிடம் சிறிதளவும் இல்லை.

அப்போதே “இவன் வெறும் வணிகன் மட்டும் இல்லை; மிகவும் அற்புதமான ஒரு மனிதன்!” என்ற எண்ணம் இரகுநாதன் மனதில் தோன்றியது.

“தம்பி! மன்னர் இந்தக் கொள்ளைச் சம்பவத்தை சாதாரணமாக நினைக்கவில்லை. சேது நாட்டின் அதிகாரத்துக்கு விடப்பட்ட சவாலாகவே நினைக்கிறார். அந்தக் கொள்ளையர்களை உடனே அழித்து ஒழிக்கவேண்டும் என்று எனக்கு ஆணையிட்டிருக்கிறார்.”

“ஆம் ஐயா; நம் சேதுச்சீமையின் பெயரையும் நம்முடைய பெரும் வணிகத்தையும் இது பாதிக்கும் என்பதால் நான் மன்னரிடம் சில நாட்கள் முன்பு இதுபற்றி முறையிட்டேன்; சேதியைக் கேட்டதும் மன்னர் கடும்கோபம் கொண்டார். விரைவில் அவர்களை அழிப்பதாக என்னிடம் உறுதி சொன்னார்.”

“தம்பி! கொள்ளையர் தாக்கியது நம் குடாக்கடலிலா? பெருங்கடலிலா? சரியாகச்சொல்லமுடியுமா!”

“நம் குடாக்கடல் எல்லைக்குள் அவர்கள் வரவில்லை.

பெருங்கடலில் நுழைந்த பிறகு தான் அவர்களை எங்கள் ஆட்கள் பார்த்தார்களாம். நல்லவேளையாக நான் அந்த முறை இரண்டு கப்பல்கள் தான் அனுப்பிவைத்தேன்.!"

"தம்பி! அந்தக் கொள்ளையர்களைப் பற்றி ஏதாவது அடையாளம், அதாவது நிறம், உருவம், பேச்சு போன்ற விவரம் சொல்லமுடியுமா?"

"முடியும்! அவர்கள் மிகவும் கொடூரமான தோற்றமுடன் சிறிதும் இரக்கமற்றவர்களாக இருந்தார்களாம். மிகவும் கருமையான ஒரு நிறத்தில் அவர்கள் இருந்தார்களாம். அவர்கள் பேசிய மொழியும் வினோதமாக யாருக்கும் புரியாதபடி இருந்ததாம்."

"அப்படியா? அவர்கள் எத்தனை பேர்? எத்தனை கப்பல்களில் வந்தார்கள் என்று தெரியுமா?"

மரைக்காயன் வாசலைப் பார்த்து குரல் கொடுத்தான். சற்று நேரத்தில் இரண்டு ஆட்கள் வந்து அவர்கள் முன் பணிந்து நின்றனர்.

அவன் அவர்களைக்காட்டி "இவர்கள் இரண்டு பேரும் அன்று நம் கப்பலில் இருந்தவர்கள். இவர்களுக்கு அன்று நடந்தவை எல்லாம் நன்றாகத்தெரியும்" என்றான்.

பிறகு அந்த ஆட்களிடம் "இவர்கள் அரண்மனையிலிருந்து வந்திருக்கிறார்கள். அன்று உங்களைத் தாக்கியவர்களைப் பற்றிய விவரங்களை இவர்களிடம் தெளிவாகச் சொல்லுங்கள்" என்று சொன்னான்.

முதலில் ஒருவன் பேசினான். "அவர்கள் நல்ல கருப்பு நிறமாக இருந்தார்கள். அவர்கள் பேசிய மொழியும் எங்களுக்குப் புரியவில்லை. ஏறத்தாழ ஐம்பது சிறு படகுகளில் முந்நூறு பேர்களுக்குமேல் வந்தார்கள். அவர்கள் சிறிதும் ஈவு இரக்கம் அற்றவர்களாக இருந்தார்கள. அவர்கள் சொன்னதைச் செய்வதற்கு கொஞ்சம் தயங்கினாலும் உடனே கோபம் கொண்டு வாளால் வெட்டினார்கள். அவர்களை நாங்கள் இதற்கு முன் நம் கடலில் பார்த்ததே இல்லை!"

அவர்கள் சொன்னதைக் கூர்ந்துகேட்டுக்கொண்ட இரகுநாதன் அவர்களைப் போகச்சொல்லிவிட்டு மரைக்காயனிடம் கேட்டான்.

"சரி; உங்கள் கப்பல்களின் அடுத்த பயணம் எப்போது?"

சற்று யோசித்த மரைக்காயன், "இன்னும் பதினைந்து நாட்களில் அடுத்த பயணம் தொடங்க இருந்தோம். அப்போது மேலைக்காற்று வீசத்தொடங்கும் என்பதால் பயண நாட்கள் குறையும். ஆனால் இப்போதைய நிலைமையில் கொஞ்சம் தாமதம் ஆகலாம்..." என்றான்.

உடனே இரகுநாதன், "இல்லை இல்லை! தம்பி! உங்கள் பயண ஏற்பாடுகள் அப்படியே தொடரட்டும். எதையும் மாற்றவேண்டாம்; ஏற்கெனவே முடிவுசெய்த நாளிலேயே உங்களுடைய கப்பல்கள் பயணத்தை மேற்கொள்ளலாம்!"

மரைக்காயன் முகத்தில் வியப்பு!

"அப்படியா?"

"ஆம் தம்பி! நான் ஒரு திட்டம் வைத்திருக்கிறேன். அதற்கு உங்களின் உதவியும் ஒத்துழைப்பும் தேவை!"

"சொல்லுங்கள்! என்ன வேண்டும் என்றாலும் செய்து தருகிறேன்!"

"உங்களுக்கு அதிகம் பயன்இல்லாத பழைய சரக்குக் கப்பல்கள் சிலவற்றையும் உங்கள் ஆட்கள் சிலரையும் என்னிடம் ஒப்படையுங்கள். நான் ஒரு சிறு கடல் பயணம் மேற்கொண்டு அந்தக் கொள்ளையர்களைச் சந்திக்கப் போகிறேன். அந்தச் சந்திப்புக்குப் பிறகு உங்களின் மரக்கலங்கள் இந்தக் கடல் வழியில் எந்த ஆபத்தும் இல்லாமல் பயணம் செய்யலாம்!"

"ஐயா! உங்கள் விருப்பப்படியே செய்கிறேன்; ஆனால் பழைய கப்பல்கள் எதற்கு? அவை தான் வேண்டுமா? அவை நெடும் பயணத்துக்கு ஏற்றவையாக இருக்காதே?"

"ஆம்; பழைய கப்பல்கள் தான் வேண்டும் தம்பி! ஏன், எதற்கு என்பதையெல்லாம் பிறகு நீங்கள் தெரிந்துகொள்வீர்கள் மரைக்காயரே! இப்போது சொன்னால் உங்களுக்குப் புரியாது!" என்று சொல்லிவிட்டு இரகுநாதன் சிரித்தான்.

அப்போது மரைக்காயன் இரகுநாதனிடம், "ஐயா! இன்னுமொரு முக்கியமான சேதியை நான் உங்களிடம் சொல்லவேண்டும்!" என்றான்.

"எதுவானாலும் சொல்லுங்கள் தம்பி! தயங்கவேண்டாம்!"

"ஐயா! இந்தக் கடற்கொள்ளையருக்கு டச்சு வணிகர்களின் மறைமுகமான ஆதரவும் இருப்பதாகத் தெரிகிறது!"

அதைக் கேட்டதும் இரகுநாதன் முகம் சற்று சுருங்கியது.

"டச்சு வணிகர்களா? அவர்கள் ஏன் நம் கப்பல்களைத் தாக்க வேண்டும்?"

"அவர்கள் துணி வகை வணிகத்தில் அதிகமாக ஈடுபடுகிறார்கள். அதற்கு நாங்கள் எந்த வகையிலும் இடைஞ்சல் செய்வது கிடையாது;

ஆனாலும் அவர்கள் நாங்கள் அதிகம் செய்யும் மிளகு, அரிசி வணிகத்தையும் கைப்பற்ற நினைக்கிறார்கள். அது அவர்களால் முடியவில்லை என்றதும் கோபத்தில் எங்கள் கப்பல்களைத் தாக்குகிறார்கள்.!"

சிறிய சிந்தனைக்குப் பிறகு அவன் மரைக்காயனிடம் சொன்னான்.

"மரைக்காயரே! இங்கே இருந்து போகும் கப்பல்கள் எந்த வணிகருடையதாக இருந்தாலும் சேதுக்கொடியின் பின்னால் போனால் அவை சேதுநாட்டின் கப்பல்கள் தான்! அவற்றை யார், எதற்காகத் தாக்கினாலும் அது மன்னருக்கு எதிரான செயல் தான்; நீங்கள் கவலையை விடுங்கள். நாம் மேற்கொள்ளப்போகும் நடவடிக்கையால் இனிமேல் நமக்கு எதிராக எதுவும் செய்வதற்கு எவருக்குமே துணிச்சல் வராது மரைக்காயரே!"

மரைக்காயன் கொஞ்சம் குழம்பினாலும் இரகுநாதனின் பேச்சில் தெரிந்த தெளிவும் உறுதியும் அவனுக்கு மிகுந்த நம்பிக்கையை அளித்தன. சிறிது நேரம் கழித்து இரகுநாதனும் துரைசிங்கமும் மரைக்காயனிடம் விடைபெற்றுக்கொண்டு கிளம்பினார்கள்.

அந்த ஒரு சந்திப்பிலேயே இரகுநாதன் மனதில் தம்பி என்ற மரைக்காயன் நீங்காத இடத்தைப் பிடித்துவிட்டான். சேது நாட்டின் ஒரு முக்கியமான மனிதனை அன்று சந்தித்த மகிழ்ச்சி அவன் மனதில் நிறைந்திருந்தது. மரைக்காயனும் இரகுநாதன் வடிவில் தனக்கு ஒரு அன்பான மூத்த சகோதரன் கிடைத்துவிட்டதாக உணர்ந்தான்.

மரைக்காயனிடமிருந்து விடை பெற்றுத் திரும்பும்போது தான் மன்னர் ஏன் தன்னை மரைக்காயனைப் பார்த்துப் பேசும்படி சொன்னார் என்பதைப் புரிந்துகொண்டான்.

அதுபோல் இரகுநாதனும் மரைக்காயனும் அந்தச் சந்திப்பின் முடிவில் நெருக்கமாகி விட்டதைப் பார்த்து துரைசிங்கமும் மனம் மகிழ்ந்தான். அவர்கள் நெருங்கிய நண்பர்கள் ஆக வேண்டும், அப்படி ஆவது சேதுச்சீமைக்கு நல்லது என்பதை எல்லாம் மனதில் வைத்தே மன்னர் அவர்களை அங்கே அனுப்பிவைத்தார் என்பதை துரைசிங்கமும் உணர்ந்துகொண்டான். ஆனாலும் சேதுநாட்டின் வரலாற்றில் அழியா இடம் பெறப்போகும் இரு பெரும் நாயகர்களுடன் தான் இருக்கிறோம் என்பதை அந்த நாளில் துரைசிங்கம் உணரவில்லை.

6
திட்டமும் ஆலோசனையும்

மரைக்காயனுடன் பேசிவிட்டுத் திரும்பும் போது வழியில் இருந்த பனங்கூடல்களை இரகுநாதன் மிகுந்த ஆர்வமுடன் பார்த்துக்கொண்டே வந்தான். அதைக் கவனித்துவிட்டு துரைசிங்கம் புன்னகை செய்தான். ஒரு இடம் வந்ததும் இரகுநாதன் முகம் மலர்ந்தது. ஒரு பனங்கூடலில் பனையேறி ஒருவர் ஒவ்வொரு மரமாக ஏறி அவற்றில் கட்டிவைத்திருந்த சிறிய மண் கலயங்களில் சேர்ந்திருந்த பதநீரை தன் இடுப்பில் கட்டியிருந்த ஒரு பெரிய கலயத்தில் ஊற்றி சேகரித்துக்கொண்டிருந்தார். அன்று காலை-யிலேயே அவர் அந்த மரங்களில் ஏறி கலயங்களில் சுண்ணாம்பு தடவி மரங்களில் கட்டிவைத்துவிட்டு பனைகளின் பாளைகளைச் சீவி வைத்துவிட்டு வந்திருந்தார். அந்தப் பாளைகளில் இருந்து பதநீர் வடிந்து கலயங்களில் சேகரமாகியிருந்தது. அந்தப் பதநீரைத்தான் பனையேறி அப்போது ஒரு பெரிய கலயத்தில் சேகரித்து கீழே கொண்டுவந்தார்.

பனையேறியின் இடுப்பில் கட்டியிருந்த தோல் பட்டையில் இருந்த ஒரு பனை நார்ப் பையில் மட்டை வெட்டுவதற்கு, பாளை சீவுவதற்கு என்று வெவ்வேறு அளவிலான சிறிய அரிவாள்கள் இருந்தன. அவை சிறியவையாக இருந்தாலும் உறுதியாகவும் ஓரங்கள் பள பள என்று மிகவும் பதமாகவும் இருந்தன.

அவர் வருவதைப் பார்த்துவிட்டு நண்பர்கள் இருவரும் தம் குதிரைகளை அந்தப் பனங்கூடலின் ஒரு மரத்தடியில் நிறுத்தினார்கள். பனையேறி தன் வேலையை முடித்துவிட்டு கீழே இறங்கிவரும்வரை அவர்கள் பொறுமையாகக் காத்திருந்தார்கள். அவர் தன் கலயம் நிரம்பியதும் கீழே இறங்கிவந்தார். அங்கே அரண்மனை ஆட்கள் தனக்காகக் காத்துக்கொண்டிருப்பதைப் பார்த்ததும்என்னவோ ஏதோ என்று பதற்றமானார். அவருக்கு வயது அறுபதுக்கும் அதிகமாகவே இருக்கும்! ஆனால் அந்த வயதிலும் கடின உழைப்பால் அவர் நல்ல திடகாத்திரமாக இருந்தார்.

உடனே துரைசிங்கம், "ஐயா! பதற்றம் வேண்டாம்; எங்களுக்கு மாலைப் பதநீர் என்றால் ரொம்பவும் பிடிக்கும்; எங்களுக்குக் கொஞ்சம் பதநீர் கொடுப்பீர்களா?" என்று கேட்டு அவரின் பதற்றத்தைப் போக்கினான்.

அதற்கு அந்த பனையேறி, "புண்ணியவான் எங்க மகாராஜாவோட ஆட்கள் கேட்கிறீர்கள்! கொடுக்காமல் இருப்பேனா? தாராளமா குடிச்சுட்டுப் போங்கய்யா! மாலைப் பதனீரோட ருசியே தனி; அந்த அருமை உங்களுக்குத் தெரிஞ்சுருக்கு! அதுவே பெரியவிசயம்!" என்று மகிழ்ச்சியுடன் சொன்னார்.

அப்போது காற்று கொஞ்சம் வேகமாக வீசியதில் அந்தப் பனங்கூடலில் இருந்த மொத்த ஓலைகளும் அசைந்ததால் அந்தப் பகுதி முழுவதிலும் திடீரென்று ஒரு பெரும் சலசலப்பு ஏற்பட்டது. இரகுநாதனுக்கும் துரைசிங்கத்துக்கும் அந்த ஓசை ஒரு கணம் கொஞ்சம் கலக்கத்தை ஏற்படுத்தியது. ஆனால் சற்றுத் தொலைவில் நின்று அவர்களைப் பார்த்த சில நரிகள் இந்தச் சலசலப்புகெல்லாம் நாங்கள் அஞ்சமாட்டோம் என்பது போல் அதே இடத்தில் நின்றன.

அப்போது அந்தப் பனையேறி, "தனியாளா வந்தால் இதுகளோட பெரிய தொந்தரவா இருக்கும் ஐயா! இப்போ நீங்கள் ரெண்டுபேரும் இருக்கிறதால் கொஞ்சம் யோசிக்குதுகள்!" என்றார்.

"அப்போ நீங்க தனியா எப்படி இங்கே வருகிறீர்கள்?" என்று இரகுநாதன் கேட்டான்.

"நான் தனியா வரவில்லை; என் மகன் பக்கத்துப் பனங்கூடலில் இருக்கிறான்! இதுகள் கூட்டமா வந்தால் தான் நாம் பயப்படணும்! இப்போ ரெண்டு மூணு தான் நிற்குது!" என்று சொல்லிவிட்டு ஒரு பனங்காயை எடுத்து அந்த நரிகளின் மேல் எறிந்தார். அவை பயந்து போய் ஓடிமறைந்தன. அதைப் பார்த்து நண்பர்கள் இருவரும் சிரித்துக்கொண்டார்கள்.

பனையேறிப் பெரியவர் பெரிய கலயத்தில் நிறைந்திருந்த பதநீரை பனையின் பன்னாடையில் ஊற்றி வடிகட்டி அதிலிருந்த சிறு பூச்சிகள், வண்டுகளை நீக்கிவிட்டு சுத்தமான பதநீரை எடுத்து கீழே இருந்த இன்னொரு கலயத்தில் ஊற்றினார். பிறகு மகிழ்ச்சியுடன் இரண்டு இளம் பனை ஓலைகளை எடுத்து விரித்து மட்டையாகப் பிடித்து அவற்றில் அவர்கள் இரண்டுபேரும் போதும் என்று சொல்லும் வரை ஊற்றிக்கொடுத்தார். அவர்களும் வயிறு நிறைய பதநீரை வாங்கி இருவரும் அதை அனுபவித்துக்குடித்தார்கள்.

அவர்கள் குடிக்கும்போது அந்தப் பனையேறி சேதுபதியைப் புகழ்ந்து பேசினார்.

"எங்க மகாராஜா காலத்தில் நாங்க எந்தக் குறையும் இல்லாமல் இருக்கிறோம். எந்த அதிகாரியும் எங்களை மிரட்டுவது கிடையாது. எந்த ஊர் ராஜா எப்ப படையோட வந்து அடிச்சுக் கொல்வானோ, இருக்குறதைப் புடுங்குவானோ என்கிற அச்சம் எங்களுக்கு இல்லை.! பனை மரத்தோட மகிமையும் பனையேறிகளின் துன்பமும் தெரிஞ் சவர் எங்க சேதுபதி மகாராஜா! எங்க மகாராஜாவுக்கு அந்த தெய்வமெல்லாம் சேர்ந்து நெறைஞ்ச ஆயுசைக்கொடுக்கணும்!"

அவர்கள் பணம் கொடுத்தபோது அவர் அதை வாங்க மறுத்தார். ஆனாலும் இரகுநாதன் அவர் கையில் ஒரு வராகன் நாணயத்தை வற்புறுத்தி வைத்துவிட்டுத் தான் கிளம்பினான்.

மரைக்காயனுடனான சந்திப்புக்குப் பின் இராமநாதபுரம் திரும்பிய இரகுநாதன் மறுநாள் அங்கேயே துரைசிங்கத்துடன் இருந்தான். அவன் துரைசிங்கத்தின் மாணவர்களுக்கு போர்ப்பயிற்சி அளித்ததுடன் துரைசிங்கத்துடனும் மோதி பயிற்சி செய்து தன் திறமையைக் கூர்தீட்டிக்கொண்டான். அவர்களின் அந்தப் போட்டி மாணவர்களுக்கு சிறந்த பாடமாகவும் விருந்தாகவும் இருந்தது. இவற்றினூடேஅன்றே கடற்கொள்ளையரை ஒழிப்பதற்கான ஒரு திட்டத்தையும் அவன் சிந்தித்து இறுதிசெய்துகொண்டான். பயிற்சி நேரம் முடிந்தபிறகு அவன் தன் திட்டத்தை நண்பனிடம் விளக்கினான். பயிற்சிக் கூடத்திலிருந்த வாட்களைத் துடைத்துக் கூர்பார்த்து வைத்தபடி அதைக்கேட்ட துரைசிங்கம் திருப்தியுடன் தலையசைத்தான்.

பிறகு நண்பனைப் பார்த்து, "சரி! நல்ல திட்டம் தான்; நம் ஆட்கள் ஒரு ஐநூறு பேரை தயாராக இருக்கச்சொல்லவா?" என்றான்.

அதைக்கேட்டு இரகுநாதன் சிரித்தான். "அவ்வளவு பேர் தேவையில்லை: நாம் என்ன பகைவர் மேல் படையெடுத்தா போகிறோம்? ஒரு சிறிய கொள்ளைக் கூட்டத்தை அடக்குவதற்குத் தானே போகிறோம்?"

துரைசிங்கத்துக்கு வியப்பாக இருந்தது. "இளவரசே! நாம் சந்திக்கப்போவது சாதாரணமான படை வீரர்கள் அல்ல; மிகவும் கொடியவர்கள் என்று பெயர்பெற்ற கடற் கொள்ளையர்களை; அதுவும் முந்நூறுக்கும் மேற்பட்டவர்களை!அதற்கு நாம் குறைந்தது ஐநூறு வீரர்களுடன் போகவேண்டாமா?"

"தேவையில்லை துரைசிங்கம்! அவர்கள் அதிகம் பேர்

இருந்தாலும் வெறும் கொள்ளையர்கள் தான்; நம் வீரர்கள் நன்றாகவும் முறையாகவும் பயிற்சி பெற்றவர்கள். அத்துடன் ஆணைக்குக் கட்டுப்படும் இயல்பும் ஒழுங்கும் உடையவர்கள். சரியான திட்டமும் உரிய வழிகாட்டலும் இருக்கும்போது நம் ஆட்கள் ஐம்பது பேர் போதும்; மேலும் இந்தத் திட்டம் ரகசியமாக,கொள்ளையர்கள் எதிர்பாராத வேளையில் நிறைவேற்றப்படவேண்டும் என்பதால் குறைந்த எண்ணிக்கையில் தான் வீரர்கள் இருக்கவேண்டும்!"

அந்த விளக்கத்தைத் துரைசிங்கம் ஏற்றுக்கொண்டான். "அப்படியே என்றாலும் படகுகளும் மீனவர்களும் நம்முடன் வரவேண்டும் அல்லவா?அவர்கள் எத்தனை பேர் தேவை?"

"நமக்கு பத்து படகுகளும் இருபது மீனவர்களும் வேண்டும்; நம் வீரர்களில் இருபது வில்லாளிகளும் குறிதவறாமல் வேல் எறிபவர்கள் பத்துப் பேரும் இருக்கவேண்டும். இவர்களை நான் இன்னும் மூன்று நாட்களில் சந்தித்துப்பேசவேண்டும். அதனால் நீ உடனே ஆட்களைத் தெரிவுசெய்துவிட்டு என்னிடம் சொல்!"

"அப்படியே செய்கிறேன்!"

"இன்னும் பதினைந்து நாட்களில் அடுத்த கப்பல்வரிசை பயணம் புறப்பட இருப்பதாக மரைக்காயர் கூறினார் அல்லவா! அதனால் நமது பயணம் இன்றிலிருந்து பத்தாவது நாள் இருக்கும். அதற்கேற்ப நம் வேலைகள் வேகமாக இருக்கவேண்டும் துரைசிங்கம்.!"

இதைச்சொல்லிய இரகுநாதன் துரைசிங்கத்தின் பதிலுக்காக காத்திருக்காமல் உடனே தன் குதிரையில் ஏறிப் பறந்தான். அவன் அவ்வளவு வேகமாக எங்கே போகிறான் என்பது துரைசிங்கத்துக்குத் தெரியும் என்பதால் அவன் சிரித்தபடியே தன் வேலையைத் தொடர்ந்தான். அவன் தனியாக வேலைசெய்வதைப்பார்த்த சில இளைஞர்கள் வேகமாக வந்து அவனுக்கு உதவிசெய்தார்கள். திடலின் ஒரு பக்கம் கூரிக்கிழவன் அமர்ந்து தன் பழைய அனுபவங்களைச் சுவையாகச் சொல்ல அவரைச் சுற்றி அமர்ந்து சில இளைஞர்கள் அவற்றை ஆவலுடன் கேட்டுக்கொண்டிருந்தார்கள்.

. . . . . .

மூன்று நாட்களில் துரைசிங்கம் திறமை வாய்ந்த ஐம்பது வீரர்களையும், படகுசெலுத்துவதில் மிகுந்த திறமைபெற்ற இருபது மீனவர்களையும் தெரிவுசெய்தான். அவன் அவர்களிடம் தங்களின் நோக்கத்தை விளக்கி அவர்களைத் தயாராக இருக்கும்படி செய்திருந்தான். கடற்கொள்ளையரை ஒழிக்கவேண்டும் என்பதில்

அவர்களும் மிகுந்த ஆர்வமாக இருந்தார்கள். அதுவும் இரகுநாதன் தலைமையில் என்றதும் அவர்கள் அதிக உற்சாகமானார்கள். அது ஒரு சாகசமாக இருக்கும் என்பதால் அவர்கள் அந்தப் பயண நாளை ஆவலுடன் எதிர்பார்த்தார்கள்.

இடைப்பட்ட நாட்களில் இரகுநாதன் சில வீரர்களுடனும் மீனவர்களுடனும் அந்தக் கடல் பகுதியில் இரவிலும் பகலிலும் இரகசியமாகப் பயணம் செய்து அங்கே கொஞ்சம் தொலைவில் இருந்த தீவுகளில் சில புதிய ஆட்களின் நடமாட்டம் இருப்பதை உறுதிசெய்துகொண்டான். அது அவன் தன் தாக்குதலைத் திட்டமிடுவதில் உதவியாக இருந்தது.

நான்காம் நாள் காலையில் இரகுநாதன் வீரர்களைக் காண வந்தான். இந்தச் சந்திப்பு ஒரு தென்னந்தோப்பில் நடந்தது. அவன் வருவதற்கு முன்பே வீரர்களும் மீனவர்களும் அங்கே வந்து குழுமிவிட்டார்கள். அவன் அவர்கள் முன் வந்து நின்றதும் "இரகுநாதத்தேவர் வாழ்க! சேதுநாட்டின் மாவீரன் வாழ்க!" என்று அவர்கள் உற்சாக முழக்கமிட்டனர். அவர்களின் வாழ்த்துக்களைத் தலைவணங்கி ஏற்றுக் கொண்ட இரகுநாதன் அவர்களிடையே உற்சாகமுடன் பேசினான்.

"தோழர்களே! சேதுநாட்டின் மானம் காக்கும் மறவர்களே! தென்கடலில் சேதுநாட்டின் கப்பல்களை இதுவரை யாரும் வழிமறித்தது கிடையாது. தென் பாரதத்தின் மன்னர்கள் பலரும் தங்கள் பொருட்களை நம் துறைமுகங்களுக்குக் கொண்டுவந்து இங்கிருந்து நம் கப்பல்கள் மூலமே பலநாடுகளுக்கும் அனுப்பிவருகிறார்கள். இது நாள் வரை இந்தக் கப்பல்களுக்குத் தீங்கு ஏதும் நேர்ந்ததில்லை. ஆனால் சிலநாட்களுக்கு முன் நம் கப்பல்களை கடல் கொள்ளையர்கள் வழிமறித்துத் தாக்கியிருக்கிறார்கள். பொருட்களைக் கொள்ளையடித்ததுடன் கப்பலில் இருந்த ஆட்களையும் தாக்கியிருக்கிறார்கள். இது இன்னொரு முறை நடக்கக்கூடாது; அந்தக் கொள்ளையர்கள் ஒழிக்கப்படவேண்டும். இதுவே சேதுபதி மன்னரின் ஆணை! இதை நிறைவேற்றுவதே நம் கடமை!"

அவன் இப்படிப் பேசியதும் அங்கே இருந்த அனைவரும் உணர்ச்சிவசப்பட்டார்கள். "சேதுபதி மன்னர் வாழ்க! சேதுக்காவலர் வாழ்க! கடல் கொள்ளையர்களை ஒழிப்போம்!" என்று உரக்க குரல் எழுப்பினார்கள்.

"நல்லது தோழர்களே! இன்னும் சில நாட்கள் பொறுத்திருங்கள்; மன்னரின் இறுதி ஆணையுடன் நான் உங்களைச் சந்திக்கிறேன்!"

அதன்பிறகு இரகுநாதன் சிறிது நேரம் துரைசிங்கத்துடன் பேசிக் கொண்டிருந்துவிட்டு, மன்னரைச் சந்தித்து தன் திட்டத்தை விளக்குவதற்காக போகலூர் நோக்கி விரைந்தான். அவனது கருநிறக் குதிரை அவன் மனதின் வேகத்துக்கு இணையாக அந்தச்சாலையில் பாய்ந்தோடியது.

. . . . . .

நேராக அரண்மனைக்குப் போன இரகுநாதன் தன் வருகையை மன்னரின் சேர்வைகாரர் ஒருவரிடம் தெரிவித்துவிட்டு, அவர் கூறியபடி மன்னரின் அலுவல் அறையில் காத்திருந்தான். சிறிது நேரம் கழித்து மன்னர் வந்தார். இம்முறை கையில் நீண்ட வேலும் இடையில் குத்து வாளும் ஏந்திய வேறு இரு சேர்வைகாரர்கள் அறை வாசலில் காவல் நின்றார்கள். அவர்களும் இரகுநாதனுக்கு நன்கு தெரிந்தவர்கள் தான். மன்னர் ஆசனத்தில் அமர்ந்ததும் இரகுநாதன் அவர் முன் வந்து வணங்கினான்.

அவனது வணக்கத்தை தலையசைத்து ஏற்றுக்கொண்ட மன்னர் அவனிடம், “சேதியைச் சொல் இரகுநாதா!” என்றார்.

இரகுநாதன் அவரிடம் கடற்கொள்ளையரை ஒழிப்பதற்கான தன் திட்டத்தை விவரித்தான். அதைக்கூர்ந்து கவனமாகக் கேட்ட மன்னர் சில ஐயங்களை எழுப்பினார். அவற்றுக்கு உரிய விளக்கங்களை அவன் அளித்ததும் மன்னர் முகத்தில் திருப்தியின் அறிகுறியாக சிறு புன்னகை ஒன்று தெரிந்தது. அவர் தலையை அசைத்து அதைத் தெரிவித்தார்.

“சரி! எப்போது உன் திட்டத்தைச் செயல்படுத்தப் போகிறாய்? அதை முடிவு செய்துவிட்டாயா? வணிகரின் பயணங்கள் அதிக நாட்கள் தாமதம் ஆகிவிடக்கூடாது!”

“அடுத்த பயணம் இன்னும் பதினைந்து நாட்கள் கழித்துத் தான் என்று மரைக்காயர் சொன்னார். அதனால் பயணத்துக்கு ஐந்து நாட்கள் முன்னதாக நான் தாக்குதலை மேற்கொள்வேன் மகாராஜா!”

“நல்லது இரகுநாதா! நானும் உன்னிடம் அதைத்தான் சொல்ல நினைத்தேன்! வணிகர்கள் மனதில் தம் கப்பல்களின் பாதுகாப்பு குறித்து எந்தவிதமான அச்சமோ சந்தேகமோ எப்போதுமே இருக்கக் கூடாது!”

“தங்கள் விருப்பப்படியே செய்கிறேன் மகாராஜா!”

இறுதியாக “நம் ஆட்கள் யாரும் கொள்ளையர்களிடம் பிடிபட்டு

விடக் கூடாது; அவர்கள் மிகவும் கொடூரமானவர்கள். இதில் நீ மிகவும் கவனமாக இருக்கவேண்டும்!" என்றார்.

உடனே அவன், "ஆகட்டும் மகாராஜா! அதனால் தான் நான் பொறுக்கி எடுத்த, குறைந்த எண்ணிக்கையிலான ஆட்களுடன் போகிறேன். தாக்குதலையும் சற்றுத்தொலைவில் இருந்தபடிதான் மேற்கொள்கிறேன்! வில்லாளிகளும் வேல் எறிபவர்களும் தான் அதிகமாக தாக்குதலை மேற்கொள்வார்கள்!"

"நல்ல முடிவு தான்! அதுபோல தாக்குதல் நேரம் குறைவாக இருந்தால் நல்லது இரகுநாதா!"

"ஆம் மகாராஜா! அப்படித்தான் முடிவுசெய்திருக்கிறேன்!"

"உன் திட்டத்தை இரகசியமாக வைத்துக்கொள்; தாக்குதல் மின்னல் வேகத்தில் நடக்கவேண்டும். அது எதிரிகளின் மீது இடிபோல் இறங்கவேண்டும்!"

இரகுநாதன் புன்னகையுடன் மன்னரைப் பார்த்துத் தலையசைத்தான்.

ஒரு கணம் ஏதோ சிந்தித்த மன்னர், "கூரிக்கிழவன் மகன் துரைசிங்கம் உன்னுடன் வருகிறான் அல்லவா?"

"ஆம் மகாராஜா! துரைசிங்கமும் என்னுடன் வருகிறான்; அவன் தான் ஏற்பாடுகளைச் செய்கிறான்.!"

திருப்தியடைந்த மன்னர், "நல்லது இரகுநாதா! வெற்றியுடன் திரும்பி வா!" என்று வாழ்த்தினார்.

திரும்பி வரும்போது சேர்வைகாரரான கூரிக்கிழவன் மீதும் அவர் மகன் துரைசிங்கத்தின் மீதும் மன்னர் வைத்திருக்கும் நம்பிக்கையை எண்ணி அவன் வியந்தான். சில தலைமுறைகளாகவே கூரிக்கிழவனின் குடும்பத்தினர் சேதுமன்னர்களின் சேவையில் ஈடுபட்டு அதையே தங்களின் வாழ்க்கையாக ஏற்றுக்கொண்டு வாழ்ந்துவந்தார்கள். மன்னரின் சேவையில் அந்தக் குடும்பத்தைச் சேர்ந்த பலர் தங்கள் உயிரையும் பலி கொடுத்திருந்தார்கள் என்பதையும் அப்போது இரகுநாதன் நினைத்துப் பார்த்தான். இப்படி எண்ணற்ற குடும்பங்களின் அன்பையும் மக்களின் மதிப்பையும் பெற்றிருந்தது தான் சேதுபதிகளின் வலிமையாக இருந்தது என்பதை அவன் நினைத்துப் பெருமை கொண்டான்.

7
கடற்கொள்ளையர்

சேதுக் கடலில் தூத்துக்குடி, வேம்பார், கீழக்கரை, மண்டபம் பகுதிகளில் சிறிதும் பெரிதுமாக மொத்தம் இருபத்தி ஒன்று தீவுகள் இருந்தன. அவற்றில் கீழக்கரைப் பகுதியில் ஏழு தீவுகளும் மண்டபம் பகுதியில் ஏழு தீவுகளும் இருந்தன. காலப்போக்கில் தொடர்ந்த கடல் அரிப்பாலும் அவ்வப்போது ஏற்பட்ட பேரலை நிகழ்வுகளாலும் சில சிறிய தீவுகள் கடலில் மூழ்கிவிட்டன. கீழக்கரையில் நின்று பார்த்தால் சில தீவுகள் அடர்ந்த மரங்கள், செடிகொடிகள் நிறைந்து பச்சைப் பசேல் என்று தெரிவதைப் பார்க்கலாம். இந்தத் தீவுகளில் யாராவது ஆட்கள் மறைந்திருந்தால் கண்டுபிடிப்பது கடினம். அங்கே இருந்த அடர்த்தியான, ஆள் உயரம் இருந்த புதர்கள் கடல் கொள்ளையருக்கு சில வகைகளில் வசதியாக இருந்தன. அங்கே இருந்த சில தீவுகளில் தரையைக் கொஞ்சம் தோண்டினாலே குடிப்பதற்கு நல்ல தண்ணீர் கிடைக்கும். சுற்றிலும் கடல் இருந்ததால் அங்கே வெயில் உறைக்காது; அதனாலும் கரையிலேயே மீன்கள் கிடைக்கும் என்பதாலும் யாரும் அங்கே சில நாட்கள் அதிக சிரமம் இல்லாமல் மறைந்து தங்கிக்கொள்ளலாம். . அந்தத் தீவுகளில் ஒளிந்துகொண்டு கீழக்கரையில் இருந்து சரக்குகளுடன் கப்பல்கள் கிளம்புவதை அறிந்துகொள்வதும் கொள்ளையர்களுக்கு சாத்தியமாக இருந்தது.

பெரும்பாலும் வணிகக் கப்பல் எதுவும் தனியாகப் போகாது; முன்னும் பின்னும் காவல் கப்பல்கள் வர, பல கப்பல்கள் சேர்ந்து வரிசையாகத்தான் போகும். அந்த முறை மரைக்காயனின் கப்பல்வரிசை பயணம் தொடங்க இன்னும் சரியாக ஐந்து நாட்கள் இருந்தன. கடற்கரையில் இரகுநாதன் மரைக்காயனிடம் கேட்டுப்பெற்றிருந்த இரண்டு பெரிய பழைய கப்பல்கள், பொருட்கள் நிரம்பிய பொதிகள் ஏற்றப்பட்டு புறப்படுவதற்குத் தயாராக நின்றன. அவற்றின் பாய்மரத் தண்டுகளின் உச்சியில் அனுமன் உருவம் தாங்கிய சேதுநாட்டின் கொடிகள் பறந்தன. அந்த இரண்டு கப்பல்களும் மிகப் பழையவை; உண்மையில் நீண்ட தூர கடல் பயணங்களுக்கு ஏற்றவை அல்ல

என்று ஒதுக்கிவைக்கப்பட்டிருந்தவை. அவற்றுக்கு பெயரளவில் வண்ணம் பூசி துறைமுகத்தில் கொண்டுவந்து நிறுத்தியிருந்தார்கள். அவற்றில் ஏற்றிவைக்கப்பட்டிருந்த பொதிகளும் அவ்வளவு அதிகமான எடை இல்லாதவை தான். முற்பகல் முழுவதும் அந்தக் கப்பல்களில் பொருட்கள் ஏற்றி வைக்கும்வேலை நடந்தது. அந்தக் கப்பல்கள் பார்ப்பதற்கு புதியவை போலவே தோற்றம் அளித்தன. அவற்றுக்கு தேங்காய் உடைத்து சூடம் காட்டும் சடங்குகளும் நடைபெற்றன. அந்த வேலைகள் எல்லாம் எல்லோருக்கும் தெரியும்படியாக வைத்து நடைபெற்றன. பிற்பகலில் பலமான மேள தாள அறிவிப்புக்களுடன் அந்த இரண்டு பெரிய கப்பல்களும் புறப்பட்டன. வணிகர்களும் வேலை செய்பவர்களும் கூட்டமாக நின்று கப்பல்களை வழியனுப்பினார்கள். பெரிய சரக்குக்கப்பல்களின் முன்னால் இரண்டும் பின்னால் இரண்டுமாக நான்கு படகுகள் காவலாகப் போயின.

கரையில் இருந்து கப்பல்கள் புறப்படுவதைப் பார்வையிட்ட இரகுநாதன் துரைசிங்கத்தை அழைத்து, "நம் ஆட்கள் எல்லாம் கிளம்பி விட்டார்களா?" என்று கேட்டான்.

"ஆம்; சற்று முன்புதான் அவர்கள் கிளம்பினார்கள். வாருங்கள் நாமும் போகலாம்" என்று பதில் சொன்னான் அவன். துரைசிங்கமும் இரகுநாதனும் தங்கள் வழக்கமான உடைகளில் இல்லாமல் வணிகர்கள் போல உடை அணிந்திருந்தார்கள்.

இரகுநாதன் திரட்டி வைத்திருந்த வீரர்கள் பத்து படகுகளில் வெவ்வேறு இடங்களில் இருந்து ஆரவாரம் இல்லாமல் கிளம்பினார்கள். அவர்கள் வெவ்வேறு பக்கம் போவது போல் போக்குக்காட்டி முன்னால் புறப்பட்ட கப்பல்களை இலக்காகக் கொண்டு மெதுவாக முன்னேறினார்கள். அந்தப் படகுகளில் படகுகளைக் கட்டி இழுத்துவருவதற்குத் தேவைப்படும் பெரிய கயிறுகளும், தொலைவில் இருந்தே தாக்குவதற்காக வேல்கள், அம்புகள் ஆகிய ஆயுதங்களும் அதிகமாக இருந்தன.

இரகுநாதனும் துரைசிங்கமும் கிளம்புவதற்குத் தயாரானபோது மரைக்காயனும் கப்பலில் ஏறுவதற்காக வந்தான். அதைப்பார்த்த இரகுநாதன் மிகுந்த வியப்படைந்தான்.

"தம்பி! நீங்கள் எதற்காக எங்களுடன் வரவேண்டும்? இது மிகுந்த ஆபத்தான வேலை! உங்களுக்குப் பழக்கமில்லாத வேலை! இதை எங்களிடம் விட்டுவிட்டு நீங்கள் நிம்மதியாக இருங்கள்!"

மரைக்காயன் முகத்தில் ஒரு புன்சிரிப்பு; "இருக்கட்டும்

ஐயா! நீங்கள் எல்லாம் எனக்காகத்தானே இந்த ஆபத்தான வேலையில் இறங்குகிறீர்கள்? தவிரவும் மரைக்காயன் கடல் பயணம் மேற்கொள்வது ஒன்றும் புதிதல்லவே!" என்று சொல்லிக்கொண்டே அவன் படகை நெருங்கினான்.

"தம்பி! சொல்வதைக் கேளுங்கள்; இது சாதாரணமான பயணம் அல்ல; நீங்கள் ரசித்து மகிழ்வதற்கு! அதிக ஆபத்தான பயணம்! உங்களுக்கு ஒரு ஆபத்து நேர்ந்தால் மன்னருக்கு எங்களால் பதில் சொல்ல முடியாது!" என்று இரகுநாதன் அவனைத் தடுத்தான்.

"கவலை வேண்டாம்; நீங்கள் இருவரும் உடன் இருக்கும்போது எனக்கு ஒரு ஆபத்தும் வராது!"

இப்படிச்சொன்ன மரைக்காயன் அவர்களின் அனுமதியை எதிர்பார்க்காமல் முதல் ஆளாகப் போய் படகில் ஏறி அமர்ந்து கொண்டான். அதன் பிறகு வேறு வழியில்லை என்பதால் நண்பர்கள் இருவரும் அவனையும் தங்களுடன் அழைத்துக்கொண்டு செல்ல முடிவு செய்தார்கள்.

கப்பல்கள் சிறிது தொலைவு போனதும், நண்பர்கள் இருவரும் வேகமாகப் போய் மரைக்காயன் இருந்த படகில் ஏறிக்கொண்டார்கள். அந்தப்படகும் கிளம்பிப்போனது.

அந்தக் குடாக்கடல் அன்று மாலை நடக்கப்போகும் பெரும் மரணத் திருவிழாவைக் கண்டு களிக்கத் தயாராவது போல் அமைதியாக இருந்தது. அதன் சிறிய அலைகளும் அச்சப்பட்டவை போலத் தம் வேகத்தைக் குறைத்துக்கொண்டு நிதானமாக கரையை நோக்கி நகர்ந்தன. நடக்கப் போவதை அறிந்துகொண்டவை போல பறவைகள் அன்று வெகு சீக்கிரமே தம் இருப்பிடங்களை நோக்கிப் பறந்தன.

அவர்கள் போட்டிருந்த திட்டத்தின்படி, நான்கு கப்பல்களும் மிகவும் மெதுவாகவே போயின. சிலர் இசைக்கருவிகளை இசைக்க சிலர் ஓங்கிய குரலில் பாடினார்கள். அங்கே நிகழ்ந்தவை எல்லாமே கொள்ளையரின் கவனத்தை ஈர்க்கும் வகையில் இருந்தன. வெகுநேரம் சென்று ஓரளவு மாலை மயங்கும் நேரத்தில்தான் கப்பல்கள் குடாக்கடலைக் கடந்து பெருங்கடலுக்குள் நுழைந்தன. அவை குடாக்கடலைக் கடந்ததுமே இரண்டு பெரிய கப்பல்களிலும் பெரும் பந்தங்களும் விளக்குகளும் ஏற்றப்பட்டன. அதுபோல் நான்கு சிறிய படகுகளிலும் ஒவ்வொரு பந்தமும் விளக்கும் ஏற்றப்பட்டன. கப்பல்கள் பெருங்கடலில் நுழைந்து சிறிது தொலைவு கடந்ததும்

தொலைவில் பெரும் கூச்சல் கேட்டது. கடல்வெளியில் சிறிய ஓசை கூட வெகுதொலைவு கேட்கும் என்பதால் கடற்கொள்ளையர்களின் கூச்சல் வெகுதொலைவில் அவர்கள் வரும்போதே கேட்டது. தாங்கள் தாக்கப்போகும் கப்பலில் இருக்கும் ஆட்களை மிரட்டுவதற்கு பயங்கரமாக கூச்சல் போடுவது அவர்களின் வழக்கம்.

கூச்சல் கேட்டதுமே பெரிய கப்பல்களிலும் சிறிய படகுகளிலும் ஒரு பரபரப்பு உருவானது. அவற்றில் இருந்த மீனவர்கள் யாருக்கும் தெரியாதபடி ஒவ்வொருவராக கடலில் குதித்தார்கள். அதன் பிறகு அந்தக் கப்பல்களில் வீரர்கள் யாரும் இல்லை. கப்பல்கள் காற்றின் விசையால் அதே வேகத்தில் சென்றன. அதனால் கொள்ளையர்களுக்கு எந்த சந்தேகமும் எழவில்லை. கடலில் குதித்த மீனவர்கள் கடல்நீச்சல் தெரிந்தவர்கள் என்பதால்,வெகுவிரைவாக கப்பல்களைவிட்டு வெகுதொலைவு போய்விட்டார்கள். அதேவேளை நடந்த எதையும் அறியாத கொள்ளையர்களின் கூச்சல் நெருங்கிவந்து பலமாகக் கேட்டது. அருகில் நெருங்கியதுமே அவர்கள் அம்புகளை கப்பல்களை நோக்கி சரமாரியாக எய்தார்கள். கப்பல்களை நெருங்கியதும் பெரும் கூச்சலுடன் கொக்கிகள் மாட்டிய கயிறுகளை வீசி கப்பல்களில் தாவி ஏறினார்கள். கப்பல்களில் இருந்த பெரும் பொதி மூட்டை களைப் பார்த்த அவர்கள் விழிகள் மகிழ்ச்சியால் விரிந்தன. ஒருவரைஒருவர் பார்த்து உற்சாகக் கூச்சல் போட்டார்கள். பார்ப்பதற்கு பயங்கரமாக இருந்த அந்தக் கொள்ளையர்கள் வைத்திருந்த ஆயுதங்களும் அவர்களைப் போலவே விதவிதமாகவும் பயங்கரமாகவும் இருந்தன.

கப்பல்களில் ஏறிய கொள்ளையர்கள் அங்கே அடுக்கி வைக்கப்பட்டிருந்த பொதிகளைத் தம் கைகளால் ஆவலுடன் தடவிப்பார்த்தார்கள். அவர்களில் ஒருவன் ஆவலால் உந்தப்பட்டு ஒரு பொதி மூட்டையைத் தன் கையில் இருந்த கத்தியால் குத்திக் கிழித்துப் பார்க்கமுயன்றான். அதைப்பார்த்த இன்னொருவன் கோபமுடன் அவனைத் தடுத்தான்.

“ம்! பொறுமையாக இரு! நாம் கைப்பற்றும் பொதிகள் எல்லாம் தலைவர் முன்புதான் பிரிக்கப்படவேண்டும் என்பது உனக்குத் தெரியாதா? ஏன் இப்படி அவசரப்படுகிறாய்?” என்று கூறினான்.

அதற்கு முதலாமவன்,‘ நான் இதிலிருந்து எதையும் எடுக்கப் போவதில்லை; உள்ளே என்ன இருக்கிறது என்று மட்டும் பார்க்கப் போகிறேன்; இதை ஏன் நீ தடுக்கிறாய்?”

“நீ இப்படி பொதியைப் பிரித்துப்பார்ப்பது தலைவருக்குத்

தெரிந்தால் உனக்கு தண்டனை கிடைப்பது உறுதி!"

"அதை அப்போது பார்த்துக்கொள்ளலாம்; இப்போது என்னைத் தடுக்க உனக்கு அதிகாரம் இல்லை!" என்று பதில் சொல்லிவிட்டு அவனை மூர்க்கமாகத் தள்ளிவிட்டான்.

"சொல்வதைக் கேள்! இப்போது நீ எதையும் பார்க்கமுடியாது; நம் இடத்துக்குக் கொண்டுபோனதும் தலைவர் தான் முதலில் பார்ப்பார்! இந்த விதியை நீ மீறாதே!" என்றுமுதலாமவன் மீண்டும் தடுத்துப் பேசினான். அதனால் அவர்களுக்கிடையே பலமான வாக்குவாதம் ஏற்பட்டது. ஆனால் பொதியைப் பிரிக்கமுயன்றவன் அதை நிறுத்தவில்லை.

அதனால் கடும் கோபமடைந்த இரண்டாவது ஆள் முரட்டுக் குரலில் ஏதோ கத்திக்கொண்டே பொதியைப் பிரிக்க முயன்றவன் மேல் திடீரென்று பாய்ந்து அவனைத் தன் வாளால் வெட்டியதுடன் அப்படியே கடலில் தள்ளிவிட்டான். வெட்டுப்பட்டுக் கடலில் விழுந்தவன் உடல் அடுத்தகணமே கடல் நீரோட்டத்தால் இழுத்துச்செல்லப்பட்டு அவர்கள் பார்வையிலிருந்து மறைந்தது. அதைப் பார்த்த மற்ற கொள்ளையர்கள் பயந்து போய் வேறு பக்கம் ஓடினார்கள்.

கொள்ளையர்களின் தலைவன் போல் தெரிந்த முரடன் ஒருவன் கடைசி ஆளாகத்தான் சரக்குக் கப்பலில் ஏறினான். இரண்டு பெரிய சரக்குக் கப்பல்களையும் விழிகள் விரிய அவன் பார்த்தான். தங்களின் பெரிய வேட்டையை நினைத்து அவன் முகமும் மனமும் மகிழ்ச்சியால் நிறைந்தன. அதனால் அவன் தன் நீண்ட வாளை உருவி உயர்த்தி ஆரவாரம் செய்து தன் ஆட்களைப் பாராட்டவும் செய்தான். ஆனால் முதலில் மகிழ்ச்சியாக இருந்த அவன் முகம் சற்று நேரம் கழிந்த பிறகு மாறத் தொடங்கியது. தங்களிடம் சிக்கிய சரக்குக் கப்பல்கள் இரண்டிலுமே ஆட்கள் யாரும் இல்லை என்பதையும் தங்களிடம் ஒருவர் கூடப் பிடிபடவில்லை என்பதையும் அவன் கவனித்தான். அத்துடன் கப்பல்களை நன்றாக கவனித்துப்பார்த்த அவன் அந்தக்கப்பல்களும் நன்கு பராமரிக்கப்படாத பழைய கப்பல்கள் என்பதையும் நெடுங்கடல் பயணத்துக்கு அவை ஏற்றவை அல்ல என்பதையும் உடனே தெரிந்துகொண்டான். பெரும் வணிகர்கள் அப்படிப்பட்ட பழைய கப்பல்களை ஏன் சரக்குகளுடன் கடலில் அனுப்பவேண்டும் என்று அவன் யோசித்தான். அப்படி நின்ற பழைய கப்பல்களும் அதிக இடைவெளி இல்லாமல் மிகவும் நெருக்கமாகவே இருந்தன. இவற்றை எல்லாம் கவனித்த தலைவன் அங்கே தங்களைச்

சிக்கவைக்க ஏதோ சதி இருப்பதாகச் சந்தேகமடைந்தான். உடனே உரத்த குரலில் கத்தி அவன் தன் ஆட்களை எச்சரித்தான்.

ஆனால் அந்த எச்சரிக்கை காலம் கடந்த ஒன்றானது. சற்றுப் பின்னால் வந்த படகில் இருந்த துரைசிங்கம் தன் கையிலிருந்த சங்கை எடுத்து பலமாக ஊதினான். அதைத் தொடர்ந்து அந்தக் கப்பல்களின் மேல் வரிசையாக அம்புகள் வந்து விழத்தொடங்கின. கொள்ளையர்கள் பலர் அவற்றுக்கு இரையாகி விழுந்தனர். அதைத் தொடர்ந்து சில எரியம்புகளும் வந்து விழுந்ததால் கப்பல்கள் சட்டென்று தீப்பற்றி எரியத்தொடங்கின. அத்துடன் காற்றும் வேகமாக வீசியதால் கப்பல்களில் நெருப்பு விரைவாகப் பரவியது. அப்போது கப்பலில் இருந்த பொதிகளின் மேல் சந்தேகம் கொண்ட தலைவன், தன் குறுவாளால் கீறி ஒரு பொதியைப் பிரித்துப் பார்த்தான். அதில் வைக்கோலும் காய்ந்த பனை ஓலைகளுமே இருந்தன. கப்பலின் தளத்திலும் தாராளமாக எண்ணெய் ஊற்றப்பட்டிருந்தது. இதனால் நெருப்பு இன்னும் அதிவேகமாகப் பரவியது. கொள்ளையர்கள் தலைவன் தாங்கள் சரியானபடி எதிரியின் வலையில் சிக்கிக்கொண்டதைத் தெரிந்துகொண்டு அதிர்ச்சியடைந்தான். இனிமேல் தன் ஆட்களைக் காப்பாற்றுவது கடினம் என்று உணர்ந்துகொண்ட அவன் தான் மட்டுமாவது தப்பித்துவிடலாம் என்று நினைத்து கடலில் குதிக்க முயன்றான். ஆனால் அவனால் அதுவும் முடியவில்லை.

அவன் தப்பிக்க நினைத்த அதேசமயம் காற்றைக் கிழித்துக் கொண்டு வந்த ஒரு நீண்ட வேல் அவன் மார்பில் பாய்ந்தது. நடப்பதை நம்பமுடியாமல் திகைப்பில் விழிகள் விரிந்தபடியே அவன் உயிர் பிரிந்தது. இரகுநாதனின் பத்து படகுகளும் ஒரு வளையமாக சுற்றி வந்து கப்பல்களை நெருங்கின. அவற்றில் இருந்த வீரர்கள் கொள்ளையர்களை நோக்கி அம்புகளை இடைவிடாமல் எய்தனர். சரமாரியாக வேல்களும் பாய்ந்தன. எரிந்த கப்பல்களிலேயே கொள்ளையரில் பாதிப்பேர் சிக்கிக்கொண்டார்கள். கொள்ளையர்களின் சிறுபடகுகள் அனைத்தும் கடலில் மூழ்கடிக்கப்பட்டன. இதனால் தப்பிச்செல்லும் எண்ணத்தில் கடலில் குதித்த கொள்ளையர்கள் பலரும் கடலில் மூழ்கி உயிர்விட்டனர். கொள்ளையர்களுக்கு எதிரிகள் தங்களை நெருங்கியதே முதலில் தெரியவில்லை. இதனால் அவர்களால் திருப்பித்தாக்க முடியவில்லை; அதை நினைக்கவும் அவர்களுக்கு நேரமில்லாமல் போய்விட்டது. இரண்டு பெரிய கப்பல்களும் ஏராளமான சிறு படகுகளும் ஒரே சமயம் எரிந்ததால் எழுந்த தீயின் பிரதிபலிப்பால் அந்தக் கடல் பரப்பு முழுவதுமே

தீப்பற்றி எரிவதுபோல பயங்கரமாகக் காட்சியளித்தது.

இவை அனைத்தையும் இரகுநாதனுடன் படகில் இருந்தபடியே கவனித்த மரைக்காயனுக்கு அந்தக் காட்சிகள் பெரும் பிரமிப்பை அளித்தன. அது போன்ற ஒரு காட்சியை அவன் தன் வாழ்நாளில் கண்டதே இல்லை. கடற்கொள்ளையர்களுடனான போர் என்பது நீண்டநேரம் நடக்கும், குறைந்தபட்சம் நள்ளிரவு வரையாவது நடக்கும் என்று அவன் நினைத்திருந்தான். அது இவ்வளவு விரைவில் முடிந்துவிடும் என்று அவன் கொஞ்சம் கூட நினைக்கவில்லை; சில நாட்கள் முன்பு தன்னுடன் பேசிக்கொண்டிருந்த அந்த சாதாரண மனிதன் தான் இவ்வளவு பெரிய செயலைச்செய்தானா என்று அவன் வியந்தான். அப்படியே அவன் துரைசிங்கத்தைப் பார்த்தான். அவனும் அங்கே பெரிதாக எதுவும் நடக்காதது போன்ற பாவனையில் இருந்தான்.

"அடுத்தது என்ன?" என்று அவன் துரைசிங்கத்தைக் கேட்டான்.

"அடுத்ததா? கொள்ளையர்களின் படகுகளில் எஞ்சி யிருக்கும் நல்ல படகுகளை இழுத்துக்கொண்டு நாம் ஊர் திரும்ப வேண்டியதுதான். சண்டைதான் முடிந்துவிட்டதே!" என்று வெகு சாதாரணமாகச் சொன்னான்.

"என்ன? சண்டை முடிந்துவிட்டதா?"

"ஆம் மரைக்காயரே! சண்டை முடிந்துவிட்டது!"

"என்ன சொல்கிறீர்கள்? ஒரு கடல் தாக்குதல் என்பது இவ்வளவு நேரம் தான் நடக்குமா? நான் குறைந்தது நள்ளிரவு வரையாவது நடக்கும் என்று அல்லவா நினைத்தேன்?"

"மரைக்காயரே! போர் நடக்கும் நேரம் என்பது அதை நடத்துபவனைப் பொறுத்தது! இன்று போரை நடத்தியவன் இரகுநாதத் தேவன்! அவனுடைய திட்டப்படி இந்தத் தாக்குதல் வெகுசீக்கிரத்தில் முடிந்துவிட்டது!" என்று துரைசிங்கம் சொன்னான். ஆனாலும் மரைக்காயனுக்கு வியப்பு அடங்கவில்லை.

"கொள்ளையர் அனைவரும் கொல்லப்பட்டுவிட்டார்கள். நம் ஆட்கள் யாரையும் பலிகொடுக்காமல் கொள்ளையரை முற்றாக அழித்துவிட்டார். இது தான் நம் இரகுநாதனின் திறமை. எதிரியைத் தாக்கும் நேரம், தேவையான ஆட்கள், தாக்கும் முறை ஆகியவற்றை சரியாகத் திட்டமிட்டு வேலையை முடிப்பதில் இரகுநாதனுக்கு இணை கிடையாது!"

“அதனால் தான் நம் மகாராஜா இவரிடம் இந்த வேலையை ஒப்படைத்திருக்கிறார்!”

“ஆமாம் மரைக்காயரே! நீங்கள் சரியாகச் சொன்னீர்கள்!”

கண்கூடாகவே இதைப் பார்த்ததால் துரைசிங்கம் கூறியதில் மரைக்காயனுக்கு எந்த ஐயமும் எழவில்லை. படகின் அணியத்தில் நின்றபடியே வீரர்களுக்கு உத்தரவுகளைப் பிறப்பித்துக் கொண்டிருந்த இரகுநாதன், தன் படகுகள் யாவும் ஒரே இடத்தில் வந்து சேர்ந்ததும், அவர்களைக் கரைதிரும்பும்படி சொல்லிவிட்டு நண்பர்களிடம் வந்தான். அவனைப் பார்த்த மரைக்காயன் மனதில் வியப்பும் பெரும் மதிப்பும் தோன்றின. அதை அவன் கண்களும் பிரதிபலித்தன.

மெதுவாக நடந்து வந்து அவர்கள் அருகில் அமர்ந்த இரகுநாதன், “தம்பி! இனி உங்கள் மரக்கலங்களுக்கு மட்டுமல்ல சேது நாட்டின் எந்த மரக்கலத்துக்குமே கடற்கொள்ளையர்களால் எந்த ஆபத்தும் வராது; இப்போது உங்களுக்கு மகிழ்ச்சிதானே!” என்றான்.

நன்றியுடன் அவன் கைகளைப் பற்றிக்கொண்டான் மரைக்காயன்.

“மிக்க மகிழ்ச்சி ஐயா!” என்ற மரைக்காயன், “இந்த மாவீரனுக்கு சேதுபதி மன்னரிடத்தில் நற்பெயர் இருப்பதில் வியப்பேதும் இல்லை!” என்று தன் மனதில் நினைத்துக்கொண்டான்.

அதேவேளை இரகுநாதன் முகத்தில் பயங்கரமான கடற்கொள்ளையரை எதிர்த்து பெரிய வெற்றியைப் பெற்றதற்கான எந்தப் பெருமிதமும் இல்லை. மன்னர் இட்ட ஆணையைச் சரியாகச் செய்துமுடித்துவிட்டோம் என்ற நிம்மதியே தெரிந்தது.

“சேதுபதி மன்னர் வாழ்க! வெற்றிவேல்! வீரவேல்!!” என்ற வெற்றிப் பெருமுழக்கங்களுடன் பத்து படகுகள் கொண்ட அந்தச் சிறிய கடற்படை கரைநோக்கிப் பயணப்பட்டது. கரை திரும்பியதும் மரைக்காயன் மறுபடியும் கடல்பரப்பை ஒரு முறை பார்த்தான். நடந்ததெல்லாம் உண்மைதானா என்ற சந்தேகம் அவனுக்கு அப்போதும் இருந்தது. அங்கே இன்னும் அந்தப் பழைய கப்பல்கள் எரிந்துகொண்டிருந்த காட்சி அவன் கண்களில் பட்டது. அவன் மீண்டும் ஒருமுறை பிரமிப்பு நீங்காத விழிகளுடன் இரகுநாதனைப் பார்த்தான்.

கரை திரும்பியதும் முதல்வேலையாக அவர்கள் மூவரும் வீரர்களுக்கும் மீனவர்களுக்கும் நன்றிசொல்லிக்கொண்டு மன்னரைச் சந்திக்க போகலூர் விரைந்தனர்.

முன்னரே சேதி கிடைத்துவிட்டதால் அரண்மனையில் அவர்களை எதிர்பார்த்து மன்னர் தயாராக இருந்தார். தன் கால்களில் பணிந்து எழுந்த தன் சிறந்த வீரர்கள் இருவரையும் வாழ்த்திய மன்னர் அதன் இரகுநாத சேதுபதி, "மிக்க மகிழ்ச்சி இரகுநாதா! நீங்கள் இருவரும் சேதுபதியின் குறி தவறாத அம்புகள் அல்லவா! உனக்கும் சேர்வைகாரன் துரைசிங்கத்துக்கும் என் ஆசிகள்! உங்கள் இருவரின் நட்பும் திறமையும் தொடர்ந்து சேதுநாட்டுக்கு மேலும் பல சிறப்புகளைச் சேர்க்கும்!" என்று சொன்னார்.

மன்னரின் பாராட்டால் நண்பர்கள் இருவரும் மிகவும் மகிழ்ந்தனர். மரைக்காயனும் மன்னரை வணங்கி நன்றி சொன்னான்.

அப்போது மன்னர், "மரைக்காயரே! நீ கடல் போரில் எல்லாம் கலந்து கொள்கிறாயாமே? ஏற்கெனவே உன் தம்பி நம் படையில் இருக்கிறான். இப்போது சேதுப்படைக்கு கூடுதலாக ஒரு வீரன் கிடைத்துவிட்டான் என்பதில் எனக்கு மகிழ்ச்சி தான்!"

அதைக்கேட்டு மரைக்காயன் கொஞ்சம் வெட்கப்பட்டு நெளிந்தான்.

மன்னர் நிதி அதிகாரியை அழைத்து அந்தச் சண்டையில் கலந்துகொண்ட வீரர்களுக்கும் மீனவர்களுக்கும் உடனே பரிசுப்பணம் வழங்க ஆணையிட்டார். அப்போது அங்கே அஞ்சுவண்ணத்தார் என்ற அரேபிய நாட்டு வணிகர் குழுவைச் சேர்ந்த வணிகர்களும் இருந்தார்கள். அவர்கள் அராபிய வர்த்தகக் குழுவினர். கடல்கொள்ளையர் குறித்து மன்னரிடம் முறையிடுவதற்காகவே அன்று அரண்மனைக்கு அவர்கள் வந்திருந்தார்கள். முறையிடுவதற்கு முன்னரே தம் குறைகள் களையப்பட்டதை அறிந்து வியந்த அவர்களும் மன்னருக்கு தம் நன்றிகளைத் தெரிவித்துக்கொண்டார்கள். இரகுநாதனையும் துரைசிங்கத்தையும் அவர்கள் வெகுவாகப் பாராட்டினார்கள்.

விடைபெறுவதற்கு முன் மரைக்காயர் மன்னரிடம், "அரசே! இரகுநாததேவரைப் போன்ற வீரர்கள் இருக்கும்போது என்போன்ற வணிகர்கள் ஆயுதம் ஏந்தவேண்டிய தேவை வராது. இந்த நிகழ்வின் மூலம் மன்னர் எங்கள் வணிகத்தைக் காப்பாற்றிக் கொடுத்ததுடன் எனக்கு ஒரு அன்புச் சகோதரனையும் அளித்திருக்கிறீர்கள்; அதற்கும் என் நன்றிகள்!" என்றான்.

அதைக்கேட்ட மன்னரின் முகமும் மலர்ந்தது. அவர் வாஞ்சையுடன் மரைக்காயனின் முதுகில் தட்டிக்கொடுத்தார்.

8

மன்னர் மறைந்தார்!

சில நாட்களாக தன் வேலைகளில் தீவிரமாக இருந்த இரகுநாதன் மன்னர் தன்னிடம் ஒப்படைத்த பணியைச் செவ்வனே செய்து முடித்த நிம்மதியில் இருந்தான். அன்று இரவு மீண்டும் அன்னக்கிளியைச் சந்திக்க விரும்பினான். தாய் தந்தை என்று அரவணைக்க யாரும் இல்லாத அந்தப் பெண்ணின் காவல் குறித்து அவன் மனம் கவலைகொண்டது. அன்று மாலை மயங்கியதும் அவனுடைய குதிரை அவள் வீட்டைநோக்கி விரைந்தது. அவன் அறியாமல் வெகுதூரம் இடைவெளிவிட்டு துரைசிங்கம் தன் குதிரையில் சென்றான். இரகுநாதன் அன்னக்கிளியின் வீட்டுக்குத் தான் போகிறான் என்பதை உறுதிசெய்துகொண்டு, அவன் தன் ஆட்கள் இருவரை அவன் திரும்பும் வரையிலும் பெரியகண்மாய்க்கரையில் காவல் இருக்கும்படி ஏற்பாடு செய்துவிட்டு தன் வீட்டை நோக்கிச்சென்றான்.

துரைசிங்கத்தின் ஆட்கள் தன்னைப் பின் தொடர்வார்கள் என்பதை அறிந்தும் தெரியாதது போல் இரகுநாதன் அன்னக்கிளியின் வீட்டை நோக்கி தன் குதிரையைச் செலுத்தினான். சில நாட்களாக அவன் அங்கே வராததால் அன்னக்கிளி முகவாட்டத்துடன் இருந்தாள். அத்துடன் அவளின் கவலைக்கு வேறு சில காரணங்களும் இருந்தன. அதனால் அவன் எப்போது வருவான் என்று அவள் ஆவலுடன் இருந்தாள்.

தொலைவில் குதிரையின் குளம்படிச் சத்தம் கேட்டதுமே அன்னக்கிளி பரபரப்புடன் கண்மாய்க்கரையை நோக்கி ஓடினாள். ஒரு அரசமர நிழலில் நின்று பார்த்தாள். அங்கே இரகுநாதன் வேகமாகக் குதிரையில் வருவதைப் பார்த்ததும் பெருமகிழ்ச்சியடைந்தாள். அவள் கண்களிலிருந்து நீர் பெருக்கெடுத்து ஓடியது. அவன் அவளின் அருகில் வந்ததும் குதிரையை நிறுத்திவிட்டுக் கீழே குதித்தான். அவள் அவனைக் கட்டிக்கொண்டு அழுதாள். இரகுநாதனுக்கு அவள் அழுததன் காரணம் விளங்கவில்லை. அவளை ஆசுவாசப்படுத்தி மெதுவாக விசாரித்தான்.

"அன்னம்! என்றும் இல்லாதபடி இன்று நீ ஏன் இப்படி அழுகிறாய்? அப்படி என்ன நடந்தது?"

அவள் அழுவதை நிறுத்தினாள். "சென்றமுறை நீங்கள் இங்கு வந்துவிட்டுத் திரும்பிச் செல்லும்போது வழியில் சிலர் உங்களைக் கொல்ல முயன்றார்களாமே? உண்மையா?"

"ஆமாம். அதற்கென்ன?"

"என்ன நீங்கள் இதை வெகுசாதாரணமாகச் சொல்கிறீர்கள்? உங்களுக்கு எதாவது என்றால் நான் என்ன செய்வேன்? அதுவும் என் வீட்டுக்கு வந்துவிட்டுப் போகும்போது அது நடந்தது என்றால் என்னால் அதை எப்படி தாங்கிக்கொள்ள முடியும்?"

இரகுநாதன் சிரித்தான். "இவ்வளவுதானா? சேதுபதி மன்னரின் நம்பிக்கைக்குரிய ஒரு வீரனை அவ்வளவு எளிதில் யாரும் கொன்றுவிட முடியாது அன்னம்! அன்று என்னைக் கொல்ல முயன்றதன் மூலம் மன்னரின் எதிரிகளில் ஒருவன் தன்னை அடையாளம் காட்டிக் கொண்டுவிட்டான். அதனால் இனி மேல் ஆபத்து அவனுக்குத்தான்; எனக்கல்ல!"

"அது மட்டும் இல்லை; அதற்கு இரண்டு நாட்கள் சென்றபின் முகம் தெரியாத ஆட்கள் மூன்றுபேர் உங்களின் நண்பர்கள் என்று சொல்லிக்கொண்டு இங்கு வந்து நீங்கள் மறுபடி எப்போது வருவீர்கள் என்று கேட்டார்கள்."

"அப்படியா? அந்த ஆட்களை மறுபடி பார்த்தால் உன்னால் அடையாளம் காட்டமுடியுமா?"

"அன்று வந்த மூன்று ஆட்களில் இரண்டு பேர் கொஞ்சம் தொலைவிலேயே நின்றுகொண்டார்கள். ஒருவன் மட்டும் தான் என்னிடம் வந்து பேசினான். அவனைப் பார்த்ததுமே எனக்கு சந்தேகம் வந்தது! அதனால் அவனை மட்டும் எனக்கு நன்றாக நினைவு இருக்கிறது! எங்கே பார்த்தாலும் சொல்லிவிடுவேன்!"

அவள் சொன்னதைக் கேட்டதும் அவனுக்கு துரைசிங்கம் தன்னிடம் சொன்னது நினைவு வந்தது. மன்னருக்கான தன் கடமைகள் இன்னும் நிறைய உள்ளன என்று அவன் உணர்ந்தான். அதுபோல தன்னால் அன்னக்கிளிக்கு ஏதும் ஆபத்து வந்துவிடுமோ என்ற அச்சமும் அவன் மனதில் ஏற்பட்டது. வெகுநேரம் சிந்தித்தபின் அவளுடைய பாதுகாப்புக் குறித்து அவன் ஒரு முடிவுக்கு வந்தான். அத்துடன் அவனுடைய சிந்தனை ஒரு முடிவுக்கு வந்தது. பிறகு அவன் அவளை ஆதரவாக அணைத்துக்கொண்டான்.

"அன்னக்கிளி! நீ எதற்கும் அஞ்சவேண்டாம்! நீ இனிமேல் எப்போதும் என்னுடன் தான் இருக்கப்போகிறாய்!" என்று சொன்னான்.

"அது எப்படி நடக்கும்?" என்று அவள் சந்தேகமுடன் கேட்டாள்.

அதற்கு அவன், "இன்றே நான் உன்னை என் வீட்டுக்கு அழைத்துச்செல்லப் போகிறேன். இனிமேல் நீ என்னுடன் என் வீட்டிலேயே தான் இருக்கப்போகிறாய்!" என்று சொன்னான்.

அதை அவளால் உடனே நம்பமுடியவில்லை. அதனால் சந்தேகமுடன், "உண்மையாகவே என்னை உங்கள் வீட்டுக்கு அழைத்துச் செல்லப் போகிறீர்களா?" என்று கேட்டாள்.

"ஆம் அன்னக்கிளி! உண்மையாகவே தான்! என் மனைவிகள் உன்னை அன்புடன் பார்த்துக்கொள்வார்கள்!" என்று அவன் உறுதி சொன்னான்.

அப்படிச் சொன்னதுடன் நிற்காமல் அவன் தன் ஆதரவைச் செயலிலும் காட்டினான். அவனது நீண்ட உறுதியான கரங்கள் அவளை இறுக்கி அணைத்தன. தன் எதிரிகளையும் தன் கடமைகளையும் தற்காலிகமாக அவன் மறந்தான். அவளையும் உடன் அழைத்துக்கொண்டு அவன் வேறொரு உலகத்தில் பறந்தான். அங்கே கடமைகளும் இல்லை; எதிரிகளும் இல்லை. இரண்டு நாட்கள் முன்பு கொடும் கொள்ளையரை எதிர்த்துப் போரிட்ட அவன் இப்போது கடும் காதல் போரில் அதி தீவிரமாக ஈடுபட்டான். முன்பு நடந்த கடல்போரில் வெற்றியை அவனே தீர்மானித்தான்; ஆனால் அவன் இப்போது ஈடுபட்டுள்ள காதல்போரில் அவனுடைய எதிரிதான் அதைத் தீர்மானிக்கவேண்டும்.

மறுநாள் காலையில் அவன் அன்னக்கிளியின் வீட்டிலிருந்து கிளம்பிப் போகும்போது அவன் தன்னுடன் அவளையும் உடன் அழைத்துக்கொண்டு சென்றான். அவள் தன் நெடுநாள் தனிமையும் அச்சமும் முடிவுக்கு வந்துவிட்ட மகிழ்ச்சியில் உற்சாகமாக அவனுடன் சென்றாள். இருவரையும் சுமந்துகொண்டு அந்தக் கறுப்புக்குதிரை இராமநாதபுரம் நோக்கி விரைந்தது.

அந்தக் குதிரை பெரியகண்மாய்க்கரையைக் கடந்து போன பிறகு வெகுநேரமாக கரையில் மறைந்திருந்த துரைசிங்கத்தின் ஆட்கள் இரண்டு பேரும் தாங்கள் மறைந்திருந்த இடத்திலிருந்து வெளியே வந்தார்கள். அவன் அன்னக்கிளியையும் தன் குதிரையில் ஏற்றிக் கொண்டு போவதை வியப்புடன் பார்த்தார்கள். பிறகு தங்களுக்குள் சிரித்துப் பேசிக்கொண்டு நிம்மதியுடன் அவர்கள்

இராமநாதபுரம் சாலையில் வேகமாக நடந்தார்கள்.

ஏற்கெனவே இரகுநாதனுக்கு சில மனைவியர் இருந்த நிலையில் அன்னக்கிளியையும் தன்னுடன் அழைத்துக்கொண்டு போவதில் அவனுக்குச் சிறிதும் தயக்கம் இருக்கவில்லை. அவனுக்கும் அவன் மனைவியருக்கும் இடையே எந்தப் பிணக்கும் வராது என்பதில் அவனுக்கு அப்படி ஒரு நம்பிக்கை இருந்தது. அதுபோல் அவர்களுக்கும் அவன் மேல் அசைக்கமுடியாத காதலும் நம்பிக்கையும் இருந்தது. இது குறித்து மன்னரே சில சமயங்களில் அவனிடம் கேலியாகப் பேசுவதும் உண்டு. தங்கள் கணவன் அழைத்துக்கொண்டுவந்த புதியவளை அவர்கள் கொஞ்சமும் முகம் சுளிக்காமல் வரவேற்று அன்புகாட்டினார்கள். அவள் தாய்தந்தை இல்லாதவள் என்று தெரிந்ததும் அவர்கள் அவளிடம் மேலும் பரிவுடன் நடந்துகொண்டார்கள்.

இரண்டு நாட்கள் மட்டுமே இரகுநாதனால் நிம்மதியாக வீட்டில் இருக்கமுடிந்தது. வெந்தயக் களி, தேங்காய்ப்பாலில் ஊறவைத்த பச்சரிசி மாவு இடியாப்பம், கருப்பட்டிப் பணியாரம் என்று விதவிதமான பலகாரங்களையும் அவனுடைய மனைவியர் செய்து கொடுத்தார்கள். மனைவியரின் அன்பில் திளைத்த அவன் இன்னும்சில நாட்கள் அப்படியே அமைதியாக இருந்துவிடலாம் என்று விரும்பினான். எத்தனை நாள்தான் இப்படி எதிரிகளையும் துரோகிகளையும் தேடிப்பிடித்துத் தண்டிக்கும் வேலையைச் செய்வது? இரவு பகல் பாராமல் எவ்வளவு காலம் தான் அலைவது? பேசாமல் மரைக்காயரைப்போல் ஒரு தொழில் செய்து அமைதியாக வாழலாமே என்று அவன் மனம் நினைத்தது. ஆனால் தனக்கு வாள் பிடிப்பதை விட்டால் வேறு என்ன தொழில் தெரியும் என்று நினைத்தபோது அவனுக்குச் சிரிப்பு வந்தது. அன்று காலையில் எண்ணெய் முழுக்காடிவிட்டு மனைவியர் சமைத்திருந்த வெள்ளாட்டு இறைச்சியுடன் சோறு சாப்பிட்ட அவனுக்கு மிகவும் சுகமாகவும் ஆனந்தமாகவும் இருந்தது. இப்படியே இருந்தால் எவ்வளவு நல்லது என்று தன் வாழ்க்கையைப் பற்றிப் பலவாறாக நினைத்தபடியே அவன் கண்களை மூடினான்.

ஆனால்அப்படியெல்லாம் மனிதர்கள் நினைத்தபடி எல்லாம் நடந்துவிடுமா என்ன? இரவு முடிந்து பொழுது விடியும் போது வாழ்க்கையானது நமக்கு என்ன கொடுக்கும் என்பது யாருக்கும் தெரியாத புதிர். அதேவேளை நம் வாழ்வைச் சுவையாக்குவதும் அதன் இந்தப் புதிரான தன்மை தானே!

பலநாள் அசதியையும் சேர்த்துவைத்து அவன் காலையில் சற்று அதிகநேரம் உறங்கினான். அவன் மனைவியரும் அவன் நன்றாக உறங்கி ஓய்வெடுக்கட்டும் என்று நினைத்து அவனை எழுப்பாமல் இருந்தார்கள். இரண்டு பேர் வீட்டு வேலைகளைப் பார்க்க, ஒருத்தி அவன் கால்களை இதமாகப் பிடித்துவிட்டாள். இப்படியே வெகுநேரம் சென்றதும் அவன் வீட்டின் முன் திடீரென்று வந்துநின்ற இரண்டு குதிரைகளின் கனைப்பொலிகள் தான் அவனை எழுப்பிவிட்டன. அப்படி திடீரென்று வந்தது துரைசிங்கம் தான். என்றுமில்லாமல் அவன் தன் ஆட்களில் ஒருவனையும் அன்று தன்னுடன் அழைத்துக்கொண்டு வந்திருந்தான். அவன் வந்திருப்பதை அறிந்த இரகுநாதன் சட்டென்று எழுந்து வந்து அவனை வரவேற்றான். வழக்கத்துக்கு மாறாக துரைசிங்கத்தின் முகத்தில் பெரும் அதிர்ச்சியும் துயரமும் தெரிந்தது. அதைக் கவனித்த இரகுநாதன் பதற்றமடைந்தான்.

“துரைசிங்கம்! என்ன திடீரென்று வந்திருக்கிறாய்? அப்படி என்ன அவசரமான சேதி? மன்னர் என்னை வரச்சொன்னாரா?”

மிகவும் தயங்கிய துரைசிங்கம், “இளவரசே! நான் இதை உங்களிடம் எப்படிச் சொல்வதென்றே தெரியவில்லை; நேற்று இரவில் உறக்கத்திலேயே நம் மன்னர் திடீரென இறந்துவிட்டார். விடிகாலையில் தான் அது ராணிக்கே தெரிந்ததாம்!அரண்மனையில் நிலவரம் அவ்வளவு நன்றாக இல்லை. நீங்கள் உடனே கிளம்பி என்னுடன் அரண்மனைக்கு வரவேண்டும்.!”

தூக்கக்கலக்கத்தில் இருந்த இரகுநாதனுக்கு தான் கேட்டதை உடனே நம்பமுடியவில்லை. அதைத் தெளிவுபடுத்திக்கொள்வதற்காக அவன் கேட்டான்.

“என்ன சொல்கிறாய்? இரண்டுநாட்கள் முன்பு தானே நாம் மன்னரைச் சந்தித்தோம்; மிகவும் நன்றாகத்தானே இருந்தார்.! திடீர் என்று என்ன ஆனது? உடல் நலக்குறைவா? இல்லை, எதுவும் சதி நடந்துவிட்டதா?”

“இப்போது எதையும் உறுதியாகச் சொல்வதற்கில்லை இளவரசே! தாமதமின்றி நாம் அரண்மனைக்குச் சென்றால்தான் என்ன நடந்தது என்று அறிந்துகொள்ள முடியும். இல்லையென்றால் உண்மைகள் ஒருவருக்கும் தெரியாமலேயே போய்விடும்!”

“மன்னர் இறந்துவிட்ட சேதி அப்பாவுக்குத் தெரியுமா?”

“தெரியும்; அவர் இப்போது அரண்மனையில் தான் இருக்கிறார்!”

இரகுநாதன் தன் மனைவிகளிடம் சேதியைச் சொல்லி,

அவர்களை ஒரு வண்டியில் அரண்மனைக்கு போகச்சொன்னான். சிறிது நேரத்தில் இரகுநாதன் துரைசிங்கத்துடன் போகலூர் அரண்மனை நோக்கி துயரமும் கோபமும் நிறைந்த மனதுடன் தன் குதிரையை விரட்டிக்கொண்டு போனான். அவன் மனதில் மன்னர் தன்னையும் துரைசிங்கத்தையும் சில நாட்கள் முன்பு வாழ்த்தியது நினைவுக்கு வந்து அவன் கண்களைக் கலங்கச்செய்தது. தன் மேல் அளவு கடந்த பாசமும் நம்பிக்கையும் வைத்து ஒரு மகன் போல் நடத்திய மன்னர் அதன இரகுநாத சேதுபதி திடீரென்று மறைந்தது அவனைப் பெரும் அதிர்ச்சிக்குள்ளாக்கியது.

இரகுநாதன் தயங்கியபடி கேட்டான். "துரைசிங்கம்! அடுத்த மன்னர் யாராக இருக்கும்? தம்பித் தேவனா அல்லது திரையத்தேவனா?"

அதற்கு துரைசிங்கம் சொன்னான். "அதை இப்போது சொல்லமுடியாது; அரண்மனைக்குப் போனால் தான் தெரியும்!"

"நம் சேதுபதிகள் இருந்த இடத்தில் இவர்களை என்னால் நினைத்துப்பார்க்க முடியவில்லை!"

"ஆம்; என்னாலும் தான்! அதனால் தான் நான் உங்களை உடனே அரண்மனைக்கு அழைத்துக்கொண்டு போகிறேன்!"

"துரைசிங்கம்! நீ என்ன சொல்கிறாய் என்று எனக்குப் புரியவில்லை!"

"எனக்கும் இப்போது எதுவும் புரியவில்லை இளவரசே! அரண்மனைக்குப் போனால் தான் நமக்கு எதுவும் விளங்கும்!"

அதன்பிறகு அவர்கள் எதுவும்பேசிக்கொள்ளவில்லை.

9
உரிமை வீரன் இரகுநாதன்

போகலூர் அரண்மனை பெரும் சோகத்தில் மூழ்கியிருந்தது. இரகுநாதனும் துரைசிங்கமும் நேராக மன்னரின் அந்தப்புரத்துக்குப் போனார்கள். மன்னரின் உடல் இன்னும் அவரின் படுக்கையிலிருந்து எடுக்கப்படவில்லை. மருத்துவரும் மற்றவர்களும் சுற்றி நின்றார்கள். இரகுநாதன் மருத்துவர்களிடம் மன்னர் எப்படி திடீரென இறந்தார் என்று தனிமையில் விசாரித்தான். அதற்கு அவர்கள் அவருடைய மரணம் இயற்கையான ஒன்றுதான் எனவும் உடம்பைப் பரிசோதித்த வரை எந்தவிதமான சதியும் காரணம் இல்லை என்றும் தெரிவித்தார்கள். அதனால் இரகுநாதன் மனம் ஓரளவு அமைதியானது. அரண்மனைப் பெண்களும் உறவினர்களும் ஒப்பாரி வைத்து அழுதபடி இருந்தார்கள். சற்று நேரம் போனதும் மன்னரின் உடல் நீராட்டப்பட்டு மலர்களால் அலங்கரிக்கப்பட்டு ஒரு கூடத்தில் மக்கள் இறுதி மரியாதை செய்வதற்காக வைக்கப்பட்டது. மறைந்த மன்னரின் வீரத்தையும் நல்லியல்புகளையும் சில கவிராயர்கள் பாடினார்கள். பெருங்கூட்டமாக மக்கள் பின்தொடர அவரின் உடல் எடுத்துச் செல்லப்பட்டு அடக்கம் செய்யப்பட்டது.

மன்னருக்கு முதியவர் என்று சொல்லும் அளவுக்கு வயது அதிகம் ஆகவில்லை என்பதாலும் சில நாட்கள் முன்பு வரை வேகமாக வாள் சுழற்றும் அளவுக்கு திடகாத்திரமாக இருந்ததாலும் மன்னரின் திடீர் மறைவை மக்களால் ஏற்றுக்கொள்ள முடியவில்லை. அவர்கள் பலவாறாகப் புலம்பி அழுதார்கள். எல்லாம் அவருடைய தாயாதிகளின் சதி என்று அவர்களை மக்கள் திட்டினார்கள். தெருவில் நின்று மண்ணை வாரித் தூற்றி அவர்களுக்குச் சாபமிட்டார்கள்.

திருமலை சேதுபதி என்ற முதலாம் இரகுநாத சேதுபதி மறைந்த பிறகுகட்டையத் தேவன் என்ற இராஜசூரியத் தேவர் ஆட்சிக்கு வந்தார். அவர் ஆறுமாத காலமே ஆட்சியில் இருந்தார். தஞ்சை மன்னர் அழகிரி நாயக்கருக்கும் சொக்கநாத நாயக்கருக்கும் இடையே எழுந்த பிரச்சினையில் சமரசம் செய்துவைப்பதற்காக அவர் தஞ்சாவூருக்குச்

சென்றபோது மதுரைத் தளவாயின் சதியால் சிறைப் பிடிக்கப்பட்டார். பிறகு அவர் இரகசியமாகத் திருச்சிக்குக் கொண்டுசெல்லப்பட்டு அங்கே வைத்துக் கொலை செய்யப்பட்டார். அவருக்குப் பிறகு அதன ரகுநாத சேதுபதி பட்டத்துக்கு வந்தார். அவரும் குறுகிய காலமே ஆட்சியில் இருந்து இப்போது மரணமடைந்துவிட்டார். இப்படி அடுத்தடுத்து இரண்டு மன்னர்கள் குறுகிய காலத்தில் மரணம் அடைந்ததனால் சேது நாட்டு மக்கள் பெருந்துயரத்தில் மூழ்கினார்கள்.

மன்னர் இல்லாமல் நாடு ஒரு நாள் கூட இருக்கக்கூடாது என்பதால், அன்று மாலையே அடுத்த சேதுபதி யார் என்று முடிவு செய்வதற்காக அதிகாரிகளும் அரண்மனைப் பெரியவர்களும் வாரிசு உரிமை உள்ளவர்களும் அவை மண்டபத்தில் கூடினார்கள். கூரிக்கிழவன் தன் ஆட்களைப் பல இடங்களிலும் நிறுத்தி எல்லைக் காவலையும் அரண்மனையின் கட்டுக்காவலையும் கவனித்துக்கொண்டார். துரைசிங்கமும் இரகுநாதனும் நடப்பவற்றைக் கூர்ந்து கவனித்தபடி ஒரு ஓரமாக நின்றார்கள். குடும்பவழிப்படி மன்னர் பட்டத்துக்கு உரிமை உள்ளவர்களில் முதன்மையானவர்களாக தம்பித் தேவன் என்பவனும் சிறுவழி பாளையக்காரனான திரையத்தேவன் என்பவனும் இருந்தார்கள். அவர்கள் இரண்டு பேருமே ஏறத்தாழ முப்பது, அல்லது முப்பத்தைந்து வயது கொண்ட இளைஞர்கள் தான்.

சேதுபதி மன்னர்களுக்குப் பல மனைவியர் இருந்தார்கள். அதில் செம்பியன் கோட்டை மறவர் கிளையைச் சேர்ந்த பெண்ணுக்குப் பிறந்த ஆண்வாரிசுக்கே சேதுபதியாகப் பட்டமேற்பதில் முதல் உரிமை அளிக்கப்பட்டது. . அப்படி அவருக்கு ஆண் வாரிசு இல்லை என்றால் மன்னரின் உடன் பிறந்தவர்களின் மகனுக்கு அந்த உரிமை கிடைக்கும். வேறு கிளையைச் சேர்ந்த பெண்ணுக்குப் பிறந்த வாரிசை அரண்மனையில் மன்னனாக ஏற்றுக்கொள்ளமாட்டார்கள். ஆனால் முக்கியமான பதவிகளில் அவர்கள் இருந்துகொள்ளலாம். இதுதான் சேதுநாட்டில் வழிவழியாக இருந்துவந்த வழக்கம்.

வாரிசு உரிமை உடையவர்கள் இரண்டுபேரில் தம்பித்தேவன் மட்டுமே அன்று அங்கே வந்திருந்தான். இன்னொருவனான திரையத்தேவன் அங்கே வரவே இல்லை. அதனால் தம்பித் தேவன் தனக்கு போட்டியில்லாமல் பட்டம் கிடைத்துவிடும் என்று நம்பிக்கையுடன் இருந்தான். ஆனால் திரையத்தேவன் வராவிட்டாலும் அவனுடைய மாமனார் தன் ஆட்களுடன் வந்திருந்தார். அவர் தன் ஆட்களுடன் தீவிரமான ஆலோசனையில் இருந்தார். அவர் தம்பித்தேவனைத் தடுத்து, தன் மருமகனை எப்படியும் சேதுபதி

ஆக்கிவிடவேண்டும் என்ற முடிவில் அன்று வந்திருந்தார்.

ஒருவழியாக ஆலோசனைக்கூட்டம் தொடங்கியது. ஆலோசனைக் கூட்டம் தொடங்கியதுமே பட்டத்துக்கு உரிமை கோரி முதலில் தம்பித்தேவன் சார்பில் அவன் மாமா தான் பேச்சைத் தொடங்கினார்.

"அவையில் இருக்கும் அனைவருக்கும் வணக்கம். காலஞ் சென்ற மன்னருக்கு ஆண் மக்கள் இல்லை. அதனால் அவரின் தலைவாரிசாக என் மருமகன் தம்பித்தேவன் தான் இருக்கிறார். அரசு நடைமுறைகளிலும் போர்ப்பயிற்சியிலும் நல்ல தேர்ச்சி பெற்றவர் என் மருமகன். எனவே விரைவில் ஒரு நல்ல நாள் பார்த்து என் மருமகன் தம்பித் தேவரை அடுத்த சேதுபதியாக முடிசூட்டவேண்டும்.!"

அவையில் சற்றுநேரம் அமைதிநிலவியது. தம்பித்தேவனுக்கு ஆதரவாக அங்கே இருந்த ஒரு சிலர் தவிர அதிகமாக யாரும் பேசவில்லை; அதனால் அவன் மாமா ஏமாற்றம் அடைந்து மற்ற தாயாதிகளைக் கோபமுடன் பார்த்து முறைத்தார்.

அதைக் கவனித்த நிதி அதிகாரி ஏதோ சொல்ல வாய்திறந்தார். அப்போது இன்னொரு உறவினர் எழுந்து பேசினார். அவர் செருவாழி பாளையக்காரனான திரையத் தேவனுடைய மாமனார்.

"அய்யா! யாரும் இதில் அவசரப்படவேண்டாம். தம்பித்தேவன் மன்னருக்கு மனைவி வழியில் தான் உறவு முறை. ஆனால் என் மருமகன் திரையத்தேவன் மன்னரின் தந்தை வழி உறவு ஆவான். தந்தை வழி வந்தவனுக்கே உரிமை அதிகம் என்பது உங்களுக்கெல்லாம் நன்றாகத் தெரியும். எனவே அடுத்த சேதுபதியாக என் மருமகன் திரையத் தேவனுக்கே முடிசூட்டப்படவேண்டும். இங்கே இருக்கும் யாரும் இதற்கு மறுப்பு சொல்லக்கூடாது. இதற்காக நாங்கள் என்ன வேண்டுமானாலும் செய்வோம்!"

அவரின் பேச்சில் இருந்த உறுதியும் மிரட்டலும் அங்கிருந்தவர்களை கோபப்படுத்துவதாக இருந்தது. அப்படி அவர்களைக் கோபப்படுத்துவதும் மிரட்டுவதும் தான் பேசியவரின் நோக்கம் போலவும் தெரிந்தது. பேசிய இரண்டு பேருமே தங்கள் மருமகன் என்பதற்கு அதிக அழுத்தம் கொடுத்துப் பேசினார்கள்.

அதைக் கேட்டதும் முதலில் பேசியவர், "ஐயா பெரியவர்களே! இப்போது இங்கே இருப்பது தம்பித்தேவன் மட்டும் தான். உரிமை கோரும் இன்னொருவன் எங்கே இருக்கிறான்? மன்னர் இறந்து காரியங்கள் முடியும் வரை மரியாதை முறைகளைச் செய்வதற்கு

வந்து சேராதவன் எப்படி உரிமை மட்டும் கோரலாம்? உடனே அடுத்த மன்னர் யார் என்று நாம் முடிவுசெய்யவேண்டாமா? வீணாக தாமதம் செய்யவேண்டாம்.!" என்று பதிலுக்கு கோபம் காட்டினார்.

உடனே திரையத்தேவனின் மாமா, "மன்னர் இறந்த சேதியை வேண்டுமென்றே எங்களுக்குத் தாமதமாக அனுப்பிவைத்து அவன் சமயத்தில் வரமுடியாதபடி செய்துவிட்டு, இப்போது அவன் வரவில்லை என்று அவன் மீதே பழி போடுகிறீர்களா? திரையத்தேவன் வராமல் இங்கே யாரும் எதையும் முடிவு செய்ய முடியாது!" என்றார்.

கூட்டத்தில் இருந்த இன்னொருவர், "திரையத்தேவன் இப்போது எந்த வீட்டில் எவளுடன் இருக்கிறானோ! யாருக்குத் தெரியும்? அவன் வருவான் என்று நம்பி எங்களால் காத்திருக்க முடியாது. தம்பித்தேவன் தான் நம்முடைய அடுத்த மன்னர்!" என்று ஓங்கிய குரலில் பேசினார்.

அடுத்த கணம் அவர் முகத்தில் வலுவாக ஒரு குத்துவிழுந்தது.

"இதைச்சொல்ல நீ யாரடா?" என்று ஒரு உரத்த குரலும் ஒலித்தது. அடி வாங்கியவர் கீழே கிடந்து வலி தாங்காமல் கத்தினார். அப்படிக் குத்தியவனை கூரிக்கிழவன் தன் ஒரு கையால் இறுக்கிப் பிடித்து அவன் கையை மடக்கி முறுக்கி ஒரே மூச்சில் வெளியே தள்ளி விட்டார். அதன் பிறகு அந்த ஆள் உள்ளே நுழையாமல் அவரது ஆட்கள் பார்த்துக் கொண்டார்கள்.

அதைத் தொடர்ந்து அங்கே இருந்தவர்கள் இரண்டு பிரிவுகளாக நின்று கடுமையான வார்த்தைகளால் ஏசிக்கொண்டார்கள். அவர்களுக்குள் கைகலப்பு ஏற்படுவது போல் நிலைமை மோசமானது.

இதையெல்லாம் பொறுமையாகப் பார்த்துக்கொண்டிருந்த கூரிக்கிழவன் ஒரு கட்டத்தில் பொறுமை இழந்து,அவர்களை நெருங்கி வந்தார். அதைப் பார்த்ததும் அனைவரும் அமைதியாகி,அவருக்கு இடம் விட்டு விலகி நின்றார்கள்.

"அவையில் இருக்கும் எல்லோருக்கும் வணக்கம். சேதுநாடு இன்று சுற்றிலும் எதிரிகளைக் கொண்டுள்ளது. தஞ்சை மன்னன் நம்மைத் தாக்க சமயம் பார்த்துக்கொண்டிருக்கிறான். மதுரை நாயக்கனும் அவர்களுக்கு அடங்காமல் இருக்கும் நம்மை ஒடுக்கி வைக்கப் படைகளைத் தயாராக வைத்திருக்கிறான். இப்படிப்பட்ட நிலைமையில் சேதுபதியாக அமரக்கூடியவர் வெறும் உறவுமுறையால் மட்டும் உரிமை பெற்றவராக இருப்பது சரியானதாக இருக்காது. யாருக்கும் தோப்பாரணம் கட்ட மாட்டோம் என்று வாள் உயர்த்திய நம் மன்னர்களுக்கு இணையான வீரமும் நாட்டைக்காக்கும்

திறமையும் உள்ள ஒருவரையே அடுத்த சேதுபதியாக நாம் தேர்வு செய்யவேண்டும்!"

கூரிக்கிழவன் சொன்னதைக் கேட்டதும் தம்பித்தேவனின் மாமாவுக்கு கோபத்தில் முகம் சிவந்தது. "கூரிக்கிழவா! நீ தேவையற்ற குழப்பத்தை இங்கே விளைவிக்கிறாய். இங்கே அரசுக்கு உரிமை பெற்றவன் தம்பித்தேவன் ஒருவன் தான்; அவனும் சிறந்தவீரன் தான்; நீ அமைதியாக இருப்பது தான் உனக்கு நல்லது!"

அப்போது நிதி அதிகாரி பேசினார். "கூரிக்கிழவன் பேச்சில் ஒரு நியாயம் இருக்கிறது. மேலும் அரசுக்கு உரிமை பெற்றவர்கள் இந்த இரண்டு பேர் மட்டுமே அல்ல; மூன்றாவதாக ஒருவரும் இருக்கிறார். முதல் இரண்டு பேரில் ஒருவர் இங்கே வரவே இல்லை. அவரின் சார்பாக மற்றவர்கள் பேசுவதை நாம் ஏற்கமுடியாது. எனவே நாம் மூன்றாவதாக இருப்பவரைப் பரிசீலிக்கலாம்!"

"மூன்றாவது ஆளா? யார் அது?" ஏக காலத்தில் சில குரல்கள் கேட்டன.

"அப்படி எல்லாம் யாரும் இங்கே இல்லையே?" என்றார் ஒரு ஆள்.

அப்போது அங்கே துரைசிங்கத்தின் குரல் கணீரென்று ஒலித்தது. "நம் மன்னரின் பேரன்புக்கும் நம்பிக்கைக்கும் உரியவரான படைத்தலைவர் வீரன் இரகுநாததேவன் தான் அவர்!"

உடனே மற்றவர்கள் மகிழ்ச்சியுடன் அதை ஆமோதித்தனர். ஆனால் அங்கே இருந்தவர்களில் பலர் அதைக்கேட்டு அதிர்ச்சியடைந்தார்கள். அவர்கள் தங்களுக்குள் கலந்து பேசிக்கொண்டார்கள். எதிரிகளாகச் சற்றுமுன் நின்ற தம்பித்தேவனின் மாமாவும் திரையத்தேவனின் மாமாவும் ஒரே குரலில் அதை எதிர்த்தனர்.

தம்பித்தேவனின் மாமா, "இது அரசுரிமை பற்றிய பேச்சு; நேரடி உறவுமுறை உள்ளவர்களே இங்கே உரிமை கோரலாம். எல்லோருக்கும் கொடுப்பதற்கு இது ஒன்றும் கோவில் பிரசாதம் அல்ல; இது அரசுரிமை. அரண்மனைக்குள் நுழைந்தவனெல்லாம் அரசனாக ஆசைப்படக்கூடாது. ஆசைப்படுபவனும், அவனை அழைத்து வந்தவர்களும் முதலில் இதைத் தெரிந்து கொள்ளவேண்டும்!" என்று எச்சரித்தார்.

அதை மெச்சிய திரையத்தேவனின் மாமா, "சரியாகச் சொன்னாய் தம்பி! நமக்குள் ஆயிரம் இருக்கலாம். ஆனால்

உரிமையில்லாமல் வேறு ஒருத்திக்குப் பிறந்தவனுக்கு நாம் இடம் கொடுத்துவிடக் கூடாது! அப்படி எதுவும் நடந்தால் நம்முடைய மானம் போய்விடும்!" என்று அவருக்கு உடன்பட்டார்.

"தகுதிக்கு மேல் ஆசைப்படாதே இரகுநாதா!" என்று ஒருவர் கத்தினார்.

அதுவரையில் ஒரு ஓரமாக நின்று நடப்பதை எல்லாம் அமைதியாகக் கவனித்துக் கொண்டிருந்த இரகுநாதனால் தன்னை அவர்கள் தரம் தாழ்ந்து பேசியதைப் பொறுத்துக் கொள்ள முடியவில்லை. அவன் அமைதியாக வந்து அவர்களிடம் பேசினான்.

"மாமன்களே! நீங்கள் யாரை வேண்டுமானாலும் மன்னராக ஆக்கி முடிசூட்டுங்கள். ஒரு படைவீரன் என்ற முறையில் நான் அவர்களுக்குக் காவலாகவே கடைசிவரை இருப்பேன்; சேதுநாட்டின் மன்னருக்காக நான் என் உயிரையும் கொடுப்பேன். ஆனால் அதற்காக என்னைத் தரம் தாழ்த்திப் பேசவேண்டாம்! அது உங்களுக்குத் தேவையில்லாதது!"

அவன் பணிவாகவே பேசினாலும் அங்கே இருந்த ஒருவர் அவனை அவமதித்து வெளியேற்றுவதிலேயே குறியாக இருந்தார். அவர் முன்பு தவறு செய்ததற்காக இரகுநாதனால் தண்டிக்கப்பட்டு அரண்மனையில் இருந்து வெளியேற்றப்பட்டவர். இப்போது அதற்குப் பழிவாங்க நல்ல வாய்ப்பு என்று நினைத்து அவனைப் பழித்து இழிவாகப் பேசினார்.

"உன்னையெல்லாம் அரண்மனைக்குள் நுழையவிட்டதே தவறு. நீ இன்று அவைக்குள்ளும் நுழைந்து எங்களுக்கே எச்சரிக்கை விடுக்கிறாய்!எங்களிடம் சமமாக நின்று பேசுவதற்கு உனக்கு என்ன தகுதி இருக்கிறது? உனக்கு என்ன உரிமை இருக்கிறது?"

அதைக்கேட்ட இரகுநாதன், "உன்னைக் கையும் களவுமாகப் பிடித்த அன்றே நான் கொன்றிருக்கவேண்டும்; வயதில் மூத்தவன் என்று மன்னித்து விட்டுவிட்டேன்! அது தான் நான் செய்த தவறு!" என்று சொல்லி அவரை எரிப்பதுபோல் பார்த்தான்.

அப்போது கூரிக்கிழவன் தன்குரலை உயர்த்திப் பேசினார். "இங்கே அரசுக்கு உரிமைகோரும் இரண்டு பேருக்கும் இரகுநாதன் எந்த வகையிலும் குறைந்தவன் அல்ல; அவர்களை எல்லாவகையிலும் விஞ்சியவன் தான். பெயரில் மட்டுமல்ல, இவன் எல்லா வகையிலும் மன்னர் இரகுநாததேவரை தன்னில் கொண்டவன்!"

அவர் உரத்த குரலில் இப்படிப் பேசியதும் தம்பித்தேவன்

அவரை நோக்கிப் பாய்ந்து வந்தான்.

“பயிற்சிச் சாலை நடத்துகிறோம் என்று சொல்லிக்கொண்டு ஆட்சியைப் பிடிக்க சதிக்கூடம் நடத்துகிறாயா சூரிக்கிழவா? உரிமையில்லாத இந்த இரகுநாதனை கைக்குள் போட்டுக்கொண்டு மன்னனாக்கி, நீயும் உன் மகனும் அதிகாரத்தை அனுபவிக்க திட்டம் போடுகிறீர்களா?”

இப்படி தகாத வார்த்தைகள் பேசிய தம்பித்தேவன் திடீரென்று அவர் நெஞ்சில் கைவைத்து முரட்டுத்தனமாகத் தள்ளிவிட்டான். அதைக் கொஞ்சமும் எதிர்பார்க்காத சூரிக்கிழவன் நிலைதடுமாறிக் கீழே விழுந்தார். துரைசிங்கம் சட்டென்று போய் அவரைப் பிடித்துத் தூக்கி விட்டான். அவன் முகம் கோபத்தில் சிவந்தது.

“தம்பித்தேவா! மன்னரின் உறவினன் என்பதால் உன்னை ஒன்றும் செய்யாமல் விடுகிறேன். இதுவே வேறு ஒருவன் என்றால் இந்நேரம் அவன் தலை தரையில் உருண்டிருக்கும்!”

தன் தந்தைக்கு நேர்ந்த அவமானத்தால் அவன் கண்கள் கலங்கி விட்டன. அதற்கு மேல் அவனால் பேசமுடியவில்லை. அவனுக்கு ஆதரவாக ஒரு பெரியவர் பேசினார்.

“விருந்து தின்பதற்கு உங்களைப்போல் ஆயிரம் பேர் வருவார்கள்; ஆனால் வேட்டைக்குப் போகவேண்டும் என்றால் இரகுநாதன் போல் சிலர் தான் வருவார்கள்! அன்று கடல் கொள்ளையர்கள் நம் கப்பல்களைத் தாக்கியபோது நீங்கள் எல்லாம் எங்கேயடா இருந்தீர்கள்? அப்போது எவனாவது அரண்மனைப் பக்கம் வந்தீர்களா?”

அந்தப் பெரியவரின் பேச்சில் அனல் தெறித்தது.

அவரை அலட்சியம் செய்வதுபோல் அவருக்கு யாரும் பதில் சொல்லாமல் இருந்தார்கள்.

ஆனால் தம்பித்தேவன் மட்டும், ‘ இது அடுத்த சேதுபதி யார் என்பதை முடிவு செய்யும் அரண்மனைப் பெரியவர்களின் கூட்டம். நீங்கள் எல்லாம் இங்கே வேலை செய்பவர்கள் தான். அதை உணராமல் தன் தரம் தெரியாமல் இங்கே வந்து யாரும் பேசினால் இப்படி அவமானப்படத்தான் வேண்டும்! இரகுநாதா! இதை உனக்கும் சேர்த்துத்தான் சொல்கிறேன்!‘ என்று எகத்தாளமாகப் பேசினான்.

அதைக் கேட்ட துரைசிங்கம் முன்னால் வந்து உரத்த குரலில் கணீரென்று உறுதியாகக் கூறினான்.

"எல்லோரும் கேளுங்கள்! வெறும் உரிமை என்ற பெயரில் இந்த தம்பித் தேவனைப் போன்ற கையாலாகாதவர்களின் பிடியில் சேதுநாடு சிக்குவதை நானும் விரும்பவில்லை! இந்த நாட்டையும் அதன் மக்களையும் காப்பாற்றும் திறமை வாய்ந்த சிறந்த வீரன் எவனோ அவனே அடுத்த சேதுபதியாக வேண்டும்! அந்த வகையில் இரகுநாதனே அடுத்த சேதுபதியாகும் தகுதி உடையவன்!"

"அடேய்! அப்பனும் மகனும் பெரிய சதித் திட்டத்துடன் தான் இங்கே வந்திருக்கிறீர்களா? உங்கள் சதித் திட்டம் இங்கே எடுபடாது! வீணாக ஆசைப்பட்டு உயிரைப் பறிகொடுக்கப்போகிறீர்கள்!" என்று தம்பித்தேவன் கத்தினான்.

அதற்குமேலும் இரகுநாதனால் பொறுமையாக இருக்க முடியவில்லை. அவனும் வெகுண்டெழுந்து சட்டென்று முன்னால் வந்தான்.

"இங்கே இருக்கும் அனைவருக்கும் ஒன்று சொல்லிக் கொள்கிறேன்! நானும் இந்த மன்னர் குலத்தில் பிறந்தவன் தான். இவர்களைப்போல் அதிகாரத்தின் சுகங்களை மட்டுமே அனுபவித்தவன் அல்ல. இந்த நாட்டுக்காகவும் மன்னருக்காகவும் சுகங்களைத் துறந்து இரவுபகல் பாராமல் கடுமையாக உழைப்பவன். அதனால் உடல் முழுக்க பல தழும்புகளையும் பெற்றவன். எனவே நானும் இந்த அரசுக்கு உரிமை கோருகிறேன். இப்போது சொல்கிறேன்; சேதுநாட்டின் சிம்மாசனத்துக்கு உரிமை கோரும் யாரும் என் வாளுக்கு பதில் சொல்லிவிட்டுத்தான் அதில் அமரமுடியும்!"

இப்படிச் சொன்ன அவன் தன் நீண்ட வாளையும் உறையிலிருந்து உருவி உயர்த்திப்பிடித்தான். அதை யாரும் எதிர்பார்க்காததால் அங்கிருந்த அனைவரும் அதிர்ச்சியடைந்தனர்; ஏதோ ஒரு விபரீதம் நடக்கப் போகிறது என்று பயந்துபோன அவர்கள் வேகமாக விலகி ஓரமாகப்போய் நின்றுகொண்டனர். அப்போது அங்கே இருந்த ஒரே போட்டியாளன் தம்பித்தேவன் தான்.

வேறுவழியின்றி தம்பித்தேவனும் தன் வாளை உருவினான். சண்டை நடப்பது உறுதியானதால் அனைவரும் அங்கிருந்து அரண்மனையின் சண்டைப் பயிற்சிக்கூடத்துக்குப் போனார்கள்.

இரகுநாதனின் திறமையைப் பற்றி நன்றாக அறிந்தவர் என்பதால் தம்பித்தேவனின் மாமா தன் மருமகனைத் தடுக்க எவ்வளவோ முயன்றார். அப்படி ஒரு நிலைமை வரும் என்று அவர் நினைக்கவில்லை.

அதனால் பயந்துபோன அவர், "இரகுநாதா! தம்பித்தேவா! இப்போது எல்லோருமே கோபத்துடன் இருக்கிறோம்; கோபத்தில் எடுக்கும் முடிவுகள் எதுவும் சரியாக இருக்காது. அடுத்த சேதுபதியை முடிவு செய்ய இன்று சரியான நாளாகத் தெரியவில்லை; அதனால் சில நாட்கள் கழித்து நாம் எல்லோரும் அமைதியான முறையில் கூடிப் பேசி ஒரு நல்லமுடிவுக்கு வரலாம்! இரண்டு பேரும் இப்போது கத்திகளை உறையில் போடுங்கள்!" என்றார்.

அதைக்கேட்ட இரகுநாதன் அவருக்கு மதிப்புக் கொடுத்து, தன் வாளை உறையில் போட்டுவிட்டு அமைதியாக நின்றான்; அப்போது அவன் தம்பித்தேவனை ஒரு முறை நிதானமாகப் பார்த்தான். தம்பித்தேவன் நல்ல அழகிய முகவெட்டும் உறுதியான உடற்கட்டும் கொண்டிருந்தான். அவன் வாள் பிடித்து நின்ற தோரணை அழகாக இருந்தது. தனக்கு வயதில் இளையவனும், தம்பி முறை கொண்டவனுமான தம்பித்தேவனுடன் போரிட இரகுநாதன் விரும்பவில்லை. ஆனால் கோபவெறியில் இருந்த தம்பித் தேவன் தன் மாமா சொன்னதைக் கொஞ்சம் கூட மதிக்கவில்லை. உருவிய வாளுடன் முன்னால் பாய்ந்தான். அதனால் வேறுவழியில்லாமல் இரகுநாதன் தன் வாளை மீண்டும் உருவ வேண்டியதாயிற்று. அதன் பிறகும் சிலர் அவர்களைத் தடுக்க முயற்சித்தார்கள். அங்கே நிகழப்போகும் விபரீதத்தை உணராமல் சிலர் சண்டையை ரசிக்கத் தயாரானார்கள். ஆனால் அதை உணர்ந்துகொண்டவர்கள் எல்லாம் பெரும் பதற்றமடைந்தார்கள். சண்டையின் முடிவில் யார் வீழ்ந்தாலும் அது அரச குடும்பத்தில் தேவையற்ற, விரும்பத்தகாத ஒரு பிளவைத்தான் ஏற்படுத்தும் என்று அவர்கள் நினைத்தார்கள். அவர்களுடன் சேர்ந்து சண்டையை நிறுத்துவதற்குத் தம்பித்தேவனின் மாமனார் பெரும் முயற்சிகளைச் செய்தார்; ஆனால் தம்பித்தேவனின் மூர்க்கமான குணத்தால் அவை எல்லாம் வீணாகிப்போயின. அவர் அவன் முன்னால் போய் நின்று கெஞ்சித் தடுத்தபோதும் அவன் அவரை இழுத்துத் தள்ளிவிட்டு இரகுநாதன் மேல் பாய்ந்தான்.

இரகுநாதனுக்கும் தம்பித்தேவனுக்கும் உக்கிரமான வாள் சண்டை தொடங்கியது. இரகுநாதன் வெகு எளிதாக வெற்றி பெறுவான் என்று பலரும் எதிர்பார்த்தார்கள். ஆனால் தம்பித்தேவன் அவனுக்கு கடுமையான எதிர்ப்பைக்காட்டினான். சுகபோகத்தில் திளைத்தவன் என்றாலும் அவன் தன் வாள் பயிற்சியை தொடர்ந்து செய்து வந்திருக்கிறான் என்பது அப்போது தெரிந்தது. என்றாலும் கூரிக்கிழவனின் தலைசிறந்த மாணவனான இரகுநாதனை அவனால்

அதிக நேரம் சமாளிக்கமுடியவில்லை. அமைதியாக நின்று வழக்கமான முறையில் வாள்வீசிய இரகுநாதன் திடீரென சர்ப்பவீச்சுத் தாக்குதல் முறையால் தம்பித்தேவனை களைப்படையச்செய்து அவன் சற்றும் எதிர்பார்க்காத ஒரு கணத்தில் அவனது வாளைத்தட்டி விட்டான். அது பறந்துபோய் ஒரு மூலையில் விழுந்தது. தம்பித்தேவன் தன் தோல்வியை ஒப்புக்கொண்டு அத்துடன் நின்றிருந்தால் அன்று உயிர் பிழைத்திருக்கலாம். ஆனால் அவனுடைய விதி அவனை அப்படிச் செய்ய அனுமதிக்கவில்லை. இடையில் மறைத்து வைத்திருந்த தன் குறுவாளை உருவிக்கொண்டு அவன் இரகுநாதன் மேல் பாய்ந்து அவன் தோளில் குத்தினான். போட்டி முடிந்துவிட்டது என்று நினைத்த இரகுநாதன் இதனால் கோபமடைந்து தன் வாளை தம்பித்தேவன் மார்பில் நேராகப் பாய்ச்சினான். மன்னன் ஆகப்போகும் நினைப்பில் இருந்த தம்பித்தேவன் சிறிதுநேரத்தில் மரணத்தைத் தழுவினான்.

இரத்தம் வழிய தரையில் கிடந்த தம்பித்தேவனைக் கண்டு தம்பித்தேவனின் உறவினர்கள் அச்சத்தில் உறைந்துபோய் உடனே அங்கிருந்து வெளியேறினார்கள். அவனுடைய மாமா மட்டுமே அவன் உடல் அருகில் இருந்தார். திரையத்தேவனின் மாமாவும் உடனே வெளியேறிப் போய், தன் மருமகனுக்கு, 'அரண்மனைப்பக்கமே வரவேண்டாம், வந்தால் உயிருக்கு ஆபத்து!' என்று ஒருஆள் மூலம் அவசரச்சேதி அனுப்பினார். தன் மருமகன் அன்று அரண்மனைக்கு வராமல் இருந்தது நல்லதாகப் போயிற்று என்று அவர் நிம்மதிப் பெருமூச்சுவிட்டார். இரகுநாதன் மேல் ஏற்கெனவே அவருக்கு இருந்த அச்சமும் வெறுப்பும் அன்று பலமடங்காக அதிகரித்தது.

இரகுநாதன் படைத்தலைவர்களில் ஒருவனாக இருந்து படை வீரர்களின் அன்பை அதிகமாகப் பெற்றிருந்தான். அதனால், அரண்மனையில் நடந்தவற்றைக் கேள்விப்பட்ட வீரர்களும் அவனுக்கு ஆதரவாக அங்கே கூட்டம் கூட்டமாக வந்துவிட்டார்கள். அவனுக்கு ஆதரவாக வீரர்கள் முழக்கமிட்டதை அரண்மனைப் பெரியவர்கள் பலரும் பார்த்தார்கள். அவனுக்கு வீரர்களிடையே இருந்த ஆதரவைக் கண்ட அவர்களில் பலர் அவன் தான் அடுத்த சேதுபதியாக வரவேண்டும் என்ற முடிவுக்கும் வந்தார்கள்.

பயிற்சிக் கூடத்தில் தம்பித் தேவனின் உடல் கேட்பாரில்லாமல் கிடந்தது. அதைப் பார்த்து இரகுநாதன் வருந்தினான். ஒருவழியாக நிலைமை கட்டுக்குள் வந்ததும், அவன் துரைசிங்கத்தைப்பார்த்து "என்ன இருந்தாலும் அவன் சேது நாட்டின் மகன் தான். தம்பித்தேவன் வாள் ஏந்திப்போரிட்டு வீரனாக மடிந்தவன். அவனுக்கு உரிய

மரியாதையுடன் அடக்கத்துக்கு ஏற்பாடு செய்!” என்று உத்தரவிட்டான். அவன் குரலில் பெரும் துயரம் இருந்தது. மறுநாள் நடந்த இறுதி நிகழ்ச்சியில் அவன் உடன் இருந்து தன் மரியாதையைச் செலுத்தினான்.

....

மன்னர் அதன ரகுநாதசேதுபதி மறைந்த அன்று திரையத்தேவன் தன் ஆசைநாயகி ஒருத்தியின் வீட்டில் இருந்தான். ஆனால் அவன் அங்கே இருந்த சேதி யாருக்கும் தெரியவில்லை. அவனுடைய நெருங்கிய நண்பர்களுக்கும் கூட அவன் எங்கே இருக்கிறான் என்று தெரியவில்லை. திரையத்தேவன் அன்று வழக்கத்தைவிட கொஞ்சம் அதிகமாகவே மது அருந்தியதால் மயக்கத்தில் ஆழ்ந்திருந்தான். அவன் எங்கே இருக்கிறான் என்பதே யாருக்கும் தெரியாததால், மன்னர் மறைந்த சேதியை யாரும் அவனுக்குச் சொல்லமுடியவில்லை. மறுநாள் சேதி தெரிந்ததும் பதற்றமடைந்து,அவன் தன் ஆட்கள் சிலருடன் அரண்மனைக்குக் கிளம்பிவந்தான். அத்தனை காலம் ஆவலுடன் எதிர்பார்த்த சேதுபதி பதவி தன் அலட்சியத்தால் கை நழுவிப்போய்விடுமோ என்ற கவலை அவனை அரண்மனையை நோக்கி விரையச்செய்தது. ஆனால் அவன் மாமா அனுப்பிய ஆள் பதற்றத்துடன் வந்த அவனை இடைமறித்து அரண்மனையில் நடந்த சண்டைபற்றியும் அதில் இரகுநாதனால் தம்பித்தேவன் கொல்லப்பட்டதையும் தெரிவித்து அவனை அரண்மனைக்கு வராமல் தடுத்துவிட்டான். அரண்மனைக்கு வந்து தன் உரிமையை எப்படியும் பெற்றுவிடவேண்டும் என்று திரையத்தேவன் ஆசைப்பட்டாலும் உயிர் மேல் இருந்த ஆசை அவனைத் தடுத்து வீட்டுக்குத் திருப்பி அனுப்பியது.

திரையத்தேவன் பார்வைக்கு முரடனாக இருந்தாலும் இயல்பிலேயே தந்திரமானவன். உடம்பை வருத்தும் விருப்பம் இல்லாததால் போதிய போர்ப்பயிற்சி பெற்றிருந்தாலும் அதை தொடர்ந்து செய்யாதவன்; அதில் அவ்வளவு நாட்டமும் இல்லாதவன். உடைவாள்,போர்ப்பயிற்சி என்பதெல்லாம் அரசனுக்குத் தேவையான பகட்டும் வெறும் சம்பிரதாயங்களும் மட்டுமே என்பது அவனுடைய நினைப்பு. ஆனால் எப்படியாவது அரசனாகிவிடவேண்டும் என்ற ஆசை மட்டும் அவனுக்கு அதிகம் இருந்தது. . தன் ஆசையை நிறைவேற்றிக் கொள்ள மன்னரையே கொல்லத் திட்டம் தீட்டியவன். மன்னருக்குக் காவலாகவும் வலதுகரமாகவும் இருந்த இரகுநாதனை முதலில் தீர்த்துக்கட்டிவிட முடிவுசெய்து, அவன் அன்னக்கிளியின்

வீட்டுக்குப் போய்வரும் வழியில் ஆட்களை நிறுத்தியது அவன் தான். அரசுரிமையில் தனக்குப் போட்டியாக இருந்த முன்கோபியான தம்பித்தேவனை எளிதாகச் சமாளித்துவிடலாம் என்பது அவன் கணக்கு. தங்களை மீறி இரகுநாதன் உரிமை கோரமாட்டான் என்பதும் அவனது நம்பிக்கையாக இருந்தது. ஆனால், எடுத்த எடுப்பிலேயே தன் கணக்கு தவறாகப்போய்விட்டது அவனை அதிர்ச்சியடையச் செய்துவிட்டது. மனம் நொந்தவனாய் அவன் தன் வீட்டை நோக்கித் திரும்பினான்.

ஆனால் சூதும் பேராசையும் நிரம்பிய அவன் மனம் அத்துடன் ஓய்ந்துவிடவில்லை. ஆட்சியைப் பிடிப்பதற்கு அடுத்து என்ன செய்யலாம் என்று சிந்திக்கத் தொடங்கியது.

10
புதிய சேதுபதி

மறுநாள் அரண்மனை வள்ளுவன் குறித்துக் கொடுத்த ஒரு நல்ல வேளையில் இரகுநாதத்தேவன் சேதுநாட்டின் மன்னனாக, அடுத்த சேதுபதியாக புலவர்களும் கவிராயர்களும் பெரியோர்களும் மக்களும் வாழ்த்த போகலூர் அரண்மனையில் முடிசூடிக் கொண்டான். மங்கல வாத்தியங்கள் இசைமுழங்க, பெண்கள் கூடிக் குலவையிட, படைவீரர்கள் ஓங்கிய குரலில் வெற்றிமுழக்கமிட மிகுந்த உற்சாகமும் பெருமகிழ்ச்சியும் பொங்கிய விழாவாக அது இருந்தது.

அன்று சேதுபதியாகப் பொறுப்பேற்ற இரகுநாதன் தன் அவையில் மக்களுக்கு ஒரு உறுதியை வழங்கினான்.

“பெரியோர்களே! சேதுநாட்டின் மானம் காக்கும் வீரமறவர்களே! உயிரினும் மானம் பெரிது என வாழும் மக்களே! சடைக்கத்தேவர், திருமலை சேதுபதி என்ற இரகுநாதசேதுபதி இவர்களால் சுதந்திரமான நாடாக நிறுவப்பட்டு, நம் சேதுபதிகளால் தொடர்ந்து பேணிக்காக்கப்பட்டு வரும் சுயாட்சியையும் மக்கள் நலனையும் தொடர்ந்து காத்துவருவேன் என்று உங்கள் முன் உறுதிஏற்கிறேன். என் உடலில் உயிர் இருக்கும் வரை சேது நாடு ஒரு தன்னுரிமை உள்ள நாடாக, எவருக்கும் தலைவணங்கித் தோப்பாரணம் செலுத்தாத நாடாகத் தான் இருக்கும் என்றும் உங்களுக்கு உறுதி அளிக்கிறேன்! நாட்டின் எல்லைகளைப் பாதுகாப்பது போல் உங்களின் நேர்மையான உரிமைகளையும் என்றும் பாதுகாப்பேன் என்று உங்களுக்கு நான் உறுதியளிக்கிறேன்!”

மக்கள், “சேதுபதி மன்னர் வாழ்க! இரகுநாதத் தேவர் வாழ்க! சேதுச் சீமையின் புகழ் ஓங்குக!” என்று தொடர்ந்து முழக்கமிட்டார்கள்.

அதைக்கண்ட இரகுநாதன், “என்னிடம் இருப்பவை பொன்னும் பொருளும் அல்ல; என் இரத்தம், உயிர், என் உழைப்பு மட்டும் தான்; இவை என்றுமே என் மண்ணையும் மக்களையும் பாதுகாக்கவே பயன்படும்!” என்று உணர்ச்சிமேலிட உறுதிசொன்னான்.

ஏற்கெனவே சிறந்த வீரன், படைத்தலைவன் என்று பெயர்

பெற்றிருந்த இரகுநாதனின் புகழ் கடற்கொள்ளையரை ஒடுக்கிய நிகழ்வுக்குப் பிறகு மேலும் அதிகமாகி இருந்தது. அதனால் அவன் அடுத்த சேதுபதியாகப் பட்டம் ஏற்றதை சேதுச்சீமையின் மக்கள் முழுமனதாக வரவேற்றுக் கொண்டாடினார்கள்.

முடிசூட்டும் வைபவம் முடிந்த பின் சூரிக்கிழவன் அவனிடம் தனியாகப் பேசினார்.

“இரகுநாதா! உன் உரிமையை நீ நிலை நாட்டிவிட்டாய்; அதில் எனக்கு மிகுந்த மகிழ்ச்சி. ஆனால் இனிமேல் நீ மிகுந்த எச்சரிக்கையுடன் நடந்துகொள்ளவேண்டும். அரண்மனையில் வீசும் காற்றும் சதி பேசும்; அதன் நிழலும் இருட்டும் பல ரகசியங்களைத் தம்மில் மறைத்து வைத்திருக்கும். அவற்றை எல்லாம் அறிந்து தான் நீ உன் ஒவ்வொரு அடியையும் கவனமாக எடுத்துவைக்கவேண்டும்!”

“ஐயா! எனக்கு விபரம் தெரிந்த நாள் முதல் எனக்கு நல்ல ஆசானாக நீங்கள் தான் இருந்துவருகிறீர்கள். இனிமேலும் உங்கள் அறிவுரையும் வழிகாட்டலும் என்றும் எனக்குத் துணையாக இருக்கும்; உங்கள் அறிவுரைப்படியே நான் மிகுந்த கவனமுடன் நடந்து கொள்வேன்!” என்று இரகுநாதன் அவருக்குப் பதில் சொன்னான்.

சேதுபதியாக முடிசூட்டிக்கொண்ட இரகுநாதன் அன்றே தன் மனைவியருடன் தேரிருவேலி என்ற சிற்றூருக்குப் போய் அங்கே இருந்த தன் குலதெய்வமான வீரமாகாளியை வணங்கிவிட்டு வந்தான். அவனும் பரிவாரங்களும்குதிரைகள் பூட்டிய வண்டிகளில் அந்தக் குறுகலான சாலையில் வேகமாகச் சென்றபோது எழுந்த தூசிப் படலம் வெகுதூரம் வரை காற்றில் இருந்தது. சாலையின் இருபக்கமும் இருந்த மக்கள் மன்னர் பரிவாரத்துடன் போவதைக் கண்டு தங்கள் வேலைகளை அப்படியே விட்டுவிட்டு வந்து மன்னரை வாழ்த்தினார்கள். மன்னனும் அவர்களைப்பார்த்துப் புன்சிரிப்புடன் கைகளை ஆட்டி அவர்களின் வாழ்த்துக்களை ஏற்றுக்கொண்டான்.

கோவிலில் இருந்து திரும்பிவரும் போது அவன் சுற்றிலும் தன் கண்ணில் தெரிந்த தன் மண்ணையும் அதில் கடினமாக உழைத்துக் கொண்டிருந்த தன் மக்களையும் பார்த்தான். சேதுச்சீமை என்பது தஞ்சாவூரைப் போல வளம் கொழிக்கும் பூமி இல்லை. அது வறண்ட பாலையும் சிறு காடுகள் நிறைந்த முல்லையும் கலந்த ஒரு நிலப்பகுதியாக இருந்தது. அங்கே நீர் வளம் என்பது மிகவும் குறைவாகவே இருந்தது. ஒரே பெரிய ஆறு வைகை மட்டுமே. குண்டாறு, பாம்பாறு போன்றவை சிற்றாறுகள் தான்; இந்த ஆறுகளில் ஆண்டு முழுவதும் நீர் வருவது கிடையாது. தண்ணீருக்கு வைகையில்

வரும் வெள்ளப்பெருக்கை மட்டும் நம்பித்தான் சேதுச்சீமையின் கண்மாய்களும் குளங்களும் இருந்தன.

அதுபோல கடலோரம் இருந்த நிலங்கள் எல்லாம் மணற்பாங்கானவை. மீதி இருந்த நிலப்பகுதி கட்டாந்தரைகளும், பொட்டல் தரவைகளும் தான். ஆனாலும் கொஞ்சமும் சளைக்காத சேதுச்சீமையின் மக்கள் தமக்குக் கிடைத்துவந்த சொற்ப அளவு நீரையும் சிக்கனமாகவும் சிறப்பாகவும் பயன்படுத்தி இரண்டு போகமும் சில ஆண்டுகளில் மூன்று போகமும் விளைச்சல் கண்டார்கள். குட்டையான மண்வெட்டிகளைக் கொண்டு குனிந்து இடுப்பு ஒடிய உழைத்து தம் சீமையின் நெற் களஞ்சியங்களை நிறைத்தார்கள். தம் பட்டறிவாலும் கடும் உழைப்பாலும் சேதுச்சீமையில் இருபத்தி நாலு வகையான நெல்லை அவர்கள் விளைவித்தார்கள். மழையே இல்லாத பொழுதிலும் அவர்கள் புழுதி விவசாயம் என்ற முறையில் நெல் விளைவித்தார்கள். இன்னொரு புறம், புதுக்கோட்டையைச் சுற்றி இருந்த பாம்பாற்றுப் பகுதி புதர்கள் நிறைந்த செந்நிறக் கட்டாந்தரையாக இருந்தது. இருந்தாலும் தங்களால் முடிந்த அளவு அந்த மண்ணையும் பக்குவப்படுத்தி அவர்கள் விவசாயம் செய்தார்கள்.

விளை நிலங்கள் போக மீதி இருந்த நிலங்களில் பனை மரங்கள் இருந்தன. காய், பழம், தண்டு, மரம் என்று தன் அத்தனை பாகங்களையும் மக்களுக்கு அது உணவாகவும் பிற பொருட்களாகவும் கொடுத்து கற்பக மரமாக அதுவிளங்கியது. சேதுச்சீமையில் வாழ்ந்த பனையேறி மக்கள் தம் கடும் உழைப்பால் தாங்கள் நன்றாக வாழ்ந்ததுடன் தம் அரசுக்கும் உற்ற துணையாக இருந்தார்கள்.

விவசாயிகளும் பனையேறிகளும் நிலத்தில் உழைத்து நாட்டை உயர்த்தினார்கள் என்றால் பரதவ குலத்தினர் கடலில் உழைத்து அதன் செல்வங்களை நாட்டில் குவித்தார்கள். முத்துக்குளித்து முத்து வணிகத்தை உயர்த்தியதுடன் நிலத்தில் விளையும் பொருட்களை கடலுக்கப்பால் இருந்த நாடுகளுக்கு கொண்டுபோய் விற்பதிலும் அவர்களின் பங்கு சிறப்பானதாக இருந்தது. இந்த மக்களால் பரத நாட்டின் தூர தேசங்களிலும் கடலுக்கு அப்பால் இருந்த நாடுகளிலும் சேதுச்சீமைக்கு நிறைந்த புகழ் சேர்ந்திருந்தது.

இப்படி தன் சீமையின் பலவகைப்பட்ட குடிகளும் கடுமையாக உழைப்பதை மிகவும் பெருமையுடன் நினைத்துக்கொண்டே இரகுநாதன் பயணம் செய்தான். மதுரை, தஞ்சாவூர் மன்னர்கள் சேதுச்சீமையின் மேல் கொண்டிருந்த மதிப்புக்கும் அச்சத்துக்கும் தானும் தன் வீரர்களும் காரணமாக இருந்தாலும் அதற்கு

அடித்தளமாக இருந்தது தன் மக்களின் கடுமையான உழைப்புத்தான் என்பதை அவன் நன்றியுடன் நினைத்துப்பார்த்தான். அந்த மக்களின் உரிமைகளைப் பாதுகாப்பது தான் தன் முதல் கடமை என்று அவன் மறுபடியும் தன் மனதில் உறுதிசெய்துகொண்டான்.

வழியில் ஒரு இடத்தில் மக்களும் அரசு அதிகாரிகளும் கூட்டமாக நின்று ஏதோ பேசிக்கொண்டிருந்தார்கள். மன்னர் தன் பரிவாரங்களுடன் அந்த வழியே வருவதைப் பார்த்துவிட்டு அவர்கள் எல்லோரும் வந்து மன்னரை வணங்கினார்கள். அந்தக் கூட்டத்தில் ஊர் அதிகாரியான பொலிதள்ளியும், நிலத்தை அளந்துகொடுக்கும் அளவன் என்ற பணியாளும் நிற்பதைப் பார்த்துவிட்டு அவர்கள் அங்கே என்ன செய்கிறார்கள் என்று கேட்டார்.

அதற்கு பொலிதள்ளி, "மகாராஜா! இங்கே ஒரு நிலத்தை அளந்து பாகம் பிரித்து புரவுக்கல் ஊன்றிக்கொடுப்பதற்காக நாங்கள் வந்திருக்கிறோம்!" என்றார்.

அதே ஊரில் இன்னும் சில வயல்களில் விளைச்சலுக்கான வரி வசூலிக்கும் வேலையும் நடந்து கொண்டிருந்தது. சேதுபதி அந்த இடங்களில் வண்டியை நிறுத்தி இறங்கிப்போய் அந்த வேலைகளைக் கவனித்தார். சேதுநாட்டில் நிலத்தின் விளைச்சலை பொலிதள்ளியின் மேற்பார்வையில் அளவன் அளந்து, மொத்த விளைச்சலில் 'களத்துப் பிச்சை' என்ற வேலையாட்களின் சம்பளத்தைக் கழித்துக்கொண்டு, இரண்டு பங்காகப் பிரிப்பார்கள். அதில் ஒரு பங்கு அரண்மனைக்கும் இன்னொரு பங்கு விவசாயிக்கும் என்று சேரும். அரண்மனைப் பங்கு அருகில் இருக்கும் சேகரக் கிடங்குகளில் முதலில் வைக்கப்பட்டு பிறகு பெரிய 'இறையிலி' என்ற களஞ்சியங்களில் கொண்டுபோய்ச் சேர்த்துவைக்கப் படும். இறையிலிகளில் சேகரமாகும் தானியங்கள் பஞ்சகாலத்தில் மக்களுக்குக் கொடுக்கப்படும்.

மறுநாள் முழுவதும் இரகுநாதன் கூரிக்கிழவனுடனும் இன்னும் சில அரண்மனைப் பெரியவர்களுடனும் அமர்ந்து ஆலோசனை செய்தான். அவன் அரசன் ஆகிவிட்டாலும் அரண்மனையின் வசதிகளிலும் சுகபோகங்களிலும் மூழ்கிவிடவில்லை. சேதுநாட்டைச் சூழ்ந்திருந்த ஆபத்துக்கள் என்ன என்பது ஒரு படைத்தலைவனாக இருந்த அவனுக்கு நன்றாகவே தெரியும். அதனால் அவற்றைத் தடுப்பதற்கும் சேதுநாடு தன்னுரிமை பெற்ற நாடாகத் தொடர்வதற்கும் தான் இன்னும் வலிமைபெறவேண்டும் என்று அவன் நினைத்தான். மதுரையை அப்போது ஆட்சி செய்த நாயக்கர்களும் தஞ்சையைப் புதிதாகக் கைப்பற்றி ஆண்ட மராட்டியர்களும் சேதுநாட்டின் மேல் ஒரு கண்ணாகவே இருந்தார்கள். பாண்டிய நாட்டின் களஞ்சியமாக முன்பு

இருந்த சேதுநாட்டின் செல்வங்கள் எல்லாம் அவர்களின் கண்களைத் தொடர்ந்து உறுத்திவந்ததை இரகுநாதன் அறிவான். அரண்மனை வாழ்க்கையின் நடைமுறைகளை இரகுநாதன் அறிந்தவன் தான் என்றாலும் தானே சேதுபதியாக அமர்ந்து அந்த நடைமுறைகளைப் பின்பற்றும்போது அவையெல்லாம் அவனுக்கு மிகவும் புதியனவாகவும் தேவையற்றவையாகவும் தெரிந்தன. தானே சேதுபதியாக ஆவோம் என்று அவன் ஒரு நாளும் நினைத்ததில்லை. மங்கல இசை ஒலிக்க அதிகாலையில் துயில் எழவேண்டும்; எழுந்த உடனேயே மருத்துவர் நாடி பார்த்து உடல் நலத்தைப் பரிசோதித்து மன்னருக்கு அன்று என்ன உணவு கொடுக்கவேண்டும் என்றுசொல்வார். அவர் சொல்லும் உணவைத் தான் சமையல்காரர் அன்று மன்னருக்காகச் சமைக்கவேண்டும். இதற்காக அவர்கள் மூன்று பேரும் அதிகாலையிலேயேஅரண்மனைக்கு வந்துவிடுவார்கள். சுதந்திரப் பறவையாக இருந்த இரகுநாதனுக்கு இந்த வழக்கங்களும் கட்டுப்பாடுகளும் சுத்தமாகப் பிடிக்கவில்லை. அவை எதுவும் தனக்குத்தேவையில்லை என்று அவன் அவர்களிடம் சொல்லிவிட்டான். அதனால் அவர்கள் அதிர்ச்சியடைந்தார்கள்.

ஆனால் அவர்கள் மன்னனின் சொல்லை மறுத்துப் பேசமுடியாது என்பதால் அப்போதைக்கு அமைதியாகப் போய்விட்டார்கள். மன்னன் இவற்றை எல்லாம் மறுத்து ஒதுக்குவதை வள்ளுவனும் மருத்துவரும் கூரிக்கிழவனிடம் போய்க் கவலையுடன் சொன்னார்கள். அதைக்கேட்டு கவலையடைந்த கூரிக்கிழவன் அன்று மாலையே மன்னனைப் பார்க்க அரண்மனைக்கு வந்துவிட்டார்.

வயதில் பெரியவர் என்றாலும் மன்னனுக்கு முறைப்படி செய்யவேண்டிய மரியாதையைச் செய்த உடனே அவர் கேட்டார்.

"இரகுநாதா! தினமும் காலையில் நடக்கும் சோதனைகளையும் மற்ற அரண்மனை நடைமுறைகளை எல்லாம் நீ வேண்டாம் என்று சொல்லிவிட்டாயாமே? நாட்டில் மக்களுக்கு மட்டுமல்ல, மன்னனுக்கும் சில கட்டுப்பாடுகள் உள்ளன. மன்னன் தன் விருப்பம் போல் எல்லாம் நடந்துகொள்ளமுடியாது.!"

"ஐயா! எனக்கு எதற்காக இத்தனை சோதனைகள்? நான் நன்றாகத்தானே இருக்கிறேன்?"

"அரசனுடைய உடல் நலத்தை மட்டுமல்ல, அவனுடைய பாதுகாப்பையும் கருதியே இந்த முறைகள் எல்லாம் நம் முன்னோர்களால் ஏற்படுத்தப்பட்டுள்ளன. மன்னனின் உடல் நலமும் பாதுகாப்பும் நாட்டின் நலனுடன் தொடர்பு உடையவை; அதனால்

இந்த வழக்கங்களும் கட்டுப்பாடுகளும் மிகவும் அவசியமானவையே!"

"ஐயா! உடல் நலம் சரியில்லை என்றால் மட்டும் மருத்துவர் வந்து பார்த்தால் போதுமே! தினமும் வரவேண்டுமா? வள்ளுவனும் வந்துவிடுகிறான்; தினம் தினம் பொழுது விடிவதற்கு முன் இவர்கள் எதற்காக வந்து நிற்கவேண்டும்? அந்த நேரத்தில் இவர்கள் மக்களுக்கு வைத்திய சேவை செய்யலாமே?"

அதைக்கேட்ட கூரிக்கிழவன் சிரித்தார். "தங்கள் மன்னனைப் பாதுகாப்பதுவும் ஒரு வகையில் மக்கள் சேவைதான் இரகுநாதா!"

"ஐயா! இது போன்ற நடைமுறைகளால் என்னால் இங்கே சுதந்திரமாக இருக்கமுடியவில்லை!"

"அப்படிச் சொல்லாதே இரகுநாதா! அரண்மனையில் சில கட்டுப்பாடுகளும் நடைமுறைகளும் எப்போதும் இருக்கத்தான் செய்யும். அரண்மனையில் ஒரு ஒழுங்கு இருந்தால் தான் நாட்டிலும் அது இருக்கும். நீ அரண்மனையின் கட்டுப்பாடுகளை மதித்தால் தான் அதிகாரிகளும் மக்களும் நீ போடும் சட்டங்களை மதித்து நடப்பார்கள். இதை நீ உணர்ந்துகொள்ளவேண்டும்!"

அவரை எதிர்த்துப்பேச முடியாமல் இரகுநாதன் அமைதியாக இருந்தான். அதனால் கூரிக்கிழவன் தொடர்ந்து பேசினார்.

"இரகுநாதா! அரண்மனையில் ஆடம்பரம் வெளிப்படையாகத் தெரியும்படி இருக்கும்; அதே சமயம் சதிகாரர்களும் இங்கே சத்தமில்லாமல் இருப்பார்கள். எப்போது என்ன நடக்கும் என்று சொல்லமுடியாது; மன்னன் எப்போதுமே விழிப்புடன் இருக்கமுடியாது என்பதை உணர்ந்து, அவனது பாதுகாப்பைக் கருதித்தான் இதுபோன்ற சில நடைமுறைகளை நம்முடைய முன்னோர் ஏற்படுத்தி வைத்திருக்கிறார்கள்! நீ அவற்றை வேண்டாம் என்று சொன்னால் அது சதிகாரர்களுக்கே மிகவும் சாதகமாக அமையும்!"

கூரிக்கிழவனின் பேச்சில் தெரிந்த அக்கறையைக் கவனித்த இரகுநாதன், "ஐயா! நீங்கள் எனக்கும் இந்த நாட்டுக்கும் நன்மையானதைத் தான் சொல்வீர்கள்; நீங்கள் கவலைப்படாதீர்கள். நாளை முதல் எல்லாம் வழக்கப்படியே நடக்கட்டும்!" என்று சொன்னான்.

அதைக்கேட்ட கூரிக்கிழவன் நிம்மதிப் பெருமூச்சு விட்டார்.

11
கிடைத்த இரண்டு சேதிகள்

பயம் என்பதையே அறியாத மறவர் படையின் வீரமும், சேதுபதிகளின் தன்னலம் கருதாத ஆட்சிமுறையும் அவர்களின் திறமையான அணுகுமுறையும் சேதுபதிகளிடம் எதிரிகளுக்கு ஒருவகையான அச்சத்தையும் மரியாதையையும் ஏற்படுத்தியிருந்தன. மேலும் சேதுக் காவலர் என்ற வகையில் இராமேசுவரம் கோவில் சேவையிலும், தனுஷ்கோடிக்கு வரும் பயணிகளின் பாதுகாப்பிலும் அவர்கள் காட்டிய ஈடுபாடு பரத கண்டம் முழுவதிலும் அவர்களுக்கு ஒரு நல்ல பெயரையும் புகழையும் ஏற்படுத்தியிருந்தது. திருமலை சேதுபதி என்ற முதலாம் இரகுநாத சேதுபதி தன் காலத்தில் மதுரை மன்னர் திருமலை நாயக்கரையே எதிர்த்தவர். மதுரை அரசுக்குத் திறைசெலுத்த முடியாது என்று மறுத்து சேதுச்சீமையை தன்னாட்சி பெற்ற அரசாக அறிவித்து ஆட்சி செய்தவர். அவர் தன் காலத்தில் மதுரை வரை வந்து முற்றுகையிட்ட மைசூர் தளபதி ஹம்பையாவைத் தோற்கடித்து விரட்டி மதுரை மன்னர் திருமலை நாயக்கருக்கு உதவிசெய்து அவர் குடும்பத்தையே ஆபத்திலிருந்து காப்பாற்றினார். அவருக்காக மைசூர்ப் படைகளை எதிர்த்து மூக்கறுப்புப் போர் என்ற போரிலும் ஈடுபட்டவர். அது போன்ற தன்னலம் கருதாத செயல்களால் சேதுபதிகள் பிற மன்னர்களின் நன்மதிப்பைப் பெற்றவர்களாக விளங்கினர். மதுரை அரசின் ஆட்சி அதிகாரத்துக்கு உட்பட்ட பாளையங்களாக பிற சிற்றரசுகள் இருந்த போது சேதுநாடு மட்டும் தனியான மரியாதையுடன் ஒரு 'சமஸ்தானமாக' இருந்தது.

தான் முழு வலிமையும் அதிகாரமும் பெற்ற மன்னனாக இருக்க வேண்டும் என்றால் அதற்கு குடிகளின் அன்பும் ஆதரவும் அளவில்லாமல் கிடைக்கவேண்டும் என்ற உண்மையை இரகுநாதன் நன்றாக உணர்ந்திருந்தான். முன்பு சேதுபதிகளின் நம்பிக்கைக்குரிய படைத்தலைவனாக அவன் இருந்து அவர்களின் செயல்களை அவன் கவனித்திருந்ததால் நிர்வாகம் செய்வது அவனுக்கு அவ்வளவு

கடினமாக இல்லை. நாடு நல்ல விளைச்சல் காணும்போது அளவாக வரி வசூலிப்பதும் மழையில்லாமல் மக்கள் துயரப்படும்போது அவர்களுக்கு உதவி செய்வதையும் சேதுபதிகளின் இயல்பாக இருந்தது. அதையே இரகுநாதத் தேவனும் பின்பற்றினான்.

“பல்குழுவும் பாழ் செய்யும் உட்பகையும் வேந்தலைக்கும்

கொல் குறும்பும் இல்லாதது நாடு”

என்ற குறளின் பொருளை அவன் அறிந்திருந்தான்.

ஒரு மன்னன் தன் வெளிப் பகைவர்களை வெல்ல வேண்டுமென்றால் அவனுக்கு உள்நாட்டில் வலுவான எதிரிகள் இருக்கக்கூடாது. இதை உணர்ந்திருந்ததால் வெளியில் இருக்கும் எதிரிகளைச் சந்திக்கும் முன் தன்னுடைய நாட்டிலேயே இருந்த எதிரிகளை ஒடுக்கியாகவேண்டும் என்பதில் இரகுநாதன் உறுதியாக இருந்தான். அப்படித் தன் உள் நாட்டில் இருந்த பகைவர்களில் முதன்மையானவனாக அவன் நினைத்தது திரையத் தேவனைத் தான்.

இரகுநாதன் மன்னன் ஆனதும் திரையத்தேவன் தன் மாமனுடன் வந்து முறைப்படி மன்னனைப் பணிந்து மரியாதைகள் செய்தான். அடிக்கடி அரண்மனைக்கு வந்து மன்னனுடன் சிரித்துப் பேசி உறவுகொண்டாடினான். அவன் அப்படி நடந்துகொண்டது சிறுவாழி பாளையத்தின் தலைவன் என்ற பதவி தன்னிடமிருந்து பறிபோய்விடக்கூடாது என்ற எச்சரிக்கை உணர்வால் தான். ஆனாலும் அவன் மனம் முழுவதும் வெறுப்பாலும் பகை உணர்வாலும் நிரம்பி-யிருந்ததை இரகுநாதன் உணர்ந்தே இருந்தான்.

திரையத்தேவன் அடிக்கடி சில ஆட்களைச் சேர்த்துக்கொண்டு ரகசியமான சதியாலோசனைகள் நடத்திய சேதியை ஒற்றர்கள் அவ்வப்போது மன்னருக்குக் கொண்டுவந்தார்கள். அது இரகுநாதன் எதிர்பார்த்ததுதான் என்பதால் அவன் ஆச்சரியப்படவில்லை. ஆனால் எச்சரிக்கை அடைந்தான்.

அன்றும் அப்படி ஒரு சேதி கிடைத்தது. “மகாராஜா! இந்த முறை அவர்கள் நடத்திய கூட்டத்தில் ஐந்துபேர் இருந்தார்கள்; இன்னும் சிலர் விரைவில் சேரப்போவதாகப் பேசிக்கொண்டார்கள். அடுத்த கூட்டத்தை இருபது நாள் கழித்து, அமாவாசை நாளில் நடத்துவதாக முடிவு செய்திருக்கிறார்கள்!” என்றான் ஒரு ஒற்றன்.

“அப்படி இனி ஒரு கூட்டம் நடந்தால் நாம் உடனே தாக்குதல் நடத்தி அவர்களை அந்த இடத்திலேயே வெட்டி எறிந்துவிடலாம் அரசே! இதை வளரவிடக்கூடாது!” என்று துரைசிங்கம் படபடத்தான்.

ஆனால் மன்னன் பதில் கூறாமல் ஏதோ யோசனைசெய்தான். “அவசரம் வேண்டாம் துரைசிங்கம்; இன்னும் ஒரு கூட்டத்தை அவன் நடத்த நாம் அனுமதிக்கலாம். அப்போதுதான் அவனுடன் யார் யார் இருக்கிறார்கள் என்பது நமக்குத் தெரியும். ஒரே இடத்தில் சதிகாரர்கள் எல்லோரையும் சேர்த்துப் பிடிக்கவேண்டும்.”

“பிடித்ததும் அந்த எதிரிகளைக் கூண்டோடு ஒழித்துவிடவேண்டும் அரசே! அவர்களை இனியும் விட்டுவைக்கக் கூடாது.”

அதைக்கேட்டு மன்னன் சிரித்தான். “ஆம் துரைசிங்கம்; நீ சொல்வது சரிதான்; அவர்களை வெகு காலம் நம் எதிரிகளாகவே விட்டுவைக்கக் கூடாது.”

அதைக் கேட்டதும் திரையத் தேவன் குறித்து மன்னன் மனதில் ஏதோ ஒரு திட்டம் உருவாகியுள்ளது என்பதை துரைசிங்கம் புரிந்துகொண்டான்.

. . . . .

பிறகு வந்த நாட்களில் மன்னன் துரைசிங்கத்தை உடன் அழைத்துக் கொண்டு போய், படைவீரர்களைச் சந்தித்து அவர்களுடன் உரையாடுவதை வழக்கமாக்கிக்கொண்டான். போர்ப்பயிற்சிகளை தீவிரமாக மேற்கொள்ளும்படியும் இன்னும் சில மாதங்களில் அவர்களுக்கு நிறைய வேலை காத்திருக்கிறது என்றும் பேசி அவர்களை உற்சாகப்படுத்தினான். பின்னர் நீர்நிலைகளைப்பார்வையிட்டு, தூர்வாருதல், கரைகளை உயர்த்தி வலுவாக்குதல் போன்ற வேலைகளை விரைவாக நிறைவேற்றினான். பெய்யும் மழையில் ஒரு சொட்டுக்கூட வீணாகக் கடலுக்குப்போகக்கூடாது என்று புதிதாக பல குளங்களை வெட்டுவித்தான். வைகையாற்றில் வரும் நீரால் பெரியகண்மாய் நிரம்பிவிட்டால், மிகுதியாக வரும் நீரைத் தேக்கிவைக்க வரிசையாகப் பல கண்மாய்களை ஒரு சங்கிலித்தொடர் போல திருமலைசேதுபதி ஏற்படுத்தியிருந்தார். வரத்துக் கால்வாய்கள் வழியாக வந்து சேரும் கண்மாய் நீரானது தேவைக்கு ஏற்றபடி சிறிய மடைகள் மூலமாகவும் பெரிய கலுங்குகள் மூலமாகவும் தேவையான விவசாய நிலங்களுக்கு அனுப்பப்பட்டு விவசாயம் சிறப்பாக நடைபெற்றது. அவற்றைப் பேணுவதில் இந்த இரண்டாம் இரகுநாதசேதுபதியும் மிகுந்த அக்கறை காட்டினான். அதிக மழை பெய்த காலங்களில் சுவர் இல்லாத தான்போகி என்ற அமைப்பின் வழியாக தண்ணீர் தானாகவே வழிந்து வெளியேறி கண்மாய்க்கு சேதம் ஏற்படாமல் தடுக்கும். இந்தச் சிறந்த நீர் மேலாண்மையால்

சேதுநாட்டின் கழனிகளில் எல்லாப்பருவங்களிலும் நெல் விளைந்தது. கிடைக்கும் நீரை சிக்கனமாகப் பயன்படுத்தி ஏறத்தாழ இருபத்திநாலு நெல்வகைகளை அவர்கள் பயிரிட்டனர்.

அதே வேளை நாட்டின் எல்லைகளைப் பாதுகாப்பதற்கும் உரிய நடவடிக்கைகளையும் இரகுநாதன் மேற்கொண்டான். தம் வீரர்களுடன் பல திசைகளின் எல்லைகளுக்கும் போய் நிலைமைகளை நேரில் கண்டுவந்தான். அவனுடைய ஒற்றர்கள் தஞ்சாவூர், மதுரை நகர்களில் திரிந்து சேதிகளை அவ்வப்போது மன்னருக்குத் தெரிவித்தனர். கூரிக்கிழவனின் பயிற்சிச் சாலையில் ஏராளமான இளைஞர்கள் புதிதாகப் பயிற்சி பெறுவதற்காகச் சேர்ந்தார்கள். சேதுநாடு திறமைவாய்ந்த புதிய சேதுபதியின் கீழ் புதிய எழுச்சி பெறுவதைக் கண்டு கூரிக்கிழவன் அதைத் தன் தோழர்களிடம் சொல்லி மகிழ்ந்தார்.

......

சில நாட்கள் கழித்து ஒரு காலைவேளையில் மன்னன் வழக்கம் போல் வீரர் சிலருடன் வாள்பயிற்சியில் இருந்தான். அப்போது துரைசிங்கம் ஒற்றன் ஒருவனுடன் வந்தான். துரைசிங்கத்தைப் பார்த்த மன்னன் பயிற்சியை முடித்துவிட்டு அவனிடம் வந்தான். வந்தவர்கள் இருவரும் மன்னரைப் பணிந்தார்கள்.

"வா துரைசிங்கம்.! என்ன சேதி?"

துரைசிங்கத்தின் முகம் சற்று கடுமையாக இருந்தது. "அரசே! மதுரையிலிருந்து ஒரு சேதி வந்துள்ளது. ஆனால் அது நமக்கு மகிழ்ச்சியளிக்கும் சேதியாக இல்லை!"

மன்னன் அவனைக்கூர்ந்து பார்த்தான். "முதலில் சேதி என்ன என்று சொல்!"

"மதுரை மன்னர் சொக்கநாத நாயக்கர் அவருக்கு உதவியாக இருந்த முகலாயரின் தளபதியான ருஸ்தம்கான் என்பவனால் திருச்சிராப்பள்ளிக் கோட்டை அரண்மனையில் சிறையில் வைக்கப்பட்டிருக்கிறாராம். இந்த விசயம் வெளியே தெரியாதபடி தளபதி ருஸ்தம்கான் அதை மறைத்து வைத்திருக்கிறானாம்.!"

"அப்படியென்றால் மன்னரின் குடும்பத்தார்? அவர்களின் நிலைமை என்ன?"

"அந்தப் பாதகன் ராணியையும் இளவரசனையும் கூட அடைத்து வைத்திருக்கிறானாம்! கோட்டைக்குள்ளேயே இருக்கும் கோவிலுக்குப் போகக் கூட அவர்களுக்கு அனுமதி இல்லையாம்!"

"வேடிக்கையைப் பார்த்தாயா? டெல்லியிலிருந்து நட்பு முறையில் வந்தவன் அதிகாரத்தைத் தன் கையில் எடுத்துக்கொண்டு விட்டான்.! யாரை நம்புவது, யாரை நம்பக்கூடாது என்பது இன்னும் நாயக்கருக்குத் தெரியவில்லையே!"

மன்னன் முகத்தில் ஆழ்ந்த சிந்தனை.

"சிறிது காலமாகவே திருச்சிராப்பள்ளியிலிருந்து வரும் சேதிகள் நாம் விரும்பும் வகையில் இல்லை. முன்பே மன்னர் சொக்கநாதரின் உடல்நிலை குறித்தும் பலவகையான சேதிகள் உலவின. சொந்த அரண்மனையிலேயே அவருக்கு எதிரிகள் தோன்றிவிட்டார்கள். உள்ளூர் எதிரிகளை அவர் ஒடுக்கத் தவறிவிட்டார். அதனால்தான் அயலான் உள்ளே நுழைந்துவிட்டான். மேலும் வடக்கே இருந்து வந்தவனை ஆராயாமல் நண்பன் என்று நம்பியதும் நாயக்கர் செய்த பெரிய தவறாகும். இது நமக்கும் ஒரு பாடம் தான்!"

"ஆம் அரசே; யாராக இருந்தாலும் ஆராயாமல் அயலானை நம்பிவிடக்கூடாது; ஆனாலும் இப்படி அவர்கள் சிறையில் இருக்கும்படி எதுவும் நடக்கும் என்று நான் நினைக்கவில்லை.!"

துரைசிங்கத்தின் கருத்தை மன்னனும் ஆமோதித்தான். என்றாலும் திருச்சிராப்பள்ளியிலிருந்து அவர்கள் உதவி கோராமல் தாமாகத் தலையிடுவதற்கு அவன் தயங்கினான். ஆனால் அடுத்து அவன் சொன்னது மிகவும் உறுதியாக இருந்தது.

"துரைசிங்கம்! இன்று இரவு சிறுவாழியில் திரையத்தேவன் ஒரு இரகசியக்கூட்டம் நடத்தப் போவதாகவும் ஒரு சேதி வந்திருக்கிறது. இன்று தான் நீ சொன்ன சமயம் வந்திருக்கிறது. தறிகெட்டுத்திரியும் திரையனுக்கு தக்க பாடம் புகட்டவேண்டும். நீ உன் ஆட்கள் இருபது பேருடன் இன்று மாலை அரண்மனைக்கு வந்துவிடு.!"

துரைசிங்கமும் ஒற்றனும் விடைபெற்றுக்கொண்டு சென்றார்கள்.

12
வீட்டுச்சிறையில் மதுரை மன்னன்

வால்மீகி முனிவர் தான் எழுதிய இராமாயணத்தில் மதுரையின் சிறப்பைப் பின் வரும் வகையில் குறிப்பிடுகிறார். சீதையைத் தேடிப் புறப்படும் சுக்கிரீவனின் வானர வீரர்களிடம் அவன் சொல்கிறான்.

“பொன் நிறைந்ததாகவும்,அழகுடையதாகவும், முத்துமயமான மணிகளால் அலங்கரிக்கப் பெற்றதாகவும், பாண்டியருக்கு யோக்கியமுடையதாகவுமான கவாடத்தை நீங்கள் பார்க்கக் கடவீர்கள். அதன்பிறகு சமுத்திரத்தை அடைந்து காரிய நிச்சயத்தைச் செய்யுங்கள்!”

இப்படிப்பட்ட தொன்மையும் சிறப்பும் வாய்ந்த மதுரை நகரை விடுத்து சொக்கநாத நாயக்கர் திருச்சிராப்பள்ளியைத் தன் தலைநகரமாக ஆக்க முடிவு செய்தார்.

மன்னர் திருமலைநாயக்கர் ஆட்சிக்காலத்தில் மதுரை அரசின் களஞ்சியம் எப்போதும் நிரம்பிவழிந்தது. எழுபத்தி இரண்டு பாளையக்காரர்களும் சரியாகத் திறை செலுத்தியதால் மன்னருக்கு நிதி பற்றிய கவலையே இல்லாமல் இருந்தது. நாடு செழிப்பாகவும் பாளையக்காரர்களால் பாதுகாப்பாகவும் இருந்தது. அவருடைய மறைவுக்குப் பின்,அவருடைய மகன் சொக்கநாத நாயக்கர் ஆட்சிக்கு வந்தார். அது முதலாக மதுரை அரசின் கீர்த்தி குறையத் தொடங்கியது.

நாயக்கர்கள் வைணவக்கடவுளான விஷ்ணு என்ற பெருமாளை வணங்குபவர்களாக இருந்தாலும், திருமலை நாயக்கர் சைவக் கடவுள்களான மீனாட்சி அம்மனையும் சொக்கநாதரையும் விரும்பிவணங்கினார். மதுரை மக்களின் மனதில் மீனாட்சிக்கும் சொக்கநாதருக்கும் இருந்த பக்தியை நன்றாக அறிந்துகொண்ட அவர் அதைத் தன் ஆட்சிக்கு நல்ல அரணாகப் பயன்படுத்திக்கொண்டார். பாளையக்காரர்களிடமிருந்து ஒவ்வொரு முறை திறைத்தொகையைப் பெற்றுக்கொள்ளும்போதும், திருமலை நாயக்கர் மீனாட்சி அம்மனின் செங்கோலை சிம்மாசனத்தில் வைத்துவிட்டு,தான் தரையில்

அமர்ந்துகொள்வாராம். மீனாட்சியம்மன் தான் என்றும் மதுரையின் அரசி என்பது போன்ற நினைப்பை அனைவர் மனதிலும் அது ஏற்படுத்தியது. மேலும் அவர் தன் மகனுக்கும் சொக்கநாதன் என்றே பெயர் வைத்தார். அவருடைய அதுபோன்ற செயல்களால் அவர் மதுரை மக்களின் அன்பைப் பெற்றவராக இருந்தார்.

ஆனால்,சொக்கநாத நாயக்கர் சிறந்த வீரனாக இருந்தாலும் நிர்வாகத் திறமையிலும் ராஜதந்திரத்திலும் தன் தந்தை போல் சிறந்தவராக இல்லை. இதைப் பயன்படுத்திக்கொண்டு அவருடைய அரசில் இருந்த படைத் தலைவனான தளவாய், நிதி அதிகாரியான ராசயம் போன்ற பதவிகளில் இருந்தவர்கள் அவரை எளிதாக ஏமாற்றி அதிகாரத்தை எல்லாம் தங்கள் கைகளில் வைத்துக்கொண்டு மக்கள் செலுத்திய வரியையும் பாளையக்காரர்கள் அளித்த திறைப்பணத்தையும் தமக்குள் பங்கிட்டுக்கொண்டு தங்கள் வாழ்க்கையை வளப்படுத்திக்கொண்டார்கள். ஆனால் சிலகாலம் சென்றதும் சொக்கநாத நாயக்கர் நம்பிக்கையான சிலர் மூலம் தன்னைச் சுற்றி நடப்பவற்றைத் தெரிந்துகொண்டார். கடும் கோபம் கொண்ட அவர்,தவறு செய்த அதிகாரிகள் மேல் நடவடிக்கை மேற்கொள்ள முடிவு செய்தார். அதை அறிந்துகொண்ட அந்த அதிகாரிகள் மதுரையிலிருந்து ரகசியமாகத் தப்பிச்சென்று தஞ்சை மன்னனிடம் அடைக்கலமானார்கள். அவர்கள் கொடுத்த தைரியத்தால் தஞ்சை மன்னன், மதுரையைக் கைப்பற்றிவிடலாம் என்ற நினைப்பில் சொக்கநாத நாயக்கருடன் போருக்கு வந்தான். ஆனால் பெரும் வீரனான சொக்கநாத நாயக்கர் கடுமையாகப் போரிட்டு அவனைத் தோற்கடித்து விரட்டினார்.

சோழமன்னர்களின் வீழ்ச்சிக்குப் பின் தஞ்சையை பாண்டியர்கள் சிலகாலம் ஆட்சி செய்தார்கள். அவர்களை டில்லியின் முகலாயப் படைத்தலைவன் மாலிக் காபூர் தோற்கடித்து தஞ்சையைக் கைப்பற்றி, அதைத் தன் தளபதிகள் மூலம் ஆட்சி செய்தான். விரைவில் மீண்டும் பாண்டியர்கள் தஞ்சையைக் கைப்பற்றினார்கள். ஆனால் அவர்களின் ஒற்றுமையின்மை காரணமாக அந்த ஆட்சியும் நீடித்திருக்கவில்லை. சிலகாலம் கழித்து தெலுங்கு மொழி பேசும் பலிஜா நாயுடு என்ற சமூகத்தவரான விஜயநகரப் பேரரசின் படைகள் தஞ்சையைக் கைப்பற்றின. விஜய நகர மன்னர் தம்முடைய 'நாயக்கர் ' ஆக,அதாவது நிர்வாக அதிகாரியாக விஜயராகவ நாயக்கர் என்பவரை நியமித்தார். ஆனால் அதிகார ஆசை கொண்டு விஜயராகவ நாயக்கர் மன்னனின்

ஆணையை உதாசீனம் செய்துவிட்டு,தாமே தஞ்சையின் மன்னனாக ஆகிவிட்டார். இவர் சொக்கநாத நாயக்கரின் உறவினர்தான்.

விஜயராகவ நாயக்கருக்கு ஒரு அழகிய மகள் இருந்தாள். சொக்கநாத நாயக்கர் அந்தப் பெண் மேல் ஆசைகொண்டு அவளைத் தனக்கு மணமுடித்துத் தரும்படி விஜயராகவ நாயக்கரிடம் கேட்டார். ஒரே குலமாக, உறவினராக இருந்தபோதும் அவரது விருப்பத்தை விஜயராகவ நாயக்கர் நிராகரித்துவிட்டார். அதனால் பெரும் கோபம்கொண்ட சொக்கநாத நாயக்கர் தஞ்சை மேல் படையெடுத்துப் போய் வென்று அங்கே தன் தம்பி அழகிரி நாயக்கனை அரசனாக அமர்த்தினார். சிலகாலம் கழிந்தபின் சொக்கநாத நாயக்கர் தன் தளவாயாக இருந்த லிங்கமநாயக்கரின் மகள் மங்கம்மாள் என்ற பெண் மேல் ஆசைகொண்டு விரைவில் அந்தப் பெண்ணையே மணந்து கொண்டார். அவர்களுக்கு ரங்ககிருஷ்ண முத்துவீரப்பன் என்ற ஒரு மகனும் பிறந்தான்.

சொக்கநாதரின் காலத்தில் வட இந்தியாவில் முகலாய மன்னர் அவுரங்கசீப் சக்திவாய்ந்த பேரரசராகவும் அவரை எதிர்த்த வலிமையான இந்து மன்னராக மராட்டியரான சிவாஜியும் இருந்தார்கள். இருவருமே பரத கண்டத்தின் தெற்கிலும் தங்கள் எல்லையை அதிகரிக்க விரும்பினார்கள். இந்தப் போட்டியின் காரணமாக தொடர்ச்சியாக அவர்களின் படையெடுப்புகள் தென் இந்தியாவிலும் நிகழ்ந்தன. தமிழ் நாட்டின் வடக்குப் பகுதியில் செஞ்சிக்கோட்டை, வேலூர்க்கோட்டை ஆகியவற்றை அவர்கள் மாறி மாறி கைப்பற்றினார்கள். இக்காரணத்தால் முகலாயப்படையின் சில பிரிவுகள் தென் இந்தியாவின் வடபகுதிகளில் தங்கியிருந்தன. பலசமயங்களில் தஞ்சாவூர் வரையிலும் அவர்களின் அதிகாரம் இருந்தது. இன்னும் திருச்சிராப்பள்ளியையும் மதுரையையும் கூட அவர்கள் குறிவைத்திருந்தார்கள். அடிக்கடி திண்டுக்கல் வரை அவர்களது குதிரைப் படைகளின் ஓட்டம் இருந்தது.

இந்தக் காரணங்களால், சொக்கநாத நாயக்கர் தன் தலைநகர் மதுரைக்குப் பதில் திருச்சிராப்பள்ளியாக இருந்தால் நல்லது என்று நினைத்தார். அவர் சரியான திட்டமிடுதல் இல்லாமல் உணர்ச்சி மிகுதியால் நினைத்த காரியத்தை எப்படியும் செய்துவிடவேண்டும் என்ற எண்ணம், இயல்பு உடையவராக இருந்தார். அது போன்ற பெரிய செயல்களால் ஆகக்கூடிய செலவைப் பற்றிக் கவலைப்படாமல்

உடனே தன் திட்டத்தை செயல் படுத்தினார். அதன் பிறகு நாயக்கர் அரசின் புதிய தலைநகரம் திருச்சிராப்பள்ளி என்றானது. அங்கே முன்பே 1559 ஆம் ஆண்டில் விசுவநாத நாயக்கரால் கட்டப்பட்ட ஒரு பழைய கோட்டை இருந்தது. அது திருச்சிராப்பள்ளி மலைக்குன்றின் அடிவாரத்தில் இருந்தது. அடிக்கடி நடந்த மைசூர் போர்களால் சேதமடைந்திருந்த அந்தக் கோட்டையை சொக்கநாதர் பெரும் செலவு செய்து சீரமைத்தார். அதில், தான் குடும்பத்துடன் வசிப்பதற்காக என்று ஒரு அரண்மனையையும் தர்பார் மண்டபம் என்ற அழகிய மாளிகையையும் கட்டினார். இவற்றை அவர் விரும்பியபடி அமைப்பதற்காக மதுரையில் இருந்த திருமலை நாயக்கர் மகாலின் பெரும்பகுதி இடிக்கப்பட்டு அதில் இருந்த பல பகுதிகள் திருச்சிராப்பள்ளிக்குக் கொண்டு செல்லப்பட்டன.

அந்தப் பழைய கோட்டை திருச்சிராப்பள்ளியின் பெரிய மலைப்பாறையையும் அதன் அடிவாரத்தில் இருந்த மாணிக்கவிநாயகர் கோவிலையும் பெரிய தெப்பக்குளத்தையும் உள்ளடக்கியதாக இருந்தது. மலைக்கு மேல் உச்சிப்பிள்ளையார் கோவில் என்ற பிள்ளையார் கோவில் இருந்தது. திருச்சிராப்பள்ளி மலைப்பாறை பூமியின் மிகத் தொன்மையான பெரும்பாறைகளில் ஒன்று. அது இமயமலையைக் காட்டிலும் பழமையானது. இப்படிப் பெரும் சிறப்புப் பெற்ற இடத்தில் காவிரிஆற்றின் கரையில் தன் புதிய தலை நகரை மிகப் பெருமையுடன் சொக்கநாத நாயக்கர் அமைத்துக் குடிபுகுந்தார்.

இப்படிப்பட்ட ஒரு பெரிய திட்டத்தை நிறைவேற்றியதில் எதிர்பாராத அளவு பொருள் செலவானது. இது சொக்கநாதரின் அரசுக்கு தாங்கமுடியாத நிதிச்சுமையை ஏற்படுத்தியதால் நிர்வாகம் தடுமாறி நிலைகுலைந்தது. இதை ஈடுசெய்வதற்காக அவரது அதிகாரிகள் புதிய வரிகளை அறிவித்து மக்களைக் கசக்கிப் பிழிந்து வரிகளை வசூலித்தார்கள். ஆனாலும் செலவுகள் அளவுக்கு அதிகமாக இருந்ததால் நிர்வாகம் சரியான முறையில் இயங்கமுடியவில்லை. போதிய நிதிவசதி இல்லாததால் அரசாங்கத்தால் நாயக்கப் படைகளை முன்புபோல் உரியமுறையில் பராமரிக்க முடியவில்லை. அதனால் அவர்களின் பழைய திறமையும் ஒழுங்கும் காணாமல் போய் படைகள் பலவீனமடைந்துவிட்டன.

இந்தச் சமயத்தில் நாயக்கப் படைகளின் பலவீனமான நிலையை அறிந்துகொண்ட பிஜப்பூர் மன்னன் தன் தளபதிகளில் ஒருவனாக

இருந்தவனும் மராட்டிய மன்னர் 'சத்ரபதி' சிவாஜியின் உடன்பிறவா சகோதரனுமாகிய ஷாஜி பான்ஸ்லே என்ற வெங்கோஜியை அனுப்பி தஞ்சை மேல் படையெடுத்து அதைக் கைப்பற்றிக்கொண்டான். ஆனால் நிர்வாகம் செய்ய பிஜப்பூர் சுல்தானால் நியமிக்கப்பட்ட ஷாஜி பான்ஸ்லே தஞ்சாவூரின் செழிப்பைக் கண்டதும் பேராசை கொண்டு தானே தஞ்சாவூரின் மன்னன் என்று அறிவித்துக்கொண்டான். அன்று முதல் தஞ்சாவூரில் நாயக்க மன்னர்களின் ஆட்சி முடிந்து மராட்டியரின் ஆட்சி துவங்கியது. போரில் படுதோல்வியடைந்த தஞ்சாவூர் மன்னரும் சொக்கநாத நாயக்கரின் தம்பியுமான அழகிரி நாயக்கர் உயிருக்குப் பயந்து அங்கிருந்து தப்பி ஓடிவிட்டார்.

இப்படி தொடர்ந்து நடந்த பல நிகழ்வுகளால் திருச்சிராப்பள்ளிக்கு வந்த பிறகும் சொக்கநாத நாயக்கரால் நிர்வாகத்தை முன்பிருந்த நிலைக்குக் கொண்டுவரமுடியவில்லை. அதனால் அவர் மிகவும் மனம் வருந்தினார். இந்த நிலையில் தஞ்சாவூரும் அவர் கையை விட்டுப் போய்விட்டது. இதையெல்லாம் தாங்கமுடியாமல் சொக்கநாதரின் உடல்நலம் சீர்கெட்டது. அதனால் அவருடைய தம்பி முத்துலிங்க நாயக்கரை ஆட்சியின் பொறுப்பாளராக நியமித்துவிட்டு சொக்கநாதர் எல்லா பொறுப்புகளிலும் இருந்து ஒதுங்கிக்கொண்டார். அவர் விரக்தியான மனநிலையில் திருச்சிராப்பள்ளி அரண்மனையில் தங்கி தன் உடல்நிலைக்குச் சிகிச்சை பெற்றுக்கொண்டு பொழுதைக் கழித்தார். காலச்சக்கரத்தின் சுழற்சியில் மேலே இருப்பது கீழே இறங்குவதும் கீழே இருப்பது மேலே ஏறுவதும் இயல்பு தானே!

நாயக்கர் அரசின் இந்த பலவீனமான நிலை முகலாயர்களின் கவனத்தை ஈர்த்தது. தென்னாட்டில் இருந்த அவர்களின் படைத் தலைவனான ருஸ்தம்கான் தன் சிறிய குதிரைப் படையுடன் வந்து நாயக்கர் படையை எளிதாகத் தோற்கடித்து திருச்சிராப்பள்ளியைக் கைப்பற்றிக்கொண்டான். உடனே அங்கே மன்னராகப் பொறுப்பு வகித்த முத்துலிங்க நாயக்கர் ருஸ்தம்கானுக்குப் பயந்துகொண்டு அரண்மனையிலிருந்து தன் குடும்பத்தாருடன் வெளியேறிவிட்டார்.

ருஸ்தம்கான் முகலாயரின் சிறந்த குதிரைப் படைத் தலைவர்களில் ஒருவன். சிறந்த படைத்தலைவன் என்றாலும் நிர்வாக அனுபவம் என்பதே இல்லாதவன். மக்களிடம் அச்சத்தை ஏற்படுத்துவதே ஆட்சிமுறை என்ற மூர்க்கமான மன நிலை கொண்டவன். ஆனால் மிகவும் தந்திரசாலி! அவன் தன்னை

அரசனாக மக்கள் ஒரு போதும் ஏற்கமாட்டார்கள் என்பதை உணர்ந்து, தான் அரசனாகாமல் சொக்கநாத நாயக்கரையே மீண்டும் அரசனாக அறிவித்தான். ஆனால் எல்லா அதிகாரங்களையும் அவன் தன் கையில் வைத்துக்கொண்டான். ஆனால் எவ்வளவு இரகசியமாக வைத்திருந்தாலும் அரண்மனை விசயங்கள் வெளியே கசியத் தொடங்கின. அதனால், மன்னர் சொக்கநாதரின் பெயரால் ருஸ்தம்கான் எல்லாம் செய்தாலும் மன்னர் குடும்பத்துடன் வீட்டுச்சிறையில் இருக்கும் விசயம் அனைவருக்கும் தெரிந்துவிட்டது. மேலும் ருஸ்தம்கானும் மிகவும் கொடூரமானவன் என்று விரைவிலேயே பெயர் வாங்கிவிட்டான்.

தர்பார் மாளிகை என்று பெயர் பெற்ற திருச்சிராப்பள்ளி மன்னர் மாளிகையில் நடன மண்டபம் விளக்குகளின் ஒளியில் மிகவும் அழகாகக் காட்சியளித்தது. ஒரு ஓரமாக சில இசைவாணர்கள் அமர்ந்து பலவகையான கருவிகளை இசைத்துக் கொண்டிருந்தார்கள். அந்த இசைக்கருவிகளின் இன்னிசையில் நனைந்து அங்கிருந்தவர்கள் மனம் மயங்கியிருந்தார்கள். இசையின் இனிமையுடன் ஆடல் அழகி ஒருத்தியின் அற்புதமான நடனமும் சேர்ந்து அந்த இடத்தைச் சொர்க்கலோகமாகவே மாற்றியிருந்தன. அப்படியிருந்த போதிலும் பெரிய சிம்மாசனத்தில் தன் ராணியுடன் அமர்ந்து ரசித்துக்கொண்டிருந்த மன்னர் சொக்கநாத நாயக்கரின் முகத்தில் பெரும் மகிழ்ச்சி ஒன்றும் தெரியவில்லை. மாறாக, அவர் மனதில் இருந்த பெரும் கவலையை தற்காலிகமாக மறக்கும் ஒரு முயற்சி தான் அதில் தென்பட்டது. சொக்கநாத நாயக்கர் சிவந்த மேனியும் நல்ல உயரமும் உடையவராக இருந்தார். சிறைப்பட்டவராக இருந்த நிலையிலும் அவரது தோற்றம் கம்பீரமாக இருந்தது. அவர் மன்னருக்கான ஆபரணங்களை அணிந்து அமர்ந்திருந்தாலும் அவற்றையெல்லாம் மீறிய ஒரு துயரமும் வேதனையும் அவர் முகத்திலும் உடல்மொழியிலும் வெளிப்பட்டது.

சொக்கநாதநாயக்கர் பெயரளவில் தான் மன்னராக இருந்தார்; அதிகாரம் எல்லாம் ருஸ்தம் கான் கையில் இருந்தது என்ற நிலையில் அவர் ஒரு பொம்மை போல் மட்டுமே அங்கே இருந்தார்.

சொக்கநாதநாயக்கர் தம் நிலையை எண்ணி மனம் வெதும்பினார். அவர் தன் அரண்மனையைவிட்டு வெளியேற முடியாதவாறு ருஸ்தம்கானின் வீரர்கள் எந்த நேரமும் காவலிருந்தார்கள். திருச்சிராப்பள்ளிக் கோட்டையை எல்லா திசையிலும் அவனது

படை வீரர்கள் சூழ்ந்திருந்தனர். அரண்மனைக்குள் மன்னரின் நம்பிக்கையான பணியாட்கள் நீக்கப்பட்டு அவர்களுக்குப் பதிலாக புதிய ஆட்களை ருஸ்தம்கான் நியமித்திருந்தான். இதனால் யாரிடமும் உதவி கேட்டு சேதி அனுப்பவும் மன்னருக்கு வழியில்லாமல் போனது. தன் ஆட்சியின் கீழ் எழுபத்தி இரண்டு பாளையக்காரர்கள், படைகளுடன் இருந்தும் தனக்கு எப்படி இந்த நிலைமை ஏற்பட்டது என்று புரியாமல் அவர் தவித்தார்.

மனம் வேதனையில் இருந்ததால் நடனத்தைப் பார்த்து ரசிக்கும் மன நிலையில் மன்னரும் ராணியும் இல்லை; நிகழ்ச்சியின் இடையே அவரின் மனைவி மங்கம்மாள் அவரிடம் தாழ்ந்த குரலில் பேசினார்.

“அரசே! ருஸ்தம்கானின் படைபலத்தையும் கொடூரமான குணத்தையும் கண்டு நம் பாளையக்காரர்கள் அனைவரும் அச்சம் கொண்டுவிட்டார்கள் போல் தெரிகிறது. நாம் இப்படி துயரப்படும் போது ஒருவர்கூட நமக்கு உதவி செய்ய வரவில்லையே!”

“ஆம் ராணி! எனக்கும் இது மிகுந்த வியப்பையும் வேதனையையும் அளிக்கிறது; அவமானமாகவும் இருக்கிறது. ருஸ்தம்கானின் வீரர்கள் மிகவும் கொடூரமானவர்கள் என்று சொல்கிறார்கள். எதிர்ப்பவர்களை மட்டுமில்லாமல் முதியவர்களையும் குழந்தைகளையும் கூட ஈவு இரக்கமின்றி வெட்டிக்கொல்கிறார்களாம். குடிசைகளைத் தீவைத்துக் கொளுத்துகிறார்களாம். இதனால் மக்கள் எல்லாம் அவனை நினைத்து பெரும் அச்சத்தில் இருக்கிறார்கள்!”

“ஓ! அதனால் தான் நம் பாளையக்காரர்களும் அவர்களை எதிர்க்க பயப்படுகிறார்கள் போல! என்ன வகையான வீரர்கள் இவர்கள்?” என்ற ராணியின் குரலில் விரக்தியும் இகழ்ச்சியும் இருந்தது.

சொக்கநாதரும் அதை மௌனமாக ஆமோதித்தார். தனக்கு மிகவும் நம்பிக்கையான பாளையக்காரனான கன்னிவாடி சின்ன காத்ரியும், தன் தளவாயான கோவிந்தப்பய்யனும் கூட அமைதியாக இருந்ததை அவரால் ஏற்றுக்கொள்ளவே முடியவில்லை. அதை நினைத்து நினைத்து அவர் பெரும் விரக்தியில் இருந்தார்.

ஒரு நல்ல, உண்மையான இராணி என்பவளுக்கு தன் அரசன், தன் பதவி, மற்றும் தன்னுடைய குழந்தைகள் ஆகிய மூன்றும் மிகவும் முக்கியமானவை; அவள் இந்த மூன்றையும் எப்பாடு பட்டாகிலும் காத்து நிற்கவேண்டும் என்ற முதுமொழிக்கு ஏற்றபடி சொக்கநாதரின் மனைவியான இராணி மங்கம்மாள்நடந்துகொள்ள

முடிவு செய்தாள். சிறைப்பட்டிருந்த அந்தச் சமயத்திலும் அவள் தன் ராஜ அலங்காரங்களைக் கொஞ்சமும் குறைத்துக்கொள்ளாமல் கம்பீரமான தோற்றத்துடன் தான் இருந்தாள்.

மெதுவான குரலில் இராணி, சொக்கநாதரிடம், "எனக்கு ஒரு உபாயம் தோன்றுகிறது. அதைச் சொல்லலாமா?" என்று கேட்டார். மன்னர் அனுமதித்துத் தலையசைத்தார். "சொல் இராணி! எழுபத்தி இரண்டு பாளையங்கள்; ஏராளமான படைகள். ஆனால் எவனும் நம்மைக் காப்பாற்ற வரவில்லை!" என்று அவர் முணுமுணுத்தார்.

அதைக்கேட்ட இராணியின் கண்களிலிருந்து நீர் வழிந்தது. யாரும் பார்ப்பதற்கு முன் அவள் அதைத் துடைத்துக்கொண்டாள்.

"அரசே! நாம் இந்த ஆபத்தான நிலைமையில் இராமநாதபுரம் சேதுபதியின் உதவியை ஏன் கேட்கக் கூடாது? அவர் தான் இந்த நிலையிலும் நமக்கு உதவக்கூடிய ஒரே ஆள்! நாம் உடனே நம் நிலைமையை விளக்கி உதவிகேட்டு இரகசியமாக அவருக்குச் சேதி அனுப்பினால் என்ன!"

"என்ன? சேதுபதியிடம் உதவி கேட்பதா? இப்போது அவர் நம்மிடம் அப்படியொன்றும் நட்பாக இல்லையே? அவர் எப்படி நமக்கு உதவி செய்வார் என்று நம்புகிறாய்?"

"அரசே! நம் நிலைமை சேதுபதிக்குத் தெரிந்தால் அவர் நிச்சயம் நமக்கு உதவிசெய்வார். என்ன இருந்தாலும் எங்கேயோ இருந்து வந்தவன் நம்மைத் துன்புறுத்துவதை அவர் நிச்சயம் ஏற்கமாட்டார்! முன்னர் ஒரு சமயம் இதே போன்ற ஒரு நிலைமையில் உங்கள் தந்தையும் அன்று இருந்த சேதுபதியிடம் தான் உதவி கேட்டார். அவரும் மறுக்காமல் உதவிக்கு வந்தார். அதை நினைத்துப் பாருங்கள். தாங்கள் இதில் பிடிவாதம் காட்டத் தேவையில்லை.!"

சொக்கநாத நாயக்கர் சில வினாடிகள் யோசித்தார். இராணியின் பேச்சில் இருந்த நியாயத்தை அவர் ஏற்றுக்கொண்டார்.

"தேவி! அப்படியே சேதுபதியின் உதவியை நாம் கேட்பதென்றாலும், இங்கே இருக்கும் கடுமையான காவலை மீறி நாம் எப்படி அவருக்கு நம்முடைய நிலைமையைத் தெரிவிக்கமுடியும்? ருஸ்தம்கானின் காவலாட்களை மீறி நாம் அவருக்கு கடிதம் அனுப்புவது எளிதான செயலா? அது முடியுமா?"

"நான் அதற்கு ஒரு வழியை யோசித்துவைத்திருக்கிறேன் அரசே: என் பணிப்பெண் ஒருத்தியின் உறவினர் இராமநாதபுரத்தில் மருத்துவராக இருக்கிறார். அந்தப்பணிப்பெண் மிகவும் சாமர்த்தியசாலி. அவளிடம் கடிதம் கொடுத்துவிட்டால் அவள் எப்படியும் அந்த மருத்துவர் மூலமாக அதை சேதுபதியிடம் சேர்த்துவிடுவாள்!"

கடிதத்தை அரண்மனைக்கு வெளியே கொண்டுசெல்லும் முயற்சியில் காவலர்களிடம் சிக்கிக்கொண்டால் அந்தப்பெண் சித்திரவதை செய்து கொல்லப்படுவாள் என்பதாலும் அதன்பிறகு தங்கள் நிலைமையும் மேலும் மோசமாகிவிடும் என்பதை நினைத்தும் முதலில் மன்னர் மிகவும் தயங்கினார். அதே வேளை ருஸ்தம்கான் எப்போது என்ன செய்வான் என்று சொல்லமுடியாததால் அங்கே அதிக நாட்கள் இருப்பதற்கும் அவர் அஞ்சினார். தங்களுக்கு வேறு வழியில்லை என்று தெளிவாகத் தெரிந்ததால் முடிவில் அவர் இராணியின் யோசனையை அரைமனதாக ஏற்றுக்கொண்டார்.

நடனம் முடியும் தருவாயில் அரங்கின் முகப்பில் ஒரு சலசலப்பு ஏற்பட்டது. வாயில் பக்கம் பார்த்த அனைவரும் பதற்றத்துடன் எழுந்து நின்றார்கள். காவலர்கள் தம் ஈட்டிகளை இறுகப்பிடித்தபடி விறைப்பாக நின்றார்கள். அதிலிருந்தே வருவது யார் என்று சொக்கநாதர் தெரிந்துகொண்டார். ஆறரை அடி உயரத்தில் ஒரு பூதகனைப்போன்ற ஒருவன் தன் எதிரில் இருந்த எவரையும் பொருட்படுத்தாமல், நேராக மன்னர் இருந்த இடத்தைநோக்கி அரங்கம் அதிர நடந்துவந்தான். மன்னருக்கு முன்பாக வந்ததும், அங்கே நின்று போலிமரியாதையுடன் குனிந்து வணக்கம் செய்தான். அவன் தான் மதுரை மக்களை சில நாட்களாக அச்சுறுத்திவந்த டெல்லி படைத்தலைவன் ருஸ்தம் கான்!

இடுங்கிய அவன் கண்கள் இரண்டும் புலியின் கண்கள் போல் மின்னின. கண்களின் கீழ் கருப்பாக மை தடவியிருந்தான். அவனுடைய கைகளும் கால்களும் பெரும் தூண்கள்போல் இருந்தன. அவன் கழுத்து ஒரு சாதாரண மனிதனின் இடுப்பு அளவுக்கு பெரிதாக இருந்தது. அவனுடைய பெரிய தலை மொட்டையாக இருந்தது. முகத்தில் மழித்து ஒழுங்குசெய்யப்பட்ட தாடியுடன் இருந்த அவன் முகம் ஒரு கடுகடுப்புடன் இருந்தது. அதிகமான வெள்ளி ஆபரணங்களை அவன் கழுத்தில் அணிந்திருந்தான். மிகவும் பெரியதாக இருந்த அவன் இடுப்பைச் சுற்றி இருந்த தோல்பட்டையில் உடைவாளும் இரண்டு குறுவாட்களும் இருந்தன. அவன் மன்னரையும் இராணியையும் ஒரு

முறை கூர்ந்து பார்த்தான். அப்போது அவன் இதழ்களின் ஓரத்தில் ஒரு இகழ்ச்சியான புன்சிரிப்பு நெளிந்தது. தன் கரகரத்த குரலில் அவன் மன்னரிடம் பேசினான். ருஸ்தம்கான் திடீர் திடீர் என்று குணம் மாறக்கூடியவன் என்று கேள்விப்பட்டிருந்ததால் அவன் அடுத்து என்ன சொல்லப் போகிறானோ, என்ன செய்யப்போகிறானோ என்று மன்னரின் மனம் படபடத்தது.

"நாயக்கரும் இராணியும் இப்படிமிக்க மகிழ்ச்சியாக இருப்பது இந்த எளியவனுக்கு திருப்தியளிக்கிறது. இன்னும் சில நாட்களில் டில்லியில் இருந்து இரண்டு மிகச்சிறந்த நடனப்பெண்கள் மன்னரை மகிழ்விக்க வருகிறார்கள். அல்லாவின் அருளால், நான் இங்கே இருக்கும்வரை மன்னருக்கு எந்தக் குறையும் இருக்காது. தங்களிடம் இதை நேரில் சொல்லிவிட்டுப் போகவே இந்த அடிமை வந்தேன்.!"

இதைச் சொல்லிவிட்டு அவன் ஒரு ஆசனத்தில் அமர்ந்து சிறிது நேரம் நடனத்தை ரசித்தான். அவனைப் பார்த்ததும் நடனம் ஆடிய பெண்ணும் இசைக்கலைஞர்களும் அச்சத்தால் நடுங்கினார்கள். அதைக் கவனித்த அவன் பெருங்குரலில் சிரித்தான்.

பிறகு திடீரென எழுந்து மன்னருக்கு மறுபடியும் போலியாக வணக்கம் செலுத்திவிட்டு , "மகாராஜா! எனக்கு இந்த இசை, நடனம் போன்றவை எல்லாம் அவ்வளவாகப் பிடிக்காது; ஆனால் தாங்கள் பெரிய கலாரசிகர்; தொடர்ந்து ரசியுங்கள்! நான் சென்றுவருகிறேன்; உத்தரவு தாருங்கள்!" என்று சொன்னான்.

மன்னரிடம் இப்படிப் பேசிய ருஸ்தம்கான், ஒரு காவலனை அழைத்து அவனிடம் இறுகிய குரலில். '' டேய்! மதுரையின் மன்னருக்கு எந்தக் குறையும் இருக்கக்கூடாது; ஏதேனும் குறை இருப்பதாகத் தெரிந்தால் உன் தலை அப்போதே உருளும்!"என்றான்.

அடுத்த கணம் அவன் அங்கிருந்து ஒரு சூறாவளியைப் போல வெளியேறினான். அவன் அங்கிருந்து வெளியேறிய பிறகுதான் அனைவரும் நிம்மதியடைந்தார்கள்.

ருஸ்தம்கான் அங்கு வந்து பேசிவிட்டு வெளியேறும் வரை சொக்கநாதநாயக்கர் ஒரு வார்த்தை கூடப் பேசவில்லை. அமைதியாக அவனையே பார்த்தபடி இருந்தார். தன் அரண்மனைக்குள் வந்து ஒருவன் தன்னிடம் அப்படி நடந்துகொண்டதை நினைத்து அவர் வேதனை அடைந்தார். தன் ராணியுடன் தான் இருக்கும் அந்தப்புரத்தைக் கூட மதிக்காமல் நினைத்த போதெல்லாம் அவன்

நுழைந்ததும் உடைவாளைக்கூட அகற்றாமல் அவன் அந்தப்புரத்தில் நுழைந்ததும் அவரது வேதனையை அதிகரித்தன. அரண்மனைப் பணியாட்களும் பெண்களும் தங்கள் மன்னரின் நிலையைப் பார்த்து வருந்தினாலும் எதுவும் பேசமுடியாமல் அமைதியாக இருந்தனர். இந்த அரக்கனிடமிருந்து தாமும் தம் மக்களும் விடுதலை பெறுவது எப்போது என்று இறைவனை வேண்டினார்கள் மன்னரும் ராணியும்.

நிகழ்ச்சி முடிந்ததும் தன் அறைக்குச் சென்ற இராணி அங்கே இருந்த ஒரு மெல்லிய வெள்ளைத் துணியை எடுத்து அதில் தன் கண் மையால் ஒரு படம் போன்ற அமைப்பில் ஒரு கடிதத்தை எழுதி அதில் மன்னரின் முத்திரையைப் பதித்தாள். யார் கையிலும் சிக்கினால், அது ஒரு அழகிய படம் போட்ட கைத்துண்டு என்பது போலத் தெரியும்படி ஓரங்களில் பூவேலைகள் செய்தாள். அதைத் தன் பணிப்பெண்ணிடம் விவரம் சொல்லி அவள் வீட்டுக்குப்போகும்போது கொடுத்துவிட்டாள் மகாராணி. அரண்மனை வாசலில் சோதனை கடுமையாக இருந்தது. பெண்களின் கைத்துண்டு என்பதால் காவலர் அதை சந்தேகிக்கவில்லை. அதனால் அந்தப்பெண் கடிதத்துடன் அரண்மனையை விட்டு வெளியேறினாள். அடுத்தநாள் காலையில் அவள் ஊர் எல்லையில் இருந்த ஒரு கோவிலில் ஒரு குதிரை வீரனைப் பார்த்து அவனிடம் கடிதத்தை ஒப்படைத்தாள். அவளின் உறவினனான அந்தவீரன் சேதுநாட்டின் ஒற்றன். மறுநாள் மாலை கைத்துண்டு வடிவிலான அந்தக் கடிதம் சேதுபதியின் கையில் இருந்தது. இந்தக் கைத்துண்டில் இருந்தது வெறும் கடிதமல்ல; ருஸ்தம்கானின் மரணத்துக்கான ஓலை.

13

திரையத் தேவன் செய்த சதி

இரகுநாதன் தன் கோபத்தை அடக்கமுடியாமல் தன் முன்னால் இருந்த மேசையின் மேல் கையால் ஓங்கிக்குத்தினான்; அவன் கையில் மதுரை மன்னர் சொக்கநாத நாயக்கரின் கடிதம் இருந்தது. எங்கேயோ இருந்து வந்த ஒருவன் மதுரையையும் திருச்சிராப்பள்ளியையும் தன் கட்டுப்பாட்டில் வைத்துக்கொண்டதுடன் நிற்காமல் மன்னரின் குடும்பத்தையே வீட்டுச் சிறையில் வைத்திருக்கிறான் என்பது அவனுக்கு வினோதமாகத் தோன்றியது. அவன் மனம் உடனடியாக திருச்சிராப்பள்ளிக்குப் படையுடன் செல்லத் துடித்தது. ஆனால் திரையத்தேவன் சில நாட்களில் நடத்தவிருந்த சதியாலோசனைக்கூட்டம் முன்னுரிமையுடன் வந்து நின்றது. திரையத் தேவனை ஒடுக்காமல் தான் திருச்சிராப்பள்ளிக்குப் போனால் இங்கே அவன் ஏதாவது கலகம் செய்துவிடுவான். உடனிருந்தே ஒழிக்கும் உட்பகையை உடனே ஒழித்தால் தான் தன்னால் திருச்சிராப்பள்ளிக்கு தைரியமாகப் போகமுடியும் என்று இரகுநாதன் நினைத்தான். அதனால் முதலில் திரையத்தேவனை ஒடுக்குவது; பிறகு மதுரை மன்னரை விடுவிப்பது என்று அவன் முடிவுசெய்தான்.

அன்று இரவு வானம் அதிகமான மேகங்கள் இன்றி தெளிவாக இருந்ததால், வானத்தில் இருந்த நட்சத்திரங்கள் மிகவும் பிரகாசமாகத் தெரிந்தன. இரவுக் காற்றும் அதிக வேகமின்றி மிதமாகவே வீசியது. மரங்களுக்கிடையே மறைவாக அமைந்திருந்த சிறுவாழி பாளையக்காரனான திரையத்தேவனின் விருந்தினர் மாளிகையில் அன்று பேச்சுக்குரல்கள் வழக்கத்துக்கு மாறாக அதிகமாகக் கேட்டன. பெரும்பாலும் திரையத்தேவன் அங்கே அதிகம் இருப்பதில்லை. அன்று அந்த மாளிகையில் ஆட்கள் அதிகம் இருந்தாலும் விளக்கொளி அவ்வளவு அதிகமாக இல்லை. அதன் காரணம் அங்கே கூடியிருந்தவர்கள் விருந்து உண்ண வரவில்லை; வேறு எதையும் கொண்டாடி மகிழவும் வரவில்லை. அவர்கள் பத்துப்பேரும் சேதுநாட்டின் புதிய மன்னனுக்கு எதிராக சதியாலோசனை செய்வதற்காக வந்தவர்கள். திரையத்தேவனின் மாமாதான் அந்தக்

கூட்டத்துக்கு ஏற்பாடுசெய்திருந்தார். அவனது உறவினர்கள் சிலருடன் தம்பித்தேவனின் உறவினர்களும் அங்கே இருந்தார்கள். அவர்கள் எல்லாம் அந்த இரண்டுபேரில் ஒருவர்தான் மன்னராக ஆவார்கள்; இருவரில் யார் மன்னராக ஆனாலும் தாங்கள் அரண்மனையில் செல்வாக்குடன் சுகபோகமாக வாழலாம் என்று நினைத்திருந்தார்கள். அவர்கள் நினைத்திருந்த இரண்டு பேரும் இல்லாமல் இரகுநாதன் மன்னரானது அவர்களை அதிர்ச்சியடையச் செய்திருந்தது. எனவே அவர்கள் புதிய மன்னனுக்கு எதிராக ரகசியமாக சதிசெய்யக் கூடிவிட்டார்கள். எப்படியாவது திரையத் தேவனை சேதுபதி ஆக்கிவிடவேண்டும் என்பதே அவர்களின் விருப்பம்.

மாலைமயங்கி இரவு துவங்கியதுமே ஒவ்வொருவராக அந்த மாளிகைக்கு ஆட்கள் வரத்தொடங்கினார்கள் அனைவரும் வந்துசேர்ந்ததும் சதியாலோசனை ஆரம்பமானது. முதலில் திரையத் தேவனின் மாமாதான் பேசினார்.

"உறவுகளே! மன்னர் அகாலத்தில் இறந்ததால் அடுத்த மன்னரை முடிவு செய்வதற்கு தேவையான கால அவகாசம் நமக்கு இல்லாமல் போய்விட்டது. திடீரென புது மன்னரைத் தேட வேண்டியதாகிவிட்டது. பட்டத்துக்கு உரிமை உடையவர்கள் திரையத்தேவனும் தம்பித்தேவனும் தான். இந்த இரண்டு பேரில் என் மருமகன் திரையத் தேவன் தான் மூத்தவன். இதை ஏற்றுக்கொண்டு அவனை மன்னன் ஆக்கியிருந்தால் இன்று நாம் இப்படி இரவில் யாரும் அறியாமல் கூடிப்பேச வேண்டிய அவசியம் நேர்ந்திருக்காது. தம்பித்தேவன் தவறாக ஆசைப்பட்டதால் பதவியும் கிடைக்காமல் உயிரையும் பறிகொடுத்தான். கடைசியில் காத்திருந்தவன் பெண்டாட்டியை நேற்று வந்தவன் கொண்டுபோன கதையாக இரண்டு பேருக்கும் இல்லாமல் மூன்றாவதாக உரிமை இல்லாத ஒருவன் வந்து மன்னனாகவும் ஆகிவிட்டான்!"

இப்படி அவர் பேசியதும் தம்பித்தேவனின் மாமா கோபத்துடன் இடைமறித்தார். "யாரும் பழைய கதையைப் பேசவேண்டாம்; இனிமேல் செய்யவேண்டியதை மட்டும் பேசுங்கள்!"

இன்னொருவர், "வீண் பேச்சு வேண்டாம்! உங்களின் இந்தப் போட்டியால் தான் நமக்கெல்லாம் இந்த நிலைமை ஏற்பட்டது. இப்போதாவது ஒற்றுமையாக இருங்கள்; நம் எல்லோர் முகத்திலும் கரியைப் பூசிய அவன் தலையை வெட்டிவீசவேண்டும். அதற்கான வழியைப் பேசுங்கள்!" என்று எரிச்சல் பட்டார்.

அப்போது மாளிகைக்கு வெளியே கொஞ்ச தூரத்தில்

குதிரைகளின் கனைப்பொலி கேட்டது. ஆனால் பேச்சு மும்முரத்தில் அவர்கள் அதைக் கவனிக்கவில்லை.

சற்றுநேரம் அங்கே அமைதி நிலவியது. பிறகு ஒருவர் பேசினார். அவர் சிலகாலம் முன்பு அரண்மனையில் பணிசெய்து, சில தவறுகளுக்காகவும் துரோகச் செயல்களுக்காகவும் இரகுநாதனால் அரண்மனையிலிருந்து வெளியேற்றப்பட்டவர். புதிய சேதுபதியைத் தேர்வு செய்த அன்று இரகுநாதனை அவமதித்துப் பேசிய அதே ஆள்தான் அவர். சில காலமாகப் பதுங்கி இருந்தவர் இப்போது சமயம் கிடைத்தது என்று வெளியே வந்து அவனுடைய எதிரிகளுடன் சேர்ந்துகொண்டவர்.

ஒருவர் சொன்னார். 'அரண்மனையில் யாராவது வேலையாளைப் பிடித்து அவன் மூலம் உணவில் நஞ்சு கலந்து கொன்றுவிடலாமே!'

"அதெல்லாம் இப்போது முடியாது; இப்போது இருக்கும் ஆட்கள் எல்லாம் கூரிக்கிழவனின் ஆட்கள்! நாம் மூச்சுவிட்டாலே நாம் நினைப்பதை சேர்வைகாரர்கள் தெரிந்துகொள்வார்கள்! வேறு எதாவது வழியில் தான் இதைச் செய்யவேண்டும்!" என்றார் இன்னொருவர்.

"இரகுநாதனை நான் நன்றாக அறிவேன். ஒரு வேலை என்றால் அதை உடனே முடிக்கவேண்டும் என்று நேரம் காலம் பார்க்காமல் தனியாகவே குதிரை ஏறிப்போவான். நாம் அவனுடைய இந்தக் குணத்தைப் பயன்படுத்தி அவன் எங்காவது தனியாகப் போகும்போது ஆட்களைவிட்டு தீர்த்துக்கட்டிவிடவேண்டும்."

அதைக்கேட்ட திரையத்தேவன் சிரித்தான், "இதை ஏற்கெனவே செய்துபார்த்தாகிவிட்டது. என் முயற்சி பலிக்கவில்லை! அனுப்பிய ஆட்கள் அடி வாங்கியதுதான் மிச்சம்!"

அதற்கு அவர், "அதனால் என்ன? மீண்டும் ஒருமுறை முயற்சி செய்யக்கூடாதா என்ன? அடுத்த முறை நிச்சயம் வெற்றி கிட்டும்" என்றார்.

"ஐயா! இப்போதெல்லாம் அவன் எங்கேயும் தனியாகப் போவதில்லை; எங்கே போனாலும் கூரிக்கிழவனின் மகன் அவன் கூடவே போகிறான். அதனால் நீங்கள் சொல்லும் வழியில் அவனைக் கொல்லுவதெல்லாம் முடியாத காரியம்!" என்றார் ஒருவர்.

அதற்கு முதலில் பேசியவர், "அதனால் என்ன? வேறு ஒரு வழியில் முயற்சி செய்யக்கூடாதா என்ன? அடுத்த முறை நிச்சயம் வெற்றி கிட்டும். என்னிடம் பொறுப்பை ஒப்படைத்து தேவையான உதவிகளைச் செய்தால் சரியான சமயம் பார்த்து நானே அவனை

என் கையால் வெட்டிக்கொல்வேன்!" என்று கையை உயர்த்தி ஆவேசமாகப் பேசினார். கோபத்தில் அவர் உடல் நடுங்கியது.

அவர் அப்படி வீராவேசமாகப் பேசி முடிக்கும் முன்பாக வெளியே இருந்து இருளைக்கிழித்துக்கொண்டு பறந்து வந்த ஒரு வேல் சரியாக அவரது மார்பில் பாய்ந்தது. அவர், 'ஆ' என்று அலறியபடியே கீழே சாய்ந்தார். அங்கே இருந்த எல்லோரும் திடுக்கிட்டு அந்த வேல் வந்த திசையில் பார்த்தார்கள். அப்படிப் பார்த்த அவர்களுக்கு முதலில் எதுவும் தெரியவில்லை. பிறகு இருளில் இருந்து முதலில் ஒரு ஆள் வருவது தெரிந்தது. பிறகு இன்னும் சிலர் தெரிந்தார்கள். முதலில் வந்தவன் இரகுநாதத்தேவன். அடுத்து வந்தவன் துரைசிங்கம். பிறகு அரண்மனை சேர்வைகாரர்கள் சிலரும் படை வீரர்கள் சிலரும் வந்து சதிசெய்யக் கூடியவர்களைச் சுற்றி வளைத்தார்கள். அவர்கள் அனைவரின் கைகளிலும் உருவிய வாட்களும் வேல்களும் இருந்தன.

சதிகாரர்கள் எழுந்து நிற்கக்கூட அவகாசம் கிடைக்கவில்லை. அவர்கள் எழுந்து தங்கள் வாட்களை உருவுவதற்குள் பல வாட்களும் வேல்களும் அவர்களின் நெஞ்சைத்தொட்டுநின்றன. அவர்களின் முகங்களில் மரணபயம் தெளிவாகத் தெரிந்தது. பயத்தால் முகங்கள் வேர்த்துவழிந்தன. வேல் தாக்கிக் கீழே சாய்ந்தவர் அவர்கள் பார்க்கும் போதே துடிதுடித்து உயிர்விட்டார். அவர் உடலில் இருந்து இரத்தம் தரையில் வழிந்தோடியது.

"எவராவது வாளில் கை வைத்தால் அந்தக் கை துண்டிக்கப்படும்!" என்று துரைசிங்கம் அவர்களை எச்சரித்தான்.

"நான் பொதுவாக அமைதியானவன் தான்; ஆனால் இவனைப் போல் அடிக்கடி நீங்கள் என்னுடன் உரசினால் நான் மிகவும் கெட்டவனாக ஆகிவிடுவேன்!" என்று சொல்லியபடி இரகுநாதன் தன் வாளை உருவினான்.

அப்போதுதான் இரகுநாதனை சரியாகப் பார்த்த ஒரு ஆள், "ஆ! இரகுநாதத் தேவனே நேரில் வந்துவிட்டான்!" என்று பதறினார்.

அப்போது சேதுபதியின் குரல் அங்கே கணீரென்று ஒலித்தது. "திரையத்தேவா! என் மாமன்மார்களே! மற்றவர்களே! இங்கே நான் வந்தது உங்களுக்கு அதிர்ச்சியாக இருக்கலாம். நீங்கள் எனக்கு எதிராகக் கூடிப் பேசுவது முன்பே எனக்குத் தெரியும்; இந்தச்சதியில் யார் யார் இருக்கிறீர்கள் என்பதை தெரிந்துகொள்ளவே நான் பொறுமையாக இருந்தேன். ஆனாலும் நீங்கள் பயப்படவேண்டாம். நான் உங்களைக் கொல்வதற்காக இங்கே வரவில்லை!"

“அப்படியானால் இவனை மட்டும் நீ ஏன் கொன்றாய்?” திரையத்தேவன் இன்னும் பயம் விலகாமல் கேட்டான்.

இரகுநாதன் சிரித்தான். “இவன் அரண்மனையில் இருந்தபோது பல தவறுகளைச் செய்தவன். முன்பே பலமுறை இவனை நான் மன்னித்து விட்டிருக்கிறேன். ஆனால் அவன் திருந்தியபாடில்லை. மீண்டும் மீண்டும் என்னைக் கொல்லவே முயற்சி செய்கிறான். இனியும் இவனை விட்டுவைக்க நான் ஒன்றும் முட்டாள் இல்லை. தவிர இது உங்களுக்கு ஒரு எச்சரிக்கையும் கூட; இதுதான் என் இறுதி எச்சரிக்கை!”

கையும் களவுமாகப் பிடிபட்டுக் கொண்டதால் எதுவும் பேச முடியாமல் அவர்கள் அமைதியாக இருந்தார்கள். துரைசிங்கம் அவர்களைப் பார்த்துக் கடுமையாகப் பேசினான்.

“எதிர்க்க நினைக்காதீர்கள்; எதிர்ப்பதால் எந்தப் பயனும் இல்லை! மன்னரிடம் சரணடைந்து மன்னிப்புக் கேட்டுவிடுங்கள்; உயிர் பிழைக்கலாம்!”

துரைசிங்கம் சொன்னதைத் தொடர்ந்து இரகுநாதனும் அவர்களுக்கு உறுதிசொன்னான்.

“உயிர்பிழைப்பது மட்டுமல்ல; உங்களின் இப்போதைய பொறுப்புக்களிலேயே நீங்கள் தொடர்ந்து இருக்கலாம்! உங்களுக்கு எந்தவிதமான தண்டனையும் இருக்காது!”

அதனால் அச்சம் நீங்கிய அவர்கள் தம் வாட்களை உருவி மன்னனின் காலடியில் போட்டனர். அதை ஏற்றுக்கொண்ட மன்னன் அவர்களை அமைதியாக அமரச்சொன்னான்.

“உங்களைக் கொல்வது என் நோக்கமல்ல. நீங்கள் என் உறவுகள் தான். அன்று தம்பித்தேவன் என்னை இழிவாகப் பேசாமலும் பெரியவர் கூரிக்கிழவனை மரியாதையில்லாமல் பேசி அடித்துத் தள்ளாமலும் இருந்திருந்தால் நான் பட்டத்துக்கு உரிமை கோரியிருக்கவே மாட்டேன். அவனும் உயிரிழந்திருக்கமாட்டான். என்ன செய்வது! என்னென்னவோ நடந்துவிட்டது. சேதுநாட்டின் நலன் கருதி இனியாவது நாம் ஒன்றாக இருக்கலாமே! உங்களுக்கு அரசில் உரிய பங்கும் மதிப்பும் தொடர்ந்து அளிக்கப்படும்! என்ன சொல்கிறீர்கள்?”

அவர்களால் எதுவும் பேசமுடியவில்லை; அவ்வளவு அச்சம்! அதை உணர்ந்துகொண்ட மன்னன், திரையத்தேவனின் மாமனிடம் பேசினான்.

"மாமா! நீங்கள் என்னை நம்பலாம். நம் உறவை இன்னும் உறுதியாக்க நான் சில யோசனைகளை வைத்திருக்கிறேன். நாம் விரைவில் மீண்டும் சந்திப்போம். வருகிறேன்!"

அவர் அவன் கைகளைப் பற்றிக்கொண்டு, "உன்னை நான் சரியாகப் புரிந்துகொள்ளவில்லை இரகுநாதா! அதற்காக நான் மிகவும் வருந்துகிறேன்!" என்றார்.

"மாமா! நாம் ஒற்றுமையாக இல்லாவிட்டால் அயலான் நம் நாட்டில் புகுந்துவிடுவான்; பலமுறை உதவி செய்த நம்மை நம்பாமல் பகை பாராட்டிக்கொண்டு, அயலானை நம்பிய சொக்கநாத நாயக்கர் இப்போது வடக்கில் இருந்து வந்தவனால் சிறைப்பட்டிருக்கிறார் என்பது உங்களுக்குத் தெரியுமா?"

அதைக்கேட்டு அதிர்ச்சியடைந்த அவர்கள்மதுரை மன்னருக்காக வருந்தினார்கள்.

இரகுநாதன் திரையத்தேவனிடம் சொன்னான். "திரையா! இதுவரை நீ சதி செய்வது தான் வழக்கம், சல்லாபம் செய்வது தான் வாழ்க்கை என்று இருந்துவிட்டாய்; இனிமேலாவது சேதுச்சீமையின் நல்ல மகனாக இருந்துகொள்! அது உனக்கும் நல்லது; ஊருக்கும் நல்லது!"

திரையத் தேவனும் தன் தவறை உணர்ந்துவிட்டான் என்பது போல் அவன் நேசமான புன்னகையில் தெரிந்தது. அதனால் மிகுந்த மன நிறைவுடன் இரகுநாதன் தன் வீரர்களுடன் திரும்பிச்சென்றான்.

போகும் வழியில் துரைசிங்கம் கேட்டான். "அரசே! இந்தக் குள்ளநரிக் கூட்டத்தை நீங்கள் முழுமையாக நம்புகிறீர்களா?"

பதில் தெளிவாக வந்தது. "இல்லை துரைசிங்கம்!அவர்களுக்கு ஒரு சந்தர்ப்பம் அளிப்போம். ஆனால் அடங்கிப்போவதை தவிர அவர்களுக்கும் வேறு வழியில்லை; திருந்தாவிட்டாலும் அவர்கள் நம் கட்டுப்பாட்டில் நமக்கு அடங்கித்தான் இருக்கவேண்டும். எதற்கும் உன் ஆட்களை வைத்து இவர்களை நீ கண்காணித்து வா!"

தன் அருகிலேயே இருந்த ஒரு ஆபத்தை முழுமையாகக் களைந்துவிட்டதாக இரகுநாதன் நினைக்காவிட்டாலும் இன்னும் சில காலமாவது அவர்களால் தனக்கு எதிராக எதுவும் செய்யமுடியாது என்ற உறுதியுடன் அரண்மனைக்குத் திரும்பினான். அவன் மனம் மதுரை அரசன் சொக்கநாத நாயக்கனை ருஸ்தம் கானிடம் இருந்து விடுவிப்பது பற்றி சிந்திக்கத் தொடங்கியது.

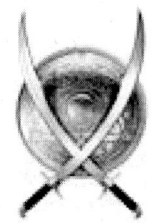

14
ருஸ்தம்கான் என்னும் அரக்கன்

திரையத்தேவன் விவகாரம் முடிந்து அரண்மனைக்குத் திரும்பிய உடனே இரகுநாதன் துரைசிங்கத்திடம் மதுரை மன்னரின் கடிதத்தைக் காட்டினான்.

"இந்தக் கடிதத்தைப்பார்! இப்படியும் நடக்குமா?"

துரைசிங்கமும் கடிதத்தைப் பார்த்தான்.

"இராணியின் கைத் துண்டில் எழுதி அனுப்பியிருப்பதே அவர்களின் நிலைமையைத் தெளிவாக விளக்குகிறது மகாராஜா!"

மிகவும் சுருக்கமாக இருந்தாலும் அதில் சொக்கநாத நாயக்கரின் அவல நிலையும் அவரின் மனத் துயரும் தெளிவாகத் தெரிந்தது. அவனுக்கு ஏற்கெனவே அந்தச் சேதி ஓரளவு தெரிந்திருந்ததால் வியப்பாக இல்லாவிட்டாலும் மன்னரின் நிலைமை அவனுக்கு மிகவும் அதிர்ச்சியையே அளித்தது. இரகசியமாக ராணியின் கைக்குட்டையே கடிதமாக அனுப்பப்பட்டிருந்தது நிலைமையின் தீவிரத்தை அவர்களுக்கு தெளிவாகக் காட்டியது.

"திருச்சிராப்பள்ளியில் நடப்பது பெரும் வியப்பாக உள்ளது அரசே! ஆனால் துரோகிகளும் உட்பகையும் இருந்தால் ஒரு அரசில் எதுவும் நடக்கும். மதுரை மன்னர் ஒரு உதாரணம் தான்!"

"துரைசிங்கம்! திருச்சிராப்பள்ளி அரண்மனையில் சில காலமாகவே நிலைமைகள் நன்றாக இல்லை என்பது எனக்குத் தெரியும்; அந்த ருஸ்தம்கான் அரசை ஆட்டுவிக்கிறான் என்பதையும் நான் அறிவேன். சரி,அது அவர்களுடைய உள் விவகாரம் என்று நான் இருந்தேன். ஆனால் மன்னரையே இப்படி வீட்டுச்சிறையில் வைக்கும் அளவுக்கு அவன் துணிந்துவிடுவான் என்று நான் நினைக்கவில்லை!"

"ஒண்டவந்தவன் ஊரைப் பிடிக்கும் கதை நம் நாட்டில் மீண்டும் மீண்டும் நடக்கிறது அரசே! சொக்கநாதரும் அவனுக்கு இந்த அளவுக்கு இடம் கொடுத்திருக்கக்கூடாது. அவர் நிர்வாகப் பொறுப்பைப் புறக்கணித்து சதா கேளிக்கைகளில் மூழ்கியிருந்தார்.

தேவையில்லாமல் தலைநகரை மாற்றி அரசின் களஞ்சியத்தையும் காலிசெய்துவிட்டார். அறிவை நம்பாமல் வெறும் ஆசைகளின் பின்னால் சென்றார். அதன் விளைவு தான் இந்த விபரீதம் எல்லாம்! "

மன்னன் சிரித்தான். "நீ சொல்வது மிகவும் சரி; நம்மிடம் ஒற்றுமை இல்லை. அயலானுக்கு அளவுக்கு மேல் இடம் கொடுத்துவிடுகிறோம். இங்கே இருக்கும் வளங்களையும் அளவற்ற செல்வத்தையும் பார்த்ததும் அவனுக்கும் ஆசைவந்துவிடுகிறது. வரலாற்றை நாம் அறிந்துகொள்கிறோம்; ஆனால் அதிலிருந்து எவரும் பாடம் மட்டும் கற்றுக் கொள்வதில்லை; நாம் முதலில் நம்மைச் சரி செய்துகொள்ளவேண்டும்!"

இதைச்சொல்லும்போது மன்னனின் முகம் இறுகியது. அதைக் கவனித்த துரைசிங்கம் அவன் எண்ணத்தைப் புரிந்து கொண்டவனாய், "அரசே! நாம் எப்போது திருச்சிராப்பள்ளிக்குப் படை கிளப்பிப் போகிறோம்?" என்று கேட்டான்.

"இதுவே தாமதம் தான். சொக்கநாதரின் கடிதம் கையில் கிடைத்ததுமே நாம் கிளம்பியிருக்கவேண்டும். ஆனால் திரையத்தேவன் விவகாரத்தினால் கொஞ்சம் தாமதமாகிவிட்டது. எப்படியும் நாளை பொழுது சாய்வதற்குள் நமது படை கிளம்பவேண்டும். நம் பாளையக்காரர்களுக்கு உடனே ஆட்களை அனுப்பு!"

"அரசே! நம் முப்பத்தி இரண்டு பாளையத்தின் வீரர்களும் சித்தமாக இருக்கும்படி ஏற்கெனவே சொல்லிவைத்திருக்கிறேன். அவர்களை உடனே புறப்படச்சொல்லி சேதியுடன் இப்போதே ஆட்களை அனுப்புகிறேன். நாளைக் காலைமுதல் மறவர் படை நம் அரண்மனை முன் அணிவகுக்கும்!"

சேதுபதி மன்னர்கள் தங்களுக்காக நிலைப்படை எதுவும் வைத்துக் கொள்ளவில்லை. ஆங்காங்கே இருக்கும் பாளையக்காரர்கள் மன்னரின் அனுமதியின் பேரில் சிறுசிறு படைகளை வைத்திருப்பார்கள். மன்னரின் அறிவிப்பு வந்தவுடன் அந்தப் படைவீரர்கள் அரண்மனை முன்பாக திரண்டு வந்து அணிவகுத்து நிற்பார்கள். இப்படி ஒன்றிரண்டு நாட்களிலேயே முப்பதாயிரம் முதல் நாற்பதாயிரம் வீரர்கள் கொண்ட வீரமறவர் படை திரண்டுவிடும்.

மறுநாள் காலையில் சூரியனின் கதிர்கள் கீழ்வானில் சேதுக்கடலுக்கு மேல் தோன்றும் முன்பே ஆயிரக்கணக்கான வீரர்கள் போகலூர் அரண்மனை முன்பாக அணிவகுத்து ஆர்ப்பரித்தார்கள். சூரியனின் ஒளிக்கதிர்கள் பட்டு அவர்களின் வேல்களும் வாள்களும்

தகத்தகவென்று மின்னலிட்டன. வீரர்களின் குதிரைகள் அங்குமிங்கும் போய்வந்ததால் எங்கும் ஒரே புழுதியாகக் கிளம்பியது. குதிரைகளின் கனைப்பொலியும் வீரர்களின் முழக்கங்களும் சேர்ந்த பேரோசை விண்ணை எட்டும்படியாக இருந்தது. அத்தனை பேருக்கும் பல இடங்களில் உணவு சமைக்கப்பட்டு வண்டிகளில் கொண்டுவந்து கொடுக்கப்பட்டது. இதனால் அந்த இடம் ஒரே நாளில் தன் அடையாளம் மாறிக் காணப்பட்டது. அவ்வப்போது மன்னரும் தளபதிகளும் மாடத்தில் நின்று படைசேர்வதைப் பார்வையிட்டார்கள். அன்று மாலைக்குள் ஏறத்தாழ முப்பதினாயிரம் வீரர்கள் திரண்டு நின்றார்கள். அதைக்கண்ட இரகுநாதத் தேவன் பெருமிதம் கொண்டான்.

பதவியேற்ற சில நாட்களிலேயே இரகுநாதன் தன் பார்வையை மதுரைமீது நாட்டியிருந்தான். மதுரையை ஆண்ட நாயக்க மன்னர்கள், என்னதான் சேதுபதிகள் நட்புடன் இருந்தாலும், அவர்களுடன் ஒருவகையான விரோதம் பாராட்டியே இருந்துவந்தார்கள். அதனால் சேதுபதிகளும் எப்போதும் மதுரை அரசுடன் போருக்குத் தயாராகவே இருந்தார்கள். ஒரே நாளில் முப்பதினாயிரம் வீரர்களைத் திரட்டும் வல்லமை அந்த நாட்களில் சேதுபதிக்கு மட்டுமே இருந்தது. திடீர்ப் பாய்ச்சலிலும் குறுகிய காலத்தில் தாக்குதல் நடத்துவதிலும், புதுப்புது போர் உத்திகளைக் கையாள்வதிலும் மறவர்படைக்கு யாரும் ஈடு இணையில்லை என்பதாலேயே அது பகைவர்களுக்குச் சிம்ம சொப்பனமாக இருந்தது.

நாயக்கர் அரசின் நிலையும் அதன் படைகளின் வலிமையும் என்ன என்பதை இரகுநாதன் தன் ஒற்றர்களின் மூலம் துல்லியமாக அறிந்திருந்தான். அது போல் திருச்சிராப்பள்ளிக் கோட்டையைப் பற்றியும் போதுமான விவரங்கள் அவனிடம் இருந்தன. அது இப்போது மதுரையின் மன்னனைத் தாக்குவதற்குப் பதிலாக அவரைக் காப்பாற்றுவதற்காக தனக்குப் பயன்படப் போவதை நினைத்து அவன் தனக்குள் சிரித்துக்கொண்டான். ருஸ்தம்கானின் படை மூர்க்கமானது என்றாலும் அது ஒரு சிறிய படை தான். தமிழ் நாடு முழுவதையும் கைப்பற்றுவதற்காக டெல்லியில் இருந்து ஒரு பெரும்படையை எதிர்பார்த்து அவன் காத்திருந்தான். தென் பாரதத்தின் பாதுஷா ஆகவேண்டும் என்பதே அவனுடைய கனவாக இருந்தது. அதுவரை அவனுக்கு மதுரையிலும் திருச்சிராப்பள்ளியிலும் உதவிசெய்தவர்கள் நாயக்கர் அரசின் சில பாளையக்காரர்கள் தான்.

நாயக்கர் அரசின் பாளையக்காரர்களில் பலர் ருஸ்தம்கான் பாதுஷாவாக ஆகிவிட்டால் அவனுடைய தயவு வேண்டுமே என்ற

சபலத்தால் அவனை எதிர்க்காமல் அமைதியாக இருந்தார்கள். சொக்கநாத நாயக்கருக்கு மிகவும் நெருக்கமான கன்னிவாடி பாளையக்காரன் சின்ன காத்ரியும் மதுரையின் தளவாயாக இருந்த கோவிந்தப்பய்யனும் நாயக்கரை நேசித்தாலும் சூழ்நிலைக் கைதிகளாக, வேறுவழியில்லாமல் அமைதியாக இருந்தார்கள். வெளிப்படையாக ருஸ்தம்கானை எதிர்த்தால் அது மன்னர் குடும்பத்துக்கு ஆபத்தாக முடிந்துவிடும் என்ற அச்சத்தால் அவர்கள் மன்னர்குடும்பத்தை விடுவிக்க விரும்பினாலும் பொறுமையாக அதற்கான வாய்ப்பை எதிர்நோக்கிக் காத்திருந்தனர். இதையும் இரகுநாதன் நன்கு அறிந்திருந்தான். அதனால் தான் அவன் தன் ஆட்கள் இரண்டுபேர் மூலம் சில நாட்கள் முன்பே சின்னகாத்ரிக்கும் கோவிந்தப்பனுக்கும் உரிய சேதிகளை அனுப்பிவைத்தான். மதுரைக் கோட்டையைப் போலவே திருச்சிராப்பள்ளிக் கோட்டையையும் அரண்மனையையும் பற்றிய அத்தனை விவரங்களும் சேதுபதிக்கு முன்பே தெரியும். அத்துடன் அந்தக் கோட்டையும் கன்னிவாடிப் பாளையத்தின் படைகளால் தான் காவல் செய்யப்பட்டுவந்தது என்ற விவரமும் முன்னரே சேதுபதிக்குத் தெரியும். ஆனால் மன்னரும் ராணியும் தங்கியிருந்த அரண்மனை மட்டும் ருஸ்தம்கானின் வீரர்களால் காவல் செய்யப்பட்டுவந்தது. மன்னர் குடும்பத்தைக் காவல் செய்வதில் மட்டும் தந்திரக்காரனான ருஸ்தம்கான் மதுரை வீரர்களை நம்பவில்லை!

சேதுப்படை திருச்சிராப்பள்ளிக்குப் புறப்படுவதற்கு முதல் நாள்...

ருஸ்தம்கான் திருச்சிராப்பள்ளிக் கோட்டைக்குள் இருந்த விருந்தினர் மாளிகையில் தான் தங்கியிருந்தான். அன்று மதியம் வயிறு புடைக்க இறைச்சிச் சோறு உண்ட ருஸ்தம்கான் கண்கள் செருக தன் பஞ்சணையில் சாய்ந்தான். தினமும் மதியம் சாப்பிட்டதும் நன்றாகத் தூங்குவது அவனது அன்றாடப் பழக்கமாக இருந்தது. பகலில் நன்றாகத் தூங்கிவிட்டு இரவுமுழுவதும் ஆடல்பாடல், காமக் களியாட்டங்களில் ஈடுபட்டு விழித்திருப்பான். கண்கள் செருக அவன் மஞ்சத்தில் சாயும்போது பணியாள் ஒருவன் வந்து கோட்டைக்காவல் தலைவர்களில் ஒருவன் வந்திருப்பதாகப் பணிவுடன் சொன்னான்.

தன் அருமையான தூக்கம் தடைப்பட்டதால் எரிச்சலடைந்த ருஸ்தம்கான் பணியாளிடம், “யாராக இருந்தாலும் பிறகு வரச்சொல்!” என்றபடி மஞ்சத்தில் சாய்ந்தான்.

ஆனால் காவலன் போய்விட்டுத் திரும்பியும் வந்து தயங்கி நின்றான். அதைப்பார்த்த ருஸ்தம்கான் அவனைக் கோபத்துடன் பார்த்து, "ஏன் திரும்பியும் வந்து நிற்கிறாய்?" என்று கேட்டான்.

"கோட்டைக்காவல் தலைவர் கோட்டையின் காவல் பற்றி ஒரு முக்கியமான விசயத்தை தலைவரிடம் பேசவேண்டும் என்கிறார்; அவர் உங்களைப் பார்க்காமல் போகமாட்டேன் என்று சொல்கிறார்!"

கோட்டையின் காவல் என்ற சொற்களைக்கேட்டதும் ருஸ்தம்கான் கொஞ்சம் விழித்துக் கொண்டு, "சரி! வரச்சொல்!" என்று அனுமதி அளித்தான்.

தயங்கியபடி வந்த கோட்டைக் காவல் துணைத் தலைவன் மெதுவான குரலில் சொன்னான். "தளபதி! கோட்டைச்சுவரின் தெற்கு வாசல் கதவுகளில் சில பழுதுகள் ஏற்பட்டுள்ளன. மறைகள் மிகவும் தேய்ந்து, துளைகளும் பெரிதாகிவிட்டன. அதனால் கதவுகளைச் சரியாக அடைக்கமுடியவில்லை!"

"அதற்கு இப்போது என்ன அவசரம்? உடனே செய்யவேண்டுமா?" ருஸ்தம்கான் அவனிடம் சீறினான்.

"உடனே சரிசெய்வது கோட்டையின் காவலுக்கு நல்லது; தாங்கள் அனுமதியளித்தால் உடனே வேலையைத் தொடங்கிவிடுவேன்!"

உண்ட மயக்கத்திலும் தூக்கக் கலக்கத்திலும் இருந்த ருஸ்தம்கான் காவல் தலைவனிடம், "வேலை எத்தனை நாட்கள் நடக்கும்?" என்று எரிச்சலுடன் கேட்டான்.

"மறைகளைக் கழற்றி எண்ணெயில் ஒருநாள் ஊறவைத்து எடுத்து உடனே மாட்டிவிடலாம். பெரிய துளைகளை..."

என்று அவன் பேச்சை நீட்டிக்கொண்டு போனது ருஸ்தம்கானுக்கு கோபத்தை ஏற்படுத்தியது. மிகுந்த எரிச்சலுடன் "சரி சரி; எதையாவது செய்து தொலை! ஆனால் இரண்டே நாட்கள் தான். விரைவில் வேலையை முடித்துவிடவேண்டும். தாமதித்தால் வேலை செய்யும் அத்தனை பேருக்கும் தண்டனை உறுதி!"

இதைச் சொல்லிமுடிக்கும்போதே அவன் கண்கள் செருகி விட்டன. அந்த மாமிச மலையின் திறந்த வாயிலிருந்து கர்ணகடூரமான பெரும் குறட்டை ஒலி கேட்கத் தொடங்கியது. வந்த வேலை நல்லபடியாக முடிந்ததால் கோட்டைக்காவல் துணைத்தலைவன் மகிழ்ச்சியுடன் வெளியேறினான். அவன் கன்னிவாடி தளபதி சின்னகாத்ரியின் ஆள்.

அன்றே திருச்சிராப்பள்ளிக் கோட்டை தெற்குவாசலின் பெரிய கதவுகள் திறக்கப்பட்டன. அவற்றின் மறைகள் எல்லாம் கழற்றப்பட்டு தாள்கள் விலக்கப்பட்டன. பின்னர் தாள்களைப் போடாமலேயே பெயருக்கு கதவுகள் சாத்திவைக்கப்பட்டன. இந்த வேலைகள் எல்லாம் நம்பிக்கையான வெகுசில வீரர்களுக்கு மட்டுமே தெரியும்படி ரகசியமாக வைத்து அந்தக் கோட்டையின் காவல் தலைவன் பார்த்துக்கொண்டான். தெற்குவாசலுக்கு அருகில் தான் ருஸ்தம்கான் தங்கியிருந்த மாளிகை இருந்தது. நடந்துகொண்டிருந்த எதையும் அறியாமல், தன்னை நோக்கி ஒரு கருநிறக்குதிரையில் மரணதேவன் பாய்ந்துவருவது தெரியாமல் பஞ்சணையில் கும்பகர்ணன் போல ஆழ்ந்த உறக்கத்தில் இருந்தான் ருஸ்தம்கான்.

15
தலையை இழந்த தளபதி

அரண்மனை முகப்பில் இருந்த இராஜராஜேசுவரி அம்மனுக்கு சிறப்புப் பூசைகளை முடித்துவிட்டு, கவசமும் போர்வாளும் தரித்து இரகுநாதன் அரண்மனை மாடத்தில் நின்று படைவரிசையைப் பார்வையிட்டான். பின் அரண்மனை மகளிர் குலவையிட்டு வாழ்த்துச் சொல்ல, மூத்தராணி அவனுடைய நெற்றியில் திலகமிட்டார். பின் மன்னர் கீழே வந்து தன் குதிரையில் ஏறி படையின் முகப்பில் வந்து நின்று தன் வாளை உயர்த்தியதும் எக்காளங்கள் ஒலிஎழுப்ப, பறைகள் முழங்க மறவர் படை புறப்பட்டது. மன்னரின் வலது புறம் திரையத்தேவனும் இடதுபுறம் துரைசிங்கமும் இருந்தனர். அவர்கள் திரும்பிவரும் வரையில் அரண்மனைக்காவல் பொறுப்பை சூரிக்கிழவன் ஏற்றுக்கொண்டார்.

முப்பதினாயிரம் வீரர்கள் வெற்றிவேல், வீரவேல் என்று விண்ணதிர முழக்கமிட்டார்கள். உறுதியான உடற்கட்டும் இரத்த தாகம் எடுத்த புலியின் பார்வை போன்ற அச்சமூட்டும் பார்வையும் நீண்டு தொங்கும் சடைமுடியும் கொண்டிருந்த வீரமறவர்கள், தோலால் ஆன கைப்பிடி கொண்ட விற்களையும் ஏந்தி எதிரிகளை வீழ்த்தும் வெறியுடன் நின்றார்கள். அவர்களுடன் ஆயுதங்கள் ஏற்றப்பட்ட பல வண்டிகளும் உணவு வண்டிகளும் விரைந்தன. 'வெற்றிவேல், வீரவேல்' என்ற வீரமுழக்கங்கள் வான் முட்ட எழுந்தன. சரியாக நிலவு தோன்றும் நேரத்தில் கிளம்பிய அவர்கள், சிறிது நேரம் மெதுவாகவே நடந்தார்கள். நேரம் செல்லச்செல்ல அவர்களின் வேகம் கூடியது.

மன்னனின் தாக்குதல் திட்டம் என்ன என்பது துரைசிங்கத்துக்கு அதுவரையிலும் தெரியவில்லை. அதனால் மன்னன் ஏதாவது சொல்வான் என்ற எதிர்பார்ப்புடன் அவன் மன்னனின் முகத்தை அவ்வப்போது பார்த்துக்கொண்டே வந்தான். நேரான சாலைகளைத் தவிர்த்துவிட்டு குறுக்கு வழிகளில் அவர்கள் விரைந்து சென்றார்கள். நிலவு நடுவானத்தை நெருங்கும்போது அவர்கள் திருச்சிராப்பள்ளியை நெருங்கிவிட்டார்கள்.

அப்போது தான் இரகுநாதன் துரைசிங்கத்திடம் தன் திட்டத்தை விளக்கினான்.

"துரைசிங்கம்! நாம் தாக்கப்போகும் சேதி ருஸ்தம்கானுக்குத் தெரிந்துவிட்டால் அவன் சொக்கநாதனையும் அவரின் குடும்பத்தாரையும் உடனே கொன்றுவிடும்படி சொல்லிவிடுவான். அப்படி நடந்தால் நம்முடைய அத்தனை முயற்சியும் வீணாகிவிடும் என்று நான் அஞ்சுகிறேன். அதனால் நான் முதலில் தெற்குவாசலுக்குப் போய் அதன் வழியே அரண்மனைக்குள் நுழைந்துவிடுகிறேன். கோட்டைக்குள் நுழைந்த உடனே நாம் மன்னர் குடும்பத்தைச் சிறை மீட்கவேண்டும்!"

"அரசே! தங்களுடன் யார்வருவது?"

"என்னுடன் ஆயிரம் வீரர்கள் வரட்டும். நீயும் திரையத் தேவனும் நம் படைகளுடன் போய் கோட்டையின் வடக்கு வாசலை முற்றுகை-யிடுங்கள்!"

"வடக்குவாசலையா? அதை ஏன் முற்றுகையிடவேண்டும்? தெற்குவாசல் தானே அரண்மனைக்கு அருகில் இருக்கிறது?" என்று துரைசிங்கம் தயங்கியபடிகேட்டான்.

மன்னர் குடும்பம் இருந்ததுகோட்டையின் தர்பார் மாளிகையில் தான் என்று அவன் அறிவான். அப்படியிருக்க இரகுநாதன் ஏன் தன்னை அரண்மனையின் வடக்குவாசலை முற்றுகையிடச் சொல்கின்றான் என அவன் நினைத்தான்.

"ஆம் துரைசிங்கம்! நம் படை அரண்மனையை முற்றுகை-யிட்டால் எதிரியின் கவனம் முழுவதும் அங்கேதான் இருக்கும். ருஸ்தம்கானின் படைகள் எல்லாம் அங்கே வந்து குவிந்துவிடும். அதனால் அப்போது தர்பார் மாளிகையில் காவல் அதிக பலமாக இருக்காது. நான் அதிக எதிர்ப்பு இல்லாமல் தெற்கு வாசல் வழியே அரண்மனைக்குள் புகுந்துவிடுவேன்."

இப்போது துரைசிங்கத்துக்கு ஏன் வடக்குவாசல் முற்றுகை என்பது விளங்கியது. இருந்தாலும் தெற்குவாசல் காவலும் கடுமையாகத்தானே இருக்கும். சேதுபதி ஆபத்தின்றி எப்படி உள்ளே நுழைய முடியும்?என்று அவன் நினைத்தான். அதைப் புரிந்துகொண்ட இரகுநாதன் அவனுடைய சந்தேகத்தைப் போக்கினான்.

"அஞ்சாதே நண்பா! கோட்டையின் தெற்குவாசல் இரகுநாதனை வரவேற்பதற்காகத் திறந்து வைக்கப்பட்டிருக்கிறது. அதன் தாழ்கள் இப்போது நீக்கப்பட்டுள்ளன. அதற்கான ஏற்பாடுகளை நான் முன்பே

செய்துவிட்டேன். கன்னிவாடி சின்னகாத்ரியின் ஆட்கள் எனக்காக நேற்றே இதைச் செய்துவிட்டார்கள்!”

சேதுபதியின் இந்த பதிலைக் கேட்டதும் துரைசிங்கமும் திரையத் தேவனும் வியப்பின் உச்சிக்கே போனார்கள். போருக்குப் போகிறோம் என்பதையும் மறந்து துரைசிங்கம் உற்சாகக் கூச்சலிட்டு மன்னனைப் பாராட்டினான்.

“அப்படியா? அவனும் ருஸ்தம்கானுடைய ஆளாக மாறி-விட்டானோ என்று சின்னகாத்ரியை நான் தவறாக நினைத்துவிட்டேன்! அவன் நமக்கு உதவி செய்கிறான் என்பதைக் கேட்க எனக்கு மகிழ்ச்சியாக இருக்கிறது!” என்றான் துரைசிங்கம்.

திரையத்தேவனும் வியப்புடன், “இதை நானும் எதிர்பார்க்க வில்லை; எப்போதும் அதிர்ச்சிகளையும் ஆச்சரியங்களையும் அளிப்பதில் உனக்கு இணையே இல்லை இரகுநாதா!” என்றான்.

அடுத்தகணம் சேதுபதியின் ஆணையை துரைசிங்கம் உரத்த குரலில் சொல்ல, சேதுபதியின் குதிரை முன்னால் போக இருநூறு குதிரை வீரர்களும் எழுநூறு காலாட்களும் திருச்சிராப்பள்ளிக் கோட்டையின் தெற்குவாசலை நோக்கிப்பாய்ந்தனர். மற்ற வீரர்கள் வடக்குவாசல் முற்றுகைக்காக விரைந்தனர்.

ருஸ்தம்கானின் ஆணையை ஏற்றுக்கொண்டிருந்த மதுரைப் படையினர் சேதுப்படையின் அந்தத் திடீர்த் தாக்குதலைக் கொஞ் சமும் எதிர்பார்க்கவில்லை. முதலில் துரைசிங்கம் தலைமையில் போன பெரும்படை வடக்குவாசலை முற்றுகையிட்டது. அவர்கள் கோட்டையைத் தாக்காமல் வெறும் முற்றுகையில் மட்டுமே ஈடுபட்டது மதுரையின் படைத்தலைவர்களுக்கு முதலில் விளங்கவில்லை. ஆனாலும் அவர்கள் தம் கோட்டைக்காவல் படைகள் அனைவரையும் முற்றுகையைச் சமாளிக்க வடக்குவாசலில் குவித்தனர். இதைக்கண்ட துரைசிங்கம் இருபக்கமும் ஏற்படக்கூடிய உயிர்ச்சேதத்தைத் தவிர்ப்பதற்காக தாக்குதலைத் துவங்காமல் வேண்டுமென்றே தாமதப்படுத்தினான்.

அதேவேளை தெற்குவாசலில் இரகுநாதன் தன் வீரர்களுடன் அதிரடியாகப் புகுந்தான். எதிர்த்த வீரர்கள் பலரும் வெட்டுப்பட்டு விழுந்தார்கள். வந்திருப்பது சேதுப்படை என்றசேதி பரவியதுமே மதுரை வீரர்கள் தம் எதிர்ப்பைக் கைவிட்டனர். விவரம் தெரியாமல் எதிர்த்துப் போரிட்டுக் காயம்பட்ட மதுரை வீரர்கள் எல்லாம் தப்பி ஓட அனுமதிக்கப்பட்டார்கள். ஆனால் ருஸ்தம்கானின் வீரர்கள்

மட்டும் இரகுநாதனின் வீரர்களை மூர்க்கமாக எதிர்த்து நின்றார்கள். அதைக்கண்ட இரகுநாதன் உக்கிரமான குரலில் கட்டளையிட்டான்.

"வீரர்களே! இவர்களில் ஒருவன் கூட இன்று உயிருடன் வீடு திரும்பக்கூடாது! அத்தனை பேரையும் வெட்டி வீசுங்கள்!"

சேதுப்படையின் வீரர்கள் பலர் கோட்டை வாசலின் கதவுகளைத் திறந்தார்கள். சரியாக கோட்டைவாசல் கதவுகள் பழுதுபார்ப்பதற்காக என்று சொல்லி தாழ்கள் நீக்கப்பட்டு இருந்த வேளையில் தாக்குதல் நடந்தது எப்படி என்று புரியாமல் காவல் தலைவர்களும் வீரர்களும் திகைத்தனர். அவர்களின் திகைப்பு நீங்கும் முன்பாகவே இரகுநாதன் தன் வீரர்களுடன் அரண்மனையை நோக்கி விரைந்து சென்றான். அவனது வீரர்கள் தம் மன்னரின் கட்டளைப்படி எதிரில் வந்த ருஸ்தம்கானின் படைவீரர்களைக் கொன்று குவித்தார்கள்.

தெற்குவாசலிலும் வடக்கு வாசலிலும் நடக்கும் களேபரங்கள் எதுவும் ருஸ்தம்கானின் மாளிகைக்குத் தெரியவில்லை. மாலையில் துயில்நீங்கி எழுந்த ருஸ்தம்கான் பன்னீர் கலந்த நீரில் குளித்துவிட்டு இரவுக் களியாட்டங்களுக்காக வாசனைத் திரவியங்களை உடலெங்கும் பூசிக்கொண்டு தன்னை அலங்கரித்துக் கொண்டிருந்தான். அப்போது அவனுடைய வீரன் ஒருவன் தலைதெறிக்க ஓடிவந்து அலறியபடி அவன் முன் விழுந்தான். அவனுடைய உடலெங்கும் ஏற்பட்டிருந்த வெட்டுக்காயங்களிலிருந்து இரத்தம் கொட்டியபடி இருந்தது.

ருஸ்தம்கான் எதுவும் புரியாமல் அவனை அதிர்ச்சியுடன் பார்த்தான்.

"படைத்தலைவரே! சேதுநாட்டின் படைகள் நம்மைத் திடீரென்று தாக்கி, தெற்கு வாசலில் நுழைந்துவிட்டார்கள். நம் ஆட்கள் அனைவரையும் கொன்று குவிக்கிறார்கள். சேதுபதியே தலைமை ஏற்று வந்திருக்கிறார். தாக்குதல் மிகவும் கடுமையாக இருக்கிறது. நீங்கள் எப்படியாவது தப்பித்துப் போய்விடுங்கள்!" என்று சொல்லிவிட்டு அந்த விசுவாசம் மிக்க வீரன் மயங்கிவிழுந்தான்.

"என்ன? தெற்கு வாசல் வழியாகவா நுழைந்துவிட்டார்கள்?" என்று அலறிய ருஸ்தம்கானுக்கு அப்போதுதான் தான் நன்றாக ஏமாற்றப்பட்டது புரிந்தது. காயம்பட்டு விழுந்துகிடந்த தன் வீரனைப்பற்றிக் கொஞ் சமும் கவலைப்படாமல், அவன் தான் தப்பிச்செல்லும் வழியை யோசித்தபடியே தன் வாளை எடுத்தான். அதேவேளையில் அவனைக் காப்பாற்றவும் தாங்களும் தப்பித்துக்கொள்ளவும் அவனுடைய தனிக் காவல்வீரர்கள் அவனது மாளிகையின் கதவுகளை இழுத்துப்

பூட்டினார்கள். ஆனால் சிறிது நேரத்திலேயே அந்தக் கதவுகளில் தீப்பற்றி அவை வேகமாக எரியத்தொடங்கின. கதவுகளை உடைக்க நேரமாகலாம் என்று சேதுநாட்டு வீரர்கள் தான் அவற்றுக்குத் தீவைத்துவிட்டார்கள். ருஸ்தம்கானும் அவன் ஆட்களும் என்ன செய்வது என்று திகைத்து நின்றபோதே எரிந்துகொண்டிருந்த அந்தக் கதவுகளை உடைத்துக்கொண்டு இரகுநாதன் தன் வீரர்களுடன் உள்ளே நுழைந்தான்.

அப்படி வந்தவனை ருஸ்தம்கான் தன் வாளுடன் எதிர் கொண்டான். ஆறரை அடி உயரத்தில் ஒரு பூதனைப்போல் தன்முன் வாளுடன் நின்ற அவனைப் பார்த்த இரகுநாதனும் ஒரு கணம் திகைத்தான். எத்தனையோ யவனர்களுடன் அவன் பழகி-யிருக்கிறான். அவர்களில் பலரை அவன் போர்ப்பயிற்சியிலும் தோற்கடித்திருக்கிறான். ஆனால் பாரத தேசத்தின் இப்படி ஒருவனை, பெரும் ராட்சசனை அவன் பார்த்ததில்லை. ஆனால் அந்த திகைப்பெல்லாம் ஒருசில கணங்கள் தான்; அடுத்தகணம், அவன் யாராக இருந்தாலும் மதுரையின் மன்னனைச் சிறையில் அடைத்தவன் என்ற எண்ணம் வந்து அவன் கோபத்தைக் கூராக்கியது. தன் வாட்போர் திறமை அனைத்தையும் அன்று அவன் பயன்படுத்தி அந்த பூதகனுடன் அவன் போரிட்டான். எதிரியின் பலமான முரட்டு உருவத்தையே அவனது பலவீனமாக ஆக்கினான். தன் நகர்வுகளைச் சக்கரவட்டமாக மாற்றிக்கொண்டு, எதிரியை தன்னைச் சுற்றிவரச் செய்தான். எதிரியின் முரட்டு வாள் ஒரே ஒரு முறை தன் மேல் பட்டாலும் தான் மடிவது உறுதி என்பது இரகுநாதனுக்கு நன்றாகப் புரிந்தது. அதனால் மிகுந்த எச்சரிக்கையுடன் சற்று எட்ட இருந்தே தன் தாக்குதலை அவன் மேற்கொண்டான். முடிந்த அளவு சில காயங்களை உண்டாக்கி எதிரியை கோபப்படச்செய்தான். இரத்தம் வழியும் தன் காயங்களைப் பார்த்த ருஸ்தம்கான்,தன் ஆட்கள் முன்னிலையில் தன்னை ஒருவன் இரத்தம் சிந்தும்படி தாக்குகிறானே என்ற அதீதமான கோபத்திலும் அவமான உணர்விலும் மூர்க்கமான தாக்குதலில் இறங்கினான். அவன் வீசிய முரட்டுவாள் பட்டு அங்கே இருந்த அழகிய பெரிய கண்ணாடிகளும் அறைக்கலன்களும் உடைந்து சிதறின.

கோபத்துடன் அவன் தன்னுடைய ஆள் ஒருவனைப் பார்த்துக் கத்தினான்.

“ஹமீத்! நீ உடனே போய் அந்த சொக்கநாதனையும் அவன் குடும்பத்தாரையும் கண்டதுண்டமாக வெட்டி அகழியில் தூக்கி

எறிந்துவிடு. என்னை ஏமாற்றிவிட்டு தப்பி ஓடப்பார்க்கிறார்களா? அவர்களின் உடல்கள் அகழியின் முதலைகளுக்கு இரையாகட்டும். ம்; சீக்கிரம் போ! ஓடு!"

பிறகு அவன் இரகுநாதனைப் பார்த்து, "சேதுபதி! நீ என்னதான் திட்டம் போட்டு திடீரென்று தாக்கினாலும் சொக்கநாதனை உன்னால் காப்பாற்ற முடியாது! அவனையும் அவன் குடும்பத்தாரையும் என் வீரர்கள் கொன்று அகழியில் வீசிவிடுவார்கள்! அவர்களின் பிணங்களைக் கூட உன்னால் இன்று பார்க்கமுடியாது!" என்று உறுமினான். விளக்கின் ஒளியும் நிழலும் கலந்து விழுந்ததால் அவனது பெரிய முகம் பயங்கரமாகத் தெரிந்தது.

அதே சமயம் அவன் தன் முழுபலத்தையும் பிரயோகித்து தன் வாளை வீசினான். ஆனால் தயாராக இருந்த இரகுநாதன் லாவகமாக விலகிக்கொண்டதால், ருஸ்தம்கானுடைய பெரிய வாள் ஒரு தூணில் ஆழமாகப் பதிந்தது. அதை அவன் உருவமுயன்று தன் இரண்டு கைகளாலும் பலமாக இழுத்தான். ஆனால் அவனுடைய முரட்டுக் கரங்களால் மிகவும் வலுவாக வீசப்பட்ட அந்த வாள் தூணில் மிக ஆழமாகப் பதிந்திருந்ததால் உடனே விடுபட்டு வரவில்லை. ருஸ்தம்கான் தன் முழு பலத்தையும் பிரயோகித்து மறுபடியும் அதை இழுத்தான். ஆனால் அந்த வாள் வெளியே வரவே இல்லை. பயத்தில் அவன் உடல் முழுவதும் வியர்வை பொங்கிவழிந்தது. பயம் நிறைந்த விழிகளுடன் அவன் தன் எதிரியை பார்த்துத் தலையை நிமிர்த்தினான். இப்படி ஒரு வாய்ப்புக்காகவே காத்துக்கொண்டிருந்த இரகுநாதன் அதை நழுவ விடாமல் தன் வாளை முழு பலத்துடன் எதிரியின் கழுத்தை நோக்கி வீசினான். அடுத்தகணம் ருஸ்தம்கானின் தலை அவனுடைய முரட்டுக்கழுத்திலிருந்து விடுபட்டு, சில அடிகள் தள்ளிப் போய் தரையில் விழுந்தது. அவனுடைய பெரிய கழுத்திலிருந்து செங்குருதி பீறிட்டு தெறித்தது. இந்த பயங்கரத்தைப் பார்த்த அவனுடைய வீரன் ஒருவன் அதைத் தாங்கமுடியாமல் மயங்கிவிழுந்தான். மற்றவர்கள் அலறிக்கொண்டே அங்கே இருந்து தப்பி ஓடினார்கள்.

ருஸ்தம்கானால் அனுப்பப்பட்ட ஹமீத் என்பவன் அதற்குள் அங்கிருந்து வெளியேறி அரண்மனையை நோக்கி வேகமாக ஓடினான். அதைக் கவனித்துவிட்ட இரகுநாதன் துரைசிங்கத்திடம், சைகை காட்டினான். அதைப் புரிந்துகொண்ட அவனும் விளக்குகளின் ஒளியில் கவனித்து, ஹமீதைப் பின் தொடர்ந்து ஓடினான். அதற்குள்

ஹமீத் இருநூறு அடி தூரத்துக்கு மேல் போய்விட்டான். இனிமேல் ஓடிப்போய் அவனைத் தடுத்து நிறுத்த முடியாது என்பதை உணர்ந்த துரைசிங்கம் சட்டென்று கீழே கிடந்த வேல் ஒன்றை எடுத்துக் குறி பார்த்து வீசினான். அது குறிதவறாமல் காற்றைக் கிழித்துக்கொண்டு போய் ஹமீதின் முதுகில் பாய்ந்து மார்பு வழியே தலைகாட்டியது. வேகமாக ஓடிக்கொண்டிருந்த ஹமீத் அப்படியே விழுந்தான்.

ருஸ்தம்கானின் துண்டிக்கப் பட்டுக் கீழே விழுந்த தலையை நின்றுகூடப் பார்க்காமல் இரகுநாதன், "வாருங்கள்; சொக்கநாதரை எங்கே அடைத்து வைத்திருக்கிறார்கள் என்று பார்ப்போம்!" என்று சொல்லியபடியே ஓடினான். அப்போது காயம் பட்டுக்கிடந்த மதுரை அரண்மனை வீரன் ஒருவன், மன்னர் இருக்குமிடம் தனக்குத் தெரியும் என்று சொல்லி வழிசொன்னான்.

மன்னரின் தர்பார் மாளிகையை ருஸ்தம்கானின் மூவாயிரம் வீரர்கள் காவல்காத்து நின்றார்கள். அவர்கள் தங்கள் ஆள் ஒருவன் வேகமாக ஓடிவந்த நிலையில் முதுகில் வேல்பாய்ந்து இறந்து விழுந்ததைக் கண்டு கலக்கமடைந்தார்கள். அதைத்தொடர்ந்து இரகுநாதனும் துரைசிங்கமும் வீரர்கள் தொடர ரத்தம் வடியும் வாட்களுடன் பரபரப்புடன் ஓடிவந்ததையும் பார்த்தார்கள். தங்கள் தலைவன் ருஸ்தம்கானின் நிலைமை என்ன என்று தெரியாததாலும் அவனிடமிருந்து கட்டளை எதுவும் வராததாலும் அடுத்து என்ன செய்வதென்று தெரியாமல் அந்த வீரர்கள் குழப்பத்துடன் நின்றார்கள்.

துரைசிங்கம், குழம்பிய நிலையில் இருந்த ருஸ்தம்கானின் வீரர்களைப் பார்த்து, "வீரர்களே! உங்கள் தலைவன் அவன் இருந்த விருந்தினர் மாளிகையில் தலையற்ற முண்டமாக விழுந்துகிடக்கிறான். எதிர்த்து நின்றால் உங்களுக்கும் அதே கதிதான்: ஆயுதங்களை வீசிவிட்டு இங்கே இருந்து ஓடினால் நீங்கள் உயிர் பிழைக்கலாம். ம், உடனே ஓடுங்கள்!" என்று இடிக்குரலில் முழங்கினான்.

அதைக் கேட்ட அந்த வீரர்கள் கலங்கி நிலைகுலைந்தனர். மேலும் அதிகமாக சேதுவீரர்கள் அங்கே வருவதற்குள் ஓடிவிடவேண்டும் என்ற முடிவுடன் பெரும்பாலோர் ஓடினார்கள். அதற்கு மேலும் தைரியமாக எதிர்த்து வாள்பிடித்து நின்றவர்கள் எல்லாம் ஈவு இரக்கமின்றி வெட்டி வீழ்த்தப்பட்டார்கள். அந்த வீரர்களை ஊடறுத்துச் சென்று தர்பார் மாளிகையில் நுழைந்த இரகுநாதனைக் கண்ட சொக்கநாத நாயக்கரும் ராணியும் ஆனந்தக் கண்ணீர் வடித்தனர்.

மன்னர் சொக்கநாத நாயக்கர் இரகுநாதனைக் கட்டித்தழுவி நன்றி சொன்னார். தக்க சமயத்தில் சரியான யோசனை சொன்ன தன் இராணியை மகிழ்ச்சியுடன் பார்த்தார்.

"இந்தக் கொடூரனிடம் சிக்கிக்கொண்டு நாங்கள் சொல்லொணாத் துயரமும் அவமானத்தையும் அனுபவித்தோம். இவனிடமிருந்து விடுதலை பெறமுடியுமா என்று அச்சம் கொண்டிருந்தோம். அந்தச் சொக்கநாதனும் மீனாட்சியும்தான் உங்களைத் தக்க சமயத்தில் அனுப்பி எங்களுக்கு உயிர் கொடுத்திருக்கிறார்கள். மிக்க நன்றி சேதுபதி!"

சொக்கநாத நாயக்கரின் மனைவி இராணி மங்கம்மாளும் நீர் வழியும் கண்களுடன் சேதுபதி மன்னருக்கு நன்றி சொன்னாள்.

"இந்தச் சொக்கநாதனைக் காப்பாற்ற ஒரு இரகுநாதன் தான் வரவேண்டும் என்பது அந்த மீனாட்சி தேவியின் விருப்பம் போலும்!" என்று சொக்கநாத நாயக்கர் கண்கலங்கிச் சொன்னார்.

அதேசமயம் வெளியில் இருந்த ருஸ்தம்கானின் ஆட்களை விரட்டியடித்துவிட்டு பெரும் ஆரவாரத்துடன் கன்னிவாடி பாளையக்காரன் சின்னகாத்ரி தன் படைகளுடன் அங்கே வந்துசேர்ந்தான். மதுரையின் தளவாயான கோவிந்தப்பய்யனும் தன் வீரர்களின் வெற்றி முழக்கங்களுடன் அங்கே வந்து அவர்களுடன் சேர்ந்துகொண்டான். அவர்கள் இருவரையும் ராணி மிகுந்த கோபமுடன் பார்த்தாள். மன்னர் சொக்கநாதநாயக்கரும் அவர்களிடம் முகம் கொடுத்துப் பேசவில்லை.

அதைக் கவனித்த இரகுநாதன், "நாயக்கரே! சின்னகாத்ரியையும் கோவிந்தப்பய்யனையும் நீங்கள் தவறாக நினைக்கவேண்டாம்; இன்று கோட்டைக்குள் நான் நுழைவதற்கு இவர்கள் இருவரும் தான் பெரும் உதவிசெய்தார்கள்!" என்று சொல்லி மன்னரையும் ராணியையும் சமாதானம் செய்தான்.

"நாங்கள் ருஸ்தம்கானை எதிர்த்து எதாவது செய்தால் தங்கள் உயிருக்கு எதாவது ஆபத்து நேர்ந்துவிடுமோ என்ற அச்சத்தால் தான் எதுவும் செய்யாமல் தக்க சமயத்துக்காக நாங்கள் காத்திருந்தோம் அரசே!" என்றான் சின்னகாத்ரி.

"சேதுபதி தங்களை விடுவிக்க வருகிறார் என்று சேதி கிடைத்ததுமே நாங்கள் அவர் தடையில்லாமல் கோட்டைக்குள் நுழைவதற்குத் தேவையான எல்லாவற்றையும் செய்துகொடுத்தோம்!" என்று கோவிந்தப்பய்யன் மீதியையும் சொன்னான்.

மன்னரின் முகத்தில் இப்போது கோபம் குறைந்து சிறிது மாற்றம் தெரிந்தது. ஆனால் இராணி மட்டும் அதே கோபத்துடன் இருந்தாள்.

“எப்படி இருந்தாலும் இந்தத் தாமதத்துக்காக எங்களை மன்னிக்க வேண்டுகிறோம்! இதற்காகத் தாங்கள் கொடுக்கும் எந்தத் தண்டனையையும் நாங்கள் ஏற்றுக்கொள்கிறோம்!” என்று சின்னகாத்ரியும் தளவாய் கோவிந்தப்பய்யனும் மன்னரிடம் மன்னிப்புக் கோரினார்கள். அதை மன்னரும் ஏற்றுக்கொண்டார்.

அதன்பிறகு மதுரைப்படைகளுடன் சேர்ந்து இரகுநாதனுடைய வீரர்கள் கோட்டையை முற்றாக மீட்டனர். மீண்டும் கோட்டையின் காவல் வேலையை சின்னகாத்ரியே ஏற்றுக்கொண்டான். அந்த இரவின் பயங்கரமான நிகழ்ச்சிகள் முடிவுக்கு வந்தபோது கீழ்வானில் வெளிச்சம் தெரிந்தது. அன்று சொக்கநாத நாயக்கரும் அவர் மனைவி மங்கம்மாளும் அந்தச் சூரியனை மகிழ்ச்சியுடன் வணங்கினார்கள். .

16
மதுரை அரசின் மதியூகி

அன்று நாயக்கரின் அரண்மனையிலேயே தங்கிய இரகுநாதன் கன்னிவாடி சின்னகாத்ரியுடனும் கோவிந்தப்பய்யனுடனும் ஆலோசனை செய்து கோட்டையின் காவலையும் மன்னர் குடும்பத்தின் பாதுகாப்பையும் உறுதிசெய்தான். மன்னருக்கு துரோகம் செய்து ருஸ்தம்கானுக்கு மறைமுகமாக உதவிசெய்த படைத்தலைவர்கள் சிலருக்கு கடுமையான தண்டனை விதிக்கப்பட்டு அது உடனடியாக நிறைவேற்றப்பட்டது. எஞ்சியிருந்த ருஸ்தம்கானின் ஆட்களைச் சிறையில் அடைக்கச்செய்ததுடன் மேலும் சில ஏற்பாடுகளையும் செய்துவிட்டு, கோட்டைக்காவலை சின்னகாத்ரியிடம் மறுபடியும் ஒப்படைத்தான். பிறகு நாயக்கர் அரசின் எழுபத்தி இரண்டு பாளையக்காரர்களையும் வரவழைத்த இரகுநாதன் மன்னர் முன்பாகவே அவர்களின் கோழைத்தனத்தைக் கடுமையாகக் கண்டித்தான். ஒருசில நாட்களிலேயே அத்தனை வேலைகளையும் முடித்துவிட்டு இரகுநாதன் மன்னரிடம் விடைபெற்றுச்சென்றான்.

அதன் பின்னர் சிலநாட்கள் கழித்து சொக்கநாத நாயக்கர், தானே போகலூருக்குச் சென்று சேதுபதியை திருச்சிராப்பள்ளிக்கு அழைத்துவந்து அவருக்கு தன் கொலுமண்டபத்தில் வைத்துச் சிறப்புச் செய்தார். அதில் மதுரையின் எழுபத்தி இரண்டு பாளையக்காரர்களும் கலந்துகொண்டார்கள். சொக்கநாதர் சேது நாட்டு வீரர்களுக்கு துணிமணிகளையும் பொற்காசுகளையும் பரிசாக அளித்து அனைவர் முன்னிலையிலும் தன் நன்றியைத் தெரிவித்துக்கொண்டார். பிறகு சேதுபதிக்கும் அவரது படைத்தலைவர்களுக்கும் தன் அரண்மனையில் சிறப்பான விருந்தும் அளித்தார்.

அந்த நிகழ்ச்சி முழுவதும் இராணி மங்கம்மாள் இரகுநாதனையே கூர்மையாகக் கவனித்தபடி இருந்தாள். அவனுடைய உடல்மொழியிலும் பேச்சிலும் பாளையக்காரர்களின் பணிவு கொஞ்சமும் இல்லாததும் அவன் சொக்கநாத நாயக்கரிடம் வெகு இயல்பாகப் பழகியதும் அவள் மனதை அதிகமாக உறுத்தின.

அப்போது இராணி மங்கம்மாள் தனக்குள் சொல்லிக்கொண்டாள்.

"இந்தச் சேதுபதி மிகவும் குறைவாகவே பேசுகிறான். இவனது பார்வை அன்பு மிக்கதாக இருந்தாலும் மிகவும் எச்சரிக்கை மிக்கதாகவும் இருக்கிறது. மதுரை அரசின் எழுபத்தி இரண்டு பாளையக்காரர்களும் எதிர்ப்பதற்கு அஞ்சி நடுங்கிய ருஸ்தம்கானை இந்த சேதுபதி நேருக்கு நேர் சந்தித்து தன் வாளின் ஒரே வீச்சில் சாய்த்து விட்டானே! இவனுக்கு மட்டும் எங்கிருந்து வந்தது இந்தத் துணிச்சல்?"

விருந்து முடிந்ததும் சேதுபதியும்மதுரை மன்னரிடம் நன்றி சொன்னார்.

"நாயக்கரே! நான் என் கடமையைத்தான் செய்தேன். உங்கள் குடும்பம் துயரத்தில் இருக்கும்போது நான் அதை அமைதியாக இருந்து வேடிக்கை பார்க்கமுடியுமா? தாங்கள் என் வீரர்களுக்குப் பொன்னும் மணியும் அள்ளிக்கொடுத்து அவர்களை மகிழ்ச்சியடையச் செய்துவிட்டீர்கள்! ஆனால் இப்போதாவது நீங்கள் எங்களைப் புரிந்து கொள்ளவேண்டும் என்பதுதான் என்னுடைய ஆசை!"

பதிலுக்கு சொக்கநாத நாயக்கர், "சேதுபதி! தாங்கள் சமயத்தில் செய்த உதவிக்குத் தகுந்த கைம்மாறு என்னால் செய்யஇயலாது.! உங்களுக்கு எப்படி நன்றி சொல்வது என்றே இன்னும் எனக்குத் தெரியவில்லை!" என்று சொல்லிக் கண்கலங்கினார்.

ஆனால் அன்று இராணியின் தோரணையும் அவளுடைய பேச்சும் முதல் நாள் இருந்தது போல் இல்லை. அவள் சேதுபதியைப் பார்த்தவிதத்தில் நன்றி உணர்ச்சி அவ்வளவாக வெளிப்படவில்லை.

அவள் சேதுபதியைப் பார்த்து, "சேதுபதி! ஒரு இக்கட்டான நிலைமையில் நீங்கள் உங்கள் கடமையை உணர்ந்து நடந்து கொண்டதை நாங்கள் பாராட்டுகிறோம்!" என்று சொன்னாள்.

பிறகு சொக்கநாத நாயக்கர் சேதுபதியிடம், "இருந்தாலும் என் நன்றியைக் காட்டும் வகையில் நான் தங்களுக்கு ராஜபரிபாலனத்தில் உதவி செய்ய என்னிடம் உள்ள சிறந்த ஆலோசகர் ஒருவரை என் வெகுமதியாக அளிக்கிறேன். தாங்கள் மறுப்பேதும் சொல்லாமல் ஏற்றுக் கொள்ளவேண்டும்!" என்றார்.

மன்னர் சொக்கநாத நாயக்கரின் பேச்சில் ஒருவகையான தயக்கம் இருந்ததை இரகுநாதன் கவனிக்கத் தவறவில்லை.

"இவர் தான் எங்களின் பெரு மதிப்புக்குரிய குமாரபிள்ளை!

பல மொழிகளிலும் தேர்ச்சிபெற்றவர்! மிகச்சிறந்த மதியூகி!" என்றார் மன்னர் சொக்கநாதர்.

அப்போது அங்கே சற்றுத்தள்ளி ஒரு இருக்கையில் இருந்த ஒருவர் எழுந்து இரகுநாதனைப் பார்த்து வணங்கினார். அவன் ஒரு புன்னகையுடன் தலையசைத்து அதை ஏற்றுக்கொண்டான். அவனது கூரிய பார்வை அவர்மேல் சில கணங்கள் விழுந்தது. அவர் ஒல்லியாகவும் தலையில் முன்வழுக்கையுடனும் இருந்தாலும் கண்கள் கூர்மையான பார்வையுடன் அவரின் அறிவுத் திறனைக் காட்டுவதாக இருந்தன. அவர் ஐம்பது வயதுக்கு மேல் மதிக்கத்தக்க தோற்றமுடன் இருந்தார். தன் கழுத்தில் பொன்சேர்த்த உத்திராட்ச மணிமாலைகளை அணிந்திருந்தார். காதுகளில் தங்கக் குண்டலங்கள் இருந்தன. முகத்தில் மீசை தாடி என்று எதுவும் இல்லாமல் சுத்தமாக மழித்திருந்தார். உடலிலும் முகத்திலும் இருந்த செழிப்பில்இருந்து அரண்மனையின் சுகவாசத்தை அவர் அதிகமாகவே அனுபவித்தவர் என்பது தெரிந்தது. அவரின் பார்வையிலும் புன்னகையிலும் ஒரு கபடம் இருப்பதாகவும் இரகுநாதனின் உள்ளுணர்வு அப்போதே சொல்லியது. இரகுநாதன் பதில் ஏதும் சொல்லாமல் புன்னகையுடன் இருப்பதைக்கண்ட இராணி மங்கம்மாள் அவனைப் பார்த்துச் சிரித்தாள்.

"மன்னருக்கு எங்கள் பரிசை ஏற்பதில் ஏதோ தயக்கம் உள்ளது போல் தெரிகிறது. மன்னர்களுக்கு உள்ளும் புறமும் எதிரிகள் இருப்பது இயல்பு; நாங்களே அதற்கு எடுத்துக்காட்டு. அதுபோல் தங்களுக்கு நேர்ந்துவிடக்கூடாது என்பதால் தான் இவரை உங்களுடன் அனுப்புகிறோம். சேதுநாட்டின் எதிர்காலம் குறித்த எங்கள் அக்கறையின் வெளிப்பாடு தான் இது!"

"இராணி! எனக்கு இவரை ஏற்றுக்கொள்வதில் எந்த தயக்கமும் இல்லை; ஆனால் இவரை யார் என்றே எனக்குத்தெரியாதே!"

"அரசே! குமாரபிள்ளை சிறந்த மதியூகி; ஒரே பார்வையில் ஆட்களை எடைபோடுவதில் வல்லவர்; நன்கு கற்றவர்; பல ஆண்டுகள் வடநாடுகளின் அரசவைகளில் இருந்தவர். நாட்டின் நிர்வாகத்தில் தங்களுக்கு இவர் மிகவும் உதவியாக இருப்பார் இவரால் நம் இரு அரசுகளுக்கும் இடையே உள்ள இடைவெளி குறையும்; உறவு மேலும் வலுப்பெறும்! தயக்கம் வேண்டாம்!"

அப்போதும் இரகுநாதன் அமைதியாக இருந்தான். அதைப் பார்த்த இராணி சொன்னாள், "சேதுபதி! குமாரபிள்ளையின்

திறமையில் சந்தேகம் தேவையில்லை; சந்தேகம் ஒருவரிடம் இருக்கும் நல்லவற்றைப் பார்க்கவிடாமல் நம்மைத் தடுத்துவிடும்!"

இராணி மங்கம்மாள் மிகுந்த துயரங்களை அனுபவித்துவிட்டு அப்போது தான் மீண்டுவந்தவள் என்பதால் இராணியின் பேச்சை உடனே அவையில் மறுத்து அவள் மனதைப் புண்படுத்த இரகுநாதன் விரும்பவில்லை.

அதனால் அவன், "இராணி! தங்கள் விருப்பப்படியே ஆகட்டும்!" என்று சொல்லி பேச்சை அத்துடன் முடித்துக்கொண்டான். பேச்சை முடிக்கும்போது அவன் துரைசிங்கத்தை நோக்கி பொருள் பொதிந்த பார்வை ஒன்றை வீசினான். துரைசிங்கமும் அதன் பொருளைப் புரிந்து கொண்டு பதிலுக்குப் புன்னகை செய்தான்.

மங்கம்மாள் தன் கணவரிடம் தனியாகச் சொன்னாள். 'அரசே! இராமநாதபுரம் சேதுபதி முன்பு போல் நம் பாளையக்காரராக இருந்தால் எவ்வளவு நன்றாக இருக்கும்? '

அதற்கு சொக்கநாத நாயக்கர் சொன்னார். "தேவி! நீ ஏன் இப்படி நினைக்கிறாய்? எதிரியிடமிருந்து நம் உயிரையும் மானத்தையும் காப்பாற்றியவர் நமக்கு நண்பராக இருப்பதே பெரும் பேறு அல்லவா?"

ஆனால் இராணி மங்கம்மாள் அவரது பதிலை ரசிக்கவில்லை. அவள் முகம் பொறாமையால் இருண்டிருந்தது.

அன்றே இரகுநாதன் தன் பரிவாரங்களுடன் போகலூர் திரும்பினான். மதியூகி குமாரபிள்ளையும் அவர்களுடன் போகலூர் வந்துவிட்டார். அங்கே குமாரபிள்ளை தங்கிக்கொள்வதற்கு தனியாக ஒரு மாளிகை ஒதுக்கப்பட்டது. அவருடன் அவரது தம்பி ஒருவரும் கூடவே வந்தார். குமாரபிள்ளைக்கு அரசவை நிகழ்வுகளில்கலந்துகொள்ளும் உரிமையையும் இரகுநாதன்வழங்கினான்.

அன்று இரவு பணிகள் முடிந்து புறப்படும்போது துரைசிங்கம் இரகுநாதனிடம், "அரசே! சொக்கநாதரிடம் இருக்கும் அளவு நன்றி உணர்வு அவரது இராணியிடம் இருப்பதாகத் தெரியவில்லையே! கவனித்தீர்களா?"

"ஆம், கவனித்தேன்! நன்றி உணர்வு மட்டுமல்ல; நட்பு உணர்வும் அவளிடம் இல்லை. அவள் மனதில் என்ன நினைக்கிறாள் என்பதை நாம் பொறுத்திருந்து பார்க்கலாம்!" என்று இரகுநாதன் பதில் சொன்னான்.

மேலும் அவன் துரைசிங்கத்திடம், "குமாரபிள்ளையை மதுரை

இராணி எதற்காக இங்கே அனுப்புகிறாள் என்று தெரியவில்லை; இதில் ஏதோ ஒரு வஞ்சகம் இருப்பதாக நான் உணர்கிறேன். எதற்கும் நீ அவர் மேல் ஒரு கண் வைத்திரு!" என்று ரகசியமாகச் சொன்னான்.

. . . .

மதுரையிலிருந்து திரும்பிய இரகுநாதன் இனி மேல் சிறிது காலத்துக்கு தன் நாட்டின் பரிபாலன வேலைகளில் கவனம் செலுத்துவது மிகவும் அவசியம் என்று நினைத்தான். அதற்கு முதலில் தன் உறவுகளை வலுவாக்கிக் கொள்ளவேண்டும்; தனக்குப் போட்டியாக இருந்த திரையத்தேவனை ஒடுக்கிப் பணியச்செய்துவிட்டாலும் அவன் மறுபடியும் தனக்கு எதிராக எதுவும் செய்யாமல் இருக்கவேண்டும் என்றால் அவனை நிரந்தரமாக அதே பணிவுடன் வைத்திருக்கவேண்டும் என்று நினைத்தான். அதற்கு வெறும் அதிகாரமும் மிரட்டலும் பயன்படாது. உறவுகள் நெருக்கமாவதற்கு காலம் காலமாக இருக்கும் ஒரே நல்லவழி திருமணம் தான். இரு நாடுகள் இணைவதற்கும் இரு குடும்பங்கள் இணைவதற்கும் திருமணங்களே என்றும் சிறந்த இணைப்புப் பாலமாக இருந்திருக்கின்றன. இதை அறிந்திருந்த இரகுநாதன் தன் மருமகள் முறையான ஒரு பெண்ணை திரையத் தேவனுக்கு மணமுடிக்க விரும்பி அதையும் தானே முன் நின்று பேசிமுடித்தான். விரைவிலேயே ஒரு நல்லநாளில் திரையத்தேவனுக்கும் அந்தப் பெண்ணுக்கும் திருமணம் போகலூர் அரண்மனையில் இரகுநாதன் முன்னிலையில் நடந்தது. திரையத் தேவனுக்குக் கூடுதலாக சில அதிகாரங்களை அளித்து சிறுவாழி பாளையத்தின் தலைவனாக மீண்டும் நியமித்தான் இரகுநாதன்.

இரகுநாதன் தனக்குச் சமயம் வாய்த்தபோதெல்லாம் கூரிக்கிழவனின் பயிற்சிச்சாலைக்குப் போய் இளைஞர்களின் ஆயுதப் பயிற்சிகளைப் பார்வையிடுவதை தன்னுடைய வழக்கமாக்கிக் கொண்டிருந்தான். அப்படி ஒரு நாள் போய் அங்கே இருக்கும்போது சில இளைஞர்களுக்கு வாள் வீச்சுப் பயிற்சி அளித்துக்கொண்டிருந்த ஒரு இளைஞனைக் கவனித்தான். அவன் பயிற்சி அளித்த முறை மிகவும் புதுமையாக இருந்தது. சிறிது நேரம் அதை ரசித்துப்பார்த்த இரகுநாதன், கூரிக்கிழவனிடம் அவனைப் பற்றிக் கேட்டான்.

"அப்பா! அதோ அங்கே வாள் வீச்சுப் பயிற்சி அளிப்பவன் யார்? அவன் கால் பாவும் முறையும் உறுதியாக நின்று வாள் வீசும் விதமும் மிகவும் புதுமையாக இருக்கின்றன. அவன் யாரிடம் ஆயுதப்பயிற்சி பெற்றவன்?"

கூரிக்கிழவன் அவனைப் பார்த்து மெல்லச் சிரித்தார். திறமையாளர்களைக் கண்டறிவதில் இரகுநாதனின் ஆர்வம் அவருக்குத் தெரிந்ததுதான்.

"அரசே! இவன் நாலுகோட்டையைச் சேர்ந்தவன். பெயர் பெரிய உடையான். இவனும் ஆரம்பத்தில் என்னிடம் பயிற்சி பெற்றவன் தான். பின்னர் தானாகவே புதிதாக சில உத்திகளை உருவாக்கிக்கொண்டு முன்னர் என்னிடம் கற்ற வித்தையை மேம்படுத்திக்கொண்டிருக்கிறான். இவனுடைய திறமை எனக்கும் வியப்பாகவே உள்ளது. சண்டைகளில் தேர்ச்சிபெற்றவன் என்பதுடன் காளைகளை அடக்குவதிலும் இந்தப் பகுதியில் இவனுக்கு சமமாக ஆளே கிடையாது. எப்படிப்பட்ட முரட்டுக்காளையும் இவன் பார்வையிலேயே அடங்கிவிடும். இன்று இவன் மன்னரின் கவனத்தையும் கவர்ந்துவிட்டான்!"

இரகுநாதன் முகத்தில் சற்றுநேரம் ஆழ்ந்த சிந்தனை தெரிந்தது. பிறகு சற்று தாழ்ந்த குரலில் பேசினான்.

"அப்பா! தஞ்சாவூரானை எட்டத்தில் வைக்க சிவகங்கைப் பக்கம் நமக்கு இன்னும் ஒரு வலுவான பாளையக்காரன் தேவை என நான் நினைக்கிறேன். நீங்கள் என்ன சொல்கிறீர்கள்?"

கூரிக்கிழவனுக்கு மன்னனின் எண்ண ஓட்டம் தெளிவாக விளங்கியது.

"தங்கள் எண்ணம் மிகவும் சரியானது தான். தங்களின் நம்பிக்கையைப் பெறுவதற்கு பெரிய உடையான் மிகவும் தகுதியானவன் தான். தாங்கள் தக்க சமயத்தில் மிகவும் சரியான முடிவையே எடுத்திருக்கிறீர்கள். சேதுநாட்டுக்காக அவன் தன் உயிரையே தரக்கூடியவன். அவனை நான் மிகவும் இளம் பருவத்-திலிருந்தே அறிவேன்" என்று சொல்லி அவர் மன்னனின் கருத்தை உறுதிப்படுத்தினார்.

கூரிக்கிழவனின் சொற்கள் மன்னனுக்கு மகிழ்ச்சியை அளித்தன. அவர்கள் பேசி முடிவு செய்வதற்கும் அங்கே பயிற்சிகள் முடிவதற்கும் சரியாக இருந்தது. உடனே கூரிக்கிழவன் பெரிய உடையானை அழைத்துவரும்படி ஒரு ஆளை அனுப்பினார். அவனும் விரைவாகப் போய் பெரிய உடையானை அழைத்துவந்தான். பெரிய உடையானும் வேகமாக வந்து அவர்களைப் பணிந்து வணங்கினான். இரகுநாதன் பெரியஉடையான் நடந்து வரும்போதே அவனை மீண்டும் ஒருமுறை தன் பார்வையால் எடைபோட்டான்.

கூரிக்கிழவன், "பெரிய உடையான்! உனது வித்தைப்பயிற்சி முறைகள் மன்னருக்கு மிகவும் பிடித்துப் போய்விட்டன. உன்னிடம் அவர் சில வார்த்தைகள் பேசவிரும்புகிறார்!" என்று சொன்னார்.

பெரிய உடையான் மன்னரைப் பார்த்து மீண்டும் ஒருமுறை வணங்கினான்.

இரகுநாதன் பெரியஉடையானைக் கூர்ந்து நோக்கினான்.

"பெரிய உடையான்! நாலுகோட்டையில் உன் போன்ற ஒரு சிறந்த வீரன் இருப்பதை நான் எப்படி இவ்வளவு காலம் கவனிக்காமல் இருந்தேன் என்று தெரியவில்லை. நல்லவேளை இன்றாவது உன்னைப் பார்த்தேன். உனக்கு நம் அரசாங்கத்தில் நான் ஒரு பொறுப்பை அளிக்க முடிவுசெய்திருக்கிறேன். நீ என்ன சொல்கிறாய்?"

அவன் பெரும் வியப்புடன் கூரிக்கிழவனைப் பார்த்தான். அவர் அவன் முதுகில் அன்புடன் தட்டிக்கொடுத்தார்.

அவன் உடனே, "அரசே! இந்த உயிரும் உடலும் சேது நாட்டுக்கானது. தாங்கள் இடும் எந்தக் கட்டளையையும் ஏற்க சித்தமாக இருக்கிறேன்!"

இரகுநாதன் மனநிறைவுடன் கூரிகிழவனிடம், "அப்பா! நீங்கள் பெரிய உடையானை நாளை நம் அரண்மனைக்கு அழைத்து வாருங்கள்!. அங்கே வைத்துப் பேசிக்கொள்ளலாம்!" என்று சொல்லிவிட்டு அவரிடம் விடைபெற்றுக்கொண்டு தன் குதிரையில் ஏறிக் கிளம்பினான்.

மறுநாள் போகலூர் அரண்மனையின் அவை மண்டபத்தில் அனைவர் முன்னிலையிலும் சேதுபதியின் ஆணை வாசிக்கப்பட்டது. அதன்படி பெரியஉடையாத்தேவன் அன்றுமுதல் நாலுகோட்டைப் பாளையக்காரனாக அறிவிக்கப்பட்டான். நாலுகோட்டையைச் சுற்றி இருந்த சில கிராமங்களைச் சேர்த்து அவனுக்காக ஒரு புதிய பாளையம் உருவாக்கப்பட்டது. அவன் தன் பாளையத்தின் நிர்வாகத்தைக் கவனித்துக்கொள்வதுடன் முந்நூறு பேர் கொண்ட ஒரு சிறு படையை வைத்துக்கொள்ளவேண்டும்; அந்தப்படை எந்த நேரம் சேதுபதி அழைத்தாலும் போருக்கு ஆயத்தமாக இருக்கவேண்டும் என்றும் மன்னரின் ஆணையில் கூறப்பட்டிருந்தது.

கூரிக்கிழவனும் இன்னும் சில படைத்தலைவர்களும் பெரிய வர்களும் பெரிய உடையானின் முன்னோர்கள் சேது நாட்டுக்காகச் செய்த சேவைகளை அவையில் பேசி அவனையும் வாழ்த்தினார்கள்.

பெரிய உடையான் நாலுகோட்டையின் பாளையக்காரனாக உறுதிகூறி பொறுப்பேற்றுக்கொண்டான்.

அன்று மாலை மன்னனின் அருகில் இருந்த துரைசிங்கம், "ஒரே கல்லில் இரண்டு மாங்காய்களை அடித்துவிட்டீர்கள்!" என்று சொல்லிச் சிரித்தான்.

"எதனால் அப்படிச் சொல்கிறாய்?"

"தஞ்சாவூர் எல்லையைக் காவல் காக்க வலுவான ஒரு வீரன் தலைமையில் ஒரு புதிய பாளையமும் உருவாகிவிட்டது. அதே சமயம் திரையத்தேவனைக் கவனிக்கவும் கட்டுப்படுத்தவும் ஒரு ஆளையும் போட்டுவிட்டீர்கள்; நான் சொல்வது சரிதானே?"

"நீ சொல்வது சரிதான் துரைசிங்கம். உறவும் உறுதியானது. நாட்டின் காவலும் உறுதியானது. உனக்கும் இதில் மகிழ்ச்சிதானே!"

மன்னர் மகிழ்ச்சியுடன் பெரிதாகச் சிரித்தார்.

17

மகர் நோன்பு விழாவில் கொலைமுயற்சி!

திருமலை நாயக்கரின் கடைசிக் காலத்தில் மைசூர் படைத் தளபதி ஹம்பையா என்பவன் மதுரை மேல் படையெடுத்து வந்தான். வழியில் அவனைத் தடுத்த கன்னிவாடி நாயக்கப் படைகளை முறியடித்து ஹம்பையா திண்டுக்கல் வரை வந்துவிட்டான். அவனுடைய பெரும்படையின் ஒருபகுதி மதுரைக்கோட்டையை முற்றுகையிட்டது. அப்போது மதுரை மன்னர் திருமலை நாயக்கர் நோய்வாய்ப் பட்டிருந்ததால் அவரால் நேரடியாகப் போரில் இறங்கமுடியவில்லை. அதனால் அவர் இராமநாதபுரம் சேதுபதி மன்னரிடம் உதவி கோரினார். அவரின் வேண்டுகோளை ஏற்று முதலாம் இரகுநாத சேதுபதி தன் படைகளுடன் வந்து மைசூர்ப் படைத்தலைவன் ஹம்பையாவைத் தோற்கடித்து மதுரையை மீட்டார். தொடர்ந்து ஹம்பையாவை மைசூர் அருகே காவிரிக்கரையில் நஞ்சன்கூடு என்ற இடத்தில் நடந்த போரில் சேதுபதி மீண்டும் தோற்கடித்து அவனுடைய மூக்கையும் அறுத்து அனுப்பினார். ஹம்பையா தான் சிறைப் பிடித்தவர்களின் மூக்கை அறுத்து அனுப்பியதால் அந்தப் போர் மூக்கறுப்புப் போர் என்று பெயர் பெற்றது. தக்க சமயத்தில் வந்து உதவி செய்ததால் மகிழ்ச்சியடைந்த திருமலை நாயக்கர் சேதுபதிக்கு நன்றி தெரி-வித்துஇராஜ ராஜேசுவரி அம்மனின் தங்க விக்ரகம் ஒன்றைத் தன் பரிசாக அளித்து இராமநாதபுரத்தில் மகர் நோன்பு என்னும் நவராத்திரி விழாவைச் சிறப்பாக நடத்தும்படி கேட்டுக்கொண்டார். அது முதலாக இராமநாதபுரத்தில் நவராத்திரி விழாவை சேதுபதிகள் மிகச்சிறப்பாகக் கொண்டாடும் வழக்கம் ஏற்பட்டது.

நவராத்திரி விழா என்ற மகர் நோன்புத் திருவிழாவை சேதுச்சீமை தனியரசாக செயல்படத் தொடங்கியதன் பெருமையான அடையாளமாகவே சேதுபதி மன்னர்கள் நினைத்தார்கள். அதனால் தம் வெற்றியின் அடையாளமாக அவர்கள் அந்தத் திருவிழாவை

வெகு சிறப்பாக நடத்தினார்கள். தீயவர்களை அழித்து ஆங்காரமான தோற்றத்துடன் இருக்கும் தேவி துர்க்கை அசுரனை அழித்தபின் தன்னுடைய கோபம் தணிந்து பக்தர்களுக்காக காட்டிய சாந்தமான அருள் பொங்கும் தோற்றமே அம்மன் இராஜராஜேசுவரி ஆவாள்.

அன்று ஒன்பது நாட்கள் தொடர்ந்து நடைபெறும் மகர்நோன்புத் திருவிழாவின் கடைசிநாள் விழா நடக்கவிருந்தது. இராமநாதபுரம் நகரின் அத்தனை பெரிய கோவில்களின் தெய்வங்களும் தம் கோவில்களிலிருந்து தம் வாகனங்களில் அமர்ந்தபடி வண்டிகளில் கிளம்பி அரண்மனை முன் வந்து வரிசையாக நின்றிருந்தன. தினம் ஒரு அலங்காரம் தினம் ஒரு படையல் என்று காட்சியளித்து வந்த அம்மன் அன்றும் கோவிலில் இருந்து வெளியே வந்து மக்களுக்குக் காட்சியளித்தாள். நகரின் எல்லா கோவில்களிலும் இருந்த கடவுள்கள் வந்து வரிசையாக நின்றதும் கடைசியாக அரண்மனையின் இராஜராஜேசுவரி வைர, வைடூர்ய ஆபரணங்கள் அணிந்து தன் சிம்ம வாகனத்தில் அமர்ந்தபடி மகிஷாசுரமர்த்தினியாக அழகிய தேரில் வந்து நின்றாள். தேரின் அருகில் மன்னர் தம் குடும்பத்தாருடன் வந்து நின்றார். தெய்வங்களின் ஊர்வலம் புறப்பட்டு நகரின் மறுஎல்லையில் இருந்த மகர்நோன்புப் பொட்டலுக்குப் போனது. அங்கே அம்மன் இராஜராஜேசுவரி ஒரு அம்பு விட்டு அசுரனை வதம் செய்வாள். அதாவது அம்மனின் சார்பில் கோவில் பட்டர் ஒரு அம்பை வானத்தை நோக்கி விடுவார். அத்துடன் நவராத்திரித் திருவிழா நிறைவடையும். அதன் பின் மன்னர் குடும்பத்துடன் அரண்மனை திரும்புவார். அன்றும் விடிய விடிய ஆடல் பாடல்களும், கூத்து, சேவல் சண்டை,மல்யுத்தம் போன்ற பொழுதுபோக்கு நிகழ்ச்சிகளும் நடைபெறும்.

நவராத்திரி விழா ஊர்வலத்தில் கலந்துகொள்வதற்காக மன்னர் அரண்மனையிலிருந்து புறப்படும் போதே சங்கன் என்ற வீரன் துரைசிங்கம் சொன்னபடி தன் சக சேர்வைகாரர்களுடன் மன்னரின் காவலைத் திட்டமிட்டான். அவனுடன் சேர்வைகார்கள் மன்னரைச் சுற்றி சில அடிகள் இடைவெளியில் தொடர்ந்தார்கள்.

அரண்மனையின் முன்பாக மன்னர் தம் குடும்பத்துடன் வந்து நின்றார். அப்போது சங்கன் அங்கிருந்து சில அடிகள் தள்ளி இரண்டு ஆட்களின் நிழல்கள் நகர்வதைப் பார்த்தான். அவன் கொஞ்சம் கூர்ந்து பார்த்தபோது இரண்டு பேர் சட்டென்று விலகி, நகர்ந்து போய் ஒரு வண்டியின் பின் பக்கம் மறைந்துகொண்டு மன்னரைக் கவனிக்க

வசதியாக நின்றுகொண்டார்கள். அவர்கள் நகர்ந்த விதமும் முகத்தை மறைத்திருந்ததும் சங்கனுக்கு சந்தேகத்தை ஏற்படுத்தின. சங்கன் கவனித்துவிட்டதை அந்த ஆட்களும் அறிந்துகொண்டார்கள் என்று தெரிந்தது. உடனே அவர்கள் அங்கிருந்து நகர்ந்து, அருகில் இருந்த கோவிலின் பின் பக்கம் போனார்கள். அவர்களைத் தொடர்ந்து சங்கனும் அங்கே போனான். அந்த இடத்தில் ஆட்கள் யாரும் இல்லை. சங்கன் அவர்கள் யாராக இருக்கும் என்று யோசித்தபடி மெதுவாக உள்ளே போய் அவர்களைத் தேடினான். ஒரு இருட்டான இடத்தில் திடீரென்று அந்த இரண்டுபேரும் கைகளில் கத்தியுடன் சங்கன் மேல் பாய்ந்தார்கள். சங்கனின் இடது தோளில் ஒரு குத்து விழுந்து இரத்தம் வழிந்தது.

"இவனை நான் பார்த்துக்கொள்கிறேன்; நீ போ!" என்று சங்கனைக் குத்தியவன் சொன்னான்.

அவன் அடுத்த முறை குத்துவதற்குள், சங்கன் மின்னல் வேகத்தில் தன் குத்துவாளை உருவி அந்த ஆளுடன் மோதினான். எதிரியின் வீச்சுக்களைத் தடுத்து லாவகமாக விலகியும் பாய்ந்தும் அந்த ஆளை வீழ்த்தினான். மார்பில் ஆழமான குத்துப்பட்ட அந்த ஆள் உடனே இறந்துவிட்டான். இன்னொரு ஆள் இருளில் மறைந்து தப்பி ஓடினான்.

தப்பி ஓடியவனை எப்படியும் பிடித்துவிடவேண்டும் என்று சங்கன் ஓடினான். சற்றுமுன் நடந்ததை அவன் சொன்னதும் சங்கனின் ஆட்களும் தப்பி ஓடியவனைத் தேட ஆரம்பித்தார்கள். கூட்டத்தில் இருந்தவர்களைத் தம் பார்வையால் சலித்தெடுத்தார்கள். சிலர் குறிப்பிட்ட இடங்களில் நின்றபடியும் இன்னும் சிலர் கூட்டத்தில் கலந்தும் ஆட்களைக் கவனித்தார்கள். குறிப்பாக ஆட்கள் எவரேனும் ஆயுதம் வைத்திருக்கிறார்களா என்பதையும் யாரும் முகத்தை மறைத்தபடி இருக்கிறார்களா என்பதையும் அவர்கள் கவனித்தார்கள். அப்படிப்பட்ட ஆட்கள் யாராவது கூட்டத்தில் தென்பட்டால் அவர்களின் ஒவ்வொரு அசைவையும் ஆயுதம் ஏந்திய சில சேர்வைக்காரர்கள் கவனித்தபடி பின் தொடர்ந்தார்கள். மக்கள் அறியாதபடி சந்தேகத்துக்குரிய சில ஆட்கள் மடக்கி விசாரணைக்காக இழுத்துச்செல்லப்பட்டார்கள்.

ஊர்வலம் கொஞ்ச தூரம் போகும்போது ஒரு குதிரை லாயத்தின் பக்கம் நின்றுகொண்டிருந்த ஒருவன் ஊர்வலத்தில் வந்து

சேர்ந்துகொண்டான். அவன் தன் முகத்தை பெரிய தலைப்பாகையால் கொஞ்சம் மறைத்திருந்தான். ஆனால் அவன் சங்கனின் பார்வையில் பட்டுவிட்டான். அவனைக் கவனித்த சங்கன் அவன் சற்றுமுன் தன்னிடமிருந்து தப்பி ஓடியவன் தான் என்பதையும் அவன் உள்ளூர் ஆள் இல்லை என்பதையும் உடனே தெரிந்துகொண்டான். அவன் தன் முகத்தை மறைத்திருந்தது இயல்பாக இல்லை. அவன் தன் கையை அடிக்கடி இடையில் வைத்து தொட்டுப்பார்த்துக்கொண்டான். அதையும் சங்கனின் கழுகுக் கண்கள் கவனித்துவிட்டன. அதனால் அவனுடைய இடையில் ஒரு கட்டாரி இருந்தது என்பதையும் சங்கன் அறிந்துகொண்டான். என்ன செய்தாலும் அந்த ஆளின் பார்வை மட்டும் மன்னன் மீதே இருந்தது. சங்கனுக்கு சில கணங்களிலேயே அந்த ஆள் யார் என்பது நினைவு வந்துவிட்டது. சங்கன் அவனை மதுரை அரண்மனையில் பலமுறை பார்த்திருக்கிறான். அவன் பெயர் நரசிங்கன். சேதுபதியைக் கொல்லும் நோக்கத்துடன் தான் அவன் வந்திருக்கிறான் என்பதை சங்கன் புரிந்துகொண்டான். உடனே சங்கன் தன் ஆட்களை மன்னரைச் சுற்றி, அதே வேளை கூட்டத்தில் பரபரப்பு ஏற்படாமல் அமைதியாக நின்றுகொள்ளுமாறு அனுப்பினான். அவர்கள் சரியான இடங்களில் நின்றுகொண்டதும் சங்கன் கூட்டத்தை ஊடுருவி அந்த ஆளை நோக்கி வேகமாக நடந்து போனான்.

அந்த ஆள் இப்போது அவன் கண்ணுக்குத் தெரியவில்லை. சங்கன் பரபரவென கூட்டத்தில் புகுந்து தேடினான். அதற்குள் ஊர்வலம் மகர்நோன்புப் பொட்டலை அடைந்துவிட்டது. சற்றுநேரத்தில் அம்பு விடும் நிகழ்ச்சியும் முடிந்து மன்னர் குடும்பம் அரண்மனை நோக்கித் திரும்பத் தொடங்கியது. சிறிது தூரத்தில் கூட்டத்தில் நரசிங்கன் மீண்டும் தென்பட்டான். இப்போது விளக்குகளின் ஒளியால் அவனை சங்கனால் தெளிவாகப் பார்க்கமுடிந்தது. அந்த ஆளின் கை கட்டாரியை உருவத் தயாராக இருந்தது. அவன் அறியாதபடி சங்கன் அவனை நோக்கி அம்பு போலப் பாய்ந்தான். நரசிங்கன் மன்னர் மேல் கட்டாரியை வீசுவதற்குத் தயாராகிவிட்டான். ஆனால் ஆட்கள் சிலர் மன்னரை மறைத்தபடி நின்றார்கள். அதனால் அவன் கொஞ்சம் தாமதித்தான். அப்போது சற்றுத் தொலைவில் இருந்த குமாரபிள்ளையும் நரசிங்கனைப் பார்த்தபடி நின்றார். அவனுக்கு வசதி செய்து கொடுக்க விரும்பிய அவர் மன்னரிடம் ஏதோ சொல்லவிரும்பியது போல் அவரின் அருகில் போனார். அவரைக் கண்டதும் அவருக்கு வழிவிட்டு அந்த ஆட்கள் சற்று விலகி

நின்றார்கள். இதைத்தான் நரசிங்கன் எதிர்பார்த்தான். கிடைத்த அந்த இடைவெளியைப் பயன்படுத்தி அவன் கட்டாரியை முழு வலுவுடன் வீசினான். அதைத் தொடர்ந்து ' ஆ ' என்று ஒரு அலறல் கேட்டது. ஆனால் அலறியது மன்னர் அல்ல. வேறொரு ஆள். நரசிங்கன் கட்டாரி வீசிய அதே கணம் சங்கன் மின்னல் வேகத்தில் அவன் மேல் பாய்ந்தான். அதேவேளை ஒரு சேர்வைக்காரனும் சட்டென்று நகன்று மன்னரை மறைத்தபடி குறுக்கே பாய்ந்தான். அதனால் நரசிங்கன் வீசிய கட்டாரி சேர்வைக்காரன் தோளில் பாய்ந்தது.

சங்கன் நரசிங்கனை இரும்புப்பிடியாகப் பிடித்துக்கொண்டு, அவன் கையை முறுக்கி, அவனை மன்னர் இருந்த இடத்துக்கு இழுத்துக் கொண்டு போனான். காயம்பட்ட சேர்வைக்காரனை உடனே வைத்தியரிடம் கொண்டுசெல்லும் படி சொன்ன மன்னர் நரசிங்கனைப் பார்த்தார். அவரது புருவங்கள் உயர்ந்தன.

நரசிங்கனைப் பிடித்த பிடியை மேலும் இறுக்கி அவனை நகரவிடாமல் செய்த சங்கன், "மகாராஜா! இவன் தான் தங்கள் மீது குறிபார்த்து கட்டாரியை வீசியவன்! இவனும் இன்னொருவனும் சேர்ந்து என்னத் தாக்கினார்கள். ஒருவன் சண்டையில் இறந்துவிட்டான்!" என்று சொன்னான்.

நரசிங்கனைப் பார்த்த மன்னர் பெரும் அதிர்ச்சியும் வியப்பும் அடைந்தார். "நரசிங்கா! நீயா என்னைக்கொல்லவந்தாய்?"

நரசிங்கன் தலைகுனிந்து அமைதியாக நின்றான். சங்கன் மன்னரிடம், "அரசே! இவனை உங்களுக்குத் தெரியுமா? இவன் மதுரை அரண்மனையில் சேவகம் செய்பவன் அல்லவா?"

"ஆம் சங்கா! நான் முன்பு மதுரை அரண்மனையில் நாயக்கரின் விருந்தினனாகத் தங்கியிருந்தபோது இவன் தான் எனக்குப்பணிவிடை செய்தான். இவன் தானாக என்னைக் கொல்ல முன்வந்திருக்க மாட்டான். யாரோ இவனை மிரட்டி ஏவியிருக்கிறார்கள்!"

தனக்கு நல்லமுறையில் பணிவிடை செய்ததற்காக மனம் மகிழ்ந்து தான் அவனுக்குச் சில பொற்காசுகளைக் கொடுத்துவிட்டு வந்தது மன்னரின் நினைவுக்கு வந்தது.

"இவன் எனக்குப் பணிவிடை செய்தவன் என்பதால் யாரும் இவனை சந்தேகப்படமாட்டார்கள் என்று நினைத்துத்தான் இவனை அனுப்பியிருக்கிறார்கள் என்று நினைக்கிறேன்!" என்று சொன்ன மன்னர் அவனை இரக்கத்துடன் பார்த்தார்.

ஆனால் துரைசிங்கம் தன் வாளை உருவி, “டேய்! உன்னை இங்கே அனுப்பியவன் யார்? அவன் யாராக இருந்தாலும் அவனைக் கொன்றுவிடுகிறேன்!” என்றான் கடும் கோபமுடன்.

சங்கனும் தன் குறுவாளை எடுத்துக் கொண்டான். “இப்போது நீ பதில் சொல்லாவிட்டால் இந்தப் பொட்டலிலேயே உன் தலை அம்மனுக்குப் பலியாக விழும்!”

“நரசிங்கா! உன்னை அனுப்பிவைத்தவன் யார் என்று சொன்னால் நான் உன்னை மன்னித்து உயிருடன் அனுப்பிவிடுகிறேன்!” என்று அவனிடம் சொல்லிவிட்டு, “இவனை தக்க காவலுடன் அரண்மனைக்குக் கொண்டுசெல்லுங்கள்! பிறகு விசாரிக்கலாம்!” என்றார் மன்னர்.

அப்போது குமாரபிள்ளை, “என்ன? இவன் மதுரை அரண்மனையில் வேலை செய்தவனா? அங்கே நான் இவனைப் பார்த்ததே இல்லையே!” என்றார்.

பின் அவர் அவனை நோக்கி, “அடே கொலைகாரனே! வசமாக மாட்டிக்கொண்டதால் மதுரை அரண்மனையில் வேலைசெய்பவன் என்று பொய்சொல்கிறாயா? சரி; உன் பெயர் என்ன?” என்று மிகவும் கடுமையான குரலில் கேட்டார்.

நரசிங்கன் பதில் பேசாமல் அவரை முறைத்துப் பார்த்தபடியே நின்றான். பிறகு மன்னரையும் பார்த்தான். அவன் கண்கள் கலங்கி-யிருந்தன. அவன் ஏதோ சொல்வதற்காக வாயைத் திறந்தான். அப்போது யாரும் எதிர்பாராதபடி குமாரபிள்ளை தன் வலது கையின் விரல்களை மடக்கி ஆட்காட்டி விரலையும் கட்டைவிரலையும் சேர்த்துப்பிடித்து உயர்த்தி குதிரைமுக முத்திரையாக்கி நரசிங்கனின்நெற்றியின் நடுப்பகுதியில் தாக்கினார். அவர் ஒருமுறை தான் அப்படித் தாக்கினார். ஆனால் அடிபட்ட இடம் உயிருக்கு அதிகம் ஆபத்தான திலர்த்தவர்மக் காலம் என்பதால் அடுத்தகணம் அவன் துடிதுடித்துக் கீழே சரிந்து விழுந்தான்; சில கணங்கள் கழிந்த பிறகும் அவன் கண் விழிக்கவில்லை.

சங்கன் நரசிங்கனை எழுப்பி, தூக்கி நிறுத்த முயன்றான்; ஆனால் அவன் துவண்டு சரிந்தான்; அவனுடைய உடம்பில் உயிர் இல்லை.!

மின்னல் வேகத்தில் நடந்த இந்த நிகழ்வால் அங்கே இருந்தவர்கள் திகைத்து நின்றனர். ஆனால் குமாரபிள்ளை அங்கே

எதுவுமே நடக்காததுபோல் சாதாரணமாக,'' இவன் போன்ற துரோகிகளை விட்டுவைக்கக் கூடாது அரசே!'' என்றார்.

மன்னரே சற்றுத்திகைப்புடன், "பிள்ளை! நீங்கள் எப்படி? உங்களுக்கு தாக்குவர்மம் தெரியுமா?" என்று கேட்டார்.

குமார பிள்ளை புன்சிரிப்புடன், "ஏதோ ஓரளவு தெரியும்; ஒரு காலத்தில் ஒரு சாமியாரின் சீடனாக அவர் பின்னால் மலைநாட்டில் காடு மலைகளில் அலைந்து திரிந்தேன். அவர் இதுபோலச் சிலவற்றை எனக்குக் கற்றுக்கொடுத்தார்!" என்றார்.

அப்போது சங்கன், "பிடிபட்டவன் ஏதோ சொல்ல வந்தது போல் தெரிந்தது. அதற்குள் இறந்துவிட்டான். அவனை அனுப்பியது யார் என்று தெரியாமல் போய்விட்டது!" என்று ஏமாற்றமுடன் சொன்னான்.

அதற்குள் மன்னர் மேல் ஒருவன் கட்டாரியை வீசிவிட்டான் என்று சேதி பரவியதால்என்ன நடக்கிறது என்று அறிந்துகொள்ள அங்கே மக்கள் பதற்றத்துடன் கூடத் துவங்கினார்கள். அதனால் மன்னரும் பரிவாரங்களும் அத்துடன் அரண்மனைக்குத் திரும்பினார்கள்.

குமாரபிள்ளை அவசர அவசரமாக நரசிங்கனைக் கொன்றது மன்னருக்கு அவர் மேல் இருந்த சந்தேகத்தை அதிகமாக்கியது; மேலும் அவர் சர்வசாதாரணமாக வர்மத்தைப் பிரயோகித்தது மன்னருக்கு ஒருவகையில் அதிர்ச்சியாகவே இருந்தது. குமாரபிள்ளை சாதாரணமான ஆள் அல்ல என்று அவர் நினைத்துக்கொண்டார்.

தன் எண்ணத்தை அவர் துரைசிங்கத்திடமும் சொன்னார்.

"துரைசிங்கம்! குமாரபிள்ளை வெறும் தந்திரக்காரன் என்று மட்டும் தான் நான் நினைத்தேன்; ஆனால் இவர் தந்திரக்காரன் மட்டும் அல்ல. மிகவும் ஆபத்தான ஆளாகவும் தெரிகிறார்! இவர் ஒரு பசுத்தோல் போர்த்திய புலி; இவரிடம் நாம் மிகுந்த எச்சரிக்கையுடன் நடந்து கொள்ளவேண்டும்!"

"ஆம் அரசே! இந்த ஆள் எப்படி வர்மத் தட்டு எல்லாம் அறிந்து வைத்திருக்கிறார்? என்னால் இதை நம்பவே முடியவில்லை! இவர் ஒரு மர்மமான ஆளாக இருக்கிறார்! சிவபக்தராக இருப்பதெல்லாம் வெறும் வேடம் தான்; தன் சுகத்தை விலக்கி பிறர் நலம் காப்பதே சிவபெருமானின் குணம்; ஆனால் இவர் அப்படியா இருக்கிறார்?" என்று கேட்டான் சங்கன்.

"மனதுக்குள்ளே இருக்கும் நச்சு எண்ணத்தை மறைப்பதற்கே

இவருக்கு உத்திராட்சமும் திருநீறும் தேவைப்படுகிறது என்று நினைக்கிறேன்!" என்று துரைசிங்கமும் தன் வியப்பையும் அதிர்ச்சியையும் வெறுப்புடன் வெளிப்படுத்தினான்.

"மகாராஜா! இந்த ஆளுடைய தோற்றமும் நடவடிக்கைகளும் சில சமயம் ஏதோ ஒரு மந்திரவாதியுடையவை போலவே தெரிகிறது! இவர் வீட்டில் வேலை செய்யும் பணியாட்களும் அப்படித்தான் சொல்கிறார்கள்!" என்று சங்கன் தன் கருத்தைச் சொன்னான். அதைக்கேட்டு அவர்கள் இருவரும் பலமாகச் சிரித்தார்கள்.

பிறகு மன்னன் சொன்னான். "இந்த ஆள் வடக்கே வெகுகாலம் இருந்துவிட்டு வந்திருக்கிறானாம். சங்கா! அதனால் இவன் அப்படித்தான் இருப்பான். இவன் நம்மிடம் எதையோ மறைக்கிறான்; இவன் மர்மத்தை நாம் உடைக்கவேண்டும்!"

18
படகில் வந்த பகைவன்

“இந்தக் கடல் மிகவும் அமைதியாக இருக்கிறதே! எப்போதுமே இது இப்படித்தான் இருக்குமா?இவ்வளவு அமைதியான ஒரு கடலை நான் இப்போதுதான் பார்க்கிறேன்!”

நிலவொளியில் வெள்ளி நீர் போல் தகதக என்று மின்னிய குடாக்கடலின் அமைதியான நீர்ப்பரப்பைப் பார்த்தபடி மார்கஸ் மெண்டிஸ் மிகவும் மெதுவான குரலில் கேட்டான். அவன் மெதுவாகப் பேசினாலும் அவனுடைய குரல் கணீரென்று இருந்தது. ரோம் நாட்டின் கடவுளான மார்ஸ் என்பவரின் பெயரைக்கொண்ட அவன் சுமார் ஆறடி உயரமும் அதற்கேற்ற கட்டான உடம்பும் கொண்டவனாக இருந்தான். இடுங்கிய கூர்மையான கண்களும் முகத்தில் இருந்த இளந்தாடியும் தோள்வரை தொங்கிய நீண்ட தலைமுடியும் அவனை மிகவும் கம்பீரமாகக் காட்டின.

தன்னுடைய ஊரில், கடலில் மிக உயரமாக எழுந்து ஆர்ப்பரித்தபடி வரும் அலைகளில் அனாயாசமாக நீந்திவிளையாடிய மார்கசுக்கு சேதுக்கடலின் உயரம் குறைந்த, அமைதியான அலைகள் வேடிக்கையாகத் தெரிந்தன. அதனால் அவன் இதழ்களில், ‘இதெல்லாம் ஒரு கடலா?’ என்பது போல் ஒரு இகழ்ச்சியான சிரிப்பு தெரிந்தது.

அதைக் கவனித்த இன்னொருவன் முகத்திலும் ஒரு புன்னகை தெரிந்தது. அவன் தன் நண்பனிடம் சொன்னான்.

“ஆம் மார்கஸ்; நான் இங்கே வந்து ஏறத்தாழ இரண்டு வருடங்கள் ஆகிவிட்டன. இதுவரையில் இந்தக் கடலில் நம் கடலில் உயர்ந்து சீறி எழுவது போன்ற பெரிய அலைகளைப் பார்த்ததே இல்லை. முழுநிலவு நாட்களில் மட்டும் இந்தக்கடலில் கொஞ்சம் பெரிய அலைகளைப் பார்க்கலாம். நம் கடலில் பத்து அடி உயர அலை என்பது மிகவும் சாதாரணம். அதற்கேற்றபடி அவற்றின் வீச்சும் காற்றின் வேகமும் இருக்கும். இங்கே அப்படி இல்லை!” என்று பதில் சொன்னவன் பெயர் ஜூலியன் பெர்னாண்டஸ்.

ஜூலியன் என்ற தன் பெயருக்கு ஏற்றபடி இளமை பொங்கும் தோற்றத்துடன் இருந்தான். மார்கசும் ஜூலியனும் தங்கள் இளம் வயதிலேயே நெதர்லாந்து நாட்டின் கப்பல் படையில் சேர்ந்து,உலகின் பல கடல்களில் சாகசமான பயணங்களை மேற்கொண்ட அனுபவம் உடையவர்கள். இருவரும் சம வயதுடைய நண்பர்கள்.

"அதனால் தான் நம் படகு அவ்வளவாகக் குலுங்காமல் போகிறது! ஆனால் இதை நான் விரும்பவில்லை! கடல் பயணம் என்றால் படகைத் தூக்கி உயரே வீச முயலும் அலைகளுடன் போராடி வெல்லும் சாகசமாக அல்லவா இருக்கவேண்டும்? நுரைபொங்கும் உயரமான அலைகள் சீறி எழும்பிவரும் முரட்டுத்தனமான கடலில் பயணம் செய்வதே எனக்குப் பிடித்தமானது!"

"ஆம் மார்கஸ்! சாகசப் பயணங்களில் உன் ஆர்வத்தை நான் நன்றாக அறிவேன்; நீ கடல் அலைகளில் விளையாடுவதில் சூரன் அல்லவா?"

"நீயும் நானும் நம் வட கடலிலும் பயங்கரமான அட்லான்டிக் கடலிலும் எத்தனை முறை பயணம் செய்திருக்கிறோம் ஜூலியன்? ஒரு முறை புயலில் சிக்கி நம் கப்பல் உடைந்து போய் சுறா மீன்களுடன் போராடித் தப்பியது உனக்கு ஞாபகம் இருக்கிறதா? அதை என்னால் இன்னும் மறக்கமுடியவில்லை!"

"உண்மை தான் மார்கஸ்! அது நம் வாழ்க்கையில் மறக்கவே முடியாத ஒரு சாகசமான அனுபவம் தான்!"

"ஜூலியன்! நான் அது போன்ற ஒரு சாகசப் பயணத்தை எதிர்பார்த்தே இங்கே வந்தேன்; ஆனால் இந்தக்கடல் எனக்குப் பெரிய ஏமாற்றத்தை அல்லவா அளிக்கிறது!"

"மார்கஸ்! சாகசங்கள் பிற்காலத்தில் நினைத்துப்பார்ப்பதற்கு மட்டுமே சுவையானவை; உண்மையில் நடக்கும் போது அவை வெறும் ஆபத்து மட்டுமே! ஆபத்துக்கள் வரவேண்டும் என்று யாரும் விரும்புவதில்லை! உயிருடன் இருப்பதையே அறிவுடையவர்கள் விரும்புவார்கள்!"

அதைக்கேட்டு மார்கஸ் சிரித்தான். ' இருந்தாலும் இப்படி ஒரு அமைதியான கடலை நான் எதிர்பார்க்கவில்லை நண்பா! '

"நீ சொல்வது சரிதான்; ஆனால் இது ஒரு குடாக்கடல் தானே! இங்கே அலைகள் இப்படித்தான் இருக்கும்; இந்தக் கடல் இந்தியப் பெருங்கடலில் சேருமிடத்தில் நீ பெரிய அலைகளைப் பார்த்தாய் அல்லவா?"

"ஆம் பார்த்தேன்; ஆனால் அந்த அலைகளும் நம் ஊர் கடல் அலைகள் போன்ற அதிக வேகமுடன் இல்லை!" என்ற மார்கசின் குரலில் அதிருப்தியே தெரிந்தது. அவன் பெரும் சாகசங்களை விரும்புபவன் என்பது அவன் பேச்சிலும் தோற்றத்திலும் தெளிவாகத் தெரிந்தது.

அந்த நடுத்தரமான இரண்டு படகுகளும் இலங்கையின் கண்டி துறைமுகத்திலிருந்து வந்துகொண்டிருந்தன. ஒவ்வொரு படகிலும் இருபத்தி ஐந்து பேர்கள், பெரும்பாலும் இளைஞர்கள் தான் இருந்தார்கள். கரையிலிருப்பவர்களின் பார்வையைக் கவராதபடி அதிக நிலவொளி இல்லாத இரவிலும், பாய்களை விரிக்காமலும் அந்தப் படகுகள் வந்துகொண்டிருந்தன. அப்படி அவர்கள் வந்தது சேதுநாட்டைப் பிடிக்கும் டச்சுக்காரர்களின் ஒரு பெரிய திட்டத்தின் ஒரு பகுதி. அது நிலவொளி குறைந்த ஒரு பின்னிரவு நேரம்.

கொஞ்ச நேரம் யோசித்த படி இருந்த மார்கஸ், "ஜூலியன்! கடல் அலைகளுக்கும் மக்களின் இயல்புக்கும் ஏதேனும் தொடர்பு இருக்குமோ?" என்று கேட்டான்.

"ஏன் அப்படி நினைக்கிறாய் மார்கஸ்?"

"நம் ஊரில் கடல் பெரிய அலைகளுடன் எப்போதும் கொந்தளித்த நிலையில் இருக்கும். அதே போல் நம் மக்களும் வீரமும் வேகமும் மிகுந்தவர்களாக இருக்கிறோம். இங்கே கடல் அமைதியாக இருக்கிறது. அதுபோல் இப்பகுதி மக்களும் இந்த அலைகளைப் போலவே வேகம் இன்றித்தானே இருப்பார்கள்?" என்று சொல்லிவிட்டுச் சத்தமாகச் சிரித்தான். அதில் ஏளனத் தொனி தான் அதிகம் இருந்தது.

பதிலுக்கு மெல்லச்சிரித்தான் ஜூலியன்.

"நான் உன் கருத்திலிருந்து மாறுபடுகிறேன். நீ சொல்வது போல் கடல் அலைகளுக்கும் மக்களின் இயல்புக்கும் தொடர்பு இருக்கும் என்று நான் நினைக்கவில்லை!"

"நீ இலங்கையில் இருந்தவன் தானே? அங்கேயும் கடலும் மக்களும் ஒரே போலத்தானே இருக்கிறார்கள்? அதாவது மிகவும் அமைதியாக!"

"நீ சொல்வது இலங்கைக்கு வேண்டுமானால் பொருந்தலாம். ஆனால் நாம் இப்போது போய்க்கொண்டிருக்கும் சேதுநாட்டுக்கு அது கொஞ்சமும் பொருந்தாது நண்பா!"

"ஏன் அப்படிச் சொல்கிறாய்? எத்தனை நாடுகளை நாம் பிடித்திருக்கிறோம்? இலங்கையைப் பிடிக்கவில்லையா? அதுபோல் இந்த நாட்டையும் நாம் பிடிக்கத்தானே போகிறோம்? அதிலும் உனக்கு மாற்றுக் கருத்து உள்ளதா?"

"இந்தச் சேதுநாட்டைப் பிடிக்கவேண்டும் என்பதில் எனக்கு மாற்றுக்கருத்து எதுவும் இல்லை; ஆனால் பிடிக்க முடியுமா என்பதில் தான் எனக்கு மாற்றுக்கருத்து உள்ளது!"

"ஏன் குழப்புகிறாய்? கொஞ்சம் விளக்கமாகச் சொல் ஜூலியன்!"

"இலங்கையை நாம் எளிதில் பிடித்துவிட்டோம். அங்கே ஒரு கோட்டையையும் கட்டிவிட்டோம்; நம் கொடியையும் ஏற்றிவிட்டோம்; இவையெல்லாம் நடந்து சில ஆண்டுகள் ஆகிவிட்டன. ஆனால் அங்கே இருந்து எட்டிப்பார்க்கும் தொலைவில் இருக்கும் இந்தச் சேதுநாட்டை இன்னும் நம்மால் பிடிக்கமுடியவில்லை; திட்டம் தீட்டுவதிலேயே பொழுதுபோகிறது.! இதற்கு என்ன காரணம் என்று நீ யோசித்தாயா மார்கஸ்?"

"அதற்கு என்ன காரணம்? நீயே சொல்!"

"யார் காரணம் என்று கேள்!"

"சரி! அப்படியே கேட்கிறேன்; யார் காரணம்?"

"சேதுநாட்டின் வீரம் மிகுந்த மக்கள்; சுதந்திர வேட்கை மிகுந்த அவர்களின் மன்னன் இரகுநாத சேதுபதி. ரோம், அரேபியா, சீனம், எகிப்து போன்ற பல நாட்டு மன்னர்களும் வணிகர்களும் இங்கே வந்து சேதுபதியின் பார்வைக்காகவும் அனுமதிக்காகவும் பல நாட்கள் காத்திருக்கிறார்கள். நம் முன்னே இப்போது அமைதியாகக் கிடக்கும் இந்தக் கடலில் தான் உலகின் விலை உயர்ந்த முத்துக்கள் விளைந்து கிடக்கின்றன. நமக்குவேண்டிய மிளகும் உப்பும் சந்தனமும் இங்கிருந்து தான் ஏற்றுமதியாகின்றன. இத்தனைக்கும் சேதுபதி தான் அதிபதி!"

"இவர்கள் எதை விற்றால் நமக்கென்ன? யாருடன் வணிகம் செய்தால் நமக்கென்ன? அந்தக் கவலை வணிகர்களுடையது. நாம் போர்வீரர்கள். இவர்களை வெல்ல நம் சிறுபடை ஒன்று போதாதா ஜூலியன்? சிலநாட்கள் போதாதா?"

"நம்மால் மட்டுமல்ல; நான் சொன்ன இத்தனை நாடுகளையும் சேதுபதி தன் திறமையால் எட்டவே வைத்திருக்கிறான் என்றால் அவன் எப்படிப்பட்டவன் என்பதை நீ யோசித்துப் பார்க்க வேண்டும்!"

அதைக் கேட்ட மார்கஸ் உரத்த குரலில் அலட்சியமாகச் சிரித்தான்.

“தேவையில்லாமல் எதிரியை நீ புகழவேண்டாம்; ஒரு டச்சு வீரன் பேசும் பேச்சா இது?”

“மார்கஸ்! சரியாக அறிந்துகொள்ளாமல் யாரையும் குறைத்து மதிப்பிடாதே! நாம் நினைப்பது போல் இந்தப் பகுதி மக்கள் சாதாரணமானவர்கள் அல்ல; மிக நீண்ட வரலாறு உடையவர்கள். சேதுபதியைப் பற்றி உனக்கு எதுவும் தெரியாது! உன்னுடைய இந்த அலட்சியம் எனக்கு அச்சத்தையே தருகிறது!”

“ஓ, என் அருமை ஜூலியன்! இந்தச் சிறிய மன்னனை வெல்ல உங்களால் முடியவில்லை என்பது எனக்குப் புரிகிறது. நம் மன்னருக்கும் அது தெரிந்திருக்கிறது; அதனால் தான் என்னை இங்கே அனுப்பியிருக்கிறார் மன்னர். ஒரே மாதத்தில் இந்தச் சேதுநாட்டை நான் பிடித்துக்காட்டுகிறேன் பார்! நம் மன்னரை இந்தக்கடலின் முத்துக்களால் நான் குளிப்பாட்டப்போகிறேன்!”

“உனக்கு என் வாழ்த்துக்கள் மார்கஸ். என் விருப்பமும் அதுவே தான்; ஆனால் இங்கே இருக்கும் நிலைமையை உனக்குச் சொல்லி எச்சரிக்கை செய்வதும் ஒரு நண்பன் என்ற முறையில் என்னுடைய கடமை என்று நினைக்கிறேன்!”

“மகிழ்ச்சி ஜூலியன்! ஆனால் எப்போதும் ஒரு புலியைப்போல் இருக்கும் என் நண்பன் ஏன் இப்படி பூனையாக மாறிவிட்டான் என்பது தான் எனக்கு விளங்கவில்லை!”

“கூடிய விரைவில் அதை நீ விளங்கிக்கொள்வாய்!” என்ற ஜூலியன் அத்துடன் அமைதியானான்.

மார்கஸ் இங்கே இருக்கும் மக்களையும் மன்னனையும் பற்றி எதுவுமே அறிந்துகொள்ளாமல் மிகவும் அலட்சியாகப் பேசியதை ஜூலியன் விரும்பவில்லை. தன் மன்னரும் இலங்கையில் இருந்த அதிகாரிகளும் ஒரு பெருந்தவறைச் செய்யப்போகிறார்கள் என்பதை ஜூலியன் உணர்ந்திருந்தான். ஆனால் அவன் அனுப்பிய எச்சரிக்கை அறிக்கைகள் எல்லாம் அவர்களால் அலட்சியப்படுத்தப்பட்டன. அதேபோல் மார்கசின் பிடிவாதமும் ஜூலியன் அறிந்ததுதான். அதனால் அவன் மேற்கொண்டு அவனுடன் விவாதம் செய்ய விரும்பவில்லை. அவனுடைய கருத்துக்கு பதில் எதுவும் பேசாமல் நிலவொளியையும் கடல்காற்றையும் அனுபவித்தபடிஅமைதியாக இருந்தான்.

கரையை நெருங்கும்போது கொஞ்சம் தொலைவில் தெரிந்த ஒரு பழைய கோட்டையின் இடிபாடுகளை மார்கஸ் பார்த்துவிட்டு ஆர்வமுடன் கேட்டான்.

"ஜூலியன்! அதோ தொலைவில் ஒரு இடிந்த கோட்டை போலத் தெரிகிறதே, அது என்ன?"

"அதுவா? வெகுகாலத்துக்கு முன்னால் இங்கே ஆட்சி செய்த பாண்டியர் என்ற மன்னர்கள் கட்டிவைத்த கோட்டை.. ஒரு காலத்தில் பெரியபட்டணம் மிகவும் புகழ்பெற்ற துறைமுக நகரமாக இருந்ததாம். இலங்கை மன்னன் பராக்கிரமபாகு என்பவன் இந்த நகரத்தையும் கோட்டையையும் கைப்பற்றினான். ஆனால் பிறகு பாண்டியர்கள் அதை மீட்டுவிட்டார்கள். பல போர்களாலும் காலப்போக்கிலும் இந்தக் கோட்டை இடிந்துபோய் கவனிப்பில்லாமல் கிடக்கிறது. அதைத் தான் இப்போது நீ பார்க்கிறாய்!"

"ஓ! இந்த ஊரின் வரலாறு மிகவும் சுவையாக இருக்கிறதே! ஜூலியன்! நான் இந்த ஊரைப் பிடித்ததும் இந்தக் கோட்டையை புதிதாகக் கட்டுவேன்! இங்கே தான் நான் தங்கியிருந்து நிர்வாகம் செய்வேன்!"

மார்கஸ் அப்படிச் சொன்னதும் ஜூலியனுக்கு முறுக்கிய மீசையுடனும் உருவிய வாளுடனும் சேதுபதி இரகுநாதத்தேவர் குதிரையில் வரும் அச்சுறுத்தும் தோற்றம் நினைவு வந்தது. மார்கசின் அலட்சியமான போக்கால் டச்சு வீரர்களுக்கு விளையக்கூடிய பயங்கரத்தை கொஞ்சம் கற்பனை செய்து பார்த்த ஜூலியனின் உடல் நடுங்கியது. அவன் மனதுக்குள் கடவுளை வேண்டிக்கொண்டான்.

....

பிற நாடுகளிலிருந்து கடல் கடந்து இந்தியாவுக்கு வந்து வணிகம் செய்தவர்களில் முதலில் வந்தவர்கள் அராபியர்கள் தான். அவர்கள் தென் இந்தியாவின் கேரளாவின் மலபார் பகுதிக்கு முதலில் வந்து, அங்கே இருந்த பரதவருடன் பழகி முத்துக்குளிக்கும் தொழிலை சிறப்பாகச் செய்துவந்தார்கள். அவர்கள் வந்து பல ஆண்டுகள் கழித்தே போர்ச்சுக்கீசியக் கடலோடியான வாஸ்கோடகாமா இந்தியாவுக்கு வந்தார். அவர் இங்கே ஏற்கெனவே இருந்த வளமான தொழில்களையும் பெரும் வணிகத்தையும் பார்த்து வியப்படைந்தார். அவர் இங்கே இருந்து தன் நாட்டுக்குத் திரும்பிச் செல்லும்போது முத்துக்களை தன்னுடன் எடுத்துச்சென்று போர்ச்சுக்கீசிய மன்னரிடம் கொடுத்து இந்தியாவுடன் வணிகம் செய்யும் ஆசையை அவர் மனதில்

ஏற்படுத்தினார். அதன் பிறகு போர்ச்சுக்கீசியரின் வணிகக் கப்பல்கள் இந்தியாவுக்கு வரிசையாக வரத்தொடங்கின. அந்த நாட்டின் வணிகர்கள் மலபாருக்கு வந்து வணிகத்தைத் தொடங்கினார்கள். அந்த வணிகப் போட்டியால் அங்கே இருந்த பரதவர் இரண்டு பிரிவுகளாகப் பிரிந்தார்கள். அதனால் அராபியருக்கும் போர்ச்சுக்கீசியர்களுக்கும் பல மோதல்கள் நடந்தன.

அராபியர்கள் வணிகத்தில் மட்டுமே கவனம் செலுத்திய நிலையில் போர்ச்சுக்கீசியர் வணிகத்துடன் நிற்காமல் பரதவரை மதம் மாற்றுவதில் அதிக கவனம் செலுத்தினார்கள். இதனால் மக்களிடையே ஒரு பிளவு ஏற்பட்டு வணிக மோதல்கள் மக்கள் பிரிவுகளின் மோதல்களாகவும் மாறின. இந்த மோதல்களை விரும்பாத அராபியர் தமிழகத்தின் கடற்கரைகளை நோக்கித் தம் பார்வையைத் திருப்பினர். அவர்கள் தூத்துக்குடி, கீழக்கரை போன்ற கடற்கரைப் பகுதிகளில் குடியேறி தங்கள் வணிகத்தைத் தொடர்ந்தனர். அவர்கள் சேதுச்சீமையின் மக்களுக்கு இடைஞ்சல் இல்லாதபடி நகரின் வெளிப் பகுதிகளில் தங்கிக்கொண்டு தம் வணிகத்தை வளர்த்தார்கள். நாளாக நாளாக தங்களின் நல்லியல்புகளால் சேதுபதி மன்னரின் அன்பையும் ஆதரவையும் பெற்றார்கள். அங்கிருந்தபடி அவர்கள் அரேபியா, மலாயா, சீனம், தாய்லாந்து, துருக்கி போன்ற நாடுகளுடன் சிறப்பாக வணிகம் செய்துவந்தார்கள். குறிப்பாக அரிசி, மிளகு, கருவாடு ஏற்றுமதியிலும் முத்து வணிகத்திலும் கீழக்கரையில் இருந்த மரைக்காயர் குடும்பம் பெரும் ஆதிக்கம் செலுத்தி வந்தது.

இக்காலகட்டத்தில் ஐரோப்பியாவில் போர்ச்சுகல், ஃப்ரான்ஸ், ஸ்பெய்ன், இங்கிலாந்து ஆகிய நாடுகளுடன் நெதர்லாந்து நாடும் ஒரு கடல் வல்லரசாக உருவெடுத்திருந்தது. அப்போது டச்சுக்காரர்களிடம் பதினாறாயிரம் வணிகக் கப்பல்கள் இருந்தன. அவர்களின் வணிக நிறுவனங்களான டச் ஈஸ்ட் இந்தியக் கம்பெனியும் டச் வெஸ்ட் இந்தியக் கம்பெனியும் உலகின் பல பகுதிகளிலும் காலனிகளையும் வணிக மையங்களையும் ஏற்படுத்தி வந்தன.

இந்நிலையில் டச் ஈஸ்ட் இந்தியக் கம்பெனி இந்தியாவில் நடக்கும் பெரும் வணிகத்தை அறிந்து தன் வணிகர்களை இங்கே அனுப்பி வைத்தது. அப்படி இங்கே வந்த டச்சுக்காரர்களும் இந்தப் பகுதியில் வணிகப் போட்டியில் நுழைந்தார்கள். டச்சுக்காரர்கள் துணி வகைகளை இங்கே இருந்து கொள்முதல் செய்வதில் அதிக ஆர்வம் காட்டினார்கள். இந்தியக் கடல்வணிகத்தைக் கைப்பற்றுவதில் அவர்களுக்கும் போர்ச்சுகீசியர்களுக்கும் இடையே பலத்த போட்டி

உருவானது. டச்சுக்காரர்கள் போர்ச்சுக்கீசியருடன் பல கடல் போர்களை வணிக ஆதிக்கத்திற்காக நடத்தினார்கள். கி. பி. 1658–ல் டச்சுக்காரர்கள் இலங்கையில் இருந்த போர்ச்சுக்கீசியரைத் தோற்கடித்து விரட்டிவிட்டு அங்கே அவர்கள் வலுவாகக் காலூன்றினார்கள். அவர்கள் சேதுபதி மன்னரின் அனுமதியைப் பெற்று தமிழகத்திலும் வணிகம் செய்தார்கள். யாழ்ப்பாணம், கன்னியாகுமரி, தூத்துக்குடி மற்றும் இராமேசுவரம் வரை அவர்கள் ஆதிக்கம் செலுத்த முற்பட்டனர். டச்சுக்காரர்கள் இங்கே இருந்த பரதவர்களைப் பிடித்து ஏமாற்றி அடிமைகளாக பல நாடுகளுக்கும் அனுப்பிவைத்தார்கள்.

டச்சு நாட்டின்வணிகர்களுக்கு இங்கே கீழக்கரையில் இருந்த மரைக்காயர் குடும்பம் வணிகத்தில் பலத்த போட்டியாக இருந்தது. சீதக்காதி மரைக்காயரின் தம்பி ஒருவர் டச்சுக்காரர்களுடன் போரில் ஈடுபட்டு உயிரிழந்தார். அந்த அளவுக்கு அவர்களிடையே பகைமை இருந்தது. டச்சுக்காரர்கள் பலமுறை மன்னரைச் சந்தித்து மரைக்காயரை வணிகத்திலிருந்து ஓரங்கட்ட முயன்றார்கள். அதற்கேற்ற ஒரு ஒப்பந்தத்தையும் அவர்கள் தயாரித்து அதில் சேதுபதியின் ஒப்புதலை வேண்டினார்கள். ஆனால் மரைக்காயர் மேல் அன்பும் மதிப்பும் கொண்டிருந்த சேதுபதி மன்னர் அதற்கு ஒப்புக்கொள்ளவில்லை. அதனால் டச்சுக்காரர்கள் மரைக்காயர் மேலும் சேதுபதி மன்னர் மேலும் வெறுப்பும் கோபமும் கொண்டார்கள்.

ஆரம்பத்தில் நம் மன்னர்களின் அனுமதி பெற்று கடற்பகுதிகளைப் பயன்படுத்தி வணிகம் செய்த அவர்கள் இந்தக் கடல் கொண்டிருந்த வளத்தில் மனம் மயங்கினார்கள். அந்த வளங்கள் முழுவதுமே தமக்கே உரிமையானதாக வேண்டும் என்று அவர்கள் பேராசைகொண்டார்கள். உலகளாவிய பெரும் கடல் வணிகம் அவர்களின் பேராசைத் தீயில் நெய்வார்க்க, அது நம் கடல்களின் ஏகபோக உரிமையைப் பெற வேண்டும் என்று அவர்களைத் தூண்டியது. ஒரு கட்டத்தில் அவர்கள் நம் துறைமுகங்களுடன் நாட்டையே கைப்பற்றிக் கொண்டால் என்ன என்ற அளவில் சிந்திக்கத் தொடங்கினார்கள். அதற்கு அவர்கள் அன்பையும் கருணையையும் அடிப்படையாகக் கொண்ட கிறிஸ்தவ மதத்தையும் ஒரு கருவியாகப் பயன்படுத்தத் துணிந்தார்கள்.

....

அந்த இரு படகுகளில் இருந்த ஐம்பது பேரும் கிறிஸ்துவ மதப் பிரச்சாரகர்களுக்கான வெள்ளைநிற உடையில் இருந்தாலும்

அத்தனைபேரும் டச்சு என்று அழைக்கப்பட்ட நெதர்லாந்து நாட்டின் போர்வீரர்கள். டச்சு நாட்டின் வணிகர்கள் மூலம் சேதுக்கடல் முத்துக்களின் சிறப்பைஅறிந்துகொண்ட டச்சு மன்னன் வெறும் முத்துச்சிலாப உரிமையைப் பெறுவதுடனும் வணிகத் தொடர்புடனும் திருப்தியடையவில்லை. அந்தக்கடல் பரப்பையே நிலத்துடன் சேர்த்து உரிமை கொள்ள சேதுபதியிடம் விலைபேசினான். ஆனால் சேதுபதி அதற்கு உடன்படவில்லை. அதனால் டச்சு மன்னன் வேறொரு தந்திரமான வழியை நாட முடிவு செய்தான். முதலில் இலங்கைத் தீவை அவர்கள் கைப்பற்றிக்கொண்டார்கள். அங்கே வலுவான நிலையில் இருந்துகொண்டு சேதுநாட்டைப் பிடிக்க திட்டமிட்டார்கள். கிறிஸ்தவ மதத்தைப் பரப்பலாம் என்ற ஆசையில் மன்னனின் இந்த முயற்சிக்கு அந்த நாட்டின் மதகுருமார்களும் உதவினார்கள். தம் திட்டத்தை நிறைவேற்றும் முதல் அடியாக சேதுபதியின் அனுமதிப் பெற்று பெரிய பட்டணம் கடற்கரையில் ஒரு தேவாலயத்தை எழுப்பினார்கள். அது டச்சு மாதா கோவில் என்று அழைக்கப்பட்டது.

பவித்ரமாணிக்கப்பட்டினம் என்றும் பராக்கிரமபட்டினம் என்றும் பெயர்கள் கொண்ட பெரியபட்டினம் சேதுநாட்டின் பெரிய துறைமுகங்களில் ஒன்று. எத்தனை கப்பல்களில் எவ்வளவு பொருட்கள் வந்து இறங்கினாலும் வெகுவிரைவில் அவை விற்கப்பட்டு உரிய இடங்களுக்கு பெரும் பொதிவண்டிகளில் ஏற்றி உடனுக்குடன் கொண்டுசெல்லப்பட்டுவிடும் என்பதாலும்,தம் பொருட்களுக்கு நல்லவிலை கிடைத்ததாலும் அங்கிருந்த சுங்கச்சாவடிகளின் விரைவான நடவடிக்கையாலும்,சங்குமால்கள், முத்துச்சாவடிகள், பெரும் கிடங்குகள் போன்றவற்றாலும் அயல் தேச வணிகர்களால் பெரியபட்டினம் என்று பிரமிப்புடன் அழைக்கப்பட்டது. அங்கிருந்து தஞ்சை, மதுரை, திருநெல்வேலி நகரங்களுக்கு சேதுமார்க்கம் என்று அழைக்கப்பட்ட பெருவழிச்சாலைகளும் அமைக்கப்பட்டிருந்தன. கம்பீரம் மிக்க பெரும் கோட்டை ஒன்றும் இங்கே இருந்திருக்கிறது. இச்சிறப்புகளால் கவரப்பட்ட இலங்கை மன்னன் ஜெகத்விசய தண்டநாயகன் ஒருமுறை படையெடுத்து இந்த நகரைக் கைப்பற்றினான். பின் வெகுவிரைவில் சேதுமன்னரால் கோட்டையும் நகரமும் மீட்கப்பட்டன என இலங்கையின் மகாவம்சம் என்ற நூல் கூறுகிறது. டாலமி, பிளினி என்ற புகழ்பெற்ற மாலுமிகளால் பெரிமுடா என்றும் பெரிமுலா என்றும் அழைக்கப்பட்ட இத் துறைமுகம் எப்போதுமே அயல்தேச வணிகர்களை ஒரு பெரிய காந்தம்போல்

கவர்ந்து இழுத்திருக்கிறது. பிளினி பெரியபட்டணத்தை ‘இந்தியாவின் மிகப்பெரிய வர்த்தக மாளிகை ‘ என்று குறிப்பிடிருக்கிறான்.

இப்படிப்பட்ட புகழ்மிக்க ஒரு நகரையும் அதன் மன்னனையும் தான் ஒரே மாதத்தில் வென்றுகாட்டப் போவதாக மார்தட்டினான் மார்கஸ்.

“சேதுக்கரைதனிலே சென்றவர்கள் மீண்டதில்லை, வாளுக்கிரையிட மறவன் வலுக்காரன்” என்று திருமலை நாயக்கர் தன் தளவாயை எச்சரித்துச் சொன்ன ‘ இராமப்பய்யன் அம்மானை ‘வரிகள் அவனுக்குத் தெரியாது. சாகசங்கள் நிறைந்த பல கடல் பயணங்களை முன்பே மேற்கொண்டிருந்த அவன் தன் வாழ்வின் கடைசிப்பயணம் அது என்பதை அப்போதுஅறியவில்லை!

....

பெரியபட்டினம் நகரில் துறைமுகத்திலிருந்து வெகுதூரத்தில் தென்னை, பூவரசு மரங்களின் மறைவில் இருந்தது ஒரு கிறிஸ்தவ தேவாலயமான டச்சு மாதா கோவில். அந்த மாதா கோவில் வணிகம் செய்யவந்த டச்சுக்காரர்கள் வழிபாடு செய்வதற்கென மன்னரின் அனுமதியுடன் அவர்களே கட்டிக்கொண்டது. ஆரம்பத்தில் வெறும் பாதிரிமார் மட்டுமே வணிகர்களுடன் வந்து தங்கினர். அவர்களின் எண்ணிக்கை நாளாக ஆக அதிகமானது. முதலில் மன்னரும் இதைப்பெரிதாக எண்ணவில்லை. ஆனால் கடல்பகுதியையும் முத்துச்சலாப குத்தகை உரிமையையும் முழுமையாக அவர்களுக்கு மட்டும் என்று கொடுக்க மறுத்த பிறகு, டச்சுக்காரர்களின் செயல்களில் பெரும் மாற்றம் ஏற்பட்டது. வணிகர்கள், பாதிரியார்கள் என்றபெயரில் படைவீரர்கள் கொஞ்சம் கொஞ்சமாக வந்து இறங்கத்தொடங்கினார்கள். அப்படி அவர்கள் வந்து இறங்குவது பெரும்பாலும் இரவு வேளைகளில் தான். ஆனாலும் அங்கே நடந்தவை எவையும் மன்னரின் கவனத்துக்குத் தப்பவில்லை. அதுவரையில் அங்கே டச்சுக்காரர்களின் தலைவனாக இருந்தவன் மாற்றப்பட்டுஅவனுக்குப் பதிலாக ஒரு புதிய தலைவன் அனுப்பிவைக்கப்பட்டான். அந்தப் புதிய தலைவன் தான் மார்கஸ். அவன் டச்சு மன்னனின் நம்பிக்கைக்குரிய படைதலைவர்களில் ஒருவன். கடல்போரிலும் தரைப்போரிலும் மிகச்சிறந்தவன்.!

படகுகளில் இருந்து அவர்கள் கரை இறங்கியதும் தேவாலயத்தின் சுற்றுச் சுவரின் மிகப்பெரிய இரட்டைக்கதவுகளில் ஒன்றில் இருந்த ஒரு சிறியகதவு மட்டும் திறக்கப்பட்டு, சிலர் வெளியே வந்தார்கள். அவர்கள் மார்கசுக்கு சல்யூட் செய்து மரியாதை செய்தார்கள்;

பிறகு அவர்கள் வேகவேகமாக படகுகளில் வந்தவர்களை உள்ளே அழைத்துச் சென்றார்கள். படகுகளும் உடனடியாக மறைவான ஒரு இடத்தில் செடிகளின் மறைவில் நிறுத்திவைக்கப்பட்டன. திறக்கப்பட்ட சிறிய கதவும் உடனடியாக மூடப்பட்டது. அங்கே நடந்தது யாருக்கும் தெரியாது என்று அவர்கள் நினைத்தார்கள். ஆனால், அதேவேளை கொஞ்சம் தொலைவில் இருந்த கோட்டையின் இடிபாடுகளின் அருகில் இருந்த ஒரு பூவரசமரத்தின் பெரிய கிளை ஒன்றில் அமர்ந்திருந்த ஒரு ஆள் சட்டென்று சுறு சுறுப்பாகி அங்கே நடந்தவைகளைக் கூர்ந்து கவனித்தான். தேவாலயத்தின் கதவு அடைக்கப்பட்டதும் அவன் மரத்திலிருந்து குதித்து இருளில் பதுங்கியபடி ஓடினான். சற்றுத்தொலைவில் துறைமுகத்தின் குதிரைக் கொட்டடியில் இருந்த தன் குதிரையில் ஏறியதும் குதிரை இராமநாதபுரம் நோக்கிப்பறந்தது. அந்தக் குதிரையில் இருந்தவன் துரைசிங்கத்தின் ஆட்களில் ஒருவன். டச்சு மாதா கோவிலைக் கவனித்து சேதிகளை அறிந்துகொள்வதற்காகவே அவனை துரைசிங்கம் நியமித்திருந்தான்.

19
மார்கசின் மனக்கோட்டை

இரகுநாதன் தன்னைச் சந்திக்க வந்திருந்த நானாதேசிகள் என்ற வெளிநாட்டு வணிகர்களுடன் சந்திப்பை முடித்துவிட்டு, சில தூதர்களையும் சந்தித்துவிட்டு அவர்கள் போனபிறகு சில கவிராயர்களுடன் சுவையான பேச்சில் மகிழ்ந்திருந்தான். அன்று படிக்காசுப் புலவரும் இன்னும் சிலரும் மன்னருடன் இருந்தனர். இன்னொரு புலவரான கும்பகவிராயர் அன்று வரவில்லை. தன் ஓயாத பணிகளுக்கிடையே இவர்களுடன் பேசிமகிழ எப்படியாவது நேரம் ஒதுக்கிவிடுவான் மன்னன். வெகுநேரம் பேசியதும் மன்னரைப் பார்க்க துரைசிங்கம் காத்திருக்கும் சேதியை ஒரு காவலன் வந்து சொல்லிவிட்டுச்சென்றான். சிறிதுநேரத்தில் புலவர்கள் அங்கேயிருந்து பரிசுகளுடன் விடைபெற்றுச்சென்றனர்.

வேகமாக உள்ளே வந்த துரைசிங்கம் ஏதோ ஒரு முக்கியமான சேதியுடன் வந்திருக்கிறான் என்பதை இரகுநாதன் புரிந்துகொண்டான்.

"சொல் துரைசிங்கம்! புதிதாக என்ன சேதி?"

"அரசே! சேதி புதிதல்ல! தாங்கள் அறிந்ததுதான். பெரியபட்டினம் டச்சு மாதா கோவிலுக்கு நேற்று இரவு இரண்டு படகுகளில் ஐம்பது பேர் வந்து இறங்கியிருக்கிறார்கள் என்று என் ஆள் சேதி கொண்டு வந்திருக்கிறான்!"

"சரி; இது வழக்கமான ஒன்று தானே!"

"ஆட்கள் மட்டும் வந்தால் பரவாயில்லை அரசே! ஆயுதங்களும் வந்து இறங்கியிருக்கின்றனவாம்!"

"வந்திருப்பவர்கள் வணிகர்கள் இல்லையா?"

"இல்லை அரசே! வந்திருப்பவர்கள் அனைவரும் படைவீரர்கள் என்கிறான் என் ஆள்; தவிர அதில்ஒருவனுக்கு அளிக்கப்பட்ட மரியாதையிலிருந்து அவன் ஒரு படைத் தலைவன் போல் தெரிகிறது என்றும் அவன் சொன்னான்!"

மன்னனின் புருவங்கள் சுருங்கின.

"வணிகம் செய்யவந்த அவர்களுக்கு நாம் வேண்டிய வசதிகளைச் செய்துகொடுத்தோம். வழிபாடு நடத்துவதற்கு தேவாலயம் வேண்டும் என்றார்கள்; கட்டிக்கொள்ள அனுமதி அளித்தோம். ஆனால் அவர்கள் அவை மட்டும் போதாது என்று நம் மண்ணையும் கடலையும் விலைபேசினார்கள். நாம் மறுத்துவிட்டதும் மாற்றுவழி தேடுகிறார்கள். முத்துக்கடற்கரையில் அத்துமீறிப் பிரவேசிப்பவர்கள் தங்கள் முடிவைத் தேடிக்கொள்கிறார்கள் என்று தான் பொருள்! ம்; என்ன செய்வது! அவர்கள் விதி அது தான் போல!"

"ஆம் அரசே! முதலில் தேவாலயம் கட்டினார்கள்; பின் சுற்றுச் சுவர் எழுப்பினார்கள். மெல்ல மெல்ல அதை ஒரு கோட்டையாக மாற்றி வருகிறார்கள். ஆட்களின் எண்ணிக்கையும் அதிகமாகிவிட்டது. இரவு நேரங்களில் படைக்கலப்பயிற்சியும் நடக்கிறதாம்!"

"இலங்கையிலும் புதிதாக ஏராளமான வீரர்கள் வந்து இறங்கியிருப்பதாக எனக்குச்சேதி கிடைத்திருக்கிறது துரைசிங்கம். இலங்கைத் தீவில் இறங்கினாலும்அவர்களின் இலக்கு சேதுநாட்டின் செல்வக் கடற்கரைகள் தான். நமக்கு இவர்களின் செயல்கள் எதுவும் தெரியாது என்று நினைக்கிறார்கள். பாவம்! மாற்றுவழியாக இவர்கள் தேர்வுசெய்திருப்பது மரணத்தின் வழிதான்!"

"சரியாகச்சொன்னீர்கள் அரசே! தங்களின் ஆணைக்காகக் காத்திருக்கிறேன்!"

இரகுநாதன் உரக்கச் சிரித்தான். "அவசரப்படாதே துரைசிங்கம்! வந்தவர்கள் ஓரிரு நாட்கள் ஓய்வெடுத்துக் கொள்ளட்டும். சுந்தரபாண்டியபட்டினம் முதல் கன்னிராசபுரம் வரையான முத்துக் கடற்கரையை அவர்கள் சிலமுறை நன்றாக ஆசைதீரப் பார்த்துக்கொள்ளட்டும். வாழ்க்கையை இன்னும் சில நாட்கள் அவர்கள் அனுபவித்துக்கொள்ளட்டும்; அதற்காகச் சில நாட்கள் அனுமதித்து முதலில் ஒரு எச்சரிக்கை செய்துவிடு. விதி அனுமதித்தால் அந்த ஒல்லாந்தர்கள் உயிருடன் ஊர் திரும்பட்டும்; அல்லது உயிரிழந்து நம் மண்ணுக்கு உரமாகட்டும்!"

துரைசிங்கம் மன்னனிடம் விடைபெற்றுக் கிளம்பும்போது மன்னன் சிரித்தபடியே சொன்னான். "துரைசிங்கம்! சேதுநாட்டில் தேவிபட்டினம், தொண்டி, கீழக்கரை என பல துறைமுகங்கள் உள்ளன. ஆனால் ஏன் இந்தப் பெரியபட்டினம் மட்டும் இப்படி அயலாரைக் கவர்ந்து இழுக்கிறது?"

"அரசே! பெரியபட்டினத்தில் பூமிக்கடியில் தங்கம் இருப்பதாகவும்

முன்பு இங்கே ஒரு தங்கச்சுரங்கம் இருந்ததாகவும் இப்போதும் ஒரு சேதி உலவுகிறது! ஒருவேளை அதுதான் பிற நாட்டு வணிகர்களைக் கவர்ந்து இழுக்கிறதோ என்னவோ?"

"இருக்கலாம்; வணிகர்களை மட்டுமா அது கவர்ந்து இழுத்தது? ஒரு காலத்தில் இலங்கை மன்னன் ஜெகத்விசய தண்டநாயகனையே கவர்ந்திழுத்த ஊர் அல்லவா பெரியபட்டணம்? தன் பெயருக்கு ஏற்ற பெரும்புகழ் கொண்ட ஊர் தான்இது!"

மன்னன் பலமாகச் சிரிக்க துரைசிங்கமும் சிரித்தபடியே புறப்பட்டான்.

பெரியபட்டணம் டச்சுமாதா கோவிலில் சில நாட்கள் ஓய்வெடுத்த மார்கஸ் ஒருநாள் தன்னுடன் ஜூலியனையும் சிலரையும் அழைத்துக்கொண்டு இராமநாதபுரத்தையும் மற்ற ஊர்களையும் சுற்றிப்பார்த்தான். எங்கு பார்த்தாலும் கால்வாய்களும் காற்றாலைகளும் டூலிப் மலர்த்தோட்டங்களும் நிறைந்து காணப்படும் நெதர்லாந்து நாட்டுக்கும் இங்கே அவன் பார்த்த நிலத்துக்கும் இருந்த வேறுபாடு அவனை வியப்பில் ஆழ்த்தியது. அவனுக்கு இங்கே இருந்த மக்களின் எளிய தோற்றமும், பெரிய அளவிலான பாதுகாப்பு ஏதும் இல்லாத அரண்மனையும் வியப்பையும் சிரிப்பையும் வரவழைத்தன. மேலாடை அணியாத மனிதர்கள், காவல்படை என்று தனியான படை இல்லாமல் குறைந்த எண்ணிக்கையில் வீரர்கள் இருந்த கோட்டை, நிலைப்படை இல்லாத மன்னன் இவை எல்லாம் அவனுக்கு வேடிக்கையாகத் தெரிந்தன. மேலும் சேதுநாட்டின் அண்டை நாடுகளான மதுரை, தஞ் சாவூர் ஆகியவை சேதுநாட்டுடன் விரோத மனப்பான்மையுடனேயே இருந்ததையும் அங்கே இருந்த பாதிரியார்களிடமும் வீரர்களிடமும் பேசியதிலிருந்து அவன் தெரிந்துகொண்டான். சேதுநாடு யாரும் எந்தச் சிரமமும் இல்லாமல் வேட்டையாடிவிடக்கூடிய ஒரு மான் குட்டி போல மார்கசுக்குத் தோன்றியது.

இவ்வளவு பலவீனங்களைக்கொண்ட இந்தச் சிறிய நிலப் பகுதியைக் கைப்பற்ற முடியாமல் ஏன் தன் நாட்டு அரசாங்கம் தடுமாறுகிறது என்று அவனுக்குக் கோபமாக வந்தது. சேதுபதியை ஒரு முறை சந்தித்து, பேசும் விதத்தில் பேசினால் அவன் மிரண்டு விடுவான்; அதன்பிறகு தங்கள் அரசனுக்கு ஒரு அறிக்கையை அனுப்பலாம் என்று அவன் முடிவு செய்தான். இரண்டு நாட்கள் கழித்து சேதுபதியைச் சந்தித்துப் பேசுவதற்கு அவனுக்கு அனுமதியும் கிடைத்தது. மன்னரைப் பார்க்கும்போது மரியாதைக்காக வழக்கமாகக்

கொடுக்கும் பரிசுப்பொருட்கள் எதையும் கொண்டுசெல்ல மார்கஸ் மறுத்துவிட்டான்.

குறித்த நேரத்தில் அரண்மனையில் மன்னரின் வரவேற்பு அறையில் மார்கஸ் ஜூலியனுடனும் பாதிரியாருடனும் அமர்ந்திருந்தான். அவன் வெள்ளை அங்கிக்கு உள்ளே, யாரும் பார்க்காத வகையில் தன் உடைவாளை அணிந்திருந்தான். அரண்மனை முன்பு நின்று அதன் தோற்றத்தைப் பார்த்தபோது அவன் முகத்தில் ஒரு ஏளனச் சிரிப்பு தெரிந்தது. அந்தச் சிரிப்புடனே அவன் அவர்களிடம் சொன்னான்.

"இது எல்லாம் ஒரு அரண்மனையா? நம் ஆம்ஸ்டர்டாம் நகரத்தில் இருக்கும் ஒரு சாதாரணமான பிரபுவின் கால்வாய்க் கரை மாளிகையே இதைவிடப் பெரியதாக இருக்கும் அல்லவா?"

ஹாலந்து நாட்டின் தலைநகரான ஆம்ஸ்டர்டாம் நகரில் கால்வாய்க் கரைகளில் அமைந்திருந்த 'கால்வாய்க்கரை மாளிகைகள்' மிகவும் அழகானவை; அந்த நாட்களில் அவை உலகில் மிகவும் புகழ் பெற்ற கட்டிடங்களாக விளங்கின.

அவன் அப்படிச் சொன்னதைக் கேட்டு பாதிரியார் பதறினார். அவர் அவன் கையைப் பிடித்துக் கொண்டு, "மார்கஸ்! இந்த அரண்மனையிலிருந்து வெளியே போகும் வரையாவது நீ கொஞ்சம் அளவாகப் பேசுவது நல்லது!" என்று கெஞ்சினார்.

வழக்கமாக சேதுபதியைச் சந்திக்க வரும் வெளிநாட்டுப் பிரமுகர்களும் பெருவணிகர்களும் வாசனைத் திரவியங்கள், மது போத்தல்கள், கண்ணாடி, பீங்கான் கோப்பைகள் போன்ற உயர்ந்த வகைப் பரிசுப்பொருட்களுடன் தான் வருவார்கள். ஆனால் அன்று மார்கஸ் வேண்டுமென்றே பரிசுப்பொருட்கள் எதையும் கொண்டுவரவில்லை. பாதிரியாரும் ஜூலியனும் அது சரியல்ல என்று எவ்வளவோ எடுத்துச் சொல்லியும் அவன் கேட்கவில்லை. அவன் அப்படி பரிசுப்பொருட்கள் எதுவும் இல்லாமல் வந்ததை துரைசிங்கமும் கவனித்தான்; ஆனால் அவன் அதுபற்றி அவர்களிடம் எதுவும் கேட்டுக் கொள்ளவில்லை. மார்கசின் மனதில் சேதுபதியைப் பற்றி ஒரு விரோதமான, இகழ்ச்சியான நினைப்பு இருப்பதை துரைசிங்கம் நன்றாகப் புரிந்துகொண்டான். இதையெல்லாம் உணர்ந்துகொண்ட பாதிரியாரும் ஜூலியனும் என்ன செய்வது என்று புரியாமல் பெரும் அச்சத்துடனும் தவிப்புடனும் தான் அங்கே இருந்தார்கள்.

முறுக்கிய மீசையுடன் இதழ்களில் ஒரு இளம்புன்னகை தவழ,

உடலில் சந்தனத்தின் நறுமணம் வீச அறைக்குள் நுழைந்த சேதுபதி இரகுநாதத் தேவன் அவ்வளவு கம்பீரமாக இருப்பார் என்று மார்கஸ் எதிர்பார்க்கவில்லை. மன்னர் நுழைந்ததுமே அவரைத் தொடர்ந்து உள்ளே நுழைந்த இரண்டு சேர்வைகாரர்கள் அவருக்குச் சற்றுத் தள்ளி பின்னால் நின்றுகொண்டார்கள். தானும் தன்னுடன் வந்தவர்களும் சோதனை செய்யப்படாமல் அங்கே அனுமதிக்கப்பட்டதையும் மன்னரிடமிருந்து சற்றுத் தள்ளி வாள்வீச்சுக்கு எட்டாத தூரத்தில் தங்கள் அமரவைக்கப்பட்டதையும் மார்கஸ் கவனித்தான். ஆனால் தேவைப்பட்டால் அந்த சேர்வைக்காரர்கள் தங்களின் நீண்ட வேல்முனைகளால் அவர்களைக் கண் இமைக்கும் நேரத்தில் கொன்றுவிட முடியும் என்பதையும் அவன் புரிந்துகொண்டான். அவர்கள் தன்னை உடைவாளுடனே உள்ளே அனுமதித்திருந்தாலும் அதை உருவக்கூட தனக்கு அவகாசம் இருக்காது என்பதும் மார்கசுக்கு நன்றாக விளங்கியது. அதன் விளைவாக அவன் மனதில் ஒரு எச்சரிக்கை உணர்வு தோன்றி முகத்தில் சில வியர்வை முத்துக்களும் தோன்றின. பலமுறை தன் கைக்குட்டையை எடுத்து முகத்தில் ஊறிய வியர்வைத் துளிகளை அவன் ஒற்றிக்கொண்டான்.

மார்கசும் அவனுடன் வந்தவர்களும் மன்னருக்கு வணக்கம் சொன்னார்கள். பதிலுக்கு மன்னரும் அவர்களுக்கு வணக்கம் சொல்லி வரவேற்றார். அவர் மார்கசைக் கூர்ந்து பார்த்துப் புன்னகை செய்தார்.

மார்கசை பாதிரியார் தான் மன்னருக்கு அறிமுகம் செய்து வைத்தார்.

"அரசே! இவர் தான் மார்கஸ்; எங்கள் மன்னரின் நம்பிக்கைக்குரிய ஆம்ஸ்டர்டாம் நகர வர்த்தகப் பிரமுகர். இவரையே உங்களுடன் பேசுவதற்காக எங்கள் மன்னர் அனுப்பியிருக்கிறார் என்பது அவர் உங்களுக்கு அளிக்கும் மிகப்பெரிய பெருமை!"

அதைக் கேட்ட இரகுநாத சேதுபதியின் முகத்தில் மின்னல் போல் ஒரு புன்னகை தோன்றிமறைந்தது.

மார்கசின் முகத்தில் தெரிந்த பதற்றத்தைக் கவனித்த சேதுபதி அவனிடம் சொன்னார்.

"மார்கஸ்! என் பின்னால் நிற்கும் சேர்வைகாரர்களைக் கண்டு நீங்கள் பயப்படவேண்டியதில்லை. எனக்கு ஆபத்து ஏற்படும் என்ற நிலையில் தான் என் சேர்வைகாரர்கள் எவரையும் தாக்குவார்கள். மற்றபடி அவர்கள் அமைதியாகவே இருப்பார்கள்.! உங்களால் எனக்கு

எந்த ஆபத்தும் ஏற்படாது என்று நான் உறுதியாக நம்புகிறேன்!"

சேதுபதியின் கணீரென்ற குரல் மார்கசைக் கவர்ந்தது. அவன் மனதில் ஓடிய எண்ணத்தை அறிந்துகொண்டு சேதுபதி பேசியது அவனுடைய எச்சரிக்கை உணர்வை இன்னும் அதிகமாக்கியது. சிரமப்பட்டு உணர்ச்சிகளைக் கட்டுப்படுத்தி, தன்னை ஒரு நிலைப்படுத்திக் கொண்டு, அவன் மன்னரிடம் தான் வந்த நோக்கத்தை நிதானமாகச் சொன்னான்.

"சேதுபதி! எங்கள் ஹாலந்து ஒரு பெரிய நாடு; அதன் கடல்படை மிகவும் பெரியது, வலிமை மிக்கது. எங்களின் கடல் வணிகமும் அதே போல் அளவில் மிகப்பெரியது. அப்படிப்பட்ட ஒரு நாட்டின் மன்னர் உங்களை மதித்து உங்களுடன் வணிக ஒப்பந்தம் செய்துகொள்ள விரும்புகிறார். இது உங்களுக்கு மிகப் பெரிய கவுரவம் ஆகும்!"

அப்போது சேதுபதி இடைமறித்து, "உங்கள் மன்னருக்கு என் நன்றிகள் மார்கஸ்!நம் இரண்டு நாடுகளுக்கும் இடையே வணிகம் வளர்வது மிகவும் நல்ல, மகிழ்ச்சியான விசயம் தானே!" என்றார்.

"ஆமாம் சேதுபதி! ஆனால் அந்த மகிழ்ச்சியான காரியம் நடப்பதற்கு எங்கள் தரப்பில் சில நிபந்தனைகள் இருக்கின்றன!"

என்று மார்கஸ் பொடிவைத்துப் பேசினான். அதைக் கேட்ட சேதுபதி உடனே சொன்னார்.

"நிபந்தனைகளா? நீங்கள் தான் என்னைத் தேடி வருகிறீர்கள்! அதனால் எந்த நிபந்தனையையும் நான் ஏற்பதற்கில்லை! வேண்டுமானால் உங்கள் விருப்பங்கள்என்று சொல்லுங்கள்! கேட்டுவிட்டு நான் முடிவுசெய்கிறேன்."

"சரி! அப்படியே வைத்துக் கொள்ளலாம். இங்கே வணிகம் செய்வதில் இப்போது கீழக்கரை மரைக்காயர் எங்களுக்கு மிகவும் இடைஞ்சலாக இருக்கிறார். அரிசி, மிளகு வணிகமும் முத்து வணிகமும் முழுவதும் மரைக்காயருடைய கட்டுப்பாட்டில் தான் இருக்கின்றன. இதை ஒரு பெரிய நாடான நெதர்லாந்தால் ஏற்றுக்கொள்ள முடியாது. நீங்கள் இந்த நிலைமையை மாற்றி இந்த வணிகம் முழுவதையும் டச்சு நாட்டின் வணிகர்களிடம் ஒப்படைக்கவேண்டும்! இந்தப் பகுதியில் இனிமேல் எங்களுடைய வணிகம் தான் பெரியதாக நடக்கவேண்டும்!"

தான் நினைத்ததைச் சேதுபதியிடம் சொல்லிவிட்டு மார்கஸ் ஜூலியனையும் பாதிரியாரையும் பெருமிதத்துடன் பார்த்தான்.

அவன் சொன்னதைக் கேட்டதும் சேதுபதியின் நெற்றியில்

சிந்தனைக் கோடுகள் தோன்றின. அவரது இடது கை விரல்கள் மீசையை நீவி விட்டன. முடிவில் ஒரு புன்னகையுடன் அவர் சொன்னார்.

"மார்கஸ்! நீங்கள் உங்கள் வணிகத்தைப் பற்றி மட்டும் தான் என்னிடம் பேசலாம். மரைக்காயரின் வணிகத்தைப் பற்றி ஏன் பேசுகிறீர்கள்? மரைக்காயர் குடும்பம் பல தலைமுறைகளாக இங்கே வாழ்ந்து வருபவர்கள். அவர்கள் உலகின் பல நாடுகளுடனும் மிகுந்த நற்பெயருடன் வணிகமும் செய்து வருபவர்கள்!"

"எப்படி இருந்தாலும் அவர்கள் ஒரு தனியான குடும்பம் மட்டும் தான்! ஆனால் நாங்கள் ஒரு நாடு! ஐரோப்பாவில் இருக்கும் நாடுகளில் இன்று கடல் வணிகத்தில் எங்கள் நெதெர்லாந்து நாடு தான் முதன்மையானது. எங்களுடன் வணிகம் செய்வது தான் உங்களுக்குப் பெருமை! வணிகமும் மிகப் பெரிய அளவில் நடக்கும்! இதையெல்லாம் சிந்தித்துப் பாருங்கள் சேதுபதி!"

"நீங்கள் சொல்வது தவறு,மார்கஸ்! மரைக்காயர் ஒரு தனியான ஆளோ, அவருடைய குடும்பம் தனியான ஒரு குடும்பமோ கிடையாது! அவர் எங்களில் ஒருவர்; அவர் இந்த முத்துக்கடல் பகுதி முழுவதற்கும் அதை ஆளும் சேதுபதியின் பிரதிநிதி ஆவார்!"

"சேதுபதி! இந்தக் கடலின் முத்து வணிகம், மிளகு வணிகத்-திலிருந்து மரைக்காயர் ஒதுங்கிக்கொள்ளட்டும்; அவர் தன் சக்திக்கு ஏற்ற அளவில் சிறியதாகத் தன் வணிகத்தை நடத்திக்கொள்ளட்டும். அதற்கு ஏற்றபடியான ஒரு புதிய ஒப்பந்தத்தை நாம் ஏற்படுத்திக்கொள்வோம்! அதற்காகத்தான் எங்கள் மன்னர் வேறு சாதாரண வணிகர் எவரையும் அனுப்பாமல் என்னையே இங்கே அனுப்பியிருக்கிறார்!"

"எங்களுடன் சீனம், அரேபியா, எகிப்து, ரோம் போன்ற உலகின் பல நாடுகள் நீண்ட காலமாக வணிகம் செய்கின்றன. இங்கே நடக்கும் வணிகத்தில் எல்லோருக்கும் தேவையான அளவு இடம் இருக்கிறது. எங்கள் முத்துக்கடல் நம் எல்லோரையும் வாழவைக்கும். இங்கே யாரும் யாரையும் எதிலும் போட்டியாக நினைக்கத் தேவையில்லை. நீங்களும் அதுபோல் இருந்தால் நல்லது!"

"இல்லை மன்னரே! நாங்களும் மற்றவர்களும் ஒன்று அல்ல! அதுவும் இந்த மரைக்காயரும் நெதெர்லாந்து நாடும் சமம் அல்ல! சமமாக இருக்க முடியாது. அவரை இந்தக் கடல் வணிகத்-திலிருந்து நீங்கள் அகற்றவேண்டும்! அதற்காகத்தான் நான் இங்கே வந்திருக்கிறேன்!"

"மார்கஸ்! உங்களுடைய நோக்கம் தவறானது. உங்களுடைய துணிவகைகள் வணிகத்தில் மரைக்காயர் குறுக்கிடுவதில்லை; அது போல் நீங்கள் அவருடைய அரிசி, மிளகு, முத்து வணிகத்தில் குறுக்கிடுவதையும் என்னால் அனுமதிக்கமுடியாது. நீங்கள் சொல்வது போல், மரைக்காயருக்கு எதிராக எந்த ஒப்பந்தமும் யாருடனும் நான் செய்து கொள்ளமாட்டேன்!"

அதைக் கேட்ட மார்கசின் முகம் மாறியது. அவனுடைய ஏமாற்றமும் கோபமும் கொஞ்சம் வெளிப்படையாகவே தெரியும் வகையில் அவன் மன்னரிடம் பேசினான்.

"சேதுபதி! மீண்டும் சொல்கிறேன்; நெதர்லாந்து போன்ற ஒரு பெரிய நாட்டின் மன்னர் உங்களிடம் ஒப்பந்தம் செய்துகொள்ள வேண்டிய அவசியமே இல்லை; ஆனாலும் ஒரு மன்னர் என்ற வகையில் உங்களை மதித்து உங்களுடன் ஒப்பந்தம் பேச அவர் என்னை அனுப்பியிருக்கிறார். வலிமை மிக்க நாங்களா? எதுவும் இல்லாத மரைக்காயரா? யார் உங்களுக்கு வேண்டும் என்று நன்றாக யோசித்து முடிவு சொல்லுங்கள்!"

ஆனால் சட்டென்று வந்தது சேதுபதியின் பதில்.

"மார்கஸ்! இதில் யோசிப்பதற்கு எதுவும் இல்லை; மரைக்காயர் எங்களின் நண்பர்; அவர் எங்களில் ஒருவர். எந்தக் காரணத்துக்காகவும் மரைக்காயரை சேதுபதி விட்டுக்கொடுக்க மாட்டான்!"

எப்படியும் சேதுபதி பயந்துகொண்டு மனம் மாறிவிடுவார் என்று நினைத்த மார்கசுக்கு அவருடைய இந்தப் பதில் மேலும் கோபத்தை ஊட்டியது. அவனுடைய சிவந்த முகம் மேலும் சிவப்பானது.

"சேதுபதி! இந்தப் பதிலும் அதன் விளைவுகளும் உங்களுக்கு எந்த வகையிலும் நன்மையைத் தராது; உங்களின் இந்த முடிவைக் கேட்டால் எங்கள் மன்னர் மிகவும் கோபம் கொள்வார்! இலங்கையும் இப்போது எங்கள் கையில் இருக்கிறது! எங்களின் கடற்படை மிகவும் பெரியது; வலிமை மிக்கது!"

அதைக்கேட்ட சேதுபதி சிரித்தபடியே அவனுக்குப் பதில் சொன்னார்.

"இலங்கைத் தீவும் சேதுநாடும் ஒன்றல்ல மார்கஸ்! தவிர இரண்டுக்கும் இடையே எங்களுடைய முத்துக்கடல் பரந்து கிடக்கிறது.! எங்களுடைய நண்பர்களை மட்டுமே அது இங்கே அனுமதிக்கும்!"

அப்போது மார்கஸ் இறுக்கமான குரலில் "மன்னரே! இந்த

மார்கஸ் யார் என்பது உங்களுக்குத் தெரியாது!" என்று சொன்னான்.

மார்கஸ் இப்படிச்சொன்னதும் ஜூலியன் பதற்றமடைந்து அவன் கையை அழுத்தினான். ஆனால் மார்கஸ் அலட்சியமாக அதைத் தட்டிவிட்டான். பாதிரியாரும் மிகுந்த பதற்றம் அடைந்தார்.

உடனே சேதுபதி மார்கசைக் கூர்ந்து பார்த்துப் புன்னகை செய்தார்.

"ஏன் தெரியாது? உன் பெயர் மார்கஸ்; முழுப்பெயர் மார்கஸ் மென்டிஸ்! உங்கள் கடவுளான மார்ஸ் பெயரால் உனக்கு மார்கஸ் என்று பெயர் வைத்திருக்கிறார்கள்.! நீ ஹாலந்து மன்னரின் நம்பிக்கைக்குரிய படைத் தலைவர்களில் ஒருவன்; சிறந்த வீரன். ஆனால் அதை எல்லாம் மறைத்துவிட்டு, ஒரு தேவாலய ஊழியன் போலவும் வணிகன் போலவும் இங்கே வந்திருக்கிறாய்! உன் போல இன்னும் பலர் இங்கே இருக்கிறார்கள்!" என்று நிதானமாகச் சொன்னார்.

சேதுபதி இப்படிச் சொன்னதும் மார்கசும் அவனுடன் வந்தவர்களும் திகைத்துப்போனார்கள்.

பிறகு சேதுபதி அவர்களிடம், "மார்கஸ்! ஜூலியன்! ஃபாதர், நமது பேச்சு இத்துடன் முடிவடைந்தது. நீங்கள் எல்லோரும் போகலாம்!" என்று சொன்னார்.

மன்னர் அப்படிச் சொன்னதும் ஜூலியனும் பாதிரியாரும் எழுந்து நின்றார்கள். ஆனால் மார்கஸ் மட்டும் தன் இருக்கை-யிலிருந்து எழுந்திரிக்காமல் அப்படியே உட்கார்ந்திருந்தான். சேதுபதி தன் பேச்சைக் கடைசிவரை இருந்து கேட்காமல், சட்டென்று அங்கிருந்து போகச் சொன்னதை அவனால் ஏற்கமுடியவில்லை. அவன் மன்னரையே முறைத்துப் பார்த்தபடி இருந்தான். மன்னரின் பின்னால் நின்றபடி அவனைக் கவனித்த சேர்வைகாரர்கள் இருவரும் மார்கஸ் மீது தங்களின் பார்வையை நிறுத்தினார்கள். அவர்களின் கைகள் தங்கள் வேல்களை இறுக்கிப் பிடித்தன. அதைக் கவனித்த மார்கஸ் அமைதியாக, ஆனால் கோபமுடன் எழுந்து அங்கிருந்து வெளியேறினான்.

மன்னர் ஏற்கெனவே கட்டளையிட்டிருந்ததால் அறையில் இருந்த துரைசிங்கமும் வெளியே இருந்த மற்ற படைத் தலைவர்களும் எதுவும் பேசாமல் அமைதியாக இருந்தார்கள். ஆனாலும் அவர்கள் எதற்கும் தயாராகவே இருந்தார்கள்.

அரண்மனையை விட்டு வெளியே வந்ததும் மார்கஸ் தரையில்

ஓங்கி மிதித்துவிட்டு, "இன்னும் ஒரே மாதம் தான்; இந்தச் சேதுபதியின் தலையை வெட்டித் துண்டாக்கி இதே கடலில் வீசுவேன்; இவனுடைய இந்த அரண்மனையையும் இடித்துத் தரைமட்டமாக்குவேன்!" என்று வெறிபிடித்தவன் போல் கத்தி, சபதம் செய்தான்.

அவனுடைய பேச்சையும் செயலையும் கண்டு ஏற்கெனவே கிலி பிடித்துப் போயிருந்த பாதிரியார் அவன் செய்த சபதத்தைக் கேட்டுவிட்டு மேலும் நடுங்கிப்போனார்.

அவர் ஜூலியனிடம், "இந்த மார்கஸ் சேதுபதியிடம் இப்படிப் பேசி விட்டானே! இவனுக்கு இளமைக்கும் உயிர்ப்பெருக்கத்தும் கடவுளான மார்ஸ் பெயரை வைத்திருக்கிறார்கள். ஆனால் இவனுடைய செயல்கள் எல்லாம் மரணத்தின் கடவுளான ப்ளூடோ போல அல்லவா இருக்கின்றன? நம் மன்னர் இவனைப் போய் இங்கே அனுப்பி வைத்திருக்கிறாரே? இவன் நம் வணிகத்தை ஒழித்து விடுவதுடன் நம் வாழ்க்கையையும் சேர்த்தே ஒழித்துவிடுவான் போல் தெரிகிறதே!" என்று சொல்லி வருந்தினார்.

ஜூலியனும் என்ன செய்வது என்றே தெரியாமல் தவித்தான். அவன் மனதில் இனம் தெரியாத பயம் ஒன்று புகுந்துகொண்டது. மார்ஸ் என்ற பெயரில் அங்கே ப்ளூட்டோ தான் வந்திருப்பதாக அவனும் நினைத்தான்.

அதிகம் பயந்துபோன பாதிரியார் அன்று இரவு நடந்த ஆராதனை வழிபாட்டை வழக்கத்தைவிட அதிகமான நேரம் நடத்தி அங்கே இருந்தவர்கள் பத்திரமாக நாடு திரும்ப உதவிசெய்து அருளும்படி இறைவனை வேண்டிக்கொண்டார்.

சில நாட்கள் கழித்து மார்கஸ் சேதுநாட்டின் நிலைமை குறித்து நெதர்லாந்து மன்னருக்குஒரு அறிக்கை அனுப்பினான்.

அதில் அவன் சேதுநாட்டைப் பற்றிய தன்னுடைய மதிப்பீட்டையும் உதவிக்கு ஒரு சிறு படையை விரைவில் அனுப்பிவைக்கும்படி தன்னுடைய கோரிக்கையையும் தெரிவித்தான்.

"இராமநாதபுரத்தின் மன்னன் சேதுபதி நம் விருப்பத்தை மதிக்கவில்லை. அவன் மரைக்காயனுக்கு ஆதரவாகவே பேசுகிறான். நாங்கள் சொன்ன ஒப்பந்தத்தில் கையொப்பமிடவும் மறுத்துவிட்டான். ஆனால், அதை நினைத்து நாம் கவலைப்பட ஒன்றும் இல்லை. அவனுடைய கடற்கரைக்குப் பதில் இந்த நாட்டையே நாம் பிடித்துவிடலாம். இங்கே இருக்கும் கோட்டை எந்தவிதமான பாதுகாப்பும் இல்லாத ஒரு மண்கோட்டையாக இருக்கிறது.

இங்கே நிலைப்படை என்று எதுவும் இல்லை. போர்வீரர்கள் என்று சொல்லும்படியாக ஆயுதம் ஏந்திய வீரர்கள் அதிகம் கிடையாது. சேதுபதியைச் சுற்றிலும் எதிரிகள் தான் இருக்கிறார்கள். நாம் தாக்கினால் சேதுபதியின் உதவிக்கு அருகில் இருக்கும் எந்த அரசனும் வரமாட்டான். இதுதான் இங்கே இருக்கும் நிலைமை!

இந்தக் கோட்டையை நான் இங்கே இருக்கும் வீரர்களை வைத்தே சில மணி நேரங்களிலேயே பிடித்துவிடுவேன். இலங்கையில் இருந்து நமது இரண்டாயிரம் வீரர்கள் இங்கே வந்தால், வெளியில் இருந்து வரும் ஆட்களைச் சமாளித்து விடுவேன். நான் இந்தக் கடல் பகுதியை மூன்றே நாட்களில் முழுவதுமாகப் பிடித்துவிடுவேன். அதனால் விரைவில் நம் வீரர்களை இங்கே அனுப்பிவையுங்கள்! '

சேதுநாட்டின் எளிமையான மக்களையும் தன்னைச் சுற்றி அதிகமான பாதுகாப்பை வைத்துக்கொள்ளாத மன்னனையும் பார்த்த மார்கஸ் தன் மனதில் ஒரு தவறான கணக்கைப் போட்டு விட்டான். அதன் விளைவாக அந்த முத்துக்கடல் பகுதி விரைவில், அதுவும் மிக எளிதாக தன் கட்டுப்பாட்டில் வந்துவிடும் என்று ஒரு மனக்கோட்டையையும் அவன் எழுப்பிக்கொண்டான்.

ஆனால் அவன் தன்னுடைய அறியாமையாலும் ஆணவத்தாலும் பெரும் தவறு செய்து டச்சு வணிகத்துக்கும் வீரர்களுக்குப் பெரும் அழிவை வரவழைக்கிறான் என்பதைப் புரிந்துகொண்ட ஜூலியனும் பாதிரியாரும் பயத்தில் உறக்கம் வராமல் தவித்தார்கள்.

20
தகர்ந்த மனக் கோட்டையும் இடிந்த கோவிலும்

மார்கஸ் வந்து மன்னரைச் சந்தித்துவிட்டுப் போன பிறகு, இரண்டு நாட்கள் கழித்து துரைசிங்கம் ஒரு காலை வேளையில் அந்த தேவாலயத்துக்குப் போனான். தொலைவிலேயே அவன் வருவதைப் பார்த்துவிட்ட காவலன் உடனே உள்ளே ஓடிப்போய்ச் சேதியைச் சொல்லி எச்சரிக்கை செய்தான். அதனால் அங்கே இருந்த ஆட்கள் அவன் உள்ளே வருவதற்கு முன் அவசரம் அவசரமாக சில அறைகளின் கதவுகளை மூடினார்கள். அவர்கள் ஏன் அப்படிச் செய்தார்கள் என்பது துரைசிங்கத்துக்கு நன்றாகவே தெரியும்.

மாதாகோவிலின் வெளிக்கதவைத் திறந்த ஒரு ஆள் அவன் உள்ளே நுழைவதைத் தாமதப்படுத்தும் நோக்கத்துடன் அவனை அங்கேயே நிறுத்திவைத்து, சில கேள்விகளைக் கேட்டான். கதவையும் அவன் முழுவதாகத் திறக்கவில்லை. இரண்டு கேள்விகளைக் கேட்டவன் மூன்றாவது கேள்வியைக் கேட்கும் முன் துரைசிங்கம் கொடுத்த அடியில் அலறிக்கொண்டு கீழே விழுந்தான். அவனுடைய மூக்கில் இருந்து இரத்தம் கொட்டியது. துரைசிங்கம் அமைதியாக அவனைக்கடந்து உள்ளே போனான். அதை எல்லோரும் பார்த்தாலும் அங்கே இருந்த எவரும் அவனை எதுவும் கேட்பதற்கு முன்வரவில்லை. தலைமைப் பாதிரியார் மட்டும் அவனை நோக்கி பதற்றத்துடன் வேகமாக வந்தார். தன் பெரிய உடம்புடன் அவர் வேகமாக நடந்துவந்து துரைசிங்கத்தின் முன் நின்றபோது அவருக்கு மூச்சு இரைத்தது; உடம்பெல்லாம் ஒரேயடியாக வியர்த்துக் கொட்டியது.

அவர் "வாருங்கள், துரைசிங்கம், வாருங்கள்! என்ன இப்படி திடீரென்று வந்திருக்கிறீர்கள்? ப்ரேயர் நேர வேலைகள்; அது தான் எல்லோரும் ஒரே அவசரத்தில் இருக்கிறோம்!" என்றார் ஒரு செயற்கையான சிரிப்புடன். உள்ளூர அவருக்கு வயிற்றைக் கலக்கியது.

துரைசிங்கம் தன் அருகில் வந்து நின்ற தலைமைப் பாதிரியாரைப் பார்த்து, கடுமையான குரலில் பேசினான். அவன் முகத்தில் புன்னகைக்கு பதில் ஒரு இறுக்கம் தான் இருந்தது. அதைக் கவனித்ததும் பாதிரியார் முகத்தில் இருந்த புன்னகை தானாகவே மறைந்துபோனது.

"பாதிரியாரே! இந்த தேவாலயத்தில் சேதுநாட்டுக்குப் பாதகமான செயல்கள் நடைபெறுவதாக மன்னருக்குச் சேதி வந்திருக்கிறது! மன்னர் இதனால் மிகுந்த மனவருத்தமும் கோபமும் அடைந்திருக்கிறார். இது வழிபாட்டுக்கு மட்டும் என்று உங்களுக்கு அனுமதிக்கப்பட்ட இடம்; ஆனால் வேறு வகைகளில் நீங்கள் இதைப் பயன்படுத்துகிறீர்கள். உங்களிடம் எங்கள் மன்னரின் ஆணையைத் தெரிவிக்கவே நான் இங்கே வந்திருக்கிறேன். இந்த இடத்தில் நீங்கள் மேற்கொண்டு எந்த புதிய கட்டுமான வேலைகளையும் செய்யக்கூடாது! கோவில் தொடர்பான ஆட்களைத் தவிர வேறு யாரும் இங்கே தங்கியிருக்கக்கூடாது! இது சேதுபதி மன்னரின் ஆணை!" என்று எச்சரித்தான்.

அங்கே இருந்த உண்மையான பாதிரியார் துரைசிங்கத்திடம், "இந்த தேவாலயத்தில் தவறான செயல்கள் எதுவும் நடக்கவில்லை; இங்கே இருப்பவர்கள் எல்லோரும் பயிற்சிக்காக வந்திருக்கும் புதிய ஊழியர்கள் மட்டுமே!" என்று சொன்னார்.

உடனே துரைசிங்கம் அவரிடம், "ஐயா! நீங்கள் சொல்வது உண்மை அல்ல என்று இப்போதே என்னால் நிரூபிக்கமுடியும்! ஆனால் எங்கள் மகாராஜாவின் அனுமதி இல்லாமல் நான் அதைச் செய்ய மாட்டேன்! நீங்கள் இங்கே நல்ல முறையில் வணிகம் செய்ய விரும்பினால் அதற்கு இதுதான் கடைசிவாய்ப்பு! இங்கே இருக்கும் உங்கள் வீரர்களை உடனே திரும்பிப் போகச் சொல்லிஅனுப்பி விடுங்கள்!"

"துரைசிங்கம்! நீங்கள் எங்களைத் தவறாக நினைக்கிறீர்கள்! உங்களுக்கு இங்கே நடப்பது எதுவும் தெரியாது!"

"ஐயா! எனக்கு இங்கே நடப்பது எல்லாம் நன்றாகவே தெரியும்; நீங்கள் இந்தக் கடற்கரையில் வந்து இறங்கிய நாள் முதல் என் கண்காணிப்பில் தான் இருக்கிறீர்கள்! இரவு வேளைகளில் படகுகளில் வீரர்கள் வருவதும் அவர்கள் இரகசியமாக ஆயுதப்பயிற்சி செய்வதும் எனக்குத் தெரியும்!"

துரைசிங்கம் சொன்னதற்கு பாதிரியார் பதில் எதுவும் சொல்லவில்லை.

"சேதுபதி நேரில் வரும் அளவுக்கு நடந்துகொள்ளாதீர்கள்!" என்று சொல்லிவிட்டு துரைசிங்கம் அங்கிருந்து கிளம்பினான்.

துரைசிங்கம் பேசியதை கோவில் பணியாள் உடையில் இருந்த மார்கசும் ஜூலியனும் கேட்டுக்கொண்டு தான் இருந்தார்கள். ஜூலியனை துரைசிங்கத்துக்குக் கொஞ்சம் தெரியும். அங்கே நிலைமையை நன்றாக அறிந்திருந்ததால் ஜூலியன் அமைதியாகவே இருந்தான்; துரைசிங்கத்தையே சேதுபதி அனுப்பியிருந்தார் என்பதால் அதன் முக்கியத்தையும் அதை மீறினால் வரக்கூடிய ஆபத்தையும் அவன் உணர்ந்துகொண்டான். ஆனால் மார்கசுக்கு அதெல்லாம் தெரியாததால் அவன் மட்டும் கோபத்தில் தன் பற்களைக் கடித்தான். திரும்பிப் போகும் போது துரைசிங்கத்தின் பார்வை மார்கஸ் மீது அழுத்தமாக விழுந்தது.

துரைசிங்கம் போனபிறகு மார்கஸ் ஜூலியனிடம், "யார் இந்த ஆள்? தனிஆளாக இங்கேயே வந்து நம் பாதிரியாரை மிரட்டிவிட்டுப் போகிறான்? அன்று சேதுபதியுடன் நாம் பேசும்போதும் இவன் அங்கே இருந்தானே!" என்று கேட்டான்.

அதற்கு ஜூலியன், "இவன் பெயர் துரைசிங்கம்; சேதுபதியின் நண்பன்; இவன் தான் இங்கே படைத்தலைவன்! நாம் நமது வீரர்களை இங்கே வரவழைப்பது சேதுபதிக்குத் தெரிந்துவிட்டது. அதனால் சேதுபதியின் எச்சரிக்கையைத் தெரிவித்துவிட்டுப் போகிறான்!"

துரைசிங்கம் வந்துவிட்டுப் போனபிறகு பாதிரியார் மிகவும் கலங்கிப் போய் இருந்தார். அதைக் கவனித்த ஜூலியன் அவரைச் சமாதானம் செய்தான். ஆனாலும் அவர் சமாதானம் ஆகவில்லை.

"ஜூலியன்! துரைசிங்கம் இங்கே வந்துவிட்டுப் போகிறான் என்றால் அடுத்தது சேதுபதி தான் வருவார்; அதன் பொருள் என்ன என்று உனக்குத் தெரியும் அல்லவா?"

ஜூலியன் அவருக்குப் பதில் எதுவும் சொல்லாமல் அமைதியாக இருந்தான்.

ஆனால் மார்கஸ் கொஞ்சமும் அலட்டிக்கொள்ளாமல் இருந்தான்.

"ஃபாதர்! கவலைப்படாதீர்கள்; அமைதியாக இருங்கள்! இன்னும் ஒரே மாதம் தான்! பிறகு இவனையும் அந்தச் சேதுபதியையும் என்

கையாலேயே கொன்றுவிடுவேன்! அதுவரை கொஞ்சம் பொறுமையாக இருங்கள்!" என்று பாதிரியாருக்குத் தைரியம் சொன்னான்.

ஆனால் தைரியம் பெறும் நிலையில் பாதிரியார் இல்லை.

அத்துடன், "இந்த ஆள் சொல்கிறான் என்று பயந்துகொண்டு நீங்கள் நாம் வழக்கமாகச் செய்யும் எதையும் மாற்றிக்கொள்ளக்கூடாது!" என்று அவரை மறைமுகமாக மிரட்டவும் செய்தான்.

மார்கஸ் ஜூலியனுடன் சேதுபதியைப் பற்றி விவாதித்தான்.

"சேதுபதி மிகவும் எளிமையான, படை வலிமை இல்லாத ஒரு அரசன் தான்; சுற்றி இருக்கும் மதுரை, தஞ்சாவூர் மன்னர்களும் இவனுக்கு விரோதமாகவே இருக்கிறார்கள். இது நமக்கு மிகவும் சாதகமான நிலைமை தானே? பிறகு ஏன் நாம் பயப்படவேண்டும்?"

அதற்கு ஜூலியன் சொன்னான். "பார்ப்பதற்கு அப்படித்தான் தெரியும்; ஆனால் நாம் சேதுபதியைத் தாக்கினால் நிலைமை அப்படியே மாறிவிடும். சேதுபதி மிகவும் தந்திரமாகக் காய்நகர்த்துவதில் வல்லவர். தஞ்சாவூருக்கு எதிராக மதுரையையும் மதுரைக்கு எதிராகத் தஞ்சாவூரையும் கூட திருப்பிவிடுவார். போர் என்று வந்தால் அவரின் செயல்களை எவராலும் கணிக்கமுடியாது!"

"ஜூலியன்! நீயும் நம் அரசாங்கமும் சேதுபதியின் வலிமையை மிக அதிகமாக நினைக்கிறீர்கள்!"

"இல்லை மார்கஸ்! இந்தக் கடல் வணிகத்தில் நாம் இப்போதுதான் நுழைந்திருக்கிறோம். ஆனால் இவர்கள் பல நூறு ஆண்டுகளாக இதில் இருக்கிறார்கள். மேலும் இதில் நாம் மட்டுமே இல்லை; அராபியர், சீனர் இவர்களுடன் போர்ச்சுக்கீசியரும் இருக்கிறார்கள். பிரிட்டிஷ் வணிகர்களும் முயற்சி செய்கிறார்கள். நாம் சேதுபதியின் மீது கை வைத்தால் இவர்களை எல்லாம் ஒட்டுமொத்தமாக நமக்கு எதிராகத் திருப்பும் திறமை சேதுபதிக்கு இருக்கிறது; இதை எல்லாம் கருதியே நம் அரசாங்கமும் கிழக்கிந்திய டச்சு வணிகக் கம்பெனியும் அமைதியாக இருக்கின்றார்கள். நமக்கு இப்போதைக்கு வணிகம் தான் முக்கியம்; இதை நீ புரிந்துகொள்ளவேண்டும்!"

தலைமைப் பாதிரியாரும் ஜூலியன் சொன்னதை ஆதரித்து மார்கசிடம் பேசினார். ஆனால் அவர்கள் சொன்ன எதையும் மார்கஸ் ஏற்றுக்கொள்ளவில்லை. தன் முடிவில் அவன் பிடிவாதமாக இருந்தான்.

தேவதைகள் கால்வைக்கவே கூசும் இடத்தில் முட்டாள்கள்

அச்சமின்றிக் குதித்து ஆட்டம் போடுவார்கள் என்று சொல்வதைப்போல மார்கசின் அப்போதைய செயல்கள் இருந்தன.

தன்னுடைய மொத்த வணிகத்தையும் முற்றாக ஒழித்துக்கட்டும் வகையில், டச்சுக்காரர்கள் கொண்டுவந்த ஒப்பந்தத்தை ஏற்க சேதுபதி உறுதியாக மறுத்துவிட்டார் என்ற சேதி விரைவில் மரைக்காயருக்குக் கிடைத்தது. டச்சுக்காரர்களிடம் தன்னைப் பற்றி மன்னர் பேசிய விவரங்களை அறிந்ததும் சீதக்காதி மரைக்காயர் அரண்மனைக்கு விரைந்து வந்து கண்கள் கலங்க மன்னருக்கு நன்றி தெரிவித்தார். மன்னர் தன் மேல் வைத்திருந்த அன்பையும் நம்பிக்கையையும் நினைத்து அவர் உடலும் மனமும் சிலிர்த்தன. மன்னரின் அந்த அன்புக்கும் பெரும் நம்பிக்கைக்கும் உரியவராக எப்போதும் தான் நடந்துகொள்ளவேண்டும் என்று அப்போது தன் மனதில் அவர் உறுதி செய்துகொண்டார்.

சேதுபதி விடுத்த கடுமையான எச்சரிக்கையை டச்சுக்கார்கள் கண்டுகொள்ளவில்லை. அந்த வளாகத்தில் கட்டுமான வேலைகளும் நிறுத்தப்படாமல் தொடர்ந்து நடந்தன; இரகசியமாகக் கப்பல்களில் ஆட்கள் வருவதும் தொடர்ந்தது. விரைவில் இன்னும் ஒரு பெரும் கப்பலில் மார்கஸ் கேட்டிருந்தபடி அதிகமான ஆட்கள் வரவிருப்பதாக மார்கசுக்கு இலங்கையிலிருந்து ஒரு சேதிவந்தது. அந்தச் சேதி சேதுபதி மன்னருக்கும் வந்துசேர்ந்தது.

சில நாட்கள் கழித்து மார்கசின் கோரிக்கையை பரிசீலித்து தேவையான வீரர்களை அனுப்புவதாக அவனுக்கு நெதர்லாந்து அரசாங்கத்திடமிருந்து ஒரு பதில் வந்தது. அப்போதே அவன் பெரிய வெற்றியை அடைந்துவிட்டதாக நினைத்து மகிழ்ச்சியடைந்தான். அந்த தேவாலயத்தில் இருந்த தன் ஆட்களிடம் விரைவில் தங்களுக்கு உதவுவதற்காக ஒரு பெரும் படை வரப்போவதாகஅறிவித்து அதைக் கொண்டாடுவதற்காக ஒரு இரவு விருந்துக்கும் அவன் ஏற்பாடு செய்தான். மதுவகைகளுடன் நடந்த அந்த விருந்தின் முடிவில் தன் கையிலிருந்த மதுக்கிண்ணத்தை உயர்த்திப் பிடித்தபடி வீரர்களிடம் அவன் உற்சாகமுடன் பேசினான்.

“வீரர்களே!இன்னும் இரண்டே வாரங்கள் தான்; முத்துக்கள் கொட்டிக்கிடக்கும் இந்தக் கடல் முழுதும் மாட்சிமை பொருந்திய நம் டச்சு நாட்டின் மன்னருக்கே சொந்தமாகிவிடும். நம் வலிமையான படையின் ஒரு பாய்ச்சலை இந்தச் சேதுபதி தாங்கமாட்டான். விரைவில் இந்த நாட்டின் அத்தனை செல்வமும் நமக்குச்

சொந்தமாகிவிடும். டச்சு நாட்டின் சிகப்பு,வெள்ளை நீல வண்ணங்கள் கொண்ட கொடி பறக்கும் கப்பல்கள் இந்தக் கடல் முழுவதிலும் பரவி நிற்கும்! இவர்களின் பிரமாண்டமான கடல் வணிகம் முழுவதும் நம் கட்டுப்பாட்டில் வந்துவிடும்! இங்கே இருக்கும் ஆட்களை எல்லாம் அடிமைகளாக ஏற்றிக்கொண்டு நம் கப்பல்கள் நாடு திரும்பும். நீங்கள் அனைவரும் பல பெட்டிகள் நிறைய முத்துக்களை அள்ளிக்கொண்டு ஊர் திரும்பலாம். உங்கள் மனைவியரின் கழுத்தை முத்துமாலையால் அழகுசெய்துவிட்டு மகிழ்ச்சியால் விரியும் அவர்களின் விழிகளைப் பார்த்துக்கொண்டே நீங்கள் அவர்களின் இதழ்களில் முத்தமிடலாம்!"

அவன் அப்படிச் சுவையாகப் பேசியதைக் கேட்ட டச்சுவீரர்கள் ஆனந்தக் கூச்சலிட்டார்கள். கிடைக்கப்போகும் பெரும்பொருள் மீதான ஆசை அவர்கள் அருந்திய மதுவின் மயக்கத்தை மேலும் அதிகமாக்கியது. அவர்களின் கூச்சலும் அதிகமானது. மது போத்தல்களையும் மதுக் கோப்பைகளையும் உயர்த்தி சிலர் ஆரவாரம் செய்தார்கள். மகிழ்ச்சிச் சிரிப்பொலிகள் அந்தக் கூடத்தில் நிறைந்து எதிரொலித்தன. அந்த இரவுநேரத்தில் அப்படி அதிகமாக ஆரவாரம் செய்யவேண்டாம் என்று பயந்துகொண்டே சொன்ன பாதிரியாரின் எச்சரிக்கையை அவர்கள் எவரும் பொருட்படுத்தவில்லை.

மார்கசின் பேச்சைக் கேட்டு எல்லோரும் உற்சாகத்தில் ஆரவாரம் செய்தாலும் ஜூலியன் முகம் மட்டும் கவலையில் ஆழ்ந்திருந்தது. ஏதோ ஒரு விபரீதம் கூடிய விரைவில் நடக்கப் போகிறது என்று அவனுடைய உள்ளுணர்வு சொல்லியது. அங்கே தன்னைச் சுற்றி மது மயக்கத்தில் ஆடிய டச்சு வீரர்கள் மீது அவனுக்கு மிகுந்த அனுதாபம் ஏற்பட்டது.

"இந்த அருமையான நேரத்தைக் கொண்டாடும்போது என் காதலி அருகில் இல்லையே! ஓ! அவள் மட்டும் இப்போது என் அருகில் இருந்தால் எவ்வளவு நன்றாக இருக்கும்? அவளுடன் நடனமாட எனக்கு ஆசையாக இருக்கிறது!" என்று சொல்லிக்கொண்டே ஒரு வீரன் தன் நண்பனின் கைகளைப் பிடித்துக்கொண்டு நடனம் ஆடினான். நள்ளிரவு கடந்தும் நடந்த அந்த விருந்து முடியும் நேரம் வந்தது. எல்லோரும் மிதமிஞ்சி அருந்திய மதுவின் மயக்கத்தில் இருந்தார்கள்.

அப்போது திடீரென குதிரைகள் கனைக்கும் சத்தமும் ஆட்கள் போர்முழக்கமிடும் சத்தமும் இடிமுழக்கம் போல் கேட்டது. விருந்துக் கொண்டாட்டத்தில் இருந்த டச்சு வீரர்கள் சன்னல்கள் வழியாக

வெளியே பார்த்தார்கள். கோவிலின் வெளிச் சுவரின் கதவுகள் படார் படார் என்று உடைந்து சிதறின. தொடர்ந்து இரகுநாதன் தன் குதிரையின் மேல் அமர்ந்து பாய்ந்துவந்தான். அவனுடைய இரண்டு பக்கங்களிலும் துரைசிங்கமும் திரையத் தேவனும் தம் குதிரைகளில் வந்தார்கள். அவர்களைத் தொடர்ந்து நூறு வீரர்கள் குதிரைகளில் வந்தார்கள். டச்சு வீரர்கள் அந்தத் திடீர்த் தாக்குதலைக் கொஞ்சமும் எதிர்பார்க்கவில்லை. அதை உடனே கவனித்துவிட்ட டச்சுவீரர்கள் மட்டும் அங்கிருந்து பின் வாசல் வழியாகத் தப்பி ஓடினார்கள்.

“ஓ! மை காட்! இது ஒரு ரெய்ட்! சேதுபதியும் அவன் ஆட்களும் வந்திருக்கிறார்கள்!” என்று அலறினான் ஒரு ஆள்.

பல வீரர்கள் பயந்து ஓடினார்கள். பலர் தைரியமாக எதிர்த்து நின்றார்கள். மார்கஸூம் ஜூலியனும் சேதுபதியையும் வீரர்களையும் எதிர்த்துப் போரிட்டார்கள். உண்மையான பாதிரியார்கள் மன்னனைப் பார்த்ததும் முழங்காலிட்டு வணங்கி, உயிர்பிழைத்து ஓடினார்கள். மற்றவர்கள் வெட்டுப்பட்டு விழுந்தார்கள்.

ஜூலியன் தான் பயந்தபடியே நடக்கிறதே என்று வேதனையிலும் எதுவும் செய்யமுடியாத கோபத்திலும் கத்தினான்.

“மார்கஸ்! முட்டாளே! நான் எவ்வளவு சொன்னேன்! கேட்டாயா? உன் அலட்சியத்தாலும் ஆணவத்தாலும் இன்று அத்தனை பேரின் உயிர்களும் பரலோகம் போகப்போகின்றன.!”

அதற்கு மார்கஸ் ஜூலியனைப் பார்த்து சில வசவுச் சொற்களைச் சொல்லிவிட்டு இரகுநாதனை நோக்கி ஓடினான். அவன் முகத்தில் திகில் அப்பியிருந்தது. என்னதான் தைரியமாக இருந்தாலும் அப்படி ஒரு இரவு நேர அதிரடித் தாக்குதலை அவன் கொஞ்சமும் எதிர்பார்க்கவில்லை. இரகுநாதனை எதிர்த்து ஏதேதோ வசவு வார்த்தைகளைப் பேசியபடி அவன் வீராவேசமாகப் போரிட்டான். மார்கஸ் ஒரு திறமையான வீரனாக இருந்தாலும் இரகுநாதனின் வலிமைக்கு முன் அவனால் வெகுநேரம் தாக்குப்பிடித்து நிற்க முடியவில்லை. கடுமையாகப் போரிட்ட அவன் இறுதியில் இரகுநாதனால் கொல்லப்பட்டான். அதைப் பார்த்து மிரண்டுபோன ஜூலியன் இரகுநாதன் முன் மண்டியிட்டு மன்னிப்புக் கேட்டான். ஜூலியனைப் பற்றி ஓரளவு அறிந்திருந்த சேதுபதியும் அவனை மன்னித்து தப்பிச்செல்ல அனுமதித்தான். அதனால் காலம் தாழ்த்தாமல் ஜூலியன் அங்கிருந்து தப்பித்து ஓடினான்.

மாதாகோவிலில் இருந்து தப்பித்து ஓடியவர்கள் கடலில் கிடந்த தம் படகுகளில் ஏறிக்கொண்டு இருளில் இலங்கை நோக்கி விரைந்தனர். மார்கசின் பேச்சைக்கேட்டு பெரும் பொருளுடன் நாடு திரும்பலாம் என்ற ஆசையுடனும் கனவுகளுடனும் இருந்தவர்கள், தம் கைப்பொருளையும் விட்டுவிட்டு உயிர் பிழைத்தால் போதும் என்று ஓடினார்கள். தாய் நாட்டிலிருந்து தங்களுடன் வந்த நண்பர்களில் அன்று இரவு இறந்தவர்கள் யார், பிழைத்தவர்கள் யார் என்பதைக்கூட அவர்களால் அறிந்துகொள்ளமுடியவில்லை.

இரகுநாதனும் துரைசிங்கமும் தங்களின் இரவு வேட்டையை விரைவாகவே முடித்துக்கொண்டு அரண்மனைக்குத் திரும்பினார்கள். அன்று இரவு வெகுநேரம் டச்சு மாதா கோவிலில் காயமடைந்து கிடந்த ஒல்லாந்தர்களின் அலறலும் முனகலும் கேட்டபடி இருந்தது.

மறுநாள் சூரியன் அந்த குடாக் கடல் மேல் எழுந்தபோது ஒல்லாந்தர் என்று அழைக்கப்பட்ட டச்சுக்காரர்கள் பலரின் உயிரற்ற உடல்கள் கடலில் மிதப்பதைப் பார்த்துத் திகைக்க நேர்ந்தது. ஹாலந்து நாட்டு மன்னனும் ஒருசில பிரபுக்களும் செல்வம் குவிப்பதற்காக, பொருளாசை காட்டி அழைத்துவரப்பட்ட வீரர்கள் அன்று தம் தாய் மண்ணிலிருந்து வெகுதொலைவில் சேதுக் கடலில் பிணமாக மிதந்தார்கள். தம் நாடு போதாது என்று வேற்று நிலத்தில் கால் பதித்தவர்கள், இறுதியில் அடங்குவதற்கு ஆறடி நிலமும் கிடைக்காமல் கடலில் கிடந்து அடங்கினார்கள்.

மறுநாள் மாலை, இரகுநாதன் தன் அவையில் முதல் நாள் இரவு நடந்த நிகழ்வுகள் பற்றி அனைவருக்கும் விரிவாக எடுத்துரைத்தான்.

“வணிகம் செய்வதற்காக வந்த டச்சுநாட்டைச் சேர்ந்த ஒல்லாந்தர்கள், நம் பொருட்களை விலை பேசியதுடன் நிற்காமல் நம் முத்துக்கடலையே விலைபேசினார்கள். அதற்கு நாம் ஒப்புக் கொள்ளாததால் நம் நாட்டையே கைப்பற்றுவதற்கு அவர்கள் முயற்சி செய்தார்கள். அதனால் வந்த விபரீதம் தான் இது; ஒல்லாந்தர்களுக்கு ஏற்பட்ட இந்த நிலை மற்ற நாட்டு வணிகர்களுக்கும் நாம் அனுப்பும் ஒரு எச்சரிக்கை! நம்மிடம் நட்பை விரும்பினால் நட்பும் பரிசும் கிடைக்கும்; நம் நாட்டைப் பிடிக்க நினைத்தால் அழிவும் மரணமும் தான் கிடைக்கும்!”

அதைக் கேட்ட அவையோர், “உரிமை வீரன் சேதுபதி வாழ்க! சேதுச்சீமை வாழ்க!” என்று முழக்கமிட்டார்கள்.

சில நாட்கள் கழித்து பெரியபட்டினம் கடற்கரையில் இருந்த டச்சுக்காரார்களின் ' டச்சு மாதா கோவில் ' என்று அழைக்கப்பட்ட தேவாலயம் இருந்த இடம் தெரியாமல் இடிக்கப்பட்டது. அந்தச் சேதிகள் எல்லாம் இலங்கையில் இருந்த டச்சு அரசாங்கத்தின் அதிகாரிகளுக்குத் தெரியவந்தபோதும் அவர்கள் சேதுபதியை எதிர்த்து மேற்கொண்டு எதுவும் செய்யவிரும்பவில்லை. அத்துடன் கடல்பகுதிகளில் அவர்களின் கப்பல்கள் மீது போர்ச்சுக்கீசியர்கள் நடத்திய தொடர்ச்சியான பலமான தாக்குதல்களும் சேர்ந்துகொண்டதால் இலங்கையிலும் தமிழகத்தின் தெற்குச்சீமையிலும் டச்சுக்காரார்களின் அதிகாரமும் கடல் வணிகமும் விரைவில் முடிவுக்கு வந்தது.

21
குமாரபிள்ளையின் சூழ்ச்சி

டச்சு மாதா கோவிலில் இருந்த ஒல்லாந்தர்கள் மீதான தாக்குதல் நடந்த பிறகு சில மாதங்கள் பெரும் நிகழ்வுகள் எதுவும் இல்லாமல் அமைதியாகவே கழிந்தன. சேதுபதி ஒல்லாந்தர்களைத் தண்டித்து விரட்டிவிட்டார் என்பதுடன் அவர்களின் தேவாலயத்தையும் இடித்துத் தள்ளிவிட்டார் என்பதுதான் தென்னாடு முழுவதிலும் பேச்சாக இருந்தது. பலர் மன்னனைப் புகழ்ந்தார்கள்; வழக்கம் போல் சிலர் குறையும் சொன்னார்கள். தன்னுடைய நாட்டுக்கு வரவிருந்த ஒரு பெரியஆபத்தைத் தடுத்து நிறுத்திவிட்ட நிம்மதியுடன் சேதுபதி தன் வேலைகளில் கவனமாக இருந்தார்.

ஒரு நாள் இரகுநாதத் தேவன் தன் அந்தப்புரத்தின் முன் இருந்த நிலா முற்றத்தில் ஒரு இருக்கையில் சாய்ந்து அமர்ந்திருந்தான். அவர் முன் காலடியில் அரண்மனைக் குடிமகன் சின்னையா இருந்து மன்னருக்கு பணிவிடைகள் செய்துகொண்டிருந்தான். சின்னையா குடும்பத்தினர் பல தலைமுறைகளாக அரண்மனைக் குடிமகனாக இருந்துவருபவர்கள். அவன் குடும்பப் பெண்கள் தான் அரண்மனையில் மருத்துவப் பெண்கள். அரண்மனைப் பெண்களுக்கு குழந்தைப் பிறப்பெல்லாம் அவர்கள் தான் பார்ப்பார்கள். சின்னையாவின் அருகில் இருந்த ஒரு மரப் பெட்டியில் சிறிதும் பெரிதுமாகச் சிலவகையான கத்திகள் இருந்தன. சின்னையா அவற்றைத் தேவைக்கு ஏற்ப ஒவ்வொன்றாக எடுத்து மன்னரின் முகத்தை மழித்து மீசையைச் செதுக்கினான். பிறகு அவரின் கை, கால் விரல்களில் நகங்களை வெட்டி ஒழுங்குபடுத்தினான். கழுத்திலும் கை கால்களிலும் தன் கை விரல்களால் பிடித்து பக்குவமாக அழுத்தி விட்டான். மன்னன் அந்த சுகத்தில் கண்களை மூடி அயர்ந்துவிட்டான். பிறகு சின்னையா அவனது கழுத்தை இரண்டு பக்கமும் வேகமாகத் திருப்பி தன் விரல்களால் சுளுக்கு எடுத்தான். அவன் அப்படிச் செய்தபோது மன்னனின் கழுத்தில் சட சட என்று சத்தம் கேட்டது. அப்போது தான் அவன் கண்விழித்தான். பிறகு கை,

கால் விரல்களிலும் சுளுக்கெடுத்துவிட்டான். எல்லாம் முடிந்த பிறகு சின்னையா ஒரு வெள்ளிக் கும்பாவில் இருந்த பன்னீர் கலந்த நீரில் இரகுநாதனின் கால் கை விரல்களை நனைத்துக் கழுவிவிட்டு ஒரு மெல்லிய துண்டால் துடைத்துவிட்டான்.

தன் வேலை எல்லாம் முடிந்ததும் சின்னையா எழுந்து பணிவுடன் நின்றுகொண்டான்.

மன்னன் அவனை அன்புடன் பார்த்துக் கேட்டான். "சின்னையா! உன் வீட்டில் எல்லாரும் குறை எதுவும் இல்லாமல் இருக்கிறார்களா? அரண்மனையில் உனக்கு அளக்கும் படி போதுமானதாக இருக்கிறதா?"

"மகாராஜா தயவில் எல்லாம் நல்லபடியாக இருக்கிறது! மழையும் நன்றாகப் பெய்திருப்பதால் மக்கள் எல்லாம் நன்றாக இருக்கிறோம்; பயிர் பச்சைகளும் மாடு கன்றுகளும் கூட சுகமா இருக்குது! குறையின்னு சொல்லுறதுக்கு எதுவும் இல்லை மகாராஜா!"

"குடிகள் எல்லாம் என்ன பேசிக்கொள்கிறார்கள்சின்னையா?"

"ஒல்லாந்தர் படை ஆட்களை விரட்டியடித்துவிட்டதை குடிகள் சந்தோசமா பேசிக்கொள்கிறார்கள் மகாராஜா!"

குடிமகன் சின்னையாவின் பேச்சு மன்னருக்கு மனநிறைவை அளித்தது. அவனுடன் பேசுவது மக்களின் மன நிலையை நாடிபிடித்துப் பார்ப்பதுபோல என்பது அவருடைய கணிப்பு.

அப்போது மன்னனைப் பார்க்க குமாரபிள்ளை வந்தார். தண்ணீரில் குழைத்துப் பூசிய திருநீறு அவர் நெற்றியிலும் நெஞ்சிலும் கைகளிலும் பட்டையாக பளிச் என்று துலங்கியது. கழுத்தில் புதியதொரு உத்திராட்ச மாலை தொங்கியது. கண்களில் எப்போதும் போல தந்திரம் மின்னியது.

அவர் மன்னருக்கு நாவிதன் சின்னையா அன்புடன் பார்த்துப் பார்த்துச் செய்த பணிவிடைகளைப் பார்த்துப் பொறாமைப் பட்டார். மன்னர் குடிமகனுடன் அன்பாகவும் இயல்பாகவும் பேசியதை அவர் அவ்வளவாக ரசிக்கவில்லை; அவர் முகம் சுருங்கியது.

இவற்றையெல்லாம் கவனித்துக்கொண்டே ஒரு புன்னகையுடன் அவரை "வரவேண்டும்; வரவேண்டும்!" என்று பெரும் மரியாதை காட்டி வரவேற்றான் இரகுநாதன்.

பிறகு அவரிடம், "சின்னையா கையால் உடம்பு பிடித்துவிட்டால் எந்த வலியும் அசதியும் மாயமாகப் போய்விடும்! எந்தச் சண்டைக்குப்

போய்விட்டு வந்தாலும் உடனே சின்னையாவிடம் உடம்பை ஒப்படைத்துவிடுவேன்; இவன் ஒரு முறை உடம்பு பிடித்துவிட்டால் எல்லா வலியும் உடனே சரியாகப் போய்விடும்; அப்படி ஒரு கைப் பக்குவம் இவனுக்கு!"

"இப்படி ஒரு ஆள் மதுரை அரண்மனையில் இல்லையே மன்னரே! இவனை மதுரைக்கு அனுப்பிவிடுங்களேன்!"

அதைக்கேட்டு இரகுநாதன் சிரித்தான். "இவன் என்னையே நம்பி இருப்பவன்; என் சிறுவயதுத் தோழன்! நம்பியவரை அயலாரிடம் அனுப்பிவிடுவது எனக்குப் பழக்கமில்லை ஐயா!"

குமாரபிள்ளையின் முகம் அதைக்கேட்டுச் சுருங்கியது. ஆனால் அதை தன் தந்திரப் புன்னகையால் மறைத்துக்கொண்டார்.

"சில நாட்களாகவே மன்னரைத் தனிமையில் சந்திக்கவேண்டும் என்று நினைத்திருந்தேன். ஆனால் மன்னர் தொடர்ந்து வேலையாக இருந்தீர்கள். மேலும் எப்போது வந்தாலும் வணிகர், கவிராயர், மக்கள் பிரதிநிதி என்று யாராவது கூடவே இருக்கிறார்கள். இப்போது நான் இங்கேயே வந்துவிட்டதால் தான் தங்களுடன் தனியாகப் பேசுவதற்கு வேளை வாய்த்தது மகாராஜா!"

குமாரபிள்ளை ஒரு சலிப்புடன் பேசினார்.

இரகுநாதனும் சிரித்தபடியே, "ஆமாம் குமாரபிள்ளை! என்னைத் தனியாகப் பார்ப்பது கொஞ்சம் சிரமம் தான். மக்களின் குறைகளைக் கேட்பதும் அவற்றைக் களைவதும் தானே மன்னனின் முதல் கடமை; மேலும் நான் அமைதியை விரும்பினாலும் எதிரிகள் என்னை அப்படி இருக்கவிடுவதில்லை. அதனால் எப்போதும் அவர்களைச் சமாளிப்பதற்காக எதையாவது யோசிப்பதும் திட்டமிடுவதும் என்றே இருக்கும்படி ஆகிவிடுகிறது!" என்றான்.

"இதையெல்லாம் யோசித்துத் தானே மதுரை இராணி என்னை இங்கே அனுப்பிவைத்திருக்கிறாள்!"

"ஓகோ! அப்படியானால் மன்னர் சொக்கநாத நாயக்கர் உங்களை இங்கே அனுப்பவில்லையா?"

மன்னன் சொன்னதைக் கேட்டு குமாரபிள்ளை ஒரு கணம் தடுமாறி விட்டார். உடனே சமாளித்துக்கொண்டு பேசினார்.

"அப்படி இல்லை மகாராஜா! மதுரை என்பது எப்போதும் மீனாட்சி அரசாளும் ஊர் அல்லவா? அதனால் இராணிக்கு கொஞ்சம் அதிகமான முக்கியத்துவம் கொடுத்தேன்! அதுதானே மதுரைக்காரர்களின்

வழக்கம்! அவ்வளவு தான்; யார் அனுப்பிவைத்தால் என்ன? அதுவா முக்கியம்?"

இரகுநாதன் அதைக்கேட்டுச் சிரித்துக்கொண்டான். "அதுதானே! அனுப்பியவரா முக்கியம்? வந்திருப்பவர் தானே இங்கே எல்லா காரியங்களையும் செய்யப்போகிறார்?"

"மகாராஜா! குடிகளை ரொம்பவும் பெரிதாக நாம் நினைக்கக் கூடாது. இவர்களுக்கெல்லாம் என்ன செய்தாலும் அப்போதைக்கு மகிழ்சியாகப் பெற்றுக்கொண்டு கடைசியில் குறை தான் சொல்லுவார்கள்; அதனால் இதையெல்லாம் ஒரு அளவுடன் வைத்துக் கொள்வது தான் நல்லது!"

"ஆகட்டும் பிள்ளைவாள்; இனிமேல் அப்படியே செய்து கொள்ளலாம்! சில நாட்களுக்குப் பின் இன்று உங்களைச் சந்திப்பதில் மிக்க மகிழ்ச்சி; திடீரென்று வந்திருக்கிறீர்களே? ஏதேனும் முக்கியமான சேதியா?"

"குறிப்பாக எந்த சேதியும் இல்லை மகாராஜா! பொதுவாக நாட்டின் இன்றைய நிலை குறித்த என் அக்கறையையும் அதற்கான சில ஆலோசனைகளையும் உங்களிடம் நேரில் சொல்லிவிட்டுப் போகலாம் என்று தான் வந்தேன்!"

குமாரபிள்ளை மன்னனின் மனநிலையை அளப்பது போல மிகவும் நிதானமாகப் பேசினார்.

இரகுநாதனும் மிகுந்த பணிவு காட்டியபடி "தயக்கம் வேண்டாம். எதுவானாலும் சொல்லுங்கள்!" என்றான்.

குமாரபிள்ளை மெதுவாகத் தன் வேலையை ஆரம்பிக்கிறார் என்பதை இரகுநாதன் புரிந்துகொண்டான்.

பிள்ளை தொண்டையைச் செருமிக்கொண்டார். "அரசே! ஒரு நாடு அமைதியாகவும் அதன் மக்கள் நிம்மதியாகவும் வாழ வேண்டும் என்றால் அதன் எல்லைகள் உறுதியாக காவல் செய்யப்பட வேண்டும். இந்தக் காவல் வெறும் படைகளால் மட்டுமே எப்போதும் சாத்தியப்படுவதில்லை. எல்லையில் இருக்கும் பெரிய அரசுகள் நம்மைத் தாக்காதபடி அவர்களுடன் நட்புறவு பேண வேண்டும்!"

"நீங்கள் சொல்வது எக்காலத்துக்கும் ஏற்ற உண்மை தான்!"

"ஆனால் தற்சமயம் சேதுநாட்டுக்கு சுற்றிலும் பகை மட்டுமே இருக்கிறது. இலங்கையில் இருக்கும் ஒல்லாந்தர்கள் எப்போது வேண்டுமானாலும் திருப்பித் தாக்கலாம். இங்கே உங்கள் தயவில்

இருக்கும் வெளிநாட்டினர் எப்போது வேண்டுமானாலும் உங்களுக்கு எதிராகத் திரும்பலாம். தஞ்சை மன்னனும் உங்களுக்கு நண்பர் அல்ல. வடநாட்டு முகலாயனும் திடீரென்று தெற்கே படையெடுத்து வரலாம்; இங்கே அடிக்கடி வரும் வணிகர் மரைக்காயரும் அயல் தேசமான அரேபியாவைச் சேர்ந்த ஆள் தான்! உங்களுக்கென்று நம் ஆள் ஒருவர் கூட இல்லை. இது தானே சேதுச் சீமையின் இன்றைய நிலை?"

"குமாரபிள்ளை! ஒல்லாந்தர்கள் இனிமேல் ஒரு நாளும் நம் வம்புக்கு வரமாட்டார்கள். அப்படி நம்மைத் தாக்க நினைத்து அவர்கள் இலங்கையிலிருந்து படைகிளப்பினால், இலங்கைத் தீவும் அவர்கள் கையைவிட்டுப் போய்விடும். அதற்கான எல்லா வேலைகளையும் நான் செய்துவிட்டேன். இது அவர்களுக்கும் தெரியும்!"

"இருக்கலாம் அரசே! ஆனால் தஞ்சை? அவர்களுக்கு மராட்டியரின் உதவி எப்போதும் கிடைக்கும் என்பதை நினைத்துப் பாருங்கள்!"

அவர் சுற்றிவளைத்து எங்கு வருகிறார் என்பது இரகுநாதனுக்கு விளங்கினாலும் அவர் சொல்வதைப் பொறுமையாகக் கேட்டான்.

குமாரபிள்ளை தொடர்ந்தார். "உங்கள் உறவுக்குள்ளேயும் நிறைய பிளவுகள் தெரிகின்றன. இந்தச் சூழ்நிலையில் உங்களுக்கு உதவக்கூடிய பெரிய வலிமையான அரசு மதுரை நாயக்கர் அரசு ஒன்று மட்டும் தான். என்ன இருந்தாலும் மதுரை ஒரு பேரரசு. அவர்களிடம் நீங்கள் கொஞ்சம் அனுசரித்துப் போகலாம். அதில் ஒன்றும் தவறு இல்லையே! எல்லாம் ஒரு ராஜதந்திரம் தானே?"

இரகுநாதன் இதழ்களில் ஒரு புன்னகை விரிந்தது.

"குமாரபிள்ளை! மதுரை அரசுடன் நான் ஏற்கெனவே நல்ல நட்புடன் தானே இருக்கிறேன். சமீபத்தில் நடந்த எல்லாவற்றையும் நீங்கள் அறிவீர்களே!அந்த நன்றியினால் தானே மன்னர் சொக்கநாத நாயக்கர்உங்களை இங்கே அனுப்பிவைத்தார்?"

குமாரபிள்ளை இறுதியாக தன் நோக்கத்தை நேரடியாகவே சேதுபதியிடம் சொன்னார்.

"ஆம்; நான் அறிவேன் மகாராஜா! ஆனால் நான் இப்போது சொல்வது வேறு ஒன்று; மன்னர் மதுரை அரசுடனான இந்த நட்பை ஒரு நிரந்தரமான பாதுகாப்பு ஏற்பாடாக உறுதிசெய்துகொள்ளவேண்டும் என்றுதான் நான் சொல்கிறேன். இது ஒன்றும் புதியது இல்லையே! தங்கள் முன்னோர்கள் எல்லாம் ஏற்கெனவே செய்திருந்தது தானே!"

இரகுநாதன் மனதில் சட்டென்று கோபம் பொங்கியது. இருந்தாலும் விருந்தினர் போல் இருப்பவரை அவமதிக்கவேண்டாம் என்று நினைத்து அமைதிகாத்தான். அவர் தன்னை மதுரை அரசுக்குத் தோப்பாரணம் செலுத்தி முன்பு இருந்தது போல் மதுரையின் பாளையக்காரன் ஆகும்படி சொல்கிறார் என்பதை அவன் புரிந்துகொண்டான்.

அவன் தன் கோபத்தை அடக்கிக்கொண்டு,

"பிள்ளை! தாங்கள் சொன்னது மிகவும் நல்ல கருத்துத் தான்; இதை என் அவைப் பிரதானிகளுடன் விவாதித்து முடிவு செய்துவிட்டுச் சொல்கிறேன்! கொஞ்சம் அவகாசம் கொடுங்கள்!" என்றான்.

"இந்த விசயத்தில் மன்னர் ஒரு நல்ல முடிவை எடுத்தால் மதுரை மன்னரும் இராணியும் பெரும் மகிழ்ச்சியடைவார்கள்!"

மன்னன் உடனடியாக மறுத்துப் பேசாததால், குமாரபிள்ளை, தான் வந்த நோக்கம் பெருமளவு நிறைவேறிவிட்டதாகவே நினைத்தார். அதனால் அவர் மகிழ்ச்சியுடன் மன்னனிடம் விடைபெற்றுக்கொண்டு அரண்மனையிலிருந்து கிளம்பினார்.

குமாரபிள்ளை அரண்மனையிலிருந்து வெளியே போவதை சற்றுத்தொலைவில் குதிரையில் வந்துகொண்டிருந்த துரைசிங்கம் பார்த்தான். உடனே அவன் முகம் மாறியது. அவனுடைய குதிரை தன் வேகத்தைக் குறைக்காமலேயே அரண்மனைக்குள்ளே பாய்ந்தது. அவனைக் கண்டதும் ஒரு பணியாள் ஓடிவந்து குதிரையைப் பிடித்துக் கொண்டான். துரைசிங்கம் கீழே குதித்து நேராக மன்னரின் அறைக்குப் போனான். மன்னன் ஏதோ சிந்தனையில் மூழ்கியபடி அங்கேயே இருந்தான். சற்றுமுன் குமாரபிள்ளையின் பேச்சு அவனை மிகவும் கோபப்படுத்தியிருந்தாலும் அவன் ஓரளவு அமைதியாகவே இருந்தான். நண்பனைப் பார்த்ததும் அவன் முகத்தில் ஒரு புன்னகை பளிச்சிட்டது.

"வா துரைசிங்கம்! இப்போது தான் உன்னை நினைத்தேன்; வந்துவிட்டாய்! நூறு வயதப்பா உனக்கு!"

அவனைப் பணிந்த துரைசிங்கம், "அரசே! குமாரபிள்ளை என்ன சொல்லிவிட்டுப் போகிறார்?"

"சேதுநாடு ஆபத்து வளையத்தில் இருக்கிறதாம். உள்ளும் புறமும் எதிரிகள் இருக்கிறார்களாம். மரைக்காயன் அரேபிய நாட்டுக்காரன் என்பதால் அவனை நாம் நம்பக்கூடாதாம். அதனால் முன்பு போல் மதுரைக்குத் தோப்பாரணம் செலுத்தி நட்பு

ஏற்படுத்திக்கொண்டு பாதுகாப்பாக இருந்து கொள்ளுங்கள் என்று அன்பாக ஆலோசனை சொல்லிவிட்டுப்போகிறார்!"

"எனக்கு ஏற்கெனவே அவர் மேல் பெரும் சந்தேகம் ஏற்பட்டிருந்தது. அது இப்போது உறுதியாகிறது. பிள்ளையின் மாளிகைக்கு மதுரை அரசின் ஆட்கள் ரகசியமாக, அடிக்கடி வந்துபோகிறார்கள். அப்படி வருபவர்கள் யாரும் நம் அரண்மனைப் பிரதானியைச் சந்திப்பதில்லை! அந்த ஆட்கள் வருவதும் போவதும் இரவு வேளைகளில் தான்!"

"இரவில் இரகசியமாகப் பின் வாசல் வழியாக வருபவன் எப்படி அரண்மனைப் பிரதானியைச் சந்திப்பான்?" என்று சொல்லி மன்னர் பலமாகச் சிரித்தார்.

"அதனால் இவரிடம் நாம் எச்சரிக்கையாக இருக்கவேண்டும் அரசே! இவரைப் பார்க்கவருபவர்கள் எல்லாம் யார் என்பதையும், எதற்காக இங்கே இரகசியமாக வந்துபோகிறார்கள் என்பதையும் நாம் உடனுக்குடன் தெரிந்து கொள்ளவேண்டும்!"

"ஆம் துரைசிங்கம்; இவரை நாம் இன்னும் தீவிரமாகக் கண்காணிக்கவேண்டும். உன் ஆட்களிடம் சொல்லிவை. மதுரையின் இராணி குமாரபிள்ளையை ஏதோ ஒரு நோக்கமுடன் தான் இங்கு அனுப்பிவைத்திருக்கிறாள். மன்னர் பாவம், அப்பாவி! மனைவி சொல்வதை அவரால் மீற முடியவில்லை!"

"நம்மை முன்பு போல் அவர்கள் பாளையங்களில் ஒன்றாக ஆக்கிவிடலாம் என்பது தான் இவர் வந்திருக்கும் நோக்கமா?"

"அந்த ஒரு நோக்கம் தான் நமக்குத் தெரிகிறது; ஆனால் வேறு ஏதோ ஒரு மர்மமான நோக்கமும் இருக்கலாம் என்று நான் சந்தேகப்படுகிறேன்!"

"ஆம்,அரசே! நீங்கள் நினைப்பது போல் நிச்சயம் எதாவது இரகசியமான நோக்க்மும் இருக்கும்; இந்த குமாரபிள்ளை நம் ஊரில் இன்னும் ஒரு கபடமான வேலையைச் செய்திருக்கிறார், தெரியுமா?"

"அப்படியா? அது என்ன வேலை?"

"நம் சீமையில் சில மாதங்களாக ஒரு வெள்ளை அங்கி அணிந்த பாதிரியார் மதப் பிரச்சாரம் செய்துவருகிறார் அல்லவா?"

"ஆம்; ஒரு போர்ச்சுக்கீசியப் பாதிரியார்; அவர் ஒரு முறை நம்மிடம் அனுமதி வேண்டி வந்தார் என்று நினைக்கிறேன்! அவரைத் தானே சொல்கிறாய் துரைசிங்கம்?"

"ஆமாம் மகாராஜா! அவர் தான்; அவருடைய பெயர் ஜான் டி பிரிட்டோ! அந்தப் பாதிரியாரை இந்த குமாரபிள்ளை மன்னரின் பெயரால் அழைத்துவரச்சொல்லி இனிமேல் பிரச்சாரம் செய்யக்கூடாது என்று தன் மாளிகையில் வைத்து மிரட்டியிருக்கிறார்! இதில் இவருக்கு இங்கே இருக்கும் ஆட்கள் சிலரும் உடந்தையாக இருந்தார்களாம்! இந்தக் குமாரபிள்ளை மிகவும் ஆபத்தான ஆளாக இருப்பார் போல! இவர் விசயத்தில் நாம் இன்னும் கவனமாக இருப்பது நல்லது!"

"ஆம்; குமாரபிள்ளையை நாம் நன்றாக கவனித்துவரவேண்டும்! இன்னும் என்னென்ன செய்திருக்கிறாரோ?" என்றான் இரகுநாதன்.

"இன்னும் கொஞ்சம் நாள் இந்த ஆள் இங்கே இருந்தால் நம்முடைய குடிகளுக்கிடையே கலகத்தை உருவாக்கிவிடுவார்! பார்ப்பதற்கு பசு போல் தெரிந்தாலும் நரி போல் வஞ்சகம் உடையவர்!"

"கவலைப்படாதே துரைசிங்கம்; நண்டு கொழுத்தால் வளையில் தங்காது. இவரின் ஆட்டமும் அதிக நாள் நீடிக்காது!"

"அரசே! அதே வேளை அந்தப் பாதிரியாரின் நடவடிக்கைகளையும் நாம் சாதாரணமாக எடுத்துக்கொள்ளக்கூடாது! தாங்கள் அவரை ஒரு முறை அரண்மனைக்கு வரவழைத்து நேரில் விசாரிப்பது நல்லது!"

"நீ சொல்வது சரிதான்; அவரை அழைத்துவர ஆள் அனுப்பு!"

பிறகு இரகுநாதன் சற்று கவலை தொனித்த குரலில் மேலும் பேசினான்.

"நான் பிரிந்துகிடக்கும் உறவினர்களை ஒன்றுசேர்த்து, நாட்டின் எல்லைகளை வலுவாக்கி மக்களின் வாழ்வை நலமாக்க விரும்புகிறேன். பிற மன்னர்களை இந்த அரண்மனையில் விருந்தாளிகளாக வரவேற்கவே நான் விரும்புகிறேன். ஆனால் நம் எதிரிகள் என்னை மீண்டும் மீண்டும் போர்க்களத்தில் சந்திக்கவே விரும்புகிறார்கள்!"

அதை ஆமோதித்த துரைசிங்கமும், "ஆம் அரசே! மதுரை அரசுக்கு நீங்கள் பலமுறை நன்மை செய்தாலும் அவர்கள் நாம் சுதந்திரமாக இருப்பதை விரும்பவில்லை என்றே தெரிகிறது. இது எனக்கு மிகவும் விசித்திரமாகத் தெரிகிறது!" என்றான்.

"நம் முன்னோர் நமக்குக் கொடுத்துவிட்டுப் போனது ஒரு தன்னுரிமை உடைய சேதுநாடு; என் உயிர் இருக்கும் வரை சேதுநாடு அப்படி ஒரு தன்னுரிமை பெற்ற நாடாகத் தான் இருக்கும்! ஒரு போதும் நாம் யாரையும் அடிமை கொள்ள மாட்டோம்; அதுபோல யாருக்கும்

நாம் அடிமையாக இருக்கவும் மாட்டோம்!"

சேதுபதியின் குரலில் அசைக்கமுடியாத உறுதியும் நம்பிக்கையும் இருந்தது. அதைக்கேட்ட துரைசிங்கம் பெருமையுடன் மன்னன் சொன்னதை ஆமோதித்து தலையசைத்தான்.

மதுரைஅரசைப் பொறுத்த அளவில் தாங்கள் மிகவும் எச்சரிக்கையுடன் இருக்கவேண்டும் என்பதாக முடிவுசெய்து கொண்டனர். அன்று இரவு துரைசிங்கத்தின் ஆள் ஒருவன் மறைந்திருந்து குமாரபிள்ளையின் மாளிகையைக் கவனித்தபடி இருந்தான். வெகுநேரம் கழித்து அவன் எதிர்பார்த்தபடியே அவருடைய மாளிகையிலிருந்து வெளிவந்த ஒரு குதிரை வீரன் இரு புறமும் எச்சரிக்கையுடன் பார்த்துவிட்டு மதுரைச் சாலையில் விரைந்து போனான். அந்தக் குதிரைவீரன் தன்னை யாரும் பார்த்துவிடாதபடி ஒரு துண்டால் தன் முகத்தை நன்றாக மறைத்திருந்தான். அந்த வீரனை வாசல் வரை வந்து வழியனுப்பியவன் குமாரபிள்ளையின் தம்பி!

22
போர்ச்சுகல் பாதிரியார்

அன்று காலையில் இரகுநாதன் மன்னருக்கான அன்றாடப் பணிகளை முடித்துவிட்டு, வழிபாட்டை முடித்ததற்கு அடையாளமாக, நெற்றியில் திருநீற்றுடனும் மார்பு முழுவதும் சந்தனப் பூச்சுடனும் தன் அலுவலக அறைக்குப்போனான். அவன் முகத்தில் ஒரு உற்சாகமும் மகிழ்ச்சியும் தெரிந்தது. அதற்குக் காரணம் அன்று அவரின் அன்புக்குரிய ‘தம்பி’ சீதக்காதி மரைக்காயன் அவரைச் சந்திக்க வந்திருந்தான். அவன் சற்று முன்பே வந்து வரவேற்பறையில் காத்துக்கொண்டிருந்தான்.

இரகுநாதன் அறைக்குள் நுழைந்ததும் மரைக்காயன் எழுந்து அவனைப் பணிந்தான். மன்னனும் மிகவும் அன்பான குரலில், “வாருங்கள் தம்பி! நாம் சந்தித்துப்பேசி வெகுநாட்கள் ஆகிவிட்டன அல்லவா?” என்று வரவேற்று அவன் கைகளைப் பற்றினான்.

“ஆம் அரசே! இடையில் நான் சில முறை தங்களைச் சந்திக்க முயன்றேன். ஆனால் முடியவில்லை. தங்களின் பணிச்சுமையை நான் நன்றாகவே அறிவேன்!”

“தம்பி! எதிர்பாராத வகையில் தான் நான் மன்னன் ஆனேன். ஆனால் அதற்காக நாட்டுக்கு ஆற்றவேண்டிய கடமைகளில் அலட்சியமாக இருக்கமுடியுமா? முடிசூடிய நாள் முதல் ஒரே சோதனைகள் தான்; அவை இன்னும் ஓய்ந்தபாடில்லை. இருந்தாலும் இன்று எப்படியும் தம்பியைப் பார்த்துவிடவேண்டும் என்று முடிவாக இருந்தேன்!”

அப்போது மரைக்காயனின் பணியாள் ஒருவன் ஒரு பெரிய அழகிய பனை நார்ப் பெட்டியை உள்ளே கொண்டுவந்துவைத்தான். கைப்பிடிகளுடன் கூடிய அந்தப் பெட்டி மிகவும் அழகாகச் செய்யப்பட்டிருந்தது. அதில் பின்னப்பட்டிருந்த பனை நார் வழுவழு என்றும் கொஞ்சமும் குறை சொல்ல முடியாதபடி நேர்த்தியாகவும் இருந்தது. மரைக்காயன் அந்தப் பெட்டியின் மூடியைத் திறந்து அதிலிருந்து சில அழகான அத்தர் போத்தல்களையும் இன்னும் சில

பீங்கான் குவளைகளையும் எடுத்து மன்னன் முன் வைத்தான்.

"அரசே! இந்தப் பீங்கான் குவளைகள் பாரசீகத்தைச் சேர்ந்தவை; நேற்றுத்தான் இவை கப்பலில் வந்தன!"

"அப்படியா! மிகவும் அழகாக இருக்கின்றன! நன்றி தம்பி!" என்ற மன்னனும் அவற்றை ஏற்றுக்கொண்டு மகிழ்ச்சி தெரிவித்தான்.

அப்போதுதான் மன்னன் அந்தப் பெட்டியின் அழகைக் கவனித்தான்.

"தம்பி! இந்த அழகான பெட்டிகள்?"

"அரசே! இந்தப் பெட்டி நம் ஊரில் செய்யப்பட்டது தான். இது பனை நாரால் செய்யப்பட்டதுதான்!"

"இவ்வளவு அழகான பனை நார்ப் பெட்டிகளை நம் ஊரில் தான் செய்கிறார்களா?"

"ஆமாம் அரசே! இவைகளைச் செய்து கொடுப்பது நம் பெண்கள் தான். இந்தப் பெட்டிகளும் அயல் தேசங்களுக்கெல்லாம் கப்பலில் போகின்றன! இவற்றுக்கும் இவைபோன்ற இன்னும் பல பனை ஓலைப் பொருட்களுக்கும் அங்கே மதிப்பு அதிகம்!"

"நம் ஊரைப்பற்றி நமக்கே பல விசயங்கள் தெரியவில்லை மரைக்காயரே! சொல்வதற்கே வெட்கமாக இருக்கிறது!" என்ற மன்னர் கொஞ்சம் வெட்கமுடன் சிரித்தார்.

அவர்கள் பேசிக்கொண்டிருக்கும் போதே துரைசிங்கம் அங்கே வந்து அவர்களின் பேச்சில் கலந்துகொண்டான்.

"மகாராஜா! முன்பு படைத்தலைவராக இருந்ததற்கும் இப்போது மன்னராக இருப்பதற்கும் தங்களுக்கு என்ன வேறுபாடு தெரிகிறது?" என்று மரைக்காயன் புன்னகையுடன் கேட்டான்.

மன்னன் சற்று நேரம் சிந்தித்துவிட்டு பதில் சொன்னான்.

"ஆகா! நல்ல கேள்வியாகத்தான் கேட்கிறீர்கள் மரைக்காயரே! முன்பு வாளின் உறுதியையும் வேலின் கூர்மையையும் மட்டும் கவனிப்பேன்; இப்போது அவற்றைவிட கண்மாய்க்கரையையும் கலப்பையையும் பற்றி அதிகமாகச் சிந்திக்கிறேன். முன்பு பகைவர்களை எப்படி ஒழிக்கலாம் என்று மட்டும் சிந்திப்பேன். இப்போது என் மக்களின் நலனுக்கு என்ன செய்யலாம் என்று சிந்திக்கிறேன்! முன்பெல்லாம் படுத்தால் உடனே உறங்கிவிடுவேன்; இப்போது அடுத்து என்ன செய்யலாம் என்று எதையாவது யோசித்தபடியே இருப்பதால் எனக்கு உடனே தூக்கம் வருவதில்லை. போதாக் குறைக்கு நம் அண்டை

நாட்டாரின் தாக்குதல்களையும் சமாளிக்கவேண்டும்! இதுதான் தம்பி வேறுபாடு!"

சேதுபதியின் பதிலைக்கேட்டு மரைக்காயனும் துரைசிங்கமும் மிகவும் மகிழ்ந்தார்கள்.

"ஒரு நல்ல அரசன் எப்படி இருக்கவேண்டும் என்பதை உங்கள் பதில் அழகாகச் சொல்கிறது மகாராஜா! இந்த பதில் எங்களுக்கு மிக்க மகிழ்ச்சி அளிக்கிறது!" என்றான் மரைக்காயன்.

"தம்பி! நீங்கள் பேசும்போது அடிக்கடி, 'இன்ஷா அல்லா!' என்று சொல்கிறீர்களே! அதன் பொருள் என்ன?"

அதைக்கேட்ட மரைக்காயன் சிரித்துக்கொண்டே, "இன்ஷா அல்லா என்றால் இறைவனின் திருவருளால்! என்று பொருள் மகாராஜா!" என்றான்.

"ஓ! அப்படியா! அதை நீங்கள் சொல்லும்போது மிகவும் அழகாகவும் இனிமையாகவும் இருக்கிறது; அதனால் தான் கேட்டேன்!" என்றார் மகாராஜா. அதைக்கேட்டு மரைக்காயனின் முகம் மலர்ந்தது.

மன்னன் முகத்திலும் உடலிலும் களைப்பின் சாயல் கொஞ்சம் தெரிந்தாலும் அவனது மன உறுதி அப்படியே உள்ளதை மரைக்காயன் கண்டு தனக்குள் வியந்தான்.

"மன்னரின் முகத்தில் சற்றே களைப்பு தெரிகிறது. எவ்வளவு வேலைப்பளு இருந்தாலும் கண்டிப்பாக மன்னர் சற்று ஓய்வு எடுத்துக் கொள்ளவேண்டும்!"

மன்னன் சிரித்தான். "காலம் வேகமாகப் போகிறது; ஆனால் கடமைகளும் அதிகமாகவே இருக்கின்றன. நான் ஓய்வு எடுக்க விரும்பினாலும் அதை என் எதிரிகள் அனுமதிக்கமாட்டார்கள் போல!"

"இறைவன் அருளால் பகைவரேஇல்லாத நாடாக நம் சேதுச்சீமை விளங்கும் மகாராஜா!" என்றான் மரைக்காயன்.

உடனே இரகுநாதன் எதையோ நினைத்துக்கொண்டவனாக, "தம்பி! சேதுநாட்டின் காவலை வலுவாக்க நான் ஒரு முடிவு எடுத்திருக்கிறேன்! அதைப் பற்றி உங்களிடம் பேசவேண்டும்!" என்றான்.

மன்னன் தன் பேச்சைச் சற்று நிறுத்தி தம்பியின் முகத்தைப் பார்த்தான். அதில் பெரும் ஆவல் தெரிந்தது. துரைசிங்கத்துக்கு அது முன்பே தெரியும் என்பதால் அவன் அமைதியாக இருந்தான்.

"சேது நாட்டின் தலைநகரை போகலூரிலிருந்து

இராமநாதபுரத்துக்கு மாற்றலாம் என்று நினைக்கிறேன்!"

"மன்னர் நன்கு சிந்தித்துத்தான் முடிவு செய்திருப்பீர்கள். பக்கத்தில் இருந்தால் நானும் தங்களை அடிக்கடி சந்திக்கலாம் என்பதால் எனக்கு இதில் மிகுந்த மகிழ்ச்சி தான் மகாராஜா!"

"நம் தலைநகர் மதுரையிலிருந்து இன்னும் கொஞ்சம் தொலைவில் இருந்தால் நல்லது என்று நினைக்கிறேன். அத்துடன் நம் செல்வக் களஞ்சியமான கடற்கரைகளைக் காவல்செய்யவும் இராமநாதபுரம் தலை நகராக இருப்பது தான் சரியாகும்; அது நாட்டின் மையத்திலும் இருக்கும். தவிர இது காலஞ்சென்ற நம் மன்னர் திருமலை சேதுபதியின் விருப்பமும் முடிவும் கூட! இதன் மூலம் அவருடைய ஆசையையும் நான் நிறைவேற்ற விரும்புகிறேன்!"

துரைசிங்கமும் உற்சாகமாக, "நம்மை அடிக்கடி தாக்க நினைப்பது மதுரை அரசு தான். போகலூர் சேதுநாட்டின் விளிம்புப் பகுதியில் இருப்பதால் அவர்கள் நம்மை வெகு எளிதாகத் தாக்கி விடுகிறார்கள். நாம் இராமநாதபுரத்தில் இருந்தால் அவர்கள் நம்மைத் தாக்குவதற்கு நம் நாட்டில் நுழைந்து மையத்துக்கு வரவேண்டும்! இதை அவர்கள் விரும்பமாட்டார்கள்!" என்றான்.

மன்னனின் முடிவு மரைக்காயனுக்கும் மகிழ்ச்சியையே அளித்தது. துறைமுகங்கள் தான் சேதுநாட்டின் புகழுக்கு முக்கியமான காரணம். சேதுநாட்டின் செல்வக் களஞ்சியங்களான துறைமுகங்களைக் காவல்செய்ய இராமநாதபுரம் தலைநகராக இருந்தால் நன்றாக இருக்கும் என்று அவனும் சில சமயம் நினைத்ததுண்டு.

அவன் மன்னனிடம் சொன்னான். "அரசே! இது சரியான தருணத்தில் தாங்கள் எடுத்த நல்ல முடிவாகும். இந்த முடிவு வரலாற்றில் தங்கள் பெயரை நிலைத்து நிற்கச்செய்யும்!"

"புதிய தலைநகரில் காவல் மிகுந்த வலிமையான கோட்டையும் அரண்மனையும் அமைக்கவேண்டும்!" என்று இரகுநாதன் தன் ஆசையைக் கொஞ்சம் விரிவுபடுத்தினான்.

"தங்கள் விருப்பப்படியே எல்லாம் அமைந்துவிடும் மகாராஜா! தலைநகரைத் திட்டமிட்டு சிறப்பாக அமைப்பதில் தாங்கள் நிச்சயம் எனக்கும் ஒரு பங்கு அளிக்கவேண்டும். இது இந்த அன்புத் தம்பியின் வேண்டுகோள்!"

மரைக்காயனின் உற்சாகமான பேச்சைக்கேட்ட மன்னனும் மனம் மகிழ்ந்தான்.

"தம்பி! கோட்டையும் நகர் அமைப்பும் எப்படி இருக்கவேண்டும் என்ற என் விருப்பங்களை நான் சொல்லிவிடுகிறேன். வேலைகளை நடத்திமுடிப்பது உங்கள் பொறுப்பு. இதில் உங்களுக்கு துரைசிங்கம் முழு உதவிசெய்வான். தேவையான பொருளை அரசாங்கத்திடமிருந்து நீங்கள் பெற்றுக் கொள்ளலாம்!"

"நம்முடைய புதிய தலை நகரை உருவாக்கும் வேலைகளை எப்போது துவக்கலாம் என்று விரும்புகிறீர்கள் மகாராஜா?"

"இப்போது நம் பகைவர்கள் எனக்கு கொஞ்சம் ஓய்வு கொடுத்திருப்பதாக நினைக்கிறேன்; அதனால் தலை நகருக்கான வேலைகளை விரைவிலேயே துவங்கிவிடவேண்டியது தான்!"

"அரசே! தலைநகரை நிர்மாணிக்கும் பொறுப்பை என்னிடம் விட்டு விடுங்கள். நான் பார்த்துக்கொள்கிறேன். தாங்கள் மற்ற பணிகளில் கவனம் செலுத்துங்கள்!"

மரைக்காயனின் சொற்கள் மன்னனுக்கு நிம்மதியை அளித்தன. சில மாதங்களில் சேதுச்சீமையின் தலைநகர் இராமநாதபுரத்துக்கு மாற்றப்பட்டது. முதலில் மண்ணால் ஆன ஒரு அரண்மனையில் மன்னர் குடியேறினார். அங்கே இருந்துகொண்டு புதிய தலை நகரம், கோட்டை கொத்தளங்கள், மன்னருக்கான அரண்மனை ஆகியவற்றை அமைப்பது பற்றிய விரிவான திட்டத்தை அவர்கள் மூவரும் கலந்து பேசி உருவாக்கினார்கள்.

ஒரு நாள், இரகுநாதனும் துரைசிங்கமும் ஆனந்தமாகப் பேசிக் கொண்டே சாலையில் போய்க்கொண்டிருந்தார்கள். அப்போது அந்த வழியே ஒரு மாட்டுவண்டியில் வெள்ளை அங்கி அணிந்த ஒரு பாதிரியாரும் அவரின் சீடர்கள் போல் தெரிந்த சிலரும் போவதைப் பார்த்தார்கள். உடனே அவர்கள் முகம் மாறியது. அவர்கள் அங்கே நின்றுகொண்டிருந்ததை வண்டியில் இருந்தவர்கள் கவனிக்கவில்லை. அவர்கள் தமக்குள் எதையோ ஆர்வமுடன் விவாதம் செய்துகொண்டு போனார்கள். அந்தப் பாதிரியார் தான் போர்ச்சுகல் நாட்டைச் சேர்ந்தவரான ஜான் டி பிரிட்டோ!.

அவரைச் சேதுபதி சிலமுறை பார்த்திருக்கிறார். பாதிரியார் மரியாதைக்காக ஒரு முறை மன்னரை அரண்மனைக்கு வந்து சேதுபதியைச் சந்தித்திருந்தார். தான் போர்ச்சுகல் மன்னரின் தோழன் என்றும் சமயப் பணிக்காகவும் மருத்துவம் போன்ற மக்கள் சேவைக்காகவும் தான் சேதுச் சீமைக்கு வந்திருப்பதாகவும் தெரிவித்து அதற்கு மன்னரின் அனுமதியைக் கோரினார். மக்கள் சேவை என்று

பாதிரியார் சொன்னதால் மன்னரும் மகிழ்ச்சியுடன் அனுமதியளித்தார்.

அதன் பிறகு சில மாதங்கள் கழிந்ததும் சில உள்ளூர்ப் பெரியவர்கள் மன்னரைச் சந்தித்து பாதிரியாரின் நடவடிக்கைகள் குறித்து பல புகார்களைத் தெரிவித்தார்கள். அவர் இங்கிருக்கும் கடவுள்களை வணங்குவது பெரும் பாவம் என்று சொல்வதாகவும், நம் மக்களை எல்லாம் பாவிகள் என்று அவர் அழைப்பதாகவும் குறை சொன்னார்கள். நாம் காலம் காலமாக வணங்கிவரும் கடவுள்களை ஒதுக்கிவிட்டு கர்த்தர் என்ற ஏசுவையே அவர்கள் வணங்கவேண்டும் என்றும் சொல்லி சேது நாட்டு மக்களின் மனதைக் கெடுக்கிறார் என்று அவர்கள் கடுமையாகக் குற்றம் சாட்டினர். அதனால் டி பிரிட்டோ பாதிரியாரை சேதுநாட்டை விட்டு உடனே வெளியேற்றவேண்டும் என்று அவர்கள் மன்னரைக் கேட்டுக்கொண்டார்கள்.

அதற்கு மன்னர், "பாதிரியார் மக்களுக்கு பல உதவிகளைச் செய்கிறார் என்று நான் கேள்விப்பட்டேன். அவர் மக்களை கட்டாயப் படுத்தாதவரை அவர்மேல் தவறு எதுவும் கிடையாது!" என்று சொல்லி, புகார் சொன்னவர்களின் வாயை அடைத்துவிட்டார்.

பாதிரியார் ஜான் டி பிரிட்டோ போர்ச்சுகல் மன்னரின் பள்ளித் தோழனாக இருந்தவர்; அந்த நாட்டு கவர்னர் ஒருவரின் மகனாகப் பிறந்து செல்வச் செழிப்பில் வளர்ந்தவர். பிறகு தன் தாயாரின் விருப்பத்தால் மதபோதகராக மாறி, வளர்ந்ததும் போர்ச்சுகல் மன்னரின் விருப்பத்தை ஏற்று இந்தியாவுக்கு மத சேவை செய்வதற்காக வந்தார். முதலில் கோவா, மதுரை போன்ற பல இடங்களில் கிறிஸ்துவ மதச் சேவை செய்துவிட்டு கடைசியாக சேதுநாட்டுக்கு வந்திருந்தார். அயல் தேசத்தைச் சேர்ந்த ஒருவர் தம் நாட்டுக்கு வந்து தன் மக்களுக்குச் சேவைசெய்ததை மன்னர் ஆரம்பத்தில் தவறாகக் கருதவில்லை. கடவுள் வழிபாடு என்பது மக்களின் தனிப்பட்ட விருப்பம் என்றே அவர் நினைத்தார். அதனால் அதில் தலையிட அவர் விரும்பவில்லை. கிறிஸ்தவ மதப் பாதிரியார்கள் எப்படி தம் சுகங்களையெல்லாம் மறந்து கடல்கடந்து பெருந்தொலைவு பயணம் செய்து வந்து முன்பின் அறியாத மக்களிடம் பழகுகிறார்கள் என்பது அவரை வியப்படையச் செய்தது.

மன்னரின் அனுமதியைப் பெற்றுக்கொண்ட பாதிரியார் பிரிட்டோ, சேது நாட்டில் ஏழைமக்கள் வாழும் பகுதிகளுக்குப்போய் அங்கே அவர்களுடன் தங்கியிருந்து அவர்களுக்கு சில உதவிகளைச் செய்தார். நோய்வாய்ப் பட்டிருந்தவர்களுக்கு மருத்துவ உதவிகள்

செய்தார். அவருடைய கனிவான பேச்சும் அவர் செய்த உதவிகளும் மக்களை அவரை நோக்கி ஈர்த்தன. அவரைச் சிலர் புகழ்ந்து பேசினார்கள். ஆனால் அவர் உதவிகள் செய்வதைவிடவும் அந்த ஏழை மக்களின் மனதை தன் சாதுரியமான பேச்சால் கவர்ந்து அவர்களை கிறிஸ்துவர்களாக மதம் மாற்றுவதில் தான் அதிக அக்கறை காட்டினார் என்று சிலர் குறையும் சொன்னார்கள். திரும்பத் திரும்ப பலரும் பாதிரியார் மேல் குறை சொன்னதாலும், ஏற்கெனவே வணிகம் செய்ய என்று வந்த ஒல்லாந்தர்களின் செயல்கள் மன்னரின் நினைவில் இருந்ததாலும், அவை எல்லாம் சேர்ந்து பாதிரியார்கள் மீது மன்னர் கொண்டிருந்த மதிப்பு வெகுவாகக் குறையத் தொடங்கியது.

மன்னரின் மன ஓட்டத்தை அறிந்த தளவாய், "அரசே! இதுபோல வரும் பாதிரியார்கள் தாங்கள் நாட்டு மக்களுக்குச் சேவை செய்யவே வந்திருப்பதாக ஆரம்பத்தில் சொல்கிறார்கள். ஆனால், நாளடைவில் அவர்கள் செய்யும் வேலைகள் வேறாகவே உள்ளன!" என்றார்.

அதைக் கேட்டுவிட்டு மன்னர் சிரித்தார். "அவர்கள் எல்லாம் சரியாகத்தான் சொல்கிறார்கள். நமக்குத்தான் புரிந்துகொள்வதில் கொஞ்சம் சிக்கல்! எந்த நாட்டு மக்களுக்குச் சேவை செய்கிறார்கள், நமக்கா அவர்கள் நாட்டுக்கா என்பதில் நாம் தான் தெளிவாக இருக்க வேண்டும்; என்ன, புரிகிறதா?"

துரைசிங்கமும் உரக்கச் சிரித்தார்.

23
வேண்டுகோளா? கட்டளையா?

மதுரை நாயக்க மன்னர்கள் என்பவர்கள் ஒரு தனியான அரச வம்சத்தைச் சேர்ந்தவர்கள் கிடையாது. அவர்கள் விஜயநகர மன்னரின் கீழ் 'நாயக்கர்களாக' அதாவது அதிகாரிகளாகப் பணிசெய்தவர்கள் தான். விஜயநகர மன்னர் மதுரையைக் கைப்பற்றியதும் அதன் நிர்வாகத்தைக் கவனித்துக் கொள்வதற்காக தன் நம்பிக்கையான அதிகாரிகள் என்று தான் நம்பிய சில நாயக்கர்களை மதுரைக்கு அனுப்பி வைத்தார்.

அப்படி வந்து மதுரையில் தங்கியிருந்த 'நாயக்கர்கள்' பாண்டிய நாட்டின் செல்வச்செழிப்பில் மயங்கிவிட்டார்கள். எழுபத்தி இரண்டு பாளையங்களின் பாளையக்காரர்களும் கொண்டுவந்து கொட்டிய தோப்பாரணத் தொகைகளும், இங்கே இருந்த கோவில்களின் நிறைந்த செல்வமும் கோவில்களில் நாயக்கர்களுக்குக் கிடைத்த மரியாதைகளும் அவர்களின் மனதில் அதிகார ஆசையை வளர்த்தன. அதனால் வெகு சீக்கிரமே அவர்கள் விஜயநகர மன்னனை மறந்து, தங்களைத் தனி அரசர்களாக அறிவித்துக்கொண்டார்கள். ஆனால் அதை விஜய நகர அரசு ஏற்றுக்கொள்ளாமல் படைகளை அனுப்பியது. மதுரைக்கு வந்ததால் பலன் அடைந்த நாயக்கர்களின் படைத் தலைவர்களும் விஜயநகர அரசுக்கு எதிராக மதுரையின் புதிய மன்னர்களான நாயக்கர்களின் பக்கம் நின்றார்கள். அதனால் மதுரையில் நாயக்கர்களின் அரசு எளிதாக நிலைபெற்றது. ஆனால், அவ்வப்போது மைசூர் அரசு மதுரை நாயக்கர்கள் மேல் தாக்குதல் நடத்துவதும் நடந்தது. மதுரை மன்னர்கள் தஞ்சாவூர் மன்னர் அல்லது சேதுபதி மன்னர் ஆகியவர்களின் படை உதவியைப் பெற்று, அந்த பலத்தில் விஜய நகர அரசின் தாக்குதலை அவ்வப்போது சமாளித்து வந்தார்கள்.

ஒருநாள் மாலை இராமநாதபுரம் அரண்மனைக்கு துரைசிங்கம் மன்னரைப் பார்க்க பரபரப்பாக வந்தான். அவனுடன் இரண்டு ஆட்களும் வந்தார்கள். மன்னனும் அவன் கொண்டுவரப்போகும் சேதிகளை

எதிர்பார்த்தவன் போலக் காத்திருந்தான். அவர்கள் வரும்போது மன்னன் தன்னுடைய உடைவாளையும் சில குறுவாட்களையும் எடுத்துக் கூர் பார்த்து, ஒரு துணியால் துடைத்து அவற்றுக்கான மரப்பெட்டிகளில் வைத்துக்கொண்டிருந்தான். அவன் எப்போதுமே தன் ஆயுதங்களை யாரும் தொடுவதற்கு அனுமதித்ததில்லை. தன் அத்தனை வேலைகளுக்கு இடையிலும் அவற்றைத் தானே துடைத்து, கூர்பார்த்து வைப்பான். பரபரப்பாக வந்த மூன்று பேரும் மன்னனைப் பணிந்து எழுந்தார்கள். துரைசிங்கத்துடன் வந்தவர்கள் இருவரும் மதுரைக்கான ஒற்றர்கள். அவர்கள் மன்னனின் அனுமதிக்காக அமைதியாக நின்றனர்.

கொஞ்சம் தண்ணீர் குடித்துக்கொண்ட இரகுநாதன், "சேதி என்ன? சொல் துரைசிங்கம்! மைசூர்ப் படைகள் மதுரையை நோக்கிக் கிளம்பிவிட்டனவா?"

மைசூர்ப்படை மதுரையைத் தாக்கப்போகும் சேதி மன்னனுக்கு முன்பே தெரிந்திருந்தது என்பது துரைசிங்கத்துக்கு வியப்பைத் தரவில்லை. அதனால் அவன் தன் ஆட்கள் கொண்டுவந்த சேதியைத் தெரிவித்தான்.

"அரசே! மைசூர் படைகள் மதுரையை எந்த நேரத்திலும் தாக்கலாம். மைசூர் படைகள் அங்கிருந்து கிளம்பிவந்து நஞ்சன்கூட்டில் தண்டு இறக்கியுள்ளன. அந்தப் படையில் ஐநூறு யானைகளுடன் ஐயாயிரம் குதிரைவீரர்களும் ஐம்பதாயிரம் காலாட்களும் இருக்கிறார்களாம்.!"

"சரி; மதுரையின் நிலை என்ன?"

"அவர்கள் இதை எதிர்பார்க்கவில்லை போல் தெரிகிறது; சேதி அறிந்து மதுரை மன்னர் பெரும் அதிர்ச்சியில்இருக்கிறாராம்.!"

"எதற்காக அதிர்ச்சி அடையவேண்டும்? சிறிய பாளையம் என்று அவர்கள் நினைக்கும் நமக்கே இந்தச் சேதி தெரிந்திருக்கும் போது பேரரசு என்று பெருமை பேசும் அவர்களுக்கு இது முன் கூட்டியே தெரிந்திருக்க வேண்டாமா? இதைக்கூடத் தெரிந்துகொள்ளாமல் அப்படி என்ன தான் செய்கிறார்கள் மதுரை மன்னனும் தளவாயும்?"

"அதுதான் எனக்கும் புரியவில்லை மகாராஜா!"

"சரி! அவர்கள் தஞ்சாவூரானின் உதவியைக் கேட்கவில்லையா?"

மன்னருக்கு அதுவும் தெரிந்திருக்கும் என்று நினைத்தாலும் அவர் தன்னுடைய கருத்தையும் தெரிந்துகொள்வதற்காகவே அப்படிக்

கேட்கிறார் என்று துரைசிங்கம் நினைத்தான்.

"கேட்காமலா இருப்பார்கள் மகாராஜா? தஞ்சை மன்னர் இதில் தலையிட மறுத்து ஒதுங்கிக்கொண்டாராம். தேவை இல்லாமல் மைசூர் மன்னரைப் பகைத்துக் கொள்ளவேண்டாம் என்று அவர் நினைத்திருக்கலாம். அதனால் இப்போது மதுரை மன்னர் தங்கள் உதவியைக் கேட்க முடிவு செய்திருக்கிறாராம். இதை நேற்று நடந்த மந்திராலோசனைக் கூட்டத்தில் மன்னர் முடிவு செய்ததாக சேதி. மதுரைத் தூதன் அநேகமாக இன்று வரலாம்.!"

மன்னன் சிரித்தான். "மதுரை அரசின் தூதன் சற்றுமுன் தான் வந்தான். அவனை நான் இன்னும் சந்திக்கவில்லை. உனக்காகத் தான் காத்திருந்தேன். அவனையும் இப்போதே நாம் பார்க்கலாம்!" என்ற அவன் காவலனை அழைத்து, "மதுரைத் தூதுவனை வரச்சொல்!" என்று சொன்னான்.

சிறிது நேரத்தில் மதுரை அரசின் தூதுவன் வந்து மன்னனைப் பணிந்து நின்றான்.

"தூதனே! மதுரையிலிருந்து நீ கொண்டு வந்திருக்கும் சேதி என்ன?"

தூதன் ஒரு கடிதத்தை மன்னரிடம் அளித்தான்.

சேதுபதிக்கு வணக்கமும் வாழ்த்துக்களும்! மதுரையில் சிறப்பான ஆட்சி நடைபெற்று மக்கள் அமைதியாக வாழும்போது, இதற்கு ஊறு செய்யும் தீய எண்ணத்துடன் மைசூர் மன்னர் முன்னறிவிப்பு இல்லாமல் மதுரைமேல் படையெடுத்து வருவதாக நாம் அறிகிறோம். பல காலமாக நாம் பேணும் நட்பின் அடிப்படையில், உடனே தாங்கள் தங்கள் படைகளுடன் வந்து எம்மைச் சந்தித்து, மதுரைத் தளவாயின் தலைமையில் நின்று மைசூர்ப் படைகளை எதிர்த்துப் போரிடும்படி கேட்டுக்கொள்கிறோம். இதற்கு பிரதியுபகாரமாக தாங்கள் எமக்கு தோப்பாரணம் செலுத்தாமல் இருப்பதை அனுமதிக்கிறோம்!"

கடிதத்தின் தொனியை மன்னனும் அங்கே இருந்த மற்றவர்களும் விரும்பவில்லை என்பதை அவர்களின் முகங்கள் தெளிவாகக் காட்டின. மன்னன் முகத்தில் ஒரு இகழ்ச்சியான புன்னகை தெரிந்தது.

அவன் தூதனைப் பார்த்து, "தூதனே! இதற்கான பதிலை நாங்கள் எங்கள் தூதனிடம் கொடுத்தனுப்புகிறோம் என்று மன்னரிடம் சொல்! நீ போகலாம்!" என்றார்.

தூதனும் மன்னனுக்கு வணக்கம் சொல்லிவிட்டுப் போனான்.

பிறகு மன்னன் துரைசிங்கத்தைப் பார்த்து, "மதுரை மன்னரின் வேண்டுகோளைப் பற்றி நீ என்ன நினைக்கிறாய்?"

"அரசே! இது வேண்டுகோள் போல் தெரியவில்லை; கட்டளை போல் இருக்கிறது.! இதை நாம் ஏற்கக்கூடாது! நாம் தனியரசாக இயங்குவதை அவர்களால் இன்னும் ஏற்கமுடியவில்லை!"

"விஜய நகரப் பேரரசின் அதிகாரியாக வந்த இவர்கள் மதுரை அரசின் மன்னர்களாக தம்மை அறிவித்துக்கொண்டால் அது தவறு இல்லையாம்; ஆனால் இந்த மண்ணின் பூர்வ குடிகளான நாம் அப்படிச் செய்தால் இவர்களால் அதை தாங்கிக்கொள்ள முடியாதாம்! அவர்களுக்கு ஒரு நியாயம்; நமக்கு என்றால் அப்போது வேறொரு நியாயம்!"

"அரசே! இன்னும் நாம் அவர்களுக்கு தோப்பா செலுத்தும் பாளையம் என்று தான் நினைக்கிறார்கள். முதலில் அவர்களுக்கு அந்த நினைப்பு மாறவேண்டும்.! அதற்கு இது ஒரு நல்ல வாய்ப்பு!"

"சரியாகச் சொன்னாய் நண்பா! சேதுநாடு ஒரு சுதந்திரமான நாடாகத் தொடரவேண்டுமானால், மதுரையின் அதிகமான வலிமையும் அதிகாரத் திமிரும் குறைக்கப்படவேண்டும். அவர்கள் நினைத்தால் உடனே ஓடிவர நாம் அவர்களின் பாளையம் இல்லை என்பதை அவர்களுக்கு உணர்த்தவேண்டும்! அதற்கு இது ஒரு நல்ல வாய்ப்பு!"

மன்னன் சொன்னதை அவையோரும் ஏற்றுக்கொண்டார்கள். குமாரபிள்ளை அப்போது அங்கே இல்லை. சிலநாட்கள் முன்பு அவர் மதுரை சென்றிருந்தது மிகவும் நல்லதாகப் போனது என்று அவர்கள் நினைத்தார்கள்.

"இப்படி ஒரு கடிதத்தை மதுரை மன்னர் அனுப்பச் செய்ததே குமாரபிள்ளையின் வேலையாகத்தான் இருக்கவேண்டும்!" என்று துரைசிங்கம் சொன்னதும் அங்கே இருந்தவர்கள் சிரித்து விட்டார்கள்.

ஆலோசனையின் போது ஒருவர் சொன்னார். "மைசூர் அரசனால் நமக்கு ஆபத்து எதுவும் கிடையாது. ஆனால் மதுரை அரசு நமக்கு அடிக்கடி தீங்கு செய்யும் அரசாகவே இருக்கிறது. அதனால் நாம் செய்யவேண்டிய வேலையை நமக்கு சிரமம் இல்லாமல் மைசூர் அரசன் செய்கிறார். நாம் நமக்கு என்ன என்று இருந்துவிடலாம்!"

சேதுபதியின் இந்த முடிவால் மதுரை அரசருக்கு பதில் எதுவும் அனுப்பப்படவில்லை. சேதுபதியின் உதவி மதுரைக்கு இல்லை என்ற சேதியை மைசூர் அரசனும்தெரிந்துகொண்டார். உடனே மைசூர் படையின் தண்டநாயகன், இரவோடு இரவாக தன்

தூதனை போகலூருக்கு அனுப்பினான். சேதுபதி போரில் தன் பக்கம் நின்றாலோ அல்லது நடுநிலை வகித்தாலோ, மதுரையை அவன் எளிதாக வென்றுவிடலாம் என்று அவன் நினைத்தான். சேதுபதி அதற்கு உடன்பட்டால் போர் முடிந்ததும் மதுரையின் சில பகுதிகளை சேதுபதிக்கு அளிப்பதாக அவன் உறுதிஅளித்தான். மதுரை அரசுக்கு உதவி செய்யவே சேதுபதி விரும்பினாலும் அவர்களுக்கு ஒரு பாடம் புகட்ட அது ஒரு நல்ல வாய்ப்பு என்று நினைத்து அதை ஒப்புக்கொண்டார். ஆனாலும் மதுரை மன்னனை நினைத்து அவர் உள்ளூர வருந்தினார்.

அடுத்த சில நாட்களில் மைசூர்ப்படைகள் மதுரையைச் சுற்றி வளைத்தன. ஆனால் அவர்கள் எதிர்பார்த்தபடி பெரும் சண்டை எதுவும் நடக்கவில்லை. போதிய படைவலிமை இல்லாததாலும் எதிர்பார்த்த உதவிகள் கிடைக்காததாலும் மதுரை மன்னர் பெரிய எதிர்ப்பு எதுவும் காட்டாமல் மைசூர் படைத்தளபதியுடன் சமாதானம் பேசினார். சமாதானத்துக்கு விலையாக அவர் ஏராளமான பொற்காசுகளையும் பொருட்களையும், சில ஊர்களையும் கூட அவர்களுக்குக் கொடுக்கவேண்டியதாயிற்று. மைசூர்ப்படைகள் தாம் கொள்ளையடித்த பெரும் பொருட்களுடனும் மதுரை மன்னர் கொடுத்த ஏராளமான பொற்காசுகளுடனும் திரும்பிச்சென்றனர்.

போர் முடிந்ததும் முன்பே பேசிக்கொண்டபடி சேதுபதிக்கும் பெரும்பொருளும் முன்பு தஞ்சையிடமிருந்து மதுரை கைப்பற்றி வைத்திருந்த சில ஊர்களும் பரிசாகக் கிடைத்தன. அவர் நினைத்தபடியே மதுரையின் வலிமை குன்றியது. இனி சிலகாலத்துக்காவது அவர்களால் சேதுநாட்டுக்கு அச்சுறுத்தல் இருக்காது. நினைத்தவுடன் சேதுநாட்டைத் தாக்கக்கூடிய ஒரே வலிமையான பக்கத்து நாடு மதுரை தானே!

தன்னை மட்டம் தட்ட முயன்ற மதுரையின் வலிமையை ஒடுக்குவதில் சேதுபதி வெற்றி பெற்றார். ஆனால் மதுரை அரசியின் மனதில் என்றும் நீங்காத ஒரு பகை உணர்ச்சியை அது ஏற்படுத்தியதை அவர் உணரவில்லை!

24
பாதிரியாரின் பகைவர்கள்

சேதுநாட்டில் பெருவணிகராக வேற்று மதத்தைச் சேர்ந்தவரான சீதக்காதி மரைக்காயர் இருந்தது குமாரபிள்ளைக்குப் பிடிக்கவில்லை. அதுவும் அவர் சேதுபதியிடம் மிகுந்த செல்வாக்குப் பெற்றிருந்ததை அவரால் ஏற்றுக்கொள்ளவே முடியவில்லை. மரைக்காயர் ஒரு அமைச்சரைப் போல் அரண்மனையில் சர்வ சுதந்திரமாகவும் செல்வாக்குடனும் இருந்ததையும் அவர் பல்லைக் கடித்துக்கொண்டு தான் சகித்துக்கொண்டார். ஆனால் அவ்வளவு விரோதத்தையும் வெறுப்பையும் அவர் தன் மனதின் ஆழத்தில் வைத்துக்கொண்டார். மரைக்காயர் அரண்மனைக்கு வரும்போதெல்லாம் அவரை வாய் நிறைந்த புன்னகையுடன் வரவேற்றுப் பேசினார். சேதுபதிக்கு மரைக்காயர் மேல் இருந்த அன்பைப் பார்த்துவிட்டு குமாரபிள்ளை மரைக்காயரைப் பற்றி எதுவும் சொல்லாமல் வாயை மூடிக்கொண்டார். ஆனால் சமயம் வரும்போது அவரையும் அங்கே இருந்து அகற்றிவிட வேண்டும் என்ற எண்ணத்துடன் தான் அவர் இருந்தார்.

ஏற்கெனவே வேற்று மதத்தைச் சேர்ந்த மரைக்காயர் இங்கே இருக்கும்போது, அவர் போதாது என்று சேதுச்சீமையில் கிறிஸ்தவ மதத்தைப் பரப்பும் முடிவுடன் போர்ச்சுகல் நாட்டிலிருந்து புதிதாக ஒரு பாதிரியார் வந்து இறங்கியிருப்பதை குமாரபிள்ளை அறவே விரும்பவில்லை. குமாரபிள்ளை ஒரு சிவபக்தர். தன் உடலில் நெற்றியிலும் கைகளிலும் பட்டை பட்டையாக பூசியிருந்த திருநீறும் கழுத்தில் அணிந்திருந்த உத்திராட்ச மாலைகளும் தன்னிடம் மற்றவர்கள் காட்டிய மரியாதைக்கு ஒரு காரணம் என்று அவர் உறுதியாக நம்பினார். அதனால் அவர் எங்கே போனாலும், குறிப்பாக அரசர்களுடனான சந்திப்புக்களின் போது தான் ஒரு சிறந்த சிவபக்தர் என்பதாகக் காட்டிக்கொள்வார். வீட்டிலும் தன் வேலையாட்கள் காதில் விழும்படியாக தேவார, திருவாசகப் பாடல்களின் சில அடிகளை சத்தமாக முணு முணுப்பார். ஆனால் அவர் உண்மையில் ருத்ராட்சப் பூனை வகையைச் சேர்ந்த ஆள்!

அவருக்கு, புதிதாக ஒரு பாதிரியார் சேதுச்சீமைக்கு வந்ததும் அவருக்கு மன்னர் முதல் பலரும் மரியாதை அளித்ததும் கொஞ்சமும் பிடிக்கவில்லை. அவர் முன்பாகவே உள்ளூர் மக்கள் ஏழைகளுக்கு அந்தப் பாதிரியார் செய்த சேவைகளைப் புகழ்ந்து பேசியதையும் அவரால் தாங்கமுடியவில்லை. குமாரபிள்ளை தன் பக்தர் வேடத்தை தன் அதிகாரத்தை வலுவாக்கிக்கொள்ளும் ஒரு உபாயமாகவே நினைத்தார். அதனால் அவர் இன்னும் ஒரு புதிய பக்தராக வந்த பாதிரியாரைத் தன் போட்டியாளராகவும் தன் செல்வாக்கில் பங்குபோட வந்தவராகவுமே நினைத்தார். இங்கே இருந்த மக்களில் சிலர் குமாரபிள்ளையின் பகட்டு அலங்காரங்களையும் பாதிரியார் பிரிட்டோவின் எளிமையையும் ஒப்பிட்டுப் பேசவும் செய்தார்கள். போதாக்குறைக்கு சேதுபதி மன்னரும் பாதிரியாரின் தைரியத்தைப் பாராட்டிப் பேசியதும் குமாரபிள்ளையைப் பெரிதும் கவலைகொள்ளச் செய்தன.

குமாரபிள்ளை பெரிய அளவில் மதப் பற்று உடையவராக இல்லாவிட்டாலும் தன் செல்வாக்கு குறைந்துவிடுமே என்ற சுயநல அச்சம் அவரது கவலையை அதிகப்படுத்தியது. அவர் பாதிரியாருக்கு எதிராக நின்று தனக்கு ஆதரவு கொடுக்கக்கூடிய ஆட்கள் யாராவது இருக்கிறார்களா என்று தேடினார். அப்போது அவர் கண்களில் உள்ளூர் பிரமுகரான பாம்பாவனம் தென்பட்டார். உள்ளூரில் ஓரளவு செல்வாக்குக் கொண்டவரான பாம்பாவனம் தீவிரமான மதப்பற்றுக் கொண்டவர். அதை அறிந்துகொண்ட குமாரபிள்ளை பெரும் மகிழ்ச்சியடைந்தார். அவர் பாம்பாவனத்தைத் தன் நோக்கத்துக்குப் பயன்படுத்திக்கொள்ள முடிவு செய்தார். ஒரு கோவில் நிகழ்ச்சியில் பாம்பாவனத்தைச் சந்தித்த போது குமாரபிள்ளை அவருடன் ரொம்பவும் நேசமுடன் வெகுநேரம் பேசி நெருக்கம் காட்டி அவரைக் கவர்ந்துவிட்டார். அதன் பிறகு இருவரும் குமாரபிள்ளையின் வீட்டில் சந்தித்துப் பேசுவது வழக்கமாகிவிட்டது.

அன்றும் அதேபோல் கோவிலில் இருந்து அவர்கள் இருவரும் பேசிக்கொண்டே நடந்து குமாரபிள்ளையின் வீட்டுக்கு வந்து விட்டார்கள். அங்கே எப்போதும் வேலையாளையும் குமாரபிள்ளையின் தம்பியையும் தவிர வேறு யாரும் இருக்கமாட்டார்கள் என்பதால் அந்த வீடு அவர்கள் இரகசியமாக மனம்விட்டுப் பேசவும் திட்டங்கள் தீட்டவும் வசதியாக இருந்தது.

குமாரபிள்ளை பாம்பாவனத்தை சீண்டிவிடுவதுபோல் பேசினார்.

“என்ன பாம்பாவனம்? இவ்வளவு செல்வாக்கு இருந்தாலும் இந்தப் பாதிரியை உங்களால் எதுவும் செய்யமுடியவில்லையே? அவர் செய்வதை எல்லாம் நாம் எல்லோரும் இப்படியே சும்மா வேடிக்கை பார்த்துக்கொண்டே இருக்கவேண்டியது தானா?”

“இந்தப் பாதிரி அவங்க நாட்டில் ரொம்ப முக்கியமான குடும்பமாம்; அவங்க இராஜாவோட நண்பரின் மகனாம் இந்தப் பாதிரி. அதனால் தான் நாம் புகார் சொன்ன பிறகும் நம் மகாராஜா யோசிக்கிறார் என்று நினைக்கிறேன்! எது செய்வதானாலும் மகாராஜா தானே செய்யணும்?”

“ஐயா பாம்பாவனம்! மகாராஜா தான் செய்யமுடியும்; ஆனால் அவர் செய்யவில்லை என்றால் நாம் அதை அப்படியே விட்டு விடக்கூடாது. பாதிரியால் நம் ஊரில் நடக்கும் குளறுபடிகளை எல்லாம் இராஜாவிடம் சரியான படி எடுத்துச் சொல்லி நாம் தான் அவரைச் செய்யவைக்கணும்!”

“குமாரபிள்ளை! நான் நம் ஊர் ஆட்களுடன் போய் மன்னரிடம் விவரமாகப் பேசிவிட்டேன். மன்னரும் பார்க்கலாம் என்பது போல் சொல்லியிருக்கிறார்!”

“நாம் இதை இப்படியே விட்டால் உமக்கும் எனக்கும் ஊரில் மரியாதை என்பதே இருக்காது. பிறகு நீங்கள் நடத்தும் கோவில் திருவிழாவில் வடம் பிடித்துத் தேர் இழுக்கவே ஆள் இருக்காது! நீங்களும் உங்கள் மகன்களும் தான் எல்லா வேலையையும் செய்து கொள்ளவேண்டும்!”

பாம்பாவனத்தின் குடும்பம் கோவில் நடைமுறைகளில் ஈடுபாடு கொண்டது. அவர்களே ஒரு கோவிலைக் கட்டி பராமரித்துவந்தார்கள். அதனால் அவர்களுக்கு சுற்றுப்புறத்தில் நல்ல மரியாதையும் செல்வாக்கும் இருந்தது. ஊர் மக்கள் அதிகம் பேர் கிறிஸ்துவர்களாக மதம் மாறிவிட்டால் அவை எல்லாம் போய்விடும்; அதனால் தான் பாதிரியாரின் பேச்சைக்கேட்டு பலரும் மதம் மாறிய வேகம் பாம்பாவனத்துக்கு மனக் கலக்கத்தை ஏற்படுத்தியிருந்தது! அவர் குமாரபிள்ளையை தனக்குக் கிடைத்த பெரிய ஆதரவாக நினைத்தார்.

பாம்பாவனத்தின் மனக்கலக்கத்தைப் புரிந்துகொண்ட குமாரபிள்ளை அவருக்கு ஆதரவாக இருப்பது போல் பேசினார்.

“ஐயா! பாதிரி செய்யும் வேலையால் உங்கள் கோவிலுக்கு ஆள் வராது என்று சொன்னால் மன்னர் கொஞ்சமும் கவலைப்படமாட்டார்; ஆனால் படையில் சேர ஆள் வருவது குறையும் என்றால் அவர்

கவலைப் படத்தானே செய்வார்? நேற்று ஒரு படைத் தலைவனே மதம் மாறிவிட்டதாக சேதி கிடைத்திருக்கிறது. இதைத்தான் நீங்கள் மன்னரிடம் சொல்லவேண்டும்! அப்போது தான் அவருக்கு நிலைமை புரியும்!"

உடனே பாம்பாவனம், "அப்படியா? நாளையே மன்னரிடம் இதைச் சொல்லிவிடுகிறேன்.!"

"பாம்பாவனம்! நீங்கள் மன்னரிடம் இதைப் பற்றிப் பேசும் சமயத்தில் நானும் அங்கே இருந்தால் நல்லது! பாதிரியால் மன்னரின் அரசுக்கே ஆபத்து நேரிடும் என்பது போல் உம் பேச்சு இருக்கவேண்டும்! நானும் உமக்கு ஆதரவாகப் பேசுகிறேன். உம்முடன் பழகும் அந்த லெப்பையையும் இன்னும் சில ஆட்களையும் கூடவே அழைத்துக்கொண்டு போனால் ரொம்பவும் நல்லது! அப்போது தான் நாம் பொதுக்காரியத்துக்காகப் பேசுவது போல் தெரியும்!"

"அப்படியே செய்கிறேன் ஐயா! நாம் இங்கே இத்தனை கோவில்களையும் கட்டிவைத்துக்கொண்டு உட்கார்ந்திருக்கிறோம்; காலங்காலமாக அவைகளுக்குச் செலவும் செய்துவருகிறோம். இந்தப் பாதிரி திடீரென்று வந்து நாம் எல்லோரும் முட்டாள்கள், பாவிகள் என்று சொல்கிறார்! என்ன கொடுமை ஐயா?"

உண்மையான பக்தரான பாம்பாவனம் சுயநலத்துக்காக பக்தி வேடம் போட்ட குமாரபிள்ளையின் வலையில் வசமாகச் சிக்கிக் கொண்டார். ஏற்கெனவே பாதிரியார் மேல் மனக் குறையுடன் இருந்த பாம்பாவனம், குமாரபிள்ளை முடுக்கிவிட்டதும் தைரியம் வந்து பாதிரியார் எதிர்ப்பில் மேலும் தீவிரமாக இறங்கினார். இடையில் மன்னரின் பெயரைப் பயன்படுத்தி பாதிரியாரை தன் மாளிகைக்கு வரவழைத்து அவரை குமாரபிள்ளை மிரட்டினார். அதற்கு பாம்பாவனமும் உடந்தையாக இருந்தார். மேலும் மன்னரைச் சந்திக்கும் போதெல்லாம் பாதிரியாரைப் பற்றிக்குறை சொல்வதை குமாரபிள்ளை ஒரு வழக்கமாகவே ஆக்கிக்கொண்டார். எறும்பு ஊரக் கல்லும் தேயும் என்பதுபோல மன்னரின் மனதில் பாதிரியாரைப் பற்றிய ஒரு வெறுப்பு உருவாகத் தொடங்கியது. அதற்கு பாதிரியார் அடுத்தடுத்துச் செய்த செயல்களும் காரணங்களாக விளங்கின.

பாதிரியார்கள் மதப்பிரச்சாரம் செய்த விசயத்தில் மதுரை அரசரும் இராணியும் அவர்களுக்கு ஓரளவு அனுசரணையாகவே இருந்தார்கள்; பாதிரியார்களின் மதப் பிரச்சாரத்துக்குப் பலவகையான உதவிகளையும் அவர்கள் செய்துகொடுத்தார்கள். ஆனால்

குமாரபிள்ளை பாம்பாவனத்திடம் பேசும்போதும் பழகும்போதும் அதைப் பற்றி எதுவும் பேசாமல் சாதுரியமாக நடந்துகொண்டு அந்த விசயத்தை அப்படியே மறைத்துவிட்டார்.

இப்படி குமாரபிள்ளையும் சிலரும் சேர்ந்து தமக்கு எதிராகக் கூடிப் பேசுவது பாதிரியார் பிரிட்டோவுக்கும் தெரியவந்தது. ஆனால் மறவர் நாட்டுக்குப் போய் மதப் பிரச்சாரம் செய்வதற்கு அஞ்சி எவருமே வராத நிலையில் தான் அவர் விருப்பத்துடன் அந்தப் பொறுப்பை ஏற்றுக்கொண்டு துணிச்சலுடன் அங்கே வந்திருந்தார். மதுரையில் நடந்தது போல் சேதுபதியும் மனம் மாறி தனக்கு ஆதரவு தருவார் என்று நினைத்தது போல் இருந்தது பிரிட்டோவின் செயல்கள். அதனால் மன்னரின் கோபத்தைப் பொருட்படுத்தாமல் அசாதாரணமான துணிச்சலுடன் அவர் தன் பிரச்சாரத்தைத் தொடர்ந்து நடத்தினார். யாருக்காகவும் எதற்காகவும் அதிலிருந்து பின்வாங்குவதில்லை என்று அவர் முடிவு செய்துவிட்டார். தான் செய்வது இறைவனுக்கான சேவை; அதைத் தடுக்க எவருக்கும் அதிகாரம் இல்லை என்பதே அவருடைய கருத்தாக இருந்தது. தன்னுடைய மதத்துக்காகவும் தான் நம்பிய கடவுளுக்காகவும் எந்த தியாகத்தையும் ஏற்றுக்கொள்ளத் தயாராக இருந்ததனால் பாதிரியார் ஜான் டி பிரிட்டோ, மற்றவர்களின் மிரட்டல் பேச்சுக்களையும் செயல்களையும் ஒரு பொருட்டாக மதிக்கவில்லை. அவர் நடந்துகொண்ட விதம் சாகத் துணிந்தவனுக்கு சமுத்திரம் முழங்கால் மட்டம் என்பதுபோல் இருந்தது.

25
தலைநகர் மாற்றம்

இராமநாதபுரம் நகர வீதிகளின் வழியே மன்னரும் துரைசிங்கமும் தம் குதிரைகளில் அமர்ந்து போய்க்கொண்டிருந்தார்கள். அவர்கள் பேசிக்கொண்டே சவாரி செய்ததால், குதிரைகளின் வேகத்தைப் பற்றிக் கவனம் இல்லாமல் இருந்தார்கள். அவர்களின் பயணம் ஏதோ நகர்வலம் போவது போலவே இருந்தது. ஒருவகையில் அது நகர்வலம் தான். சேதுச்சீமையின் புதிய தலைநகராக இராமநாதபுரம் உருவெடுத்துக் கொண்டிருந்தது. இரவுபகலாக பல இடங்களிலும் ஆயிரக் கணக்கானவர்கள் அதற்காக உழைத்துக்கொண்டிருந்தார்கள். மன்னரும் தன் நண்பனும் தளவாயுமான துரைசிங்கத்துடன் தலைநகர் உருவாவதை அவ்வப்போது பார்வையிட்டு மகிழ்ந்தார். அன்றும் அதற்காகவே அவர்கள் போய்க்கொண்டிருந்தார்கள்.

நகரின் மையத்தில் காவல் மிகுந்த ஒரு வலுவான கோட்டையும் அரண்மனையில் பலவகைப் பணிகளிலும் இருப்பவர்கள் அதற்கு அருகிலேயே வசிக்கும்படியாகவும் அதைச் சுற்றிலும் மக்கள் வசிக்கும்வகையிலும் நகரின் அமைப்பு இருக்கவேண்டும் என்ற தன் விருப்பத்தை மன்னர் 'தம்பி'மரைக்காயரிடம் தெரிவித்துவிட்டார். தம்பியும் மன்னரின் விருப்பத்தை நிறைவேற்றுவதில் முழு கவனத்துடன் ஈடுபட்டார். அரசின் நிதி தாராளமாகக் கிடைத்தாலும், சில எதிர்பாராத செலவுகளை மரைக்காயர் தன் பொறுப்பிலேயே செய்தார். நிதி தொடர்பான சிறு பிரச்சினைகளை மன்னரின் கவனத்துக்கு அவர் கொண்டுசெல்வதில்லை.

குதிரைகள் இரண்டும் தம் வேகத்தைக் குறைத்துக்கொண்டு மெதுவாக நடைபோட்டபடியே வந்து அரண்மனைக் கட்டிடத்தின் அருகில் நின்றன. அது தினமும் நடக்கும் செயல் என்பதால் அவைகளும் அதற்குப் பழகிவிட்டிருந்தன. அப்படி அவை வந்து நின்றதைக் கண்டு அவர்கள் இருவரும் உரக்கச் சிரித்தார்கள்.

"துரைசிங்கம்! புதிய தலைநகரும் கோட்டையும் உருவாவதில்

நம்மைவிட நம்முடைய குதிரைகளுக்கு அதிக ஆர்வம் இருக்கிறது போல் தெரிகிறது!"

"ஆமாம் மகாராஜா! எவ்வளவு வேகமாக வந்துவிட்டன!"

அவர்களின் குரலைக்கேட்டு உள்ளே இருந்து மரைக்காயரும் வெளியேவந்தார்.

"வாருங்கள் அரசே! வாருங்கள் தளவாய்!" என்று அவர் முகத்தில் மகிழ்ச்சியுடன் வரவேற்றார்.

ஆண்டுகள் பல ஆகிவிட்டபடியால் மரைக்காயர் தோற்றத்தில் சில மாற்றங்கள் தெரிந்தன. அவர் கொஞ்சம் உடம்பு வைத்து அடர்த்தியான தாடி மீசையுடன் இருந்தார். ஆனால் அவரின் வசீகரமான புன்னகை கொஞ்சமும் மாறாமல் அப்படியே இருந்தது.

"தம்பி! நாங்கள் எப்போது வந்தாலும் நீங்கள் அதற்கு முன்பே வந்துவிடுகிறீர்கள். நீங்கள் வணிகத்தைக் கவனிப்பதில்லை என்று உங்கள் வீட்டில் எங்களைக் குறைசொல்லப் போகிறார்கள்!"

"அப்படியெல்லாம் தாங்கள் அஞ்சவேண்டாம்; அவர்கள் தான் என்னைக் காலையிலேயே எழுப்பி, மன்னர் வரும்போது நீங்கள் அங்கே இருக்கவேண்டாமா? என்று அனுப்பிவைக்கிறார்கள்."

இதைக் கேட்ட மன்னர் மரைக்காயரைத் தழுவிக்கொண்டார். "உடன் பிறந்தவன் இல்லை என்ற குறையை நீதான் போக்குகிறாய்!"

"அப்படியானால் தளவாய்?" என்று கேட்டார் மரைக்காயர்.

சட்டென்று வந்தது மன்னரின் பதில். "நீ இளையவன்; அவன் எனக்கு ஒரு வயது மூத்தவன். அவ்வளவுதான் வேறுபாடு.!"

மன்னர் தன் இதயத்தில் தங்களுக்கு அளித்துள்ள இடங்களை, அவர் வாயால் கேட்ட அந்த இருவரும் கண்கள் கலங்க நின்றார்கள்.

பிறகு மரைக்காயர் கேட்டார், "அரசே! நடக்கும் வேலைகளைப் பற்றி தங்கள் கருத்து என்ன? ஏதேனும் மாற்றங்கள் தேவையானால் சொல்லுங்கள்!"

"வேலைகள் சிறப்பாக நடந்துள்ளன. தலைநகரம் நான் எதிர்பார்த்ததை விட வேகமாகவும் சிறப்பாகவும் உருவாகிறது. தம்பி! உங்களுக்கு நான் எப்படி நன்றி சொல்வது?"

"தங்களின் மகிழ்ச்சி தான் எனக்குப் பெரும் பாராட்டு. தாங்கள் என்னைத் தம்பி என்கிறீர்கள். அதற்கு நான் தகுதியாக நடந்துகொள்ளவேண்டாமா? என்ன சொல்கிறீர்கள் தளவாய்?"

உடனே மன்னர், "என்ன துரைசிங்கம்! மிகவும் அமைதியாக இருக்கிறாய்?"

"அரசே! நாம் கொடுக்கும் நிதியைக் காட்டிலும் அதிக செலவில் வேலைகள் நடந்துள்ளன. மரைக்காயர் தன் சொந்த நிதியையும் செலவிடுகிறார் என்று தெரிகிறது. அது தான் நான் திகைத்துப்போய் நிற்கிறேன்.!"

மன்னர் ஏதோ சொல்ல வாயெடுக்கும் முன் மரைக்காயர் முந்திக் கொண்டு சொன்னார்.

"தளவாய்! அதெல்லாம் ஒன்றுமில்லை; அரசாங்கம் கொடுக்கும் நிதியைத்தான் நான் செலவு செய்கிறேன்; அப்படியே இருந்தாலும் என்னிடம் இருக்கும் செல்வம் எல்லாம் இந்த சேதுச்சீமை எனக்கு அள்ளிக்கொடுத்தது தானே! மகாராஜாவின் ஆதரவு இல்லாமல் இந்தப் பெருவணிகமும் செல்வமும் எனக்கு ஏது?" என்று அந்தப் பேச்சுக்கு அப்போதே முற்றுப்புள்ளி வைத்தார்.

நடக்கும் வேலைகளைப் பார்வையிட்ட பிறகு மரைக்காயரிடம் சொல்லிக்கொண்டு மன்னரும் தளவாயும் அங்கிருந்து கிளம்பினார்கள். அங்கிருந்து சற்றுத்தொலைவு சென்றதும் ஒரு இடத்தில் நின்று குதிரைகளில் இருந்தபடியே கோட்டையின் அமைப்பையும் தோற்றத்தையும் ஒருமுறை பார்த்தார்கள்.

முன்னர் இருந்த மண் கோட்டை இடிக்கப்பட்டு அந்த இடத்தில் கற்களாலான உறுதியான அரண்மனை தெரிந்தது. ஐந்தடி அகலமும் இருபத்தேழு அடி உயரமும் கொண்ட வலுவான சுவர்களுடன் கோட்டை வெகு கம்பீரமாக நின்றது. கோட்டையைச் சுற்றிலும் ஆழமான அகழிகள் வெட்டும் வேலை நடந்துகொண்டிருந்தது. சீமையின் முப்பத்தி இரண்டு பாளையங்களைக் குறிக்கும் வகையில் முப்பத்தி இரண்டு கொத்தளங்கள் உருவாகிக் கொண்டிருந்தன. சரிவான சுவர்களுடன், வீரர்கள் மறைவாக நின்று கோட்டையை நோக்கி வருபவர்களைக் கண்காணிக்கவும், வீரர்கள் மறைந்து நின்றுகொண்டு எதிரிகளைத் தாக்கவும் கொத்தளங்கள் பயன்பட்டன. கோட்டையின் கிழக்குத் திசையில் இருந்த வாயிலில் அழகிய 'கோட்டைவாசல் பிள்ளையார் ' கோவிலும் அமைக்கப்பட்டது. பிற்காலத்தில் ஸ்மித் என்ற ஆங்கிலேயத் தளபதி, 'இராமநாதபுரம் கோட்டை பழையது என்றாலும் உறுதியானது; அதில் இருந்த அரண்மனை இந்த நாட்டில் நான் பார்த்த சிறந்த கட்டிடங்களில் ஒன்று!' என்று மதராஸ்

கவுன்சிலுக்கு தான் எழுதிய கடிதத்தில் குறிப்பிட்டான். அந்த அளவுக்கு அது மிகவும் அழகாகவும் உறுதியாகவும் அமைக்கப்பட்டிருந்தது.

அருகிலிருந்தும் பிறகு தொலைவிலிருந்தும் கோட்டையைப் பார்வையிட்ட மன்னரின் முகத்தில் தெரிந்த மகிழ்ச்சியைக் கண்ட தளவாய் துரைசிங்கம் முகத்திலும் மகிழ்ச்சிப் புன்சிரிப்பு.!

"துரைசிங்கம்! முடிசூட்டிக்கொண்டு மூன்று நான்கு ஆண்டுகள் ஆகிவிட்டன. இப்போதுதான் நாம் அமைதியாக நம் வேலைகளைச் செய்ய முடிகிறது. தாயாதிப் பகை தான் நம் முன்னேற்றத்துக்குப் பெரும் தடையாக உள்ளது. சுற்றி இருக்கும் அரசுகள் நாம் நட்புக்கரம் நீட்டினாலும் அதை வெட்டித்தள்ளவே விரும்புகிறார்கள். இது ஏன் என்று தான் எனக்கு விளங்கவில்லை!"

மன்னரின் குரலில் ஒரு சலிப்பு வெளிப்பட்டது.

"ஆம் அரசே! இன்றைய உலகில் வலிமை தான் வாழ்க்கை; வாள் வீச்சுத்தான் வகையான பேச்சு!" என்ற தளவாய் துரைசிங்கம் மன்னரின் சலிப்பைப் போக்கும்விதமாகப்பேச்சைமாற்றினார்.

"அரசே! பகை ஊறிக்கிடந்த மறவர் மனங்களை உறவால் இணைத்து விட்டீர்கள். காவல் இன்றிக் கிடந்த எல்லைகளை எதிரிகள் அஞ்சும்படி உறுதியாக மாற்றிவிட்டீர்கள். தென் பாரதத்தின் இணையற்ற வீரர்களில் ஒருவன் என்று நீங்கள் பெயர் பெற்றிருக்கிறீர்கள். தனுஷ்கோடிக்கு வந்துசெல்லும் பக்தர்களால் தங்கள் புகழ் வடதிசை நாடுகளிலும் பரவியிருக்கிறது. இன்று கடலிலும் நிலத்திலும் சேதுக்கொடிக்கு எதிர் நிற்க எதுவும் இல்லை. இத்தனையும் வெகு குறுகிய காலத்தில் நிகழ்ந்துள்ளன; இன்னும் தங்கள் தலைமையில் சேதுநாடு முன் எப்போதும் பெற்றிராத பெரும் புகழைப் பெறும் என்பது என் உறுதியான நம்பிக்கை!" என்றார் அவர்.

தளவாயின் இந்த உற்சாகம் தரும் பேச்சுக்கு மன்னர் பதில் எதுவும் அளிக்கவில்லை. தன் தளவாயை அவர் ஒருமுறை கூர்ந்து பார்த்தார். அப்படிப் பார்த்தபோது அவருடைய இதழ்களில் ஒரு குறுநகை வெளிப்பட்டது. அந்தச் சில ஆண்டுகளில் இருவரின் உருவங்களும் ஓரளவு மாறியிருந்தன. தொடர்ந்த போர்களாலும் பயணங்களாலும் அவர்கள் நிறம் மாறி உரம் ஏறி உருவமும் மாறி-யிருந்தனர். இரகுநாதன்,வாள்முனையில் உரிமையைப் பெற்றதால் கிழவன் சேதுபதி என்றும் துரைசிங்கம், தன் பிறந்த ஊரின் பெயரால் இலந்தாரி அம்பலம் என்றும் புதிய பெயர்களைப் பெற்றிருந்தனர்.

மாறாமல் இருந்தது அவர்களின் அன்பு மட்டுமே.

சட்டென்று மன்னர் தன் குதிரையை முடுக்கி விரட்ட, தளவாயும் பின் தொடர்ந்தார். இருவரும் பேசிக்கொண்டே சென்றாலும் மன்னரின் மனதில் கோட்டைக்கு வெளியே வாழும் மக்களுக்குச் செய்யவேண்டிய வசதிகளின் பட்டியல் ஒன்று உருவாகிக்கொண்டிருந்தது. கோட்டைக்குள் இருப்பவர்களுக்குக் கிடைக்கும் எல்லா வசதிகளும் வணிகம் செய்யவந்து கோட்டைக்கு வெளியே தங்கியிருக்கும் மக்களுக்கும் கிடைக்கவேண்டும் என்று அவர் விரும்பினார். தம் தலைவர்கள் இருவரும் பேச்சில் மனம் லயித்து இருந்ததால் குதிரைகள் இரண்டும் தம் பொறுப்பை உணர்ந்துகொண்டு விரைவாகப் பாய்ந்தன.

26
பயமற்ற பாதிரியார்

பிரிட்டோ பாதிரியாரை மன்னரின் ஆட்கள் தொடர்ந்து கண்காணித்துவந்தார்கள். அவருக்கு நாளுக்கு நாள் சீடர்கள் அதிகரித்து வந்ததையும் அவர்களில் பெரும்பாலோர் இளைஞர்கள் என்பதையும் அவர்கள் மன்னரிடம் தெரிவித்தார்கள். மேலும் அந்த இளைஞர்கள் தம் வேலைகளை எல்லாம் விட்டுவிட்டு அவர் பின்னால் ஊர் ஊராகப் போய் மதப்பிரச்சாரம் செய்வதாகவும் அவர்கள் தெரிவித்தார்கள். அதன் விளைவாக பாளையங்களின் படையில் சேரும் இளைஞர்களின் எண்ணிக்கையும் குறையத்தொடங்கியதை மன்னர் அறிந்தபோது அவர் மனம் துணுக்குற்றது. அவர் தன்னையறியாமல் பிரிட்டோ பாதிரியார் மேல் கோபம் கொண்டார். பாதிரியார் ஊர் ஊராகப் போய் பிரச்சாரம் செய்வதை உடனே கட்டுப்படுத்தவேண்டும் என்று முடிவு செய்து அவரை அழைத்துவரச்சொல்லி ஆட்களை அனுப்பினார்.

பாதிரியார் கிராமங்களுக்குப் போய் சில நாட்கள் அங்கே தங்கியிருந்து பிரச்சாரம் செய்வதை வழக்கமாக வைத்திருந்தார். அதுபோல் ஒரு கிராமத்தில் அவர் சிலநாட்கள் தங்கியிருந்து பிரசங்கம் செய்தார். அன்று இரவு முழுவதும் அவர் விழித்திருந்து நோய்வாய்ப் பட்டிருந்த ஆள் ஒருவருக்காக சிறப்பு ஜெபம் ஒன்றைச் செய்துகொண்டிருந்தார். அவர் முன்பாக குழந்தை ஏசுவைத் தன் கைகளில் ஏந்தியபடி இருக்கும் கன்னி மேரியின் சொரூபம் ஒன்றும் தோலால் மூடப்பட்டு, பைபிள் என்று எழுதப்பட்ட புத்தகம் ஒன்றும் வைக்கப்பட்டிருந்தது. நோயாளி நோயின் கடுமையால் வேதனையைத் தாங்கமுடியாமல் துடித்து, முனகியபடி படுத்திருந்தான்.

பாதிரியார் பிரிட்டோ தன் கண்களை மூடி முழங்காலிட்டு அமர்ந்தபடி பிரார்த்தனையைத் தொடங்கினார். அதைப் பார்த்த இன்னும் சிலரும் அதேபோல் மண்டியிட்டு இறைவழிபாட்டில் இறங்கினார்கள்.

"மாதாவே! நீர் எம் பாதையில் ஒளியாகப் பிரகாசிக்கிறீர். சிலுவை வழியாக உயிர்த்தெழுந்த ஏசுவின் துயரத்தில் நீர் பங்கு பெற்றவர் ஆவீர். கர்த்தரின் பரிசுத்தமான தாயே!ஒவ்வொரு ஆபத்திலிருந்தும் நீர் எங்களை விடுவிப்பீர்!எம் உடம்புக்குள் வலியை உண்டாக்கும் கெட்ட பிசாசுகளை விரட்டியடிப்பீர்!நீங்கள் எனக்காக உருவாக்கும் பாதையில் இனி விசுவாசமுடன் நான் நடப்பேன். உம் தொடுதலால் நான் குணமடைவதை உணர்கிறேன்! குணமானதும் இந்த உடம்பை உம் சேவையில் பயன்படுத்துவேன்! ஆமென்!"

அங்கே இருந்த பலரும் 'அப்படியே ஆகட்டும்' என்ற பொருளில் 'ஆமென்' என்று மொத்தமாகச் சொன்னார்கள். அப்போது பாதிரியாரின் கண்களில் இருந்து நீர் வழிந்தது.

இரவுப் பூசையை முடித்துவிட்டு பாதிரியார் அங்கேயே உறங்கிவிட்டார். மறுநாள் காலையில் நோய்வாய்ப் பட்டிருந்த ஆள் கண் விழித்து எழுந்து உட்கார்ந்துவிட்டார். அவரது சுரம் குறைந்திருந்தது. உடல்நிலை ஓரளவு நன்றாக ஆகியிருந்ததாகவும் அவர் சொன்னார். அதனால் ஆச்சரியமடைந்த நோயாளியின் உறவினர்கள் சிலரும் அது பாதிரியார் செய்த வழிபாட்டின் சக்தியால் தான் என்று சொன்னார்கள். அப்படி நம்பிய அவர்கள் பாதிரியாரிடம் தாங்கள் பிரார்த்தனையின் போது சொன்னபடி கிறிஸ்தவர்களாக மாற விரும்புவதாகவும் சொன்னார்கள். அவர்களின் விருப்பத்தை ஏற்றுக்கொண்டு பாதிரியார் அவர்களுக்கு ஞானஸ்னானம் செய்வித்து அவர்கள் அன்று முதல் கிறிஸ்தவர்கள் ஆகிவிட்டார்கள் என்று அறிவித்தார். அப்படி அன்று மதம் மாறியவர்களுக்கு கிறிஸ்தவப் பெயர்களையும் அவர் சூட்டினார்.

அதன்பிறகு அங்கிருந்து கிளம்பிய பாதிரியார் சிவகங்கை அருகில் பாகனேரி என்னும் ஊருக்குப் போனார். மதம் மாறி அவருடைய சீடர்களாக இருந்தவர்களும் பிரசங்கியார்களும் என்று பெரும் கூட்டமாக ஆட்கள் பின் தொடர நடைப் பயணமாகவே அவர் போனார். அந்தப் பகுதியின் கடும் வெயிலையும் பொருட்படுத்தாமல் அவர் நடந்து போனார். அப்படி கூட்டமாக அவர்கள் போய்க்கொண்டிருந்தபோது ஒரு இடத்தில் மன்னர் அனுப்பிய ஆட்கள் வழிமறித்து பாதிரியாரை அரண்மனைக்கு அழைத்துவந்தார்கள்.

சேதுபதி மன்னர் முன் பிரிட்டோ பாதிரியார் அமைதியாக அமர்ந்திருந்தார். அவர் முகத்தில் துளியும் பயமோ, தர்மசங்கடமோ

தெரியவில்லை. பதிலுக்கு ஒரு கருணையும் தெளிவுமே தெரிந்தன. அது மன்னருக்கே கொஞ்சம் வியப்பை அளித்தது.

மன்னர் தான் கேள்விப்பட்ட பல சேதிகளையும் ஊர் மக்களின் புகாரையும் பாதிரியார் பிரிட்டோவிடம் சொல்லி அவற்றுக்கு அவருடைய விளக்கத்தைக் கேட்டார்.

ஆனால் பாதிரியார், "அரசரே! நான் என் சிறுவயதிலேயே என்னை இறைவனின் சேவைக்கு ஒப்புக்கொடுத்துவிட்டேன். ஏசுசேவையையும் மக்கள் சேவையையும் தவிர வேறு எதையும் நான் செய்யவில்லை! இதில் எந்தக் குற்றமும் இல்லையே?" என்று பதில் அளித்தார்.

"நீங்கள் என் குடிகளுக்குச் சேவை செய்வதில் எனக்கு எந்தக் கேள்வியும் இல்லை; ஆனால் எங்கள் தெய்வங்களைப் பழித்தும் இழித்தும் பேசி இங்கே இருக்கும் மக்களை மதம் மாற்றுவதை நிறுத்திக் கொள்ளுங்கள்!"

இப்படி மன்னர் சொன்னபோது பிரிட்டோ அதைக் காதில் வாங்கவே இல்லை. "இங்கே இருப்பவர்கள் பல கடவுள்களைக் கும்பிடுகிறார்கள். ஆனால் ஏசுவாகிய கர்த்தர் ஒருவர் தான் கடவுள்; அவரையே மனிதர்கள் வணங்கவேண்டும்!" என்று அவர் சொன்னார்.

"ஐயா! நீங்கள் உங்கள் ஊரில் மனிதர்களுக்கு உதவி செய்த உயர்ந்த மனிதர் ஒருவரைத் தான் கடவுளாக வணங்குகிறீர்கள்; அது சரியானது தான்; அதே போல இங்கே எங்களைக் காப்பாற்றிய எங்கள் முன்னோர்களைத் தான் கடவுள்களாக நாங்கள் வணங்குகிறோம்! இதை எப்படி தவறு என்று நீங்கள் சொல்கிறீர்கள்?" என்று சேதுபதி கேட்டார்.

அதற்கு பிரிட்டோ பதில் எதுவும் கூறாமல் புன்னகை செய்தார்.

"தேவன் ஏசுவைத் தவிர வேறு கடவுள் யாரும் கிடையாது. ஏசுவின் ராச்சியம் இப்போதே இங்கே இருக்கிறது. விரைவில் அது இந்த உலகம் முழுவதிலும் ஏற்படும்! இது உறுதி!" என்று அவர் பதில் சொன்னார்.

அதனால் கோபம் கொண்ட சேதுபதி மன்னர் இறுதியாக அவரைக் கடுமையாக எச்சரித்தார்.

"ஐயா! நீங்கள் கடல்கடந்து இங்கு வந்து உங்கள் சிரமங்களைப் பாராமல் வேலை செய்கிறீர்கள்; அதற்காக நான் உங்களை

மதிக்கிறேன். என் மக்கள் தாம் விரும்பும் தெய்வங்களை வணங்கலாம்; அது அவர்கள் உரிமை; ஆனால் நீங்கள் இங்கே இருக்கும் மக்கள் வழிவழியாக கும்பிட்டுவரும் தெய்வங்களைக் குறைத்துப் பேசுவதையும் திட்டமிட்டு முயற்சி செய்து என் குடிகளை மதமாற்றம் செய்வதையும் நான் அனுமதிக்கமுடியாது. நீங்கள் மறைமுகமாக என் நாட்டைப் பிடிக்க முயற்சி செய்வதாகவே தெரிகிறது. முன்பு டச்சுக்காரர்களும் இதையே தான் செய்ய முயன்றார்கள். அவர்களுக்கு என்ன நேர்ந்தது என்பதை நீங்கள் அறிவீர்கள் என்று நினைக்கிறேன்!"

பாதிரியார் அமைதியாக இருந்தார். பின், "மக்களைப் பாவங்களில் இருந்து விடுவிக்கும் தூய்மையான பணியையே நான் செய்கிறேன்; இதில் தவறு எதுவும் இருப்பதாக நான் நினைக்கவில்லை. இது வெறும் போர்ச்சுகல் மன்னனின் விருப்பம் இல்லை; இது அந்த இறைவனின் கட்டளை; இதை யாரும் குறை சொல்ல முடியாது!" என்றார்.

எவருமே தன் முன்னால் வந்து நின்று எதிர்வாதம் செய்திராத நிலையில் எங்கேயோ இருந்து வந்த ஒரு பாதிரியார் தன் முன் வந்து கொஞ்சமும் பயமின்றி தன்னையே எதிர்த்துப் பேசியது சேதுபதிக்குப் பெரும் கோபத்தை ஏற்படுத்தியது. ஆனாலும் பிரிட்டோ ஒரு துறவி என்பதால் மன்னர் தன் கோபத்தை அடக்கிக்கொண்டு பேசினார்.

"ஐயா! நீங்கள் போர்ச்சுகல் மன்னரின் நெருங்கிய தோழன் என்றும் அவரின் விருப்பப்படியே நீங்கள் இங்கு வந்திருப்பதாகவும் நான் அறிகிறேன். அதேபோல் இங்கேயும் ஒரு மன்னன் இருக்கிறான், அவனுக்கும் சில விருப்பங்கள் உள்ளன என்பதை நீங்கள் உணரவேண்டும். போர்ச்சுகல் மன்னனின் விருப்பத்தை இங்கே வந்து நீங்கள் மட்டுமல்ல; யாருமே நிறைவேற்ற முடியாது!"

அதற்கு பிரிட்டோ, "இது போர்ச்சுகல் மன்னனின் விருப்பமோ கட்டளையோ கிடையாது மகாராஜா! இது பரலோகத்தில் இருக்கும் தேவனின் கட்டளை! அதைத்தான் நான் நிறைவேற்ற முயற்சி செய்கிறேன்!" என்று அமைதியாகவும் தீர்மானமாகவும் சொன்னார்.

அதற்கு மேலும் அவரிடம் தான் பேசுவதில் பயனில்லை என்ற முடிவுக்கு மன்னர் வந்தார்.

பிறகு அவர் முடிவாக, "பாதிரியாரே! நீங்கள் சொல்வதை நான் ஏற்கமுடியாது! நீங்கள் செய்யும் வேலையானது என் மக்களுக்கும் என் அரசுக்கும் தீமையை விளைவிப்பதாக இருக்கிறது. அதனால்

நீங்கள் உங்கள் பிரச்சாரத்தைத் தொடர்ந்து செய்வதற்கு நான் அனுமதிக்கமுடியாது. அதையெல்லாம் நிறுத்திவிட்டு நீங்கள் உடனே சேதுநாட்டை விட்டு வெளியேறவேண்டும்!" என்றார்.

பாதிரியார் பிரிட்டோ சேதுபதி மன்னரை ஒரு முறை தீர்க்கமாகப் பார்த்தார். அவர் முகத்தில் அச்சம் என்பது கொஞ்சம் கூடத் தென்படவில்லை. பிறகு அவர் எழுந்து மறுமொழி எதுவும் கூறாமல் புன்னகையுடன் தன் வலது கையால் சிலுவைக்குறி இட்டு மன்னரை ஆசீர்வதித்துவிட்டு அரண்மனையை விட்டு வெளியேறினார். ஆனால் அவர் மனதில் சேதுநாட்டை விட்டுவிட்டுத் தன் தாய் நாட்டுக்குத் திரும்பும் எண்ணம் கொஞ்சம் கூட இல்லை.

பாதிரியார் பிரிட்டோவின் மனதில் இருந்த உறுதியான எண்ணத்தை சேதுபதியும் உணர்ந்துகொண்டார். அவரது மன உறுதி மன்னருக்கு வியப்பையும் அதே வேளை பெரும் ஆத்திரத்தையும் ஏற்படுத்தியது. பாதிரியார் ஒருவரைத் தண்டிப்பதை அவர் மனம் விரும்பவில்லை. அப்படித் தண்டிக்கும்படியான ஒரு நிலைமை தனக்கு ஏற்படக்கூடாது என்று அவர் இறைவனை வேண்டிக்கொண்டார்.

27
மதுரை விரித்த சதிவலை

திருச்சிராப்பள்ளியில் இருந்த நாயக்கர் அரண்மனை அன்று மிகுந்த சோகத்தில் மூழ்கியிருந்தது. அதன் காரணம் மன்னர் சொக்கநாத நாயக்கர் அன்று இரவு மரணமடைந்துவிட்டார் என்பது தான்.

மன்னர் சொக்கநாத நாயக்கர் மேற்கொண்ட திட்டங்களால் மதுரை அரசின் களஞ்சியத்தில் நிதி அளவு வறண்டு போய் மிகவும் குறைவாகவே இருந்தது. இருந்த சிறிதளவு நிதியையும் போரைத் தவிர்ப்பதற்காக மைசூர் மன்னருக்குக் கொடுக்கவேண்டியதாகிவிட்டது. மனம் வருந்திய மன்னர் உடல் நலம் குன்றி திருச்சிராப்பள்ளி அரண்மனையில் ஓய்வெடுக்கும் நிலை ஏற்பட்டது. அவருக்கு பதிலாக அவர் தன் தம்பி முத்துலிங்க நாயக்கனை அரசுப்பொறுப்பில் வைத்திருந்தார். ஆனால் அவர் ருஸ்தம்கான் வந்ததும் பயந்துகொண்டு ஓடிவிட்டார். ருஸ்தம்கான் மக்கள் தன்னை ஏற்றுக்கொள்ள மாட்டார்கள் என்பதை அறிந்துகொண்டு தந்திரமாக சொக்கநாதரை மீண்டும் மன்னராக அறிவித்துவிட்டு அதிகாரங்களை எல்லாம் தானே வைத்துக்கொண்டான்; சொக்கநாத நாயக்கர் அதிகாரமில்லாத மன்னராக இருந்தார். ருஸ்தம்கானின் அட்டூழியங்களை அவரால் தடுக்க இயலவில்லை. சேதுபதி தக்க சமயத்தில் வந்து அவரை வீட்டுச்சிறையில் இருந்து விடுவித்தாலும் அவரால் தன் அரசைக் காத்து முன்பு போல் வலிமையுடையதாக மாற்ற எதுவும் செய்ய இயலவில்லை.

தன்னுடைய அரசு கொஞ்சம் கொஞ்சமாகச் சீர்கெடுவதை அறிந்த மன்னர் சொக்கநாத நாயக்கர் மனம் உடைந்து உடல் நலம் கெட்டு விரைவில் மரணமடைந்துவிட்டார். அவரது உடல் மாளிகை முன் ஒரு மேடையில் வைக்கப்பட்டு மலர்களால் அலங்கரிக்கப் பட்டிருந்தது. மன்னரின் ஒருபுறம் இராணி மங்கம்மாளும் மறுபுறம் இளவரசன் முத்துவீரப்பனும் துயரமே உருவாக அமர்ந்திருந்தனர். வழக்கமாக

அணியும் பட்டுச்சேலை, சந்திரஹாரம், நெற்றிச்சுடி, முத்துமாலைகள் போன்றவை ஏதும் இல்லாமல் எளிமையான உடை அணிந்த தோற்றத்தில் அன்றுதான் மக்கள் தம் இராணியைப் பார்த்திருப்பார்கள். அரண்மனை வாயில் முன் மக்கள் கூட்டம் கட்டுக்கடங்காமல் அலைமோதியது. சொக்கநாதநாயக்கர் ஒரு பெரியவீரன் என்றோ, திறமையான மன்னன் என்றோ பெயர்பெறாவிட்டாலும் தன் இனிய குணத்தாலும் மக்களிடம் நெருங்கிப் பழகியதாலும் அவர்களின் அன்பைப் பெற்றிருந்தார். திருமலை நாயக்கரிடம் காட்டிய அதே அன்பை அவர் திருமகனிடமும் மக்கள் காட்டினர்.

மன்னரின் இறுதிச் சடங்குகளில் கலந்து கொள்வதற்காக பல மன்னர்களும் வந்திருந்தார்கள். சேதுபதியும் துரைசிங்கம், திரையத்தேவன் ஆகியோருடன் வந்திருந்தார். வந்திருந்தவர்கள் இளவரசனுக்கும் இராணிக்கும் ஆறுதல் கூறினார்கள். இராணி மக்கள் கூட்டத்தையும் மன்னர் வரிசையையும் ஒருமுறை பார்த்தார். நீண்ட பெருமூச்சு ஒன்று அவரிடமிருந்து வெளிப்பட்டது. கடந்தகாலம் அவர் முன் நிழலாடியது. தன் மகனுடன் மெல்லிய குரலில் அவர் பேசினார்.

"காலமும் காட்சிகளும் தான் எவ்வளவு மாறிவிட்டன? மகனே! திருமலை மன்னர் தன் மகனை செல்வத்தில் சீராட்டி வளர்த்தார். அந்த இறைவனே தனக்கு மகனாகப் பிறந்ததாக எண்ணி, சொக்கநாதன் என்று உன் தந்தைக்குப் பெயரிட்டார். செல்வமகனாக மதுரை சொர்க்கவிலாசம் அரண்மனையில் வளர்ந்த உன் தந்தை சிறந்த வீரனாக இருந்தாலும் அரச நிர்வாகத்திலும் எதிரிகளை அறிந்து அவர்களை வெல்லும் சூழ்ச்சிகளிலும் அவருக்கு ஈடுபாடு இல்லாமல் போய்விட்டது. திருமலை மன்னர் மறைந்த பின் நிர்வாகம் பலர் கைக்கும் போனது. சொர்க்கவிலாசத்தில் எந்நேரமும் இசைக்கருவிகள் தான் ஒலித்தன. நடனமும் நாடகமும் தான் நடைபெற்றன. படைகளின் திறமையும் குறைந்துபோனது. ருஸ்தம்கான், தஞ்சை மராட்டியன், மைசூர் தளவாய் என நம்மைப்பார்த்து ஒரு காலத்தில் அஞ்சிக்கிடந்தோர் எல்லாம் நினைத்தபோது நம்மைத் தாக்கினார்கள். இவை போதாது என்று சோதிடர்களின் துர்ப்போதனையால் தலைநகரையும் உன் தந்தை திருச்சிராப்பள்ளிக்கு மாற்றினார். ஆனாலும் மதுரையிலும் ஒரு அரண்மனை இருந்தது. தவறான முடிவுகளாலும் வீண் செலவுகளாலும்நாம் எவ்வளவு இழந்துவிட்டோம் பார்த்தாயா மகனே?"

அதுவரை அமைதியாக இருந்த இளவரசன், "அம்மா! இவ்வளவு சோதனைகளிலும் நமக்கு உதவி செய்ய ஒருவரும் இல்லையா? இராமநாதபுரம் சேதுபதி நமக்கு உதவிசெய்ததாக தாங்கள் என்னிடம் கூறியிருக்கிறீர்களே!" என்று கேட்டான்.

இராணி அவனைப் பரிவுடன் பார்த்தார். "ஆம் கண்ணே! சேதுபதி நம்மை இரண்டுமுறை பெரும் ஆபத்திலிருந்து காப்பாற்றினார். அதனால் தான் நாம் பெருந்தன்மையுடன் அவரை தனி அரசனாக இருக்கலாம் என்று அனுமதித்திருக்கிறோம். ஆனால் அதை அவர் உணராமல் சமீபகாலமாக நம் எதிரிகளுடன் சேர்ந்துகொண்டிருக்கிறார். மைசூர் மன்னன் நம்மைத் தாக்கியபோது அவர் எப்போதும் போல நம் பக்கம் நின்றிருந்தால் நமக்கு இந்த நிலை ஏற்பட்டிருக்காது!"

அதைக்கேட்டதும் இளவரசனின் முகம் கோபத்தால் சிவந்தது. சற்றுத்தொலைவில் மன்னர் வரிசையில் இருந்த சேதுபதியை அவன் கோபத்துடன் பார்த்தான்.

"அம்மா! தனி உரிமை பெற்ற மன்னன் என்ற மமதையில் இருக்கும் சேதுபதிக்கு நான் சரியான பாடம் புகட்டுவேன்!"

மகனின் வீரமான பேச்சைக்கேட்ட இராணி ஒரு கணம் தன் துயரத்தை மறந்து மகிழ்ச்சியடைந்தாள். "ஆம் செல்வமே! அதுதான் நீ உன் தந்தைக்குச் செய்யும் உண்மையான இறுதிக்கடன்.! அந்த நாள் தான் நாம் தலை நிமிர்ந்து நிற்கும் நாள்!"

மக்களும் மன்னர்களும் மறைந்த சொக்கநாத நாயக்கருக்கு இறுதி வணக்கம் செய்ததும் மன்னரின் உடல் நல்லடக்கம் செய்யப்பட்டது. நாயக்கர்களின் குலவழக்கப்படி மன்னர் இறந்தால் அவரது மனைவியும் அவருடன் எரியும் நெருப்பில் புகுந்து உடன்கட்டை ஏறி உயிர்விடவேண்டும். மன்னரின் உடலைத் தகனம் செய்வதற்கான ஏற்பாடுகளை முடித்துவிட்டு உறவினர்கள் இராணியின் வருகைக்காக காத்திருந்தார்கள். அனைவர் முகங்களிலும் பரபரப்பும் துயரமும் அப்பிக்கிடந்தன. அழகும் கம்பீரமான தோற்றமும் கொண்ட தங்கள் இராணி தீயில் கருகி உயிர்விடுவதை அவர்களால் நினைத்துப்பார்க்க முடியவில்லை. அதுபோல் தந்தையையும் தாயையும் இழந்து தங்கள் இளவரசன் தவிப்பதையும் அவர்கள் விரும்பவில்லை. அதனால் அந்த வழக்கத்தை மாற்றிக்கொண்டால் என்ன என்று அவர்கள் நினைத்தார்கள்.

அவர்கள் விரும்பியது போலவே மிகவும் துணிச்சல் மிகுந்த பெண்ணான மங்கம்மாள் அப்படி கணவருடன் உடன்கட்டை ஏறுவதை விரும்பவில்லை. அரண்மனைப் பெரியவர்களிடம் தன் கருத்தை அவள் தைரியமாகச் சொன்னாள்.

"என் கணவரான நமது மன்னரின் மரணம் நாம் எதிர்பாராதது. இளவரசனான என் மகனும் நிர்வாக அனுபவம் இல்லாதவனாக இருக்கிறான். தந்தையை இழந்து தவிக்கும் அவனை தாயும் இல்லாதவனாக விட்டுவிடக்கூடாது. அவனை இந்த அரியணையில் நிலையாக அமரவைக்கும் கடமை எனக்கு இருக்கிறது. உங்களுக்கும் இருக்கிறது. அதுவரையில் நான் இந்த உலகத்தில் வாழவேண்டும்; நான் இப்போது என் கணவருடன் உடன் கட்டை ஏற இயலாது! என்னுடைய இந்த முடிவை அனைவரும் ஏற்றுக்கொள்வீர்கள் என்று நம்புகிறேன்!"

மன்னர் இறந்துவிட்ட நிலையில் இராணியும் இல்லை என்ற நிலை வந்தால் நாட்டின் நிலை என்ன ஆகும் என்று கவலைப்பட்ட பெரியவர்கள் மங்கம்மாளின் முடிவால் ஆறுதல் பெற்றார்கள். ஆனால் ஒரு சிலர் அதை ஏற்க மறுத்து குலவழக்கத்தைக் கைவிடுவது பாவம் என்று சொன்னார்கள்.

அப்போது தளவாய் கோவிந்தப்பையன் முன்வந்து மங்கம்மாளுக்கு ஆதரவாகப் பேசினான்.

"இராணியின் முடிவை நான் வரவேற்கிறேன். மன்னரின் அகாலமான மறைவால் நாட்டையும் மக்களையும் ஆதரவின்றித் தவிக்கவிடுவது தான் பெரிய பாவம். இளவரசருக்கு முடிசூட்டிவிட்டு, நிர்வாகத் திறமை மிக்க நம் இராணியும் உடன் இருந்து ஆட்சியை நடத்துவதுதான் இன்றைய நிலையில் நல்லமுடிவு ஆகும்! இல்லையென்றால் விரைவில் நாடு சிதறிப்போகும்!"

அவனுடைய உறுதியான ஆதரவை அடுத்து, பலரும் மங்கம்மாவின் முடிவை ஏற்றுக்கொண்டார்கள். அதை ஏற்றுக் கொள்ளாதவர்கள் அமைதியாக இருந்துகொண்டார்கள்.

அன்றே ஒரு நல்லநேரம் பார்த்து மதுரையின் புதிய மன்னனாக இளவரசன் ரங்க கிருஷ்ண முத்துவீரப்பன் முடிசூட்டப்பட்டான். அவன் முடிசூடியதும் தன் முதல் கடமையாகசேதுபதியைத் தண்டிக்க வேண்டும் என்று முடிவுசெய்தான். விழாவில் கலந்துகொண்ட மதியூகி

குமாரபிள்ளையும் அன்று இரவு நடந்த அவர்களின் ஆலோசனைப் பேச்சில் கலந்துகொண்டார்.

அப்போது இராணி மங்கம்மாள் அவரிடம் கோபமாகக் கேட்டாள். "குமாரபிள்ளை! உங்களை இராமநாதபுரம் அனுப்பியதன் நோக்கம் நினைவில் இருக்கிறதா? அல்லது சேதுபதியின் வகையான உபசரிப்பில் அதை மறந்துவிட்டீர்களா?"

இராணியின் சொற்களைக் கேட்ட குமாரபிள்ளை பதறினார். "மகாராணி! என்ன வார்த்தை சொன்னீர்கள்! நான் அங்கிருந்து ஆட்கள் மூலம் எவ்வளவு சேதிகள் மதுரை அரசுக்கு அனுப்பி-யிருக்கிறேன் என்பதை தாங்கள் அறிவீர்கள் அல்லவா!"

"அறிவேன் ஐயா; ஆனால் வெறும் சேதிகளால் பயன் என்ன? உங்களுக்கு அங்கே இனிமேல்தான் நிறைய வேலை இருக்கிறது. சேதுபதி இரண்டே நாட்களில் தன் படையை திரட்டிவிடுவது நமக்குத்தெரியும். ஆனால் அங்கே நிலையான பெரிய படை என்பதாக எதுவும் இல்லை என்று நமக்கு ஒரு சேதி கிடைத்திருக்கிறதே!"

"இராணி! சேதுநாட்டில் நிலைப்படை என்று எதுவும் கிடையாது. ஒவ்வொரு பாளையத்திலும் பாளையக்காரரின் பொறுப்பில் ஒரு சிறிய படை இருக்கிறது. அதுபோக மறவர்கள் எந்தத் தொழிலில் இருந்தாலும் போர்ப்பயிற்சியைக் கைவிடுவதில்லை. மன்னனின் கட்டளை கேட்ட மறுகணமே ஒவ்வொருவனும் படைவீரனாக மாறிக் கிளம்பி விடுகிறான். அந்த நாட்டுக் குடிமக்களும் தம் மன்னனைக் கடவுளாகவே மதிக்கிறார்கள்!"

குமாரபிள்ளை அப்படிச் சொன்னதைக் கேட்டுவிட்டு இராணி மங்கம்மாள் பெருமூச்செறிந்தாள்.

"உண்மைதான்; இப்படி மன்னனுக்காக உயிரையும் விடச் சித்தமாக உள்ள வீரர்கள் அங்கே இருப்பதால் தான் இதுவரை சேதுபதியை யாராலும் அடக்கிவைக்க முடியவில்லை!"

உடனே குமாரபிள்ளை, "இராணி! சேதுபதியைப் போரில் வென்று சிறைப் பிடிக்க முடியாது தான்; ஆனால் அதை நினைத்து நீங்கள் கவலைப்படவேண்டாம்; சேதுபதியை அடக்குவதற்காக நாம் போர் நடத்தவே தேவையில்லை! அதற்கு வேறு ஒரு வழி இருக்கிறது!" என்றார் ஒரு நமுட்டுச் சிரிப்புடன்.

அதைக்கேட்ட இராணியின் முகம் மகிழ்ச்சியால் மலர்ந்தது.

"அந்த வழி என்ன குமாரபிள்ளை? உடனே சொல்லுங்கள்!"

"சேதுபதியைத் தந்திரத்தால் வென்று சிறை செய்ய முடியும்! நான் ஒரு திட்டம் சொல்கிறேன். கேளுங்கள்; நாம் நம் படைத் தலைவர்களில் ஒருவனான வெங்கடகிருஷ்ணப்பனை பதவியிலிருந்து நீக்கி விரட்டிவிடுவது போல் நடிப்போம். பிறகு நாமே அவனைச் சேதுபதியிடம் அனுப்பிவைப்போம். அவன் அவர்களிடம் நம் மீது குறைசொல்லி நம்முடைய விரோதி போல் நடந்துகொண்டால் அவனை சேதுபதியும் நம்பிவிடுவார். அப்படி அவரை நம்பச்செய்வது என் பொறுப்பு. நான் சேதுபதியின் போக்குவரத்தைக் கவனித்து உடனுக்குடன் உங்களுக்குச் சேதி அனுப்புவேன். பின் அவர் தனியாக சிக்கும் போது உசிதம் போல் அவரைச் சிறை செய்துவிடலாம்!"

அதைக் கவனமாகக் கேட்ட இராணியும் ஆமோதித்தாள். "ஆம்; அந்தச் சிங்கத்தைப் போரில் வெல்ல முடியாது. தந்திரமாகச் சிறைப்பிடிப்பதே சரி. குமாரபிள்ளை! நீங்கள் உங்கள் வேலையை உடனே துவக்குங்கள்!"

அத்துடன் அவர்களின் ஆலோசனை முடிந்தது.

அனைவரும் சென்ற பிறகு தன் மகனிடம் மங்கம்மாள் தனியாகப் பேசினாள்.

"மகனே! நீ உன் தந்தையைப் போலவே சிறந்த வீரன்; அதே வேளை சிறந்த ராஜதந்திரத்தையும் நான் உனக்கு கற்றுக் கொடுத்திருக்கிறேன். மேலும் நம்மிடம் போர் அனுபவமும் திறமையும் வாய்ந்த தளவாயும் இருக்கிறார். அதனால் உன் முயற்சியில் நீ பெரும் வெற்றிபெறுவது உறுதி! நாயக்கர் வம்சம் உன்னால் மீண்டும் தலை நிமிரும்!"

அவர்கள் பிரிந்து சென்றார்கள். அடுத்த சிறிது நேரத்தில் பக்கத்து அறையில் குனிந்து நின்றபடி விளக்குகளைத் துடைத்துக்கொண்டிருந்த ஒரு குள்ளமான பணியாள் நிமிர்ந்து நின்றான். அவன் அங்கிருந்து வெளியேறி, ஒரு மரத்தின் பின் நின்றிருந்த தன் குதிரையில் ஏறி இராமநாதபுரம் நோக்கி சாலையில் விரைந்தான்.

மதுரையின் புதிய மன்னன் முத்துவீரப்பன், குமாரபிள்ளை சொல்லிய சதித்திட்டத்தை அவ்வளவாக விரும்பவில்லை. மங்கம்மாள் அதை ஒப்புக்கொண்டதையும் அவன் விரும்பவில்லை. தந்திரங்களும் சதிகளும் அறிவில்லாத முட்டாள்களின் வழி; நேரான வழிகளில்

சென்று வெற்றிபெற இயலாத கோழைகளின் முறை என்பது அவனுடைய கருத்து. சதியால் பெறும் வெற்றி,நாயக்கர் வம்சத்துக்குப் புகழ் சேர்க்காது என்றும் அவன் நினைத்தான். படை திரட்டி வீரமுடன் நேருக்கு நேர் போர் செய்து சேதுபதியை வெல்லவே அவன் விரும்பினான். அதனால் அவன் ஒரு பெரும் படையைத் திரட்டுவதில் முனைப்பாக ஈடுபட்டான். சேதுபதியிடம் தோல்வியடைந்த பலரையும் ஒன்றாகச் சேர்க்க ஆட்களை அனுப்பினான். அதே சமயம் அவன் தன் தாயின் மனதை நோகச் செய்யவும் விரும்பவில்லை. அதனால் அவள் மேற்கொண்ட முயற்சிகள் எதையும் அவன் தடுக்கவில்லை.

மதுரையிலிருந்து ஒற்றன் கொண்டுவந்த சேதியைக் கேட்ட சேதுபதி அதிர்ச்சியடையவில்லை. என்றாலும் குமாரபிள்ளை துரோகம் செய்வார் என்று நினைத்தாலும், தன்னையே சிறைசெய்யச் சதிசெய்யும் அளவுக்குப் போவார் என்று அவர் கொஞ்சமும் எதிர்பார்க்கவில்லை. ஆனால் தளவாய் துரைசிங்கம் மட்டும் அதிர்ச்சியாலும் ஆத்திரத்தாலும் உறைந்துபோயிருந்தார். அவரால் சேதுபதி மன்னரை ஒருவன் சிறைப் பிடிப்பதைச் சிறிதும் நினைத்துக்கூடப் பார்க்கமுடியவில்லை.

“துரைசிங்கம்! அந்தச் சதிகாரன் இப்போது எங்கிருக்கிறான்? மதுரையிலிருந்து வந்துவிட்டானா?”

மன்னரின் குரலில் சினம் தெறித்தது. கூடவே ஒரு ஏமாற்றமும் வருத்தமும் தெரிந்தது.

“இல்லை அரசே! மறைந்த மதுரை மன்னரின் துக்க காலம் முடிந்ததும் இங்கே திரும்பிவருவதாக ஒரு சேதி. ஆனால் அவர் மதுரை மன்னனுக்காக பெரும் படை திரட்டுவதற்காக ரகசியமாக வேலை செய்து வருவதாகவும் ஒரு சேதி கிடைத்துள்ளது. அதுதான் உண்மையாக இருக்கும்!”

அதைக்கேட்ட சேதுபதி அறை அதிர்வதுபோல் சிரித்தார். “அப்படி ஒரு படை சேதுச்சீமையை நோக்கிக் கிளம்புமானால் குமார பிள்ளை தான் களத்தில் முதல் பலியாக விழுவான்!”

“அந்த துரோகியை எங்கே கண்டாலும் உடனே கண்டதுண்டமாக வெட்டி வீசிவிடுகிறேன்!” என்று தளவாய் வழக்கத்துக்கு மாறாக ஆவேசமாகப் பேசினார்.

ஆனால் மன்னர் அவரை அமைதிப்படுத்தினார். “அவசரப்படாதே! அவன் போடும் திட்டம் என்ன? அவர்கள் எப்படி நம்மைச் சிறை

பிடிப்பார்கள் என்பதை நாம் தெரிந்துகொள்ளவேண்டாமா?"

"அதைத் தெரிந்து கொள்ள நினைத்து மன்னர் எதுவும் ஆபத்தில் சிக்கிக்கொள்ளக்கூடாது என்பதே என் கவலை!"

"துரைசிங்கம்! இந்த ஆள் எல்லாம் பிடித்துச் சிறை செய்யும் அளவுக்கா சேதுபதி பலவீனமாக இருக்கிறான்?" என்று கேட்டார் மன்னர்.

அதற்கு துரைசிங்கம் பதில் எதுவும் சொல்லவில்லை. அவர் மன்னன் முகத்தையே கூர்ந்து பார்த்தபடி இருந்தார்.

சிறிதுநேரம் ஆழ்ந்து சிந்தித்த மன்னர், "துரைசிங்கம்! இன்னும் சில நாட்களுக்கு மதுரை அரசின் ஒவ்வொரு அசைவும் எனக்குத் தெரிந்தாகவேண்டும். அங்கே இருக்கும் நமது ஆட்கள் விழிப்புடன் இருக்கவேண்டும்; குமாரபிள்ளையை கவனிக்க மட்டும் தனியாக ஒரு ஆளைப் போட்டுவிடு!" என்று கட்டளையிட்டார்.

அடுத்து குமாரபிள்ளை என்ன செய்யப்போகிறார் என்பதை அறிந்துகொள்ள சேதுபதி மிகுந்த ஆர்வமுடன் இருந்தார்.

28
சதி வலையில் சேதுபதி

மன்னர் சொக்கநாதநாயக்கர் மறைந்து நாற்பது நாட்கள் கழிந்தபிறகு தான் குமாரபிள்ளை போகலூர் திரும்பினார். அவரை சேதுபதி மிகுந்த மகிழ்ச்சியுடன் வரவேற்றார். அதனால் குமாரபிள்ளை, மன்னருக்கு தம் நோக்கம் பற்றி சந்தேகம் எதுவும் வரவில்லை என்று நினைத்துக்கொண்டு மிகுந்த மகிழ்ச்சியுடன் இருந்தார்.

வந்த அன்றே அவர் மன்னரிடம் தன் சாமர்த்தியமான பேச்சை ஆரம்பித்தார். அதற்கு முன் சில ஊர்களின் கோவில் பிரசாதங்களை அவர் மன்னருக்குக் கொடுத்தார். அதன் மூலம் தான் சில கோவில்களுக்குப் போய் வந்ததாக மன்னனை நம்பவைக்கலாம் என்பதே அவர் எண்ணம்!

“அரசே! மதுரை அரசை நினைத்தால் எனக்கு மிகவும் துயரமாக இருக்கிறது. மதுரையின் புதிய மன்னன் இவ்வளவு பெரியமுட்டாளாக இருப்பான் என்று நான் நினைக்கவில்லை; திருமலை நாயக்கர் ஆட்சி செய்த மதுரைப் பேரரசை இவன் அழித்துவிடுவான் போல!”

“பிள்ளை! நீங்கள் இவ்வளவு கவலைப்படும்படி அவன் என்ன செய்துவிட்டான்?” மன்னர் அப்பாவி போல் கேட்டார்.

“மதுரை அரசுக்கு இத்தனை காலமாக மிகவும் விசுவாசமாக இருந்த தளபதி வெங்கடகிருஷ்ணப்பனை இந்தப்புதிய அரசன் பதவியிலிருந்து விரட்டிவிட்டான். கிருஷ்ணப்பன் பலபோர்களில் தன் திறமையை நிரூபித்தவன் என்பதைக் கூட அந்த மூடன் நினைத்துப் பார்க்கவில்லை. இது மதுரை அரசை மிகவும் பலவீனப் படுத்தும்!”

மன்னரும் இப்போது சாதுரியமாகப் பேசினார். “ஆம்; இப்படிப் பட்ட வீரர்களின் சேவையை ஒரு மன்னன் ஒரு போதும் இழக்கக் கூடாது. அவன் ஒருவனை வைத்தே ஒரு நாட்டைப் பிடித்துவிடலாம்!”

குமாரபிள்ளை சிரித்தார். “நான் சொல்லவந்தது அதுவே தான்; தாங்கள் புத்திசாலி என்பதால் உடனே புரிந்துகொள்கிறீர்கள். என்

விருப்பம் என்னவென்றால் தாங்கள் இந்த வெங்கடகிருஷ்ணப்பனை இங்கே சேர்த்துக்கொண்டால் அவனை வைத்தே மதுரையை எளிதில் பிடித்துவிடலாம் என்பதுதான். மதுரை அரசுக்குத் தங்களைப் போன்ற மகாவீரன் தான் மன்னனாக இருக்கவேண்டும்!"

மன்னர் தன் முகத்தில் ஒரு பேராசை உணர்வை வெளிப்படையாகத் தெரியும்படியாக காட்டிக்கொண்டார். ஏதோ தீவிரமாகச் சிந்திப்பது போலவும் அவர் தன் முகத்தை வைத்துக்கொண்டிருந்தார். அதைக் கடைக்கண்ணால் பார்த்து குமாரபிள்ளை தமக்குள் மகிழ்ச்சியடைந்தார்.

"பிள்ளை! நீங்கள் வெங்கடகிருஷ்ணப்பனை எப்போது இங்கே அழைத்துவருகிறீர்கள்? இது போன்ற விசயத்தில் தாமதம் கூடாது!"

"மன்னர் சொல்வது சரியே; ஆனால் அவனை இங்கு வரச் சொல்வது சரியல்ல. இந்தச் சந்திப்பு மிகவும் ரகசியமாக இருக்க வேண்டும். எக் காரணம் கொண்டும் இது அந்த மங்கம்மாளுக்குத் தெரிந்துவிடக் கூடாது!"

"அதுவும் சரிதான்; நமக்குச்செய்யும் உதவிக்காக வெங்கட கிருஷ்ணப்பன் நம்மிடம் எதிர்பார்ப்பது என்ன?"

"அரசே! அதை மட்டும் ஏனோ அவன் என்னிடம் சொல்ல மறுக்கிறான். நேரில் தங்களிடம் தான் சொல்வானாம். அவனிடம் இதுதான் எனக்குப் பிடிக்கவில்லை; பிடிவாதக்காரன்!"

"அப்படியானால் நீங்களே எங்கள் சந்திப்புக்கு ஒரு இடம், நேரம் தெரிவுசெய்து சொல்லுங்கள் குமாரபிள்ளை! திறமை இருப்பவனிடம் கொஞ்சம் பிடிவாதம் இருக்கத்தான் செய்யும்; மேலும் ஒருவரிடம் நமக்குக் காரியம் ஆகவேண்டும் என்றால் நாம் தான் விட்டுக் கொடுத்துப் போகவேண்டும்! சரி தானே?"

"மன்னர் சொல்வது மிகவும் சரிதான்! விட்டுக்கொடுப்பவன் கெட்டுப்போவதில்லை என்பார்கள்!" என்று குமாரபிள்ளை மன்னரிடம் சொன்னார்.

அதே சமயம், "மண்ணாசை யாரைத்தான் விட்டுவிட்டது! சேதுபதி மட்டும் இதற்கு விதிவிலக்காகி விடுவானா என்ன?" என்று குமாரபிள்ளை தனக்குள் சொல்லிக்கொண்டார்.

மன்னர் தன் வலையில் சரியாக விழுந்துவிட்டார் என்று மகிழ்ந்த குமாரபிள்ளை விரைவில் சந்திப்புக்கான இடம் காலம் குறித்துத்

தெரிவிப்பதாக மன்னரிடம் கூறிவிட்டு விடைபெற்றார்.

இரண்டு நாட்கள் கழித்து குமாரபிள்ளை மன்னரைச் சந்தித்து திருப்புவனம் பக்கம் இருக்கும் காட்டுக்கோயில் ஒன்றில் வெங்கடகிருஷ்ணப்பனை மன்னர் சந்திக்கலாம் என்றும் மன்னருடன் தானும் வருவதாகவும் தெரிவித்தார். ஒன்று அல்லது இரண்டு வீரர்கள் மட்டும் உடன் வந்தால் போதும் என்றும் அவர் கூறினார். அதை மன்னரும் உடனே ஏற்றுக்கொண்டார்.

உடனே குமாரபிள்ளை இருக்கும்போதே மன்னர் தன் அறைக் காவலனை அழைத்து, "இன்று மாலை என்னைச் சந்திக்க துரைசிங்கம் வருவதாகச் சொன்னான். அவனிடம் இன்று என்னைச் சந்திக்க முடியாது என்று சொல்லிவிடு!" என்று சொன்னார்.

அதைக்கேட்டு மகிழ்ந்த குமாரபிள்ளையும் முழு திருப்தியுடனும் நம்பிக்கையுடனும் கிளம்பிச்சென்றார். அப்படிப் போகும்போது அவர் இனிமையான குரலில், "பொன்னார் மேனியனே! புலித்தோலை அரைக்கிசைத்து, மின்னார் செஞ்சடை மேல்......." என்று முணுமுணுத்தபடியே சென்றார்.

குமாரபிள்ளையை நினைத்து மன்னர் ஆச்சரியமே அடைந்தார்.

"நான் கொடுத்திருக்கும் மாளிகையில் தங்கிக்கொண்டு, என் உணவையே உண்டுகொண்டு சிறிதுகூட நன்றி உணர்வோ கூச்சமோ இல்லாமல் வெகு இயல்பாக எனக்கே துரோகம் செய்ய எப்படி இவரால் முடிகிறது? என்னுடன் புன்னகையுடன் பேசிக்கொண்டே எப்படி இவரால் எனக்கு துரோகம் செய்ய நினைக்கமுடிகிறது?" என்று வியப்புடன் அவர் நினைத்தார். மன்னர்களையும் வாளேந்திப் போர் செய்யும் வீரர்களையும் மட்டுமல்லாமல் இப்படிப்பட்ட குள்ளநரி போன்ற ஆட்களையும் தன்னுடைய எதிரிகளாகச் சந்திக்க நேர்ந்ததை எண்ணியும் அவர் சிரித்துக்கொண்டார்.

மறுநாள் பகல் உணவு முடிந்த கையோடு சேதுபதியும் 'மதியூகி' குமாரபிள்ளையும் குதிரைகளில் ஏறி வெங்கடகிருஷ்ணப்பனைச் சந்திப்பதற்காகப் புறப்பட்டனர். சேதுபதி அன்று மன்னருக்கான உடையில் இல்லாமல் ஒரு சாதாரண வீரனைப்போல் உடை அணிந்திருந்தார். அவர் தங்களுடன் வீரர் யாரும் வரத்தேவை-யில்லை என்றும் சொல்லிவிட்டார். அதைக்கேட்ட பிள்ளை தன் சாமர்த்தியத்தைத் தானே வியந்துகொண்டார். தான் எதிர்பார்த்ததை

விட தன் வேலை சுலபமாக முடிவது அவருக்கு மகிழ்ச்சியை அளித்தது. ஆனாலும் அவர் தன் மகிழ்ச்சியை மறைத்துக்கொண்டார்.

குதிரையில் ஏறுவதற்கு முன்பு அவரிடம் மன்னர் பிரிட்டோ பாதிரியாரைப் பற்றிக் கேட்டார்.

"அந்தப் பாதிரியாரை நீங்கள் மிரட்டினீர்களாமே? அது உண்மையா?"

"ஆமாம் அரசே! நான் அவரை மிரட்டவில்லை, எச்சரித்தேன்; மதுரை அரசிலும் சேது மன்னரிடமும் நெருக்கமானவன் என்பதால் எனக்கு அந்த உரிமை இருக்கிறது என்று நினைக்கிறேன். இப்படியே விட்டுவிட்டால் அந்தப் பாதிரி நம் குடிகளை எல்லாம் விரைவில் மதம் மாற்றிவிடுவான் என்று நான் பயப்படுகிறேன்!"

அதைக்கேட்ட சேதுபதி எரிச்சல் அடைந்தார். "குமாரபிள்ளை! அந்தக் கவலை உங்களுக்கு வேண்டாம்; அதை நான் பார்த்துக் கொள்கிறேன்!"

உடனே குமாரபிள்ளை ஒரு புன்சிரிப்புடன், "என்ன? நீங்கள் பார்த்துக் கொள்கிறீர்களா? பார்க்கலாம், பார்க்கலாம்! கடவுள் அருள் இருந்தால் தாராளமாகப் பார்க்கலாம்!" என்றார்.

அதில் ஒரு ஏளனத் தொனி இருந்ததை சேதுபதி கவனிக்கத் தவறவில்லை.

அன்று வெயில் வழக்கத்தைவிடவும் அதிகமாக இருந்தது. அவர்கள் அந்தக் கடும் வெயிலையும் கருதாமல் விரைந்துபோனார்கள். வழியில் இருந்த சத்திரங்கள் எதிலும் அவர்கள் ஓய்வெடுக்க நிற்கவில்லை. எந்தச் சாவடியிலும் சோதனைக்காக அவர்களுடைய குதிரைகளை யாரும் தடுக்கவில்லை. இடையில் எங்கும் நிற்காமல் பயணம் செய்தார்கள். அவர்கள் திருப்புவனத்தை நெருங்கியதும் சேதுபதி அங்கே நன்றாக விளைந்திருந்த கரும்பு வயல்களைக் கூர்ந்து கவனித்தார். அவருடைய குதிரை தன்வேகத்தைக் குறைப்பதைக் கண்ட குமாரபிள்ளையும் தன் குதிரையின் வேகத்தைக் குறைத்தார்.

"பிள்ளை! வைகையின் நீரால் கரும்பு எப்படி செழிப்பாக வளர்ந்திருக்கிறது பார்த்தீர்களா? நான் கரும்பு தின்று வெகு காலமாகிவிட்டது. சற்றுப்பொறுங்கள்; வெயில் அதிகமாக இருக்கிறது; கொஞ்சம் கரும்பு தின்று இளைப்பாறிக்கொண்டு போகலாம்!"

குமாரபிள்ளைக்கு எரிச்சலாக இருந்தாலும் அதை வெளிக் காட்டிக்கொள்ளவில்லை. "கரும்புதானே! நன்றாகத் தின்னுங்கள்; இதைவிட்டால் பிறகு வாய்ப்பு கிட்டாது!"

"ஏன் வாய்ப்புக் கிட்டாது?"

"தாங்கள் மதுரைக்கும் சேர்த்து மன்னராகப் போகிறீர்கள்; அதன் பிறகு தங்களுக்குப் பொறுப்புக்கள் பலமடங்கு அதிகமாகும். அதனால் அடிக்கடி இந்தப் பக்கம் வரமுடியாதே! அதைத்தான் அப்படிக் கூறினேன்!"

உரக்கச் சிரித்த மன்னர், "குமாரபிள்ளை! எப்போதும் ஆழ்ந்த சிந்தனையுடன் பேசுவீர்கள்; ஆனால் இன்று உங்கள் பேச்சு மிகவும் வேடிக்கையாகவும் விளையாட்டாகவும் இருக்கிறதே!" என்றார்.

"இருக்கும் இடத்துக்கும் நிலைமைக்கும் ஏற்றபடி தானே எவருக்கும் பேச்சு இருக்கும்?"

"குமாரபிள்ளை! இன்று நம்முடைய நிலைமை எல்லாமே மாறிவிட்டதாக நினைக்கிறீரா?"

"ஆமாம் மகாராஜா! நேற்று நாம் அரண்மனையில் குளிர்ச்சியாக இருந்துகொண்டு அரசியல் பேசினோம்; ஆனால் இன்று கடும் வெயிலில் இங்கே வேகாத வெயிலில் வந்து ஒரு கரும்புத்தோட்டத்தில் நின்றுகொண்டு கரும்பு தின்பதைப் பற்றிப் பேசுகிறோம். அதனால் இங்கே வேடிக்கையான பேச்சு தானாகவே வருகிறது!"

"நீங்கள் சொல்வது உண்மைதான் பிள்ளை!"

பேசிக்கொண்டே மன்னர் நிலத்தைக் கூர்ந்து கவனித்தார்.

இரண்டு கரும்புகளைப் பிடுங்கிய மன்னர் அவற்றில் ஒன்றை பிள்ளையிடம் நீட்டினார்.

உடனே பிள்ளை, "ஐயோ! என்னால் கரும்பை எல்லாம் கடித்துத் தின்ன முடியாது. எனக்குக் கரும்பு வேண்டாம் அரசே! நீங்கள் சாப்பிடுங்கள்!" என்று மறுத்தார்.

"என்ன குமாரபிள்ளை? ஒரு வீரனை வெறும் விரல்களால் கொல்லும் அளவு வர்ம அடியெல்லாம் தெரிந்து வைத்திருக்கிறீர்! கொஞ்சமும் அலட்டிக்கொள்ளாமல் இத்தனை தொலைவு குதிரைச் சவாரி செய்கிறீர்! ஆனால் ஒரு கரும்பைக் கடிக்க இப்படி அஞ்சுகிறீரே?"

இப்படிச் சொல்லிவிட்டு மன்னர் சிரித்தார்.

"என்ன இருந்தாலும் நான் வயதானவன் தானே? உடலில் வலிமை இருந்தாலும் பற்களில் அத்தனை வலிமை இல்லையே!"

உடனே மன்னர், "அப்படியானால் உங்களுக்கும் அதே நிலைமைதான். இப்போது கரும்பு தின்னாவிட்டால் பின் எப்போதும் நீங்கள் கரும்பு தின்ன முடியாது!"

அதைக்கேட்டு சற்று திடுக்கிட்ட பிள்ளை, "மன்னரும் இன்று மிகவும் வேடிக்கையாகப் பேசுகிறீர்கள்!" என்று சமாளித்தார்.

சிறிய ஓய்வுக்குப் பின் அவர்கள் பயணத்தைத் தொடர்ந்தார்கள். அப்போது இரகுநாதனின் கழுத்திலும் நெற்றியிலும் இருந்த தழும்புகளைப் பார்த்த குமாரபிள்ளை அவனிடம் கேட்டார்.

"உங்கள் முகத்தில் எப்படி இத்தனை தழும்புகள் ஏற்பட்டன? சண்டைகளில் வாங்கிய அடிகள் தானே இவை எல்லாம்? இவை உங்களுக்கு தர்மசங்கடத்தை அளிக்காதா?"

அவருடைய கேள்வியில் இருந்த இகழ்ச்சித் தொனியை சேதுபதி புரிந்து கொண்டார். ஆனாலும் பொறுமையாக பதில் சொன்னார்.

"இந்தத் தழும்புகள் நான் வாங்கிய அடிகள் அல்ல! இவை எல்லாம் என்னை எத்தனை பேர் தாக்கினார்கள் என்பதற்கும் அவர்கள்எல்லாம் என்னிடம் எப்படி தோல்வி அடைந்தார்கள் என்பதற்குமான அடையாளங்கள் ஆகும்! இவை பிற மன்னர்கள் மத்தியில் எனக்கு பெருமையை அளிக்கும் பதக்கங்கள் ஆகும்!"

"அப்படியா? ஆனால் எனக்கு அப்படித் தோன்றவில்லையே!"

"குமார பிள்ளை! உங்களுக்கு இதெல்லாம் புரியாது! இவை வாள் வீசத்தெரிந்த வீரர்களுக்கு மட்டுமே விளங்கக்கூடியவை!" என்று சொன்னான். அதைச் சொல்லிவிட்டு இரகுநாதன் எதையோ நினைத்துக்கொண்டவனாக அந்தக் காடே அதிரும்படி சத்தமாகச் சிரித்தான். குமாரபிள்ளை ஒன்றும் புரியாமல் விழித்தார்.

போகும் வழியில் அவர்களைக் கடந்து இரண்டு வேட்டை நாய்கள் வேகமாக ஓடின. பலமாகக் குரைத்துக்கொண்டு பாய்ந்துவந்த அவை இரண்டும் அவர்களைப் பார்த்ததும் சட்டென்று நின்று விட்டன. அவர்களை கூர்ந்து கவனித்த அந்த நாய்கள் சேதுபதியைப் பார்த்துவிட்டு வாலை ஆட்டின. அவரும் அவற்றைப் பார்த்துச் சிரித்தபடி, "ம்; ஓடுங்கள், ஓடுங்கள்!" என்று விரட்டினார். உடனே அந்த நாய்கள் அங்கே இருந்து வேறுபக்கமாகப் பாய்ந்தோடி மறைந்தன.

அவைகளின் குரைப்புச் சத்தம் கொஞ்சம் கொஞ்சமாகக் குறைந்து பிறகு கேட்கவில்லை.

"இந்தக் கரும்புக் காட்டில் இந்த நாய்கள் என்ன செய்கின்றன? யாரைத் துரத்திக்கொண்டு இப்படி ஓடுகின்றன? இது வரை ஒரு முயல் கூட கண்ணில் படவில்லையே?"

"பிள்ளை! இவை சாதாரணமான நாய்கள் கிடையாது. நன்கு பயிற்சி பெற்ற வேட்டை நாய்கள் போல் தெரிகிறது; வேட்டை நாய்கள் வீணாக அலைவதில்லை! முயல்கள் இல்லாவிட்டால் என்ன? குள்ளநரிகள் இருக்கலாமே!" என்று சேதுபதி சொன்னார்.

குமாரபிள்ளை அதைப் பெரிதாக எடுத்துக்கொள்ளவில்லை. அவர் கவனமெல்லாம் நேரம் போகிறதே என்பதில் தான் இருந்தது. குதிரைகள் இரண்டும் பசுமையான வயல்வெளிகளை விட்டு ஒதுங்கி மரங்கள் அடர்ந்த ஒரு பகுதிக்குள் நுழைந்தன.

சேதுபதி யோசிப்பதைப் பார்த்த குமாரபிள்ளை, "காட்டுக்கோவில் இன்னும் கொஞ்சம் தூரம் தான்!" என்று சொன்னார். குதிரைகள் இரண்டும் காட்டுக் கோவிலை நோக்கிப் பாய்ந்துசென்றன.

29
வலையில் சிக்கிய வேடர்கள்!

வெகுவிரைவில் அவர்கள் இருவரும் ஆளரவமற்ற காடு போன்ற ஒரு இடத்தை அடைந்தார்கள். அங்கே விழுதுகள் பரப்பி நின்ற ஒரு பெரிய ஆலமரத்தின் நிழலில் ஒரு பழைய கோவில் இருந்தது. பாதி இடிந்த சுற்றுச் சுவருடன் இருந்த அது ஒரு சிறிய துர்க்கை அம்மன் கோவில். பாண்டிய மன்னர்களின் காலத்துக்குப் பின் கவனிப்பின்றி இருந்ததால் கோவிலின் சுவர்கள் பெயர்ந்து போய் உள்ளே வவ்வால்கள் அடைந்து காணப்பட்டது. சுற்றுச்சுவரின் மூலைகளில் உயரே இருந்த திக்குப் பூதங்களின் கண்கள் இன்னும் தெளிவாக இருந்து அவர்களை முறைப்பது போல் தெரிந்தன. அந்த இடத்தின் தோற்றமே ஒருவகையில் பயங்கரமாக இருந்தது. அவர்களைப் பார்த்துவிட்டு அங்கே நின்ற ஒரு ஒற்றை நரி சட்டென்று விலகி ஓடிப்போய் ஒரு புதருக்குள் மறைந்தது. எங்கேயோ ஒரு மரத்தில் இருந்து ஒரு கோட்டான் கூவியது. இவை எல்லாம் அந்த இடத்தை மேலும் பயங்கரமாக ஆக்கின.

அந்த இடத்துக்கு வந்தது முதலே குமாரபிள்ளை ஒரு மர்மமான புன் சிரிப்புடன் இருந்தார். அதைக் கவனித்தாலும் கவனிக்காதது போல் குமாரபிள்ளையிடம் சேதுபதி கேட்டார்.

"இது போன்ற இடமெல்லாம் உங்களுக்கு எப்படி தெரிந்திருக்கிறது குமாரபிள்ளை? நீங்கள் அரண்மனையிலேயே ஆலோசனை, கோவில், சிவபூசை என்று அமைதியாக இருந்தவர் தானே! எனக்கு உங்களை நினைத்தால் ரொம்பவும் வியப்பாகவே இருக்கிறது?"

"மகாராஜா! ஒரு காலத்தில் நான் காடு, மலைகளில் எல்லாம் அலைந்து திரிந்தவன் தான்; மலைக்குகைகளில் வசித்தவன் தான்; இதற்கே இப்படி நீங்கள் வியப்படைந்தால் என்ன ஆவது? இன்னும் நிறைய நடக்கப் போகிறதே?" என்றார் குமாரபிள்ளை.

"நான் வியப்படையும்படி அப்படி என்ன நடக்கப்போகிறது?"

"அதை நான் இப்போதே சொல்லிவிட்டால் உங்களுக்கு வியப்பாக இருக்காது. நடக்கும் போது நீங்களே பார்த்து வியப்படைவீர்கள்!" என்று குமாரபிள்ளை ஒரு நமுட்டுச் சிரிப்புடன் சொன்னார்.

அவர்கள் குதிரைகளில் இருந்து இறங்கிக்கொண்டு குதிரைகளை ஒரு மரத்தில் கட்டிவைத்தார்கள். அப்போது சேதுபதி கேட்டார்.

"குமாரபிள்ளை! இங்கே நாம் மட்டும் தானே இருக்கிறோம்; கிருஷ்ணப்பன் இன்னும் வரவில்லையே?"

"மகாராஜா! நாம் முதலில் கோவிலுக்கு உள்ளே போகலாம்; கிருஷ்ணப்பன் எப்படியும் வந்துவிடுவான்! வாருங்கள்!" என்று குமாரபிள்ளை மன்னரை அவசரப்படுத்தினார்.

கோவிலின் உள்ளே நுழையும் போது குமாரபிள்ளை மன்னரின் இடையில் உடைவாள் இருப்பதைச் சுட்டிக்காட்டி, "அரசே! கோவிலுக்குள் உடைவாள் வேண்டாமே!" என்று பணிவாகச் சொன்னார். ஒருகணம் சிந்தித்த மன்னர் எதுவும் பேசாமல் அதைக் கழற்றி சுவரில் சாய்த்துவைத்தார். இருவரும் உள்ளே போனதும் மன்னர் கோவிலின் உட்புறத்தை ஒரு முறை நன்றாகப் பார்த்தார்.

அங்கே ஒரு உயர்ந்த பீடத்தின் மேல் கொற்றவை என்றும் துர்க்கை என்றும் வணங்கப்பட்ட அம்மன் சிலை பயங்கரமாக நின்றது. இரத்தம் வழியும் நாக்கை வெளியே நீட்டியபடி தன் கைகளில் சூலமும் பிற ஆயுதங்களும் ஏந்தி அம்மன் நின்றாள். கருங்கல்லால் ஆன அம்மனின் காலடியில் ஒரு அரக்கனின் தலை இருந்தது.

கோவிலின் மோசமான நிலையைக் கவனித்துவிட்டு இரகுநாதன் "குமாரபிள்ளை! இந்தக் கோவில் மதுரை அரசுக்கு உட்பட்டதுதானே? ஏன் இதை இப்படி கவனிப்பில்லாமல் பாழடைந்து, வவ்வால்கள் அடைந்த நிலையில் வைத்திருக்கின்றார்கள்?" என்று கேட்டான்.

அதற்கு குமாரபிள்ளை பதில் சொல்வதற்கு முன் கோவிலின் உள் பகுதியிலிருந்து ஒரு முரட்டுக்குரல் பதில் சொன்னது.

"துர்க்கை அம்மன் ஒரு துடியான தேவதை. அவளுக்கு முறையாக பலி பூசை எதுவும் செய்யாமல் இப்படி விட்டுவிட்டதால் தான் இன்று மதுரை அரசு தன் வலிவையும் புகழையும் இழந்து பரிதாபமாக நிற்கிறது சேதுபதி!"

அந்தக் குரலைத் தொடர்ந்து அதற்கு பொருத்தமான

வாட்டசாட்டமான உருவமுடைய ஒரு ஆள் இருட்டிலிருந்து வெளியே வந்தான். நல்ல சிவப்பாகவும் உயரமாகவும் பெரிய மீசையுடனும் இருந்த அவன் தன் இடையில் உடைவாளுடன் குத்துவாளும் அணிந்திருந்தான். அதை சேதுபதி கவனிக்கத் தவறவில்லை. ஆனால் அதைப் பற்றி குமாரபிள்ளையும் எதிர்ப்பு எதுவும் சொல்லவில்லை என்பதையும் அவர் கவனித்துக்கொண்டார்.

அப்போது குமாரபிள்ளை பேச்சை ஆரம்பித்தார்.

“அரசே! இவர் தான் தளபதி வெங்கட கிருஷ்ணப்பன். பல போர்களிலும் மதுரையின் வெற்றிக்குக் காரணமாக இருந்தவர்! மதுரையின் மகாவீரன்!”

“தளபதி வெங்கடகிருஷ்ணப்பா! நீங்கள் என்னைச் சந்திக்க விரும்பியதாக குமாரபிள்ளை சொன்னதால் தான் நான் இங்கு வந்திருக்கிறேன். மதுரையைக் கைப்பற்றுவதற்கு நீங்கள் எனக்கு உதவி செய்வீர்கள் என்று குமாரபிள்ளை சொல்கிறார். மகிழ்ச்சி!அதற்கு பதிலாக நீங்கள் என்னிடம் என்ன எதிர்பார்க்கிறீர்கள்? எதுவாக இருந்தாலும் தயங்காமல் சொல்லுங்கள்!”

பதிலுக்கு வெங்கடகிருஷ்ணப்பன் இடிபோன்ற ஒரு பலத்த சிரிப்பை உதிர்த்தான். அந்தச் சத்ததைக் கேட்டு கோவிலுக்குள் இருந்த வவ்வால்கள் பயந்து வெளியே பறந்தோடின!

அதைத் தொடர்ந்து கிருஷ்ணப்பன் சேதுபதியிடம், “என்னைப் பார்த்தால் மதுரை அரசை உங்களுக்கு காட்டிக்கொடுப்பவன் போலவா தெரிகிறது?” என்று கேட்டான்.

“வெங்கடகிருஷ்ணப்பா! குமாரபிள்ளை என்னிடம் அப்படிச் சொல்லித்தான் இங்கே அழைத்துவந்தார்! அப்படி எதுவும் இல்லையென்றால் இந்தச் சந்திப்பு வேறு எதற்காக?”

“அப்படிச் சொன்னால்தான் நீங்கள் ஆவலுடன் இங்கே வருவீர்கள் என்பதால் குமாரபிள்ளை அப்படி ஒரு தந்திரம் செய்திருக்கிறார்; அவர் மகா புத்திசாலி ஆயிற்றே!”

“சரி; அப்படியே இருக்கட்டும் தளபதி; இப்போது நீங்கள் என்னிடம் சொல்ல விரும்புவது தான் என்ன?”

“சேதுபதி! நீங்கள் மதுரையின் ஆட்சியையும் மேலதிகாரத்தையும் ஏற்றுக் கொண்டு முன்பு போல தோப்பாரணம் செலுத்தவேண்டும். சேதுநாடு மறுபடியும் மதுரைப் பேரரசின் எழுபத்தி மூன்றாவது பாளையம் ஆகவேண்டும்!”

சேதுபதி குமாரபிள்ளையைப் பார்த்தார். பிள்ளை அப்போது மெதுவாக விலகிப்போய் கிருஷ்ணப்பன் பக்கத்தில் நின்றுகொண்டார். சேதுபதியைப் பார்த்த அவரின் பார்வையில் ஒரு ஏளனம் தெரிந்தது.

அவர் வெங்கட கிருஷ்ணப்பனிடம், “கிருஷ்ணப்பா! நான் வாக்குக்கொடுத்தபடி சேதுபதியை இங்கே கொண்டுவந்துவிட்டேன். இனி இவரைச் சிறை செய்து மதுரைக்குக் கொண்டுபோய் இராணியின் முன் நிறுத்துவது உன் பொறுப்பு!” என்றார்.

அப்போது சேதுபதி, “குமாரபிள்ளை! இது தான் நீங்கள் சொன்ன வியப்பூட்டும் நிகழ்ச்சியா?” என்று கேட்டார்.

குமாரபிள்ளை அலட்சியமாக சேதுபதியைப் பார்த்து, “என்ன மன்னரே! வியப்புடன் ஒரே அதிர்ச்சியாகவும் இருக்கிறதா? உங்கள் கதை நவராத்திரி விழா இரவிலேயே முடிந்திருக்கவேண்டியது; அந்த முட்டாள் நரசிங்கன் சரியாகவே கட்டாரியை வீசினான். ஆனால் அந்தக் கட்டாரியிலிருந்து உம் சேர்வைகாரன் ஒருவன் குறுக்கே வந்து உம்மைக் காப்பாற்றிவிட்டான்!” என்றும் சொல்லிவிட்டு உரக்கச்சிரித்தார்.

சேதுபதி மிகவும் அமைதியாக இருந்தார். அவர் கண்கள் தன்முன் நின்ற அந்த இருவரையும் எடைபோட்டபடி இருந்தன.

மதுரைத் தளபதி மீண்டும் பேசினான். இப்போது அவன் பேச்சில் சிறிதும் மரியாதை இல்லை.

“சேதுபதி! நீ இப்போது என்னிடம் சிறைப்பட்டவன். என் முன்னால் நிராயுதபாணியாக நிற்கிறாய்; கோவிலுக்குள் நுழையும்போது உன் உடைவாளைக் கூட பிள்ளை வெகு சாதுரியமாக அகற்றிவிட்டார்!”

“கிருஷ்ணப்பா! பள பள என்று மின்னும் கூரான வாள் மட்டுமே ஒருவனை வீரனாக்குவதில்லை! வீரம் என்பது ஒருவன் மனதில் இருக்கும் தைரியத்தைப் பொறுத்தது! ஆனால் நீ தைரியத்தை நம்பாமல் வெறும் ஆயுதத்தை அதிகமாக நம்புகிறவன் போல் தெரிகிறது!”

சேதுபதியின் பேச்சு கிருஷ்ணப்பனுக்கு எரிச்சலூட்டியது. அதனால் அவன் அவரிடம் கடுமையான குரலில் சொன்னான்.

“அதிகமாகப் பேசாதே! நீ அமைதியாக வருவதானால் உன்னைத் துன்புறுத்தாமல் இப்படியே மதுரைக்கு அழைத்துச்செல்வோம். எதிர்த்து எதுவும் செய்தால் உன்னைக் கொன்று உன்னுடைய வெறும்

உடலைக் கொண்டுசெல்வோம். உன்னை உயிரோடோ அல்லது பிணமாகவோ கொண்டுவரும்படி எனக்குக் கட்டளை!"

"அப்படியா? என்னைச் சிறைப்பிடித்துக் கொண்டுவர இவ்வளவு தெளிவாக உன்னைத் தேர்ந்தெடுத்து உனக்குக் கட்டளையும் இட்ட மகா புத்திசாலி யார்?" சேதுபதியின் பேச்சில் சிறிதும் பதற்றமில்லை.

"அது உனக்குத் தேவையில்லாதது!" என்ற வெங்கட கிருஷ்ணப்பன் வெளியே பார்த்து, "வீரர்களே! உள்ளே வந்து இவனுக்குக் கை விலங்கு பூட்டுங்கள். பிறகு சங்கிலியால் பிணைத்து நாம் கொண்டுவந்த வண்டியில் ஏற்றுங்கள்! மிகவும் கவனமாக இருங்கள்!" என்று உரத்த குரலில் சொன்னான்.

சேதுபதி குமாரபிள்ளையை ஒருமுறை கூர்ந்து பார்த்தார். அவர் மகிழ்ச்சியுடன், 'மாசில் வீணையும் மாலை மதியமும்' என்ற பாடலை ராகத்துடன் முணுமுணுத்தபடி சேதுபதியைப் பார்த்துச் சிரித்தார்.

அதைக் கேட்ட சேதுபதி, "இதைதான் சாத்தான் வேதம் ஓதும் என்று கிறிஸ்தவர்கள் சொல்கிறார்கள் போல!" என்று நினைத்துக் கொண்டார்.

வெங்கட கிருஷ்ணப்பன் மன்னரைப் பார்த்து, "சேதுபதி! வெளியே என் வீரர்கள் ஐம்பது பேர் நிற்கிறார்கள். தேவைப்பட்டால் உன்னைக் கொன்றுவிடும்படி அவர்களுக்கு கட்டளையும் இருக்கிறது. ஆகவே நீ எதிர்ப்புக் காட்டாமல் அமைதியாக வருவது தான் நல்லது!" என்று போலி அனுதாபம் காட்டினான்.

சேதுபதி அவனுக்குப் பதில் எதுவும் சொல்லவில்லை. அந்த இடத்தின் அமைப்பைக் கூர்ந்து கவனித்தபடி அமைதியாக இருந்தார். தன்னை நோக்கிவரும் வீரர்களை அவர் நோட்டமிட்டார். வாசலில் பல வீரர்கள் இருந்தாலும் கோவிலுக்குள் அவரை நோக்கி இரண்டு பேர் தான் வந்தார்கள். கோவிலின் நுழை வாசல் கொஞ்சம் இடிந்து சரிந்திருந்தது. அதனால் அதன் வழியே ஒரே சமயத்தில் ஒருவன் அல்லது இரண்டு பேர் தான் வரமுடியும். அப்படி நுழைந்த இரண்டு பேரில் ஒருவன் கையில் விலங்குடன் முதலாவதாக அவர் முன் வந்தான்.

அப்படி வந்தவன் அவர் முன்னால் நின்றுகொண்டு, "கைகளை நீட்டுங்கள்!" என்று சொன்னான்.

அதைத்தான் சேதுபதியும் எதிர்பார்த்தார். அவர் தன் கைகளை விலங்கை மாட்டுவதற்காக அவன் முன் நீட்டும்போது சட்டென்று

அவனது கீழ்த் தாடையில் வலுவாகத் தாக்கினார். அவன் வலி தாங்காமல் பக்கவாட்டில் சாய்ந்தான். அப்போது அவனுடைய உடைவாள் எளிதாக சேதுபதியின் கைக்கு வந்தது. அதை உருவிய அவர், அந்த வாளால் அடுத்துவந்தவன் அவர் முன் நீட்டிய வேல் முனையைத் தட்டிவிட்டு வாளை அவன் மார்பில் பாய்ச்சினார். அடுத்தடுத்து அவர்கள் இருவரும் அலறியபடி விழுந்தனர். மின்னல் வேகத்தில் நடந்துவிட்டதைப் பார்த்த உடனே வெங்கடகிருஷ்ணப்பன் தன் வாளை உருவிக்கொண்டு மன்னர் மேல் பாய்ந்தான்.

தன் முதல் பார்வையிலேயே கிருஷ்ணப்பன் சிறந்த வீரன் என்பதைச் சேதுபதி அறிந்துகொண்டார். அதனால் அவனது வாள்வீச்சை தான் வெகு திறமையாகப் போரிட்டால் மட்டுமே சமாளிக்கமுடியும் என்று நினைத்து தன் ஒவ்வொரு வீச்சையும் திட்டமிட்டு வீசினார். கிருஷ்ணப்பன் அப்படி ஒரு திட்டம் ஏதும் இல்லாமல் தன் வலிமையை வெகுவாக நம்பி வாள் வீசினான். சேதுபதி தன் ஒவ்வொரு வீச்சையும் முறை மாற்றி எதிரி கணிக்கமுடியாதபடி பாய்ந்தார். தடுப்பு, தாக்கு, வெட்டு, குத்து, அறுப்பு ஆகிய அத்தனை வகைகளையும் கையாண்டு அவனைத் திக்கு முக்காடச் செய்தார். அதனால் அவரின் ஒவ்வொரு வீச்சும் அவன் உடலைத் துளைத்து குருதி வழியச் செய்தது. அவன் கை சளைத்த ஒரு கணத்தில் சேதுபதியின் வாள் சட்டென்று அவன் மார்பில் பாய்ந்தது. அதை அடுத்து தடுமாறிய அவனை இரகுநாதன் தன் காலால் ஓங்கி மிதித்துத் தள்ளிவிட்டதும் அவன் துர்காதேவியின் காலடியில் போய் விழுந்தான். வாளை உருவி அவன் மார்பில் மீண்டும் ஒருமுறை பாய்ச்சிய சேதுபதி கடுமையான குரலில் சொன்னார்.

"சேதுநாட்டின் தலைவனையா சிறை செய்யவந்தாய்? மூடனே! அந்தப் பாவத்துக்குப் பரிகாரமாக துர்க்கை அம்மனின் பாதங்களை உன் ரத்தத்தால் கழுவி விடு : வெகுநாள் கழித்து இன்று தான் அம்மனுக்குப் பலியுடன் பூசை நடக்கிறது! அவள் மனம் குளிரட்டும்!"

வேதனையில் துடித்தபடி கிருஷ்ணப்பன், "சேதுபதி! என்னை வேண்டுமானால் நீ வீழ்த்தியிருக்கலாம். ஆனால் அதில் நீ மகிழ்ச்சியடைவதற்கு எதுவும் இல்லை!" என்றான்.

"கிருஷ்ணப்பா! நீ எதை வைத்து இப்படிச் சொல்கிறாய்? சொல்; உன் புத்திக்கூர்மையைப் பார்க்கலாம்!"

கிருஷ்ணப்பன் முகத்தில் மரணவேதனை இருந்தாலும்

தன் எதிரி வசமாகச் சிக்கிக்கொண்டான் என்ற நினைப்பில் அதில் அப்போதும் ஒரு மெல்லிய புன்னகை தெரிந்தது. அவன் சொன்னான்.

"இரகுநாதசேதுபதி! நீ சிறந்த வீரன் தான்; ஆனால் இந்தக் குள்ளநரி குமாரபிள்ளையை நம்பி வந்து வசமாகச் சிக்கிக்கொண்டாய். சுற்றிலும் என் வீரர்கள் தான் நிற்கிறார்கள். நீ இந்த இடத்தில் இருந்து உயிருடன் தப்பிச்செல்ல முடியாது! " என்று வேதனையுடன் முனகினான்.

மன்னர் சிரித்தார். "மூடனே! அதைப் பற்றி உனக்கேன் கவலை? உன் கதை தான் இப்போது முடியப்போகிறதே! இருந்தாலும் சாவதற்கு முன் இதையும் தெரிந்துகொள். நீ இந்தக் கோவிலுக்குள் நுழைந்ததுமே என் தளவாய் துரைசிங்கம் தன் வீரர்களுடன் வந்து இந்தக் கோவிலைச் சுற்றி வளைத்துவிட்டான். உன் ஆட்களில் பாதிப்பேர் ஓடிவிட்டார்கள். மீதிப்பேர் மடிந்துவிட்டார்கள்! இது தான் உன் புத்திசாலித்தனம்!"

அதைக் கேட்டபடியே கிருஷ்ணப்பன் கண்களை மூடினான். அவன் நெஞ்சிலிருந்து வெளியேறிய இரத்தம் தேவி துர்க்கையின் கால்களை நனைத்திருந்தது. சிறிது நேரத்தில் அவனுடைய முனகல் சத்தம் கொஞ்சம் கொஞ்சமாக நின்று அவனது மூச்சும் அடங்கியது.

சேதுபதி குமாரபிள்ளையைப் பார்த்து, "குமாரபிள்ளை! வியப்பூட்டும் நிகழ்வுகள் இத்துடன் முடியவில்லை! நீங்கள் ரசிப்பதற்கு இன்னும் நிறைய இருக்கின்றன!" என்றார்.

அதேவேளை நாய்கள் குரைக்கும் சத்தம் வெகு அருகில் கேட்டது. வெளியே எட்டிப் பார்த்த போது தாங்கள் வழியில் பார்த்த இரண்டு நாய்கள் தான் அவை என்பது குமாரபிள்ளைக்கு நன்றாகத் தெரிந்தது. அவர் திகைத்தார். அப்போது தான் அவருக்கு தான் விரித்த வலையில் தானே வசமாகச் சிக்கிக்கொண்டோம் என்பது புரிந்தது.

சேதுபதி உரக்கச் சிரித்தார். "என்ன குமாரபிள்ளை! உங்கள் புத்திசாலித்தனம் எங்களின் இரண்டு வேட்டை நாய்களிடம் கூட எடுபடவில்லையே! இவை இரண்டும் துரைசிங்கத்தின் வேட்டை நாய்கள். அவன் விரல் நீட்டினால் இப்போதே இவை இரண்டும் உம் உடலைக் கடித்துக் குதறிஎடுத்துவிடும்!"

குமாரபிள்ளையின் உடல் அச்சத்தால் நடுங்கியது.

"நான் வழியில் கரும்பு தின்பதற்காக என்று சொல்லி இறங்கியதே குதிரைகளின் கால் தடங்கள்அதிகம் இருந்ததைக் கவனித்துத்தான்.

பிறகு இந்த வேட்டைநாய்களைப் பார்த்ததும் துரைசிங்கம் நம்மைத் தொடர்ந்து வருவதையும் உறுதிசெய்துகொண்டேன். எந்த முன்னேற்பாடும் இல்லாமல் உங்களை நம்பி இவ்வளவு தூரம் தனியாக வருவதற்கு சேதுபதி ஒன்றும் சிறு பிள்ளை இல்லை!"

தன் நிலைமையை உணர்ந்துகொண்ட குமாரபிள்ளைக்கு பயத்தில் வியர்த்துக்கொட்டியது. உடனே அவர், "மகாராஜா! பெரிய மனது காட்டி ஒரு முறை என்னை மன்னித்து விடுங்கள்; அந்த மங்கம்மாவின் பேச்சைக்கேட்டு மதிகெட்டுப்போய்விட்டேன்!" என்று கெஞ்சினார்.

பேசிக்கொண்டிருக்கும் போதே குமாரபிள்ளை ரகசியமாக தன் வலது கையின் விரல்களை ஒன்று சேர்த்து மடக்கினார். அவரது நோக்கத்தைப் புரிந்துகொண்ட சேதுபதி,கொஞ்சமும் தாமதிக்காமல் அதேவேகத்தில் குமாரபிள்ளையின் வலது உள்ளங்கையில் தன் கையிலிருந்த வாளால் ஓங்கிக் குத்திக்காயப்படுத்தினார். அதனால் ஏற்பட்ட வலியால் துடித்த குமாரபிள்ளையால் வர்மத்தைப் பிரயோகிக்க முடியவில்லை.

நிலைமை முழுவதுமாகத் தன் கையைவிட்டுப் போய்விட்டதை உணர்ந்த குமாரபிள்ளை கோவிலுக்குச் சற்றுத் தள்ளி தன் குதிரை நிற்பதைப் பார்த்தார். அது காலையிலிருந்து தன் மேல் சவாரிசெய்தவன் இருக்கும் நிலைமையைப் பற்றி எந்தக் கவலையும் இல்லாமல் மகிழ்ச்சியுடன் புல்லை மேய்ந்துகொண்டிருந்தது. பிள்ளை வேகமாக ஓடிப்போய் குதிரையை நெருங்கினார். அதில் ஏறி தப்பி ஓடிவிடலாம் என்று அவர் நினைத்தார். அதைப் பார்த்த சேதுபதி வெளியே வந்து தன் கையிலிருந்த வாளை குமாரபிள்ளையை நோக்கி எறிந்தார். அது சரியாக குமாரபிள்ளை குதிரை மேல் ஏறும்போது அவரது வலது தொடையில் குத்திநின்றது. அவர்' ஆ' என்று அலறியபடி கீழே விழுந்தார்.

சேதுபதி மறக்காமல் முன்பு கழற்றி வைத்திருந்த தன் வாளை எடுத்துக்கொண்டு பிள்ளையை நோக்கிநடந்தார். பிள்ளை அவர் முன் தரையில் விழுந்து, "அரசே! தவறு செய்துவிட்டேன்; என் வயதைக் கருதி என்னை மன்னித்துவிடுங்கள்!" என்று கதறினார்.

ஆனால் மன்னரின் முகம் கல்லாக இறுகியிருந்தது. "நீ செய்தது தவறாக இருந்தால் உன்னை மன்னிக்கலாம்; ஆனால் நீ செய்தது சதி, துரோகம். உன் போன்ற துரோகியை நான் மன்னித்தால் என்

சேதுநாட்டு மக்கள் என்னை மன்னிக்க மாட்டார்கள்!" என்று சொல்லி அவரைத் தன் காலால் தள்ளிவிட்டார்.

எஞ்சி நின்ற மதுரை வீரர்களையும் வீழ்த்திவிட்டு ரத்தம் தோய்ந்த வாளுடன் மன்னரிடம் வந்த துரைசிங்கம், "அரசே! இந்த துரோகியை இங்கேயே வெட்டிப்போடுங்கள். நரிகள் இவன் உடலைத் தின்னட்டும்!" என்றான் குமாரபிள்ளையை வெறுப்புடன் பார்த்தபடி.

"இல்லை துரைசிங்கம்! இவன் இப்போது இறந்துவிடக் கூடாது; இவனை இப்போதைக்குச் சிறையில் அடைத்துவிடுவோம். இவனால் நமக்கு இன்னும் கொஞ்சம் பயன் இருக்கிறது; அதுவரையில் இவன் உயிர் உடலில் தங்கியிருக்கட்டும். இவனுக்கு நாம் அளிக்கும் தண்டனை மதுரையின் மன்னனுக்கும் நம்மை அழிக்க நினைக்கும் மற்றவர்களுக்கும் ஒரு பாடமாக இருக்கவேண்டும்!"

குமாரபிள்ளையின் கதறலையும் கெஞ்சலையும் அங்கே இருந்த யாரும் பொருட்படுத்தவில்லை. துரைசிங்கம் அவரை ஒரு புழுவைப் பார்ப்பதைப் போல் அருவறுப்புடன் பார்த்துச் சொன்னான்.

"குமாரபிள்ளை! ஒருவன் தன்னால் விழுங்க முடிந்ததைத்தான் கடிக்கவேண்டும்; செரிக்க முடிந்ததைதான் விழுங்கவேண்டும். உன் தகுதிக்கு நீ சேதுபதியைச் சிறைப்பிடிக்க முயற்சி செய்திருக்கக்கூடாது! உன் அறிவீனத்தால் வீரனான கிருஷ்ணப்பனும் மாண்டுவிட்டான்!"

அவனுடைய வீரர்களும் அவரை வெறுப்புடன் பார்த்தார்கள். அவர் கயிற்றால் இறுகக் கட்டப்பட்டு அவர் வந்த குதிரையிலேயே ஏற்றிவைக்கப்பட்டு போகலூருக்குக் கொண்டுசெல்லப்பட்டார்.

துரைசிங்கத்தின் வீரர்கள் மதுரை அரசின் வீரர்களைச் சுற்றி வளைத்துத் தாக்கிய போது காயமடைந்த ஒருசில மதுரை வீரர்கள் அங்கிருந்து தப்பி ஓடினார்கள். அவர்களில் ஒரு சிலர் மறைந்திருந்து அங்கே நடந்ததைக் கவனித்தார்கள். வெங்கடகிருஷ்ணப்பனுக்கும் சேதுபதிக்கும் கடுமையான வாட்போர் நடந்ததையும் அந்த வாட்போரின் முடிவில் சேதுபதியால் வெங்கட கிருஷ்ணப்பன் கொல்லப்பட்டதையும் பார்த்து அவர்கள் பெரும் அச்சமடைந்தார்கள். பிறகு குமாரபிள்ளை கை, கால்கள் கட்டப்பட்டு இராமநாதபுரத்துக்குக் கொண்டுசெல்லப்பட்டதையும் அவர்கள் பார்த்துவிட்டு பெரும் திகில் நிறைந்த மனதுடன் மதுரைக்குப் போனார்கள்.

சிலர் எத்தனையோ நல்ல செயல்களைச் செய்தாலும் வாழ்க்கையில் உயரமுடிவதில்லை; சிலரோ தொடர்ந்து தீயவற்றையே

செய்து வாழ்க்கையில் உயர்ந்த இடத்தை அடைவார்கள். ஆனால் அப்படி உயர்பவர்கள் தாம் செய்யும் ஒரே ஒரு தவறால் அதல பாதாளத்தில் விழுந்து அழிந்து போவார்கள். இந்தக் கூற்றுக்கு குமாரபிள்ளை சரியான ஒரு உதாரணமாகிப் போனார்.

காயம் அடைந்து திரும்பிய மதுரை வீரர்கள் துர்கைஅம்மன் கோவிலில் நடந்தவற்றை மதுரை அரசனிடமும் மங்கம்மாளிடமும் விளக்கமாகச் சொன்னார்கள். மதுரைப் படையின் பெரும் வீரனான வெங்கட கிருஷ்ணப்பன் சேதுபதியுடன் நடந்த வாள் போரில் கொல்லப்பட்டதை அவர்கள் கொஞ்சமும் எதிர்பார்க்கவில்லை. மேலும் தங்களின் பெரும் மதிப்புக்குரியவராக இருந்த குமாரபிள்ளை சேதுபதியிடம் சிறைப் பட்டதையும் கேட்டு மன்னனும் மங்கம்மாவும் பெரும் அதிர்ச்சி அடைந்தார்கள். எப்படியாவது குமாரபிள்ளையைக் காப்பாற்றவேண்டும் என்று அவர்கள் விரும்பினார்கள். ஆனால் அதற்கான வழி எதுவும் அவர்களுக்குத் தெரியாததால் தவித்தார்கள். சேதுபதியைப் பழி வாங்கும் வெறி மேலும் அதிகமாகி அவர்கள் மனதில் அது ஒரு பெரும் நெருப்பாக எரிந்தது.

30

புதிய தலைநகரமும் மரகத நடராசரும்

சிறைப் பிடிக்கப்பட்ட குமாரபிள்ளை சேதுநாட்டு வீரர்களால் நேராக போகலூருக்குக் கொண்டுசெல்லப்பட்டு விசாரணை எதுவுமில்லாமல் சிறையில் அடைக்கப்பட்டார். அவருக்குத் துணையாக இருந்த அவருடைய தம்பியும் சிறையில் அடைக்கப்பட்டார். மதுரை அரசு தொடர்ந்து தன்னிடம் நடந்துகொள்ளும் விதம் சேதுபதிக்கு மனத்துயரை அளித்தது. பல முறை அவர்களுக்கு உதவிசெய்த தன்னை அவர்கள் சிறைசெய்யும் அளவுக்குப் போவார்கள் என்பதை அவர் சிறிதும் எதிர்பார்க்கவில்லை. சொக்கநாதருக்கு இருந்த நன்றி உணர்ச்சி அவரின் மனைவிக்கும் மகனுக்கும் ஏன் இல்லாமல் போனது என்ற கேள்விக்கு அவரால் விடை காண முடியவில்லை. அவர்களின் சதிச்செயல்களைத் தடுப்பதில் பல பெரும் வீரர்கள் பலியானதும் அவரின் மனதை அதிகமாகக் காயப்படுத்தியிருந்தது.

இந்தச் சூழ்நிலையில் இராமநாதபுரம் புதியதலைநகராக சேதுபதி விரும்பியபடி சிறப்பாக உருவாகிவந்தது என்பது மட்டும் அவருக்குப் பெரும் ஆறுதலான விசயமாக இருந்தது. துரைசிங்கத்துடன் சேர்ந்து தலைநகரைச் சுற்றிப் பார்ப்பதிலும் அதைப் பற்றி சீதக்காதி மரைக்காயருடன் பேசுவதிலும் புலவர்களுடன் விவாதிப்பதிலும் ஈடுபட்டு அவர் தன் மனத்துயரைக் கொஞ்சம் மறந்தார்.

புதிய தலைநகரின் அமைப்பு மிகவும் அழகாக இருந்தது. ஊரின் நடுவில் கோட்டையும் அரண்மனையும் இருந்தன. மன்னர் மாளிகை அழகாக ஒரு நந்தவனம், கலைக்கூடம், முகப்பில் இராஜராஜேசுவரி அம்மன் ஆலயம் ஆகியவற்றுடன் அமைந்திருந்தது. இராணிகளுக்கு தனிதனி அறைகள் இருந்தன. மன்னர் அமர்ந்து மக்களின் குறைகளைக் கேட்பதற்கென்று ஒரு அழகான அத்தாணி மண்டபமும் அதை ஒட்டி ஒரு நீச்சல் குளமும் அமைக்கப்பட்டிருந்தன. கோட்டையின் முகப்பில் கோட்டைவாசல் பிள்ளையார் கோவிலும்

தென் மேற்குப் பகுதியில் கூரிச் சாத்தன் கோவிலும் இன்னொரு பக்கம் சொக்கநாதர் கோவிலும் அமைந்தன. அரண்மனைக்கு சிறிது தள்ளி ஆயுதக்கூடம் இருந்தது. ஒரு யானை உயர்த்திப் பிடித்த கொடியுடன் நுழைந்து போகுமளவு உயரமான வாயிலும், அரண்மனையின் வளாகத்திலயே ஒரு புறம் குதிரைப் பந்தியும், இன்னொரு புறம் யானைக்கொட்டாரமும் இருந்தன. தலை நகரத்திலிருந்து துறைமுகங்களுக்கும் மற்ற முக்கியமான ஊர்களுக்கும் செல்வதற்காக இருபுறமும் ஆலமரங்கள் நின்று நிழல் அளிக்கும் சாலைகள் அமைக்கப்பட்டன. நன்றாகப் பராமரிக்கப்பட்ட அந்தச் சாலைகள் சேதுமார்க்கம் என்று அழைக்கப்பட்டன.

சேதுபதிகளின் முடிசூட்டு விழாக்களை நடத்தவும், அயல் நாட்டு விருந்தினரைச் சந்திக்கவும்,அரசவைக் கூட்டம் நடத்தவும் வளாகத்தின் வடக்குப்பகுதியில் ஒரு அழகிய அரங்கம் கட்டப்பட்டது. மரைக்காயர் யோசனைப்படி அது தென்னகக் கலை அம்சங்களுடன் வெளி நாட்டுஅம்சங்களையும் கலந்து பைசாண்டைன் வளைவுகளுடன் மிக அழகாக அமைக்கப்பட்டது. அந்த அரங்கம் உயர்ந்த பல படிகளின் மேல் கம்பீரமாகக் காட்சியளித்தது. ' இராமலிங்க விலாசம். ' என்று பெயரிடப்பட்ட அதன் முகப்பில் சிறு சிறு கூட்டங்கள், விழாக்கள் நடத்தும் அளவில் ஒரு சதுக்கமும் உயரமான கொடிமரமும் இருந்தன.

அரண்மனை வளாகத்தை ஒட்டி ஒரு மிகப்பெரிய தானியக் களஞ்சியம் கட்டப்பட்டது. பல லட்சம் தானிய மூட்டைகளை அதில் அடுக்கிவைக்கலாம் என்ற அளவுக்கு அது பெரியதாக இருந்தது. . அதன் பெயர் 'இறை ஆயிரம் கொண்டான்' என்பதாகும். அரண்மனையின் பின்புறம் ஒரு பெரிய குடிநீர்க் குளமும், நகரின் இன்னொரு புறம் மக்கள் வசிக்கும் பகுதியில் இன்னொரு குடிநீர்க் குளமும் அமைக்கப்பட்டன. இவைபோக மக்களின் தேவைக்காக பல குளங்களும் தலை நகரத்தின் பல பகுதிகளிலும் சேதுபதியால் வெட்டுவிக்கப்பட்டன.

புதிய தலைநகரமான இராமநாதபுரத்தின் புதிய கோட்டைக்குள் யானைக்கொட்டாரம், குதிரைப் பந்தி, ஆயுதக்கூடம் இவற்றுடன் புலி, மலை ஆடுகள், மான்கள், மயில்கள் ஆகியவை கொண்ட ஒரு சிறிய மிருகக் காட்சி சாலையும் இருந்தது. மண் கோட்டை இருந்த இடத்தில் சேதுநாட்டின் முப்பத்தி இரண்டு பாளையங்களைக் குறிக்கும் வகையில் முப்பத்தி இரண்டு கொத்தளங்களுடன் வலிமையான

கற்கோட்டை அரண்மனையைச் சுற்றி நின்றது. அதற்கு அருகில் அரண்மனையில் பணிசெய்வோரின் குடியிருப்புகள் அமைந்தன. படைகளின் ஆயுதங்களைக் கூர் தீட்டித்தரும் சிகில்காரர்கள் சிகில்ராஜ வீதியிலும், வாணங்களைப் புதைத்து வெடிக்கச்செய்து நேரம் அறிவிக்கும் வாணக்காரர் வாணக்காரத்தெருவிலும் வசித்தார்கள். இவர்கள் வசித்த பகுதி கோட்டைப்பகுதி என்று அழைக்கப்பட்டது. தலைநகரத்தின் இன்னொரு பகுதி வெளிப்பட்டினம் என்று அழைக்கப்பட்டது. அங்கு சாயம் காய்ச்சுவோர், பொற்கொல்லர் மற்றும் வணிகம் செய்வதற்காக வந்த இசுலாமியர் போன்ற வெளி நாட்டவர்கள் ஆகியோர் வசித்தனர்.

தலைநகரின் வேலைகள் முழுமை அடைந்ததும் பெரியோருடன் கலந்து ஆலோசித்து ஒரு நல்ல நாளில் மன்னர் தன் குடும்பத்துடனும் பரிவாரங்களுடனும் புதிய அரண்மனையில் குடியேறினார். அங்கிருந்தபடி அவர் மக்களின் தேவைகளை அறிந்து உடனுக்குடன் நிறைவேற்றினார். வைகை ஆற்றில் கிளை பிரித்து இரகுநாதசமுத்திரம் என்ற ஒரு கிளை ஆற்றை உருவாக்கி வேளாண் குடியினரின் விருப்பத்தை நிறைவேற்றினார். திருவாடானைக் கோவில், எழுவாப்பூர் ஈசனார் கோவில் இன்னும் பல கோவில்களுக்கு நிவந்தங்கள் அளித்தார். அதுபோல் பரதகண்டத்தின் வடதிசையிலிருந்து இராமேசுவரத்துக்கு புண்ணிய நீராட வரும் பக்தர்களின் வசதிக்காக, தோணித்துறை, புதுமடம் ஆகிய இடங்களில் சத்திரங்கள் கட்டிவைத்தார். அந்தச் சத்திரங்கள் ஆண்டு முழுவதும் பயணிகளுக்கு உணவும் தங்குவதற்கு இடமும் இலவசமாக அளித்தன. இந்தியப் பெருங்கடலிலும் அரபிக்கடலிலும் சேதுநாட்டு மீனவர்களும் வணிகர்களும் எவ்விதமான அச்சமும் இல்லாமல் பயணம் செய்வதற்காக கடற்கொள்ளையர்களை ஒழித்தார். இவ்வகையில் நிலத்திலும் கடலிலும் தன் மக்கள் நிம்மதியாகத் தொழில் செய்து வாழ வகைசெய்தார் உரிமை வீரன் கிழவன் சேதுபதி.

ஒரு நாள் மன்னரைக் காண சீதக்காதி மரைக்காயர் அரண்மனைக்கு வந்தார். அவர் அரண்மனையின் சாரட் வண்டி ஒன்றில் தான் வந்து போவது வழக்கம். அரண்மனைக்கு வரும்போது ஒரு கவுரவமாக உடைவாள் அணிந்துகொள்ளவும் அவருக்கு சேதுபதி அனுமதி அளித்திருந்தார். அவர் வந்த சாரட் வண்டியின் பின்னால் ஒரு மாட்டுவண்டி வந்தது. அதில் ஏதோ ஒரு பெரிய பொருள் துணிகளால் மூடி வைக்கப்பட்டிருந்தது. அப்போது

மன்னர் பயிற்சித் திடலில் துரைசிங்கத்துடனும் இன்னும் சில படைத் தலைவர்களுடனும் சண்டைப் பயிற்சியில் இருந்தார். இளைஞர்கள் சிலருடன் ஆயுதங்களை உபயோகிப்பது பற்றியும் போர் நுணுக்கங்களையும் அவர் வெகு ஆர்வமுடன் விவாதித்துக் கொண்டிருந்தார். அரண்மனை வளாகத்துக்குள் சீதக்காதி மரைக்காயரின் சாரட் வண்டி நுழைந்ததையும் அதன் பின்னால் ஒரு வண்டி வந்ததையும் சாளரத்தின் வழியே மன்னர் பார்த்துவிட்டார்.

உடனே தன் வியர்வை வழிந்த உடலை ஒரு துண்டை எடுத்துத் துடைத்துக்கொண்டு மரைக்காயரை நோக்கிப் போனார். மரைக்காயரைப் பார்த்ததும் அந்த வண்டியைப்பற்றிக் கேட்டார்.

"அது என்ன தம்பி! அந்த வண்டியில் ஏதோ பெரிதாகத் தெரிகிறதே! அதுவும் ஏதோ ஒன்று பெரிய பரமரகசியம் போல் துணியால் மூடி வைக்கப்பட்டிருக்கிறதே? அப்படி என்ன தான் அதில் இருக்கிறது?"

"புதிய தலைநகர் கண்ட மன்னருக்கு என் அன்பளிப்பு!"

"சரி! உங்கள் அன்பளிப்பு என்ன தம்பி?"

மரைக்காயர் வண்டியில் இருந்த பணியாளைப் பார்த்து கையசைத்ததும் அவன் துணியைப் பிரித்து விலக்கினான். அதில் இருந்தது ஒரு பச்சை நிறத்தில் இருந்த ஒரு மிகப் பெரிய கல்! அது சூரியனின் கதிர்கள் பட்டதும் கண்கள் கூசும்படியாக ஒளிவீசியது.

அவ்வளவு பெரிய மரகதக் கல்லை அதுவரை யாரும் பார்த்திருக்க முடியாது. ஒரு ஆள் உயரத்தை விடப் பெரியதாக இருந்தது. மன்னர் அதைப் பார்த்ததும் மலைத்துவிட்டார். அவரால் தன் கண்களையே நம்பமுடியவில்லை.

"தம்பி! இது மரகதக் கல் அல்லவா? சிறு மரகதக் கல்லுக்கே விலையை மதிக்க இயலாது என்று சொல்வார்களே! இவ்வளவு பெரிய மரகதக்கல்லின் மதிப்பை யார் அளவிட முடியும்? இவ்வளவு பெரிய கல் உங்களுக்கு எப்படிக் கிடைத்தது? அதை முதலில் சொல்லுங்கள்!"

"அரசே! கடலில் இருந்த ஒரு பாறையில் மோதிய ஒரு படகில் இருந்த மீனவர்கள் படகின் பாரத்தை சமப்படுத்துவதற்காக அந்தப் பெரும்பாறையின் ஒரு துண்டை எடுத்துப் படகில் போட்டார்களாம். பிறகு அந்தப் பாறையைக் கொண்டுவந்து கடற்கரையில் போட்டுவிட்டார்கள். முதலில் பாசி மூடியிருந்ததால் அதன் நிறம் பச்சையாகத் தெரிந்திருக்கிறது. ஆனால் சில

நாட்கள் கழித்து பாசி உதிர்ந்த பிறகும் கல் பச்சை நிறமாகவே இருந்திருக்கிறது. இது ஒரு மரகதக் கல் என்பதும் இதன் மதிப்பும் அவர்களுக்குத் தெரியவில்லை!"

"ஆகா! ஒரே ஆச்சரியமாக அல்லவா இருக்கிறது!"

"ஆமாம் அரசே! பரதவர்கள் என்னிடம் வந்து சேதியைச் சொன்னார்கள்; நான் போய்ப் பார்த்துவிட்டுப் பெரும் வியப்பில் மூழ்கினேன்! விலை மதிக்கமுடியாத இந்த மரகதக்கல் என்னிடம் இருப்பதைக் காட்டிலும் மன்னரிடம் இருப்பதே சரியானது என்பதால் அதை இங்கே கொண்டுவந்துவிட்டேன்; இதை நம் பரதவர்களின் அன்புப் பரிசாக நினைத்து, தாங்கள்ஏற்றுக்கொள்ளவேண்டும்!"

மன்னர் முகத்தில் பெரும் வியப்புடன் கூடிய புன்சிரிப்பு.

"தம்பி! நீங்கள் என் மீது வைத்திருக்கும் அன்புக்கு அளவே இல்லை! ஆனால் இதை நான் ஏற்றுக்கொள்ள இயலாது. விலைமதிக்க முடியாத இந்த மரகதக்கல்லை ஏற்றுக்கொள்ளும் தகுதியானவர் வேறு ஒருவர் இருக்கிறார். நாம் இதை அவரிடம் சேர்த்துவிடுவோம்!"

ஒன்றும் புரியாமல் மரைக்காயர் மன்னருடைய முகத்தைப் பார்த்தார். "மன்னர் ஏன் தாம் கொடுத்த விலை மதிக்க முடியாத பரிசைத் தாமே ஏற்காமல் இன்னொருவருக்கு அளிக்கவேண்டும்? மேலும் இங்கே மன்னரைக் காட்டிலும் பெரியவர் வேறு யார் இருக்கிறார்?" என்று மரைக்காயருடன் சேர்ந்து மற்றவர்களும் குழம்பினார்கள்.

மன்னர் புன்னகையுடன் "தம்பி! இந்த விலை மதிக்கமுடியாத பரிசைப் பெறுவதற்கு தகுதியானவர்; தென்னாடுடைய பெருமான் மங்களநாதன் ஆகிய சிவபெருமான் தான்; நாம் இந்த மரகதக்கல்லை உத்தரகோசமங்கை சிவன் கோவிலுக்கு காணிக்கையாக்கிவிடுவதே சரியான செயலாக இருக்கும்!" என்றார்.

"இவ்வளவு மதிப்பு மிகுந்த பொருளை மன்னர் தானே வைத்துக்கொள்ளாமல் கோவிலுக்குக் காணிக்கையாக அளிப்பதை என்னால் நம்பவே முடியவில்லை!" என்ற மரைக்காயன் குரலில் வியப்பே அதிகம் இருந்தது.

"தம்பி! நீங்கள் பெரு வணிகர்; பெரும் செல்வந்தர்; எவ்வளவு ஆடம்பரமாகவும் வாழலாம்; ஆனால் நீங்களே இதை வேண்டாம் என்று சொல்லி எனக்குக் கொடுக்கும்போது,நான் ஒரு அரசன், மக்களுக்காக வாழவேண்டியவன், எப்படி இதை எனக்காக வைத்துக்கொள்ளலாம்?

எனக்கு என் மக்கள் கொடுக்கும் அரண்மனை வரியே போதுமானது!"

சேதுபதியின் பதிலைக்கேட்டதும் மரைக்காயனும் துரைசிங்கமும் திகைத்துப் போனார்கள். எதுவும் பேசமுடியாதவர்களாய் அவர்கள் கண்கள் கலங்கிச் சற்றுநேரம் அமைதியாக இருந்தார்கள்.

மரகதக் கல் விசயத்தில் மன்னர் மேற்கொண்ட முடிவைச் சீதக்காதியும் மற்றவர்களும் பெருமகிழ்ச்சியுடன் ஆமோதித்தார்கள். ஒரு நல்லநாளில் அந்தப்பெரிய மரகதக்கல் உத்தரகோசமங்கையில் இருந்த சிவன் கோவிலுக்குக் காணிக்கையாக அளிக்கப்பட்டது. அதில் ஆறடி உயரம் உள்ள ஒரு அழகிய நடராசர் சிலை செய்யப்பட்டது. அந்த அற்புதமானதும் அபூர்வமானதுமான அந்தச் சிலை மங்களதேவியான பார்வதிக்கு உயர்வேதங்களின் ரகசியங்களை மங்களநாதனாகிய சிவபெருமான் உபதேசித்த புண்ணிய இடமாகிய மங்களநாதர் கோவிலில் நிறுவப்பட்டது.

அந்த நடராசர் சிலை திருடர்களால் திருட முடியாதபடி கற்சுவரால் இறுக்கிவைக்கப்பட்டது. சுவர்களை இடிக்காமல் அதை எவராலும் வெளியே கொண்டு வர இயலாது. மரகதக் கல்லின் சக்தி குறையாமல் காப்பதற்காக அதன் மேல் ஆண்டு முழுவதும் சந்தனக்காப்பு பூசி வைக்கப்பட்டது. ஒவ்வொரு வருடமும் ஆருத்ரா தரிசனம் அன்று மட்டும் மன்னர் முன்னிலையில் சந்தனக் காப்பு நீக்கப்பட்டு நடராசரை மக்கள் கண்டுகளிக்கும்படி ஏற்பாடு செய்யப்பட்டது. தனக்கென எதையும் வைத்துக்கொள்ளாத சிவபெருமான் போலவே தனக்கென்று எதையும் செய்துகொள்ளாமல் எல்லாம் மக்களுக்கே என்று ஆட்சி செய்ததால் தான் சேதுபதியை மக்கள் மிகவும் உயர்வாக மதித்தார்கள்.

இப்படி தன் மக்களின் நலனில் ஆர்வமுடன் சேதுபதி ஆட்சி செய்து வந்தாலும் அவர் சர்வ சுதந்திரமாக ஆட்சி செய்ததை மதுரை மன்னன் முத்துவீரப்ப நாயக்கனாலும் அவன் தாய் மங்கம்மாளாலும் சகித்துக்கொள்ள முடியவில்லை. மதுரைஅரசுக்கு வரவேண்டிய முத்துக்கடல் செல்வத்தை சேதுபதி தன்னிடம் ஒப்படைக்காமல், தானே அனுபவிப்பதாக அவர்கள் பொறுமினார்கள். மேலும், தங்கள் ஆளான குமாரபிள்ளையை சேதுபதி விடுவிக்காமல் தொடர்ந்து சிறையில் பூட்டி வைத்திருப்பதை, முத்துவீரப்ப நாயக்கன் தனக்கு ஏற்பட்ட பெரும் அவமானமாக நினைத்தான். குமாரபிள்ளையை விடுவிக்கக் கேட்டு தான் அனுப்பிய தூதுகளை சேதுபதி ஏற்க மறுத்துவிட்டது

அவனுக்கு மேலும் கோபமூட்டியது. . தன் தளபதிகளில் ஒருவனான வெங்கடகிருஷ்ணப்பனை சேதுபதி சதி செய்து கொன்றுவிட்டதாகவும், மதுரையைக் கைப்பற்ற சேதுபதி ரகசியமாக முயற்சிக்கிறார் என்றும் நினைத்து அவன் அச்சப்பட்டான். ஒரு காலத்தில் தங்களுக்குத் தோப்பாரணம் சமர்ப்பணம் செய்து பணிந்து நின்ற சேது மன்னர்கள் இன்று தங்களுக்குச் சமமாக நிமிர்ந்து நின்று பேசுவதையும் தங்களின் வேண்டுகோளைக்கூட மதிக்காமல் இருப்பதையும் தாங்கிக்கொள்ள முடியாமல் அவன் தவித்தான். சேதுபதியிடம் அவமானப்பட்டு நிற்கும் தன் தாயின் முகம் தினமும் அவன் வேதனையை அதிகமாக்கியது.

"நேரடியான ஒரு பெரும் போரில் சேதுபதியை தோற்கடித்து அவரது நாட்டை மறுபடியும் மதுரை அரசின் ஒரு பாளையமாக ஆக்குவேன்!"

என்று அவன் சபதம் செய்தான்.

சேதுபதி சில காலமாக போர் எதிலும் ஈடுபடாமல் புதிய தலைநகரில் கொண்டாட்டங்களில் இருப்பதாக அவனுக்குச் சேதிகள் கிடைத்தன. அவை அவனுக்கு மகிழ்ச்சியை அளித்தன. பெரும் படை திரட்டும் தன்னுடைய வேலையை அவன் மேலும் ஊக்கமுடன் தொடர்ந்தான். படை வளர வளர முத்துவீரப்ப நாயக்கன் மனதில் பகையும் வளர்ந்தது. பாய்வதற்குத் தயாராகும் வேங்கைபோல அவன் தகுந்த வேளையை எதிர்பார்த்துப் பதுங்கியிருந்தான்.

31
மரைக்காயரின் மணவிழா

நினைத்தபோது தன் குதிரையில் ஏறி இராமநாதபுரம் நகர் வீதிகளில் போய்ப் பார்வையிட்டு வருவது சேதுபதி மன்னரின் வழக்கமானது. அப்படிப் போகும்போது அவரின் மனதை அறிந்துகொண்டதைப் போல அவருடைய அந்தக் கருங்குதிரை மெதுவாகவே நடைபோட்டுக்கொண்டு போகும். மக்கள் மன்னரிடம் ஏதேனும் சொல்லவிரும்பினால் அப்போது சொல்லிக்கொள்ளலாம் என்பதற்காகவே அப்படி மெதுவாகப்போவார்.

போகும் வழியில் பெரிய பொதிவண்டிகள், ஆட்கள் பயணிக்கும் வில்வண்டிகள், அரசகுடும்பத்தார் போகும் மூடுரதங்கள் போன்றவற்றுக்கு எந்த வகையிலும் இடையூறு இல்லாத விதத்தில் அவர் போவார். அப்படிப் போகும்போதே இரண்டு பக்கமும் இருக்கும் முத்துச்சாவடி, சங்குமால், நாணயச்சாலை, கல்விச்சாலை, கடைகள் ஆகியவற்றை அவர் கண்கள் கூர்ந்து கவனிக்கும்.

கடைவீதியில் போகும்போது தன் எதிரில் வரும் உப்பு விற்பவர்கள், ஆயுதங்களுக்கு சாணை பிடிக்கும் சிகில்காரர்கள், தின் பண்டம் விற்பவர்கள் போன்றவர்களை மன்னர்அழைத்து அன்புடன் பேசுவார். காதுகளை நீளமாக வளர்த்து அவற்றில் தங்கத்தால் செய்யப்பட்ட பாம்படங்களையும் கழுத்தில் தங்கச் சங்கிலிகளையும் அணிந்த பெண்கள் தெருக்களில் நின்று உப்பு, மோர், கருவாடு, அவித்த கிழங்குகள், பனம்பழம் ஆகியவற்றை விற்றுக்கொண்டிருப்பார்கள். அவர்கள் எல்லாம் மன்னரைப் பார்த்ததும் நெருங்கிவந்து வணங்கிவிட்டுப் போவார்கள். கடைகளில் அமர்ந்து தொழில் செய்யும் வணிகர்கள் மன்னரைப்பார்த்ததும் எழுந்து நின்று வணங்குவார்கள். அப்போது அவர்கள் மன்னரிடம் ஏதாவது வேண்டுகோள் வைத்தால் அதைப் பரிசீலித்து உடனே நிறைவேற்றச்சொல்லிக் கட்டளையிடுவார். அதற்காகவே அப்படி மன்னர் போகும் சமயங்களில் அவருடன் தளவாய் மற்றும் யாரேனும் ஒரு அம்பலகாரரும் போவார்கள்.

இராமநாதபுரம் நகரில் கோட்டைக்கு உள்ளேயும் அதற்கு வெளியே இருந்த பகுதிகளிலும் மக்கள் வசதிக்காக பல குளங்களை சேதுபதியின் கட்டளைப்படி வெட்டினார்கள். ஒருநாள் மன்னர் நகரில் அப்படி புதிதாக வெட்டப்பட்டிருந்த குளங்களைப் பார்வையிட்டபடி துரைசிங்கத்துடன் மெதுவாக குதிரையில் வந்துகொண்டிருந்தார். ஒரு குளக்கரையில் இதமான புங்கமர நிழலில் இருவரும் குதிரைகளை நிறுத்திவிட்டு குளத்தைக் கவனித்தார்கள். அப்போது அவர்கள் சாலையில் போனவர்களின் கவனத்தைக் கவராதபடி ஓரமாக ஒதுங்கி நின்றுகொண்டார்கள். அந்தக் குளத்தில் கும்மாளமிட்டபடி சில சிறுவர்கள் குளித்துக் கொண்டிருந்தார்கள். அரண்மனையின் சில வீரர்களும் குளத்தில் குளித்துக்கொண்டிருந்தார்கள்.

அந்தக் குளக்கரையில் சில பனைமரங்கள் நுங்குக்குலைகளுடன் இருந்தன. திடீரென அந்தச் சிறுவர்களுக்கு நுங்குதின்ன வேண்டும் என்ற ஆசை வந்துவிட்டது. உடனே அவர்கள் குளத்திலிருந்து வெளியேறி பனைமரங்களை நோக்கிச்சென்றனர். சில சிறுவர்கள் வேகமாக ஓடிப்போய் பனைமரங்களில் சர சர என்று ஏறத்தொடங்கினர். அதில் ஒருவன் மட்டும் மரத்தில் ஏறாமல் நுங்குக் குலைகளையே சிறிதுநேரம் பார்த்தான். பின் குளக்கரையை அவன் கண்கள் கூர்ந்து கவனித்தன. அங்கே குளித்துக்கொண்டிருந்த வீரர்கள் கரையில் வைத்திருந்த வேல்களில் அவன் கண்கள் நிலைத்தன. ஒரு புன்னகையுடன் அவன் பனைமரத்தின் உச்சியையும் வேல்களையும் பார்த்தான். பிறகு எதையோ தீர்மானம் செய்துகொண்டு வேகமாகப் போய் வேல் ஒன்றை எடுத்து ஒரு நுங்குக்குலையைப் பார்த்து வீசினான். அது வேகமாகப் பாய்ந்துபோய் குலையின் தண்டில் போய்ப் பதிந்தது. குலை பாதி முறிந்துதொங்கியது. உடனே அவன் இன்னொரு வேலை எடுத்து வீசினான். அதுவும் பாய்ந்தவுடன் அடித்தண்டு முறிந்து நுங்குக்குலை மரத்திலிருந்து பெரும் சத்தத்துடன் கீழேவிழுந்தது. மரத்தில் பாதி ஏறியிருந்த சிறுவர்கள் பெரும் ஆரவாரத்துடன் கீழே இறங்கிவந்து நுங்குகளை வெட்டிச் சுவைத்தார்கள். வேல் வீசி நுங்குக்குலையை வீழ்த்திய சிறுவனும் அவர்களுடன் சேர்ந்துகொண்டான்.

இதைப் பார்த்த சேதுபதி வியப்புடன், "துரைசிங்கம்! யார் இந்தச் சிறுவன்? இத்தனை சிறு வயதில் இவ்வளவு வலுவாக வேல் எறிகிறானே!" என்றார்.

துரைசிங்கமும் அதே வியப்புடன் தான் இருந்தார். "அரசே! இவன் பெயர் வெள்ளையன். நம் சேர்வைகாரரின் மகன் தான் இவன்."

உடனே சேதுபதி, "இவன் எதிர்காலத்தில் பெரும்வீரனாக வருவான். இவனையும் இவன் நண்பர்களையும் உன் பயிற்சிச் சாலையில் சேர்த்து தனிக் கவனம் வைத்து பயிற்சி கொடு. இவன் தலைமையில் நாம் ஒரு சிறு படையே உருவாக்கிவிடலாம்!" என்று சொல்லி உரக்கச் சிரித்தார்.

அதைகேட்ட தளவாய், "இவர்களுடன் நம் இளவரசன் பவானி சங்கரனையும் பயிற்சியில் சேர்த்துவிடலாம்!" என்றுசொன்னான்.

"சரியான சமயத்தில் எனக்கு நினைவூட்டினாய் நண்பா! அவனுக்கும் பயிற்சியில் சேர இது சரியான வயது தான்!"

இப்படி கிழவன் சேதுபதியால் அடையாளம் காணப்பட்ட அந்தச் சிறுவனும் பிற்காலத்தில் சேதுநாட்டின் பெருவீரனான தளவாய் வெள்ளையன் சேர்வையாக உருவெடுத்தான்.

அவர்கள் இருவரும் அங்கே இருந்து கிளம்பும்போது இரகுநாதன் சொன்னான்.

"இந்தச் சிறுவர்கள் வளர்ந்து இளைஞர்களாகும் போது இவர்கள் சந்திக்கப் போகும் சவால்களும் அவை ஏற்படுத்தும் இடைஞ்சல்களும் தான் இவர்களைச் சிறந்த வீரர்களாகவும் தலைவர்களாகவும் உருவாக்கும். அப்படி உருவாகும் வீரர்களே சேதுநாட்டுக்குத் தேவை!"

இப்படி தன் நாட்டை அச்சம் எதுவும் இல்லாமல் மக்கள் நன்றாக வாழ்வதற்கு ஏற்றபடி வளமானதாகவும், எதிரிகள் அஞ்சும்படி வலிமையானதாகவும் ஆக்குவதில் கிழவன் சேதுபதி முனைப்பாக இருந்தார். இராமநாதபுரம் கோட்டையின் எல்லாத் திசைகளிலும் கொத்தளங்கள் இருந்ததைப் போல் சீமையின் எல்லா எல்லைகளிலும் வலுவான பாளையக்காரர்கள் இருந்தார்கள்.

....

போர்மேகங்கள் இல்லாமல் சேதுநாட்டில் அமைதி நிலவியதால் சேதுபதி மக்கள் நலனுக்கான பணிகளில் ஈடுபட்டவேளையில் தன் உடன்பிறவா சகோதரன் மரைக்காயரின் நலனுக்காகவும் தான் ஏதாவது செய்யவேண்டும் என்று விரும்பினார். நண்பர்களுடன் பேசி மரைக்காயருக்கு விரைவில் திருமணம் செய்துவைக்கவேண்டும் என்று சேதுபதி முடிவுசெய்தார்.

ஒரு நல்ல நாளில் மரைக்காயரின் திருமணம் சிறப்பாக நடைபெற்றது. அவர் அராபிய வழியில் வந்தவர் என்றாலும்

அவருடைய திருமணம் தமிழர் முறைப்படியே நடந்தது. மணமகன் சீதக்காதி மரைக்காயர் யானைமேல் அமர்ந்து, குதிரைவீரர்கள் பின்தொடர மேள தாளங்களுடன் மணப்பந்தலுக்கு ஊர்வலமாக அழைத்துவரப்பட்டார். சிறந்த நாதசுரக்கலைஞர்கள் பலவகை ராகங்களை வாசித்தபடி ஊர்வலத்தில் வந்தார்கள். மரைக்காயரின் இரண்டு தம்பிகளும் பொன், வைர அணிகலன்கள் அணிந்து குதிரைகளில் அமர்ந்து ஊர்வலத்தில் வந்தார்கள். உறவுப்பெண்கள் திருச்சுளி, பிறை, சுட்டிவட்டம், வளை, அட்டியல், சரப்பளி, ரத்னசரி, பாடகம், தண்டை, சிலம்பு, சலங்கை, மெட்டி, பொற்கடகம் போன்ற பலவகையான அணிகலன்களை அணிந்து தட்டுகளில் இனிப்புவகைகள்,பழவகைகளை ஏந்தி நடந்து வந்தார்கள். பெண்கள் சிலர் ஒன்றாக நின்று ஆரத்தி எடுத்து மணமகனை வரவேற்றனர். மரைக்காயர் பச்சைக்கடகம், வைடூர்யக் கடுக்கண், வைரப்பதக்கம் போன்ற ஆபரணங்களை அணிந்திருந்தார். மணநாள் இரவில் வெகுநேரம் கும்பவெடி, அம்புவெடி, பூச்சக்கரவாணம் போன்றவை தரையில் வெடிக்க ஆகாசவாணங்கள் வானில் சீறிப்பாய்ந்து அழகுசெய்தன. தென்னங்கீற்றுப்பந்தல் அமைத்து அது பலவகை மலர்கள், வாழை, மா, பலா வகை கனிகள் தென்னம்பாளைகளால் அழகுபடுத்தப்பட்டிருந்தது. தமிழர் வழக்கப்படி மணமேடையில் நிறைகுடம் ஒன்றும் வைக்கப்பட்டிருந்தது. மணமகனுக்கு யானை, குதிரைகள், கம்பளிப் போர்வை, வைரம் பதித்த உடை, படகுகள் போன்றவை மணமகள் வீட்டாரால் பரிசாக வழங்கப்பட்டன.

இசுலாமியர் முறைப்படி குத்பா ஓதப்பட்டு, மகர் பணம் பதிவேட்டில் எழுதப்பட்டு, திருமணம் பதிவு செய்யப்பட்டது. சீதக்காதி தமிழர் முறைப்படி மணமகளுக்குத் தாலி கட்டினார். பின் பாத்திகா ஓதி, துஆ ஓதி மணம் நிறைவுபெற்றது. ' பாரக் அல்லாஹு லாஹா வா பாரகா அலைஹா வா ஜாமா பைனாகுமா ஃபீ க்ஹாயிர்! ' என்று ஒரு பெரியவர் சொல்ல அனைவரும் அதை ஆமோதிக்கும் விதமாக ஆமீன் என்று சொன்னார்கள். அந்தப் பெரியவர் சொன்னதன் பொருள் மணமக்களுக்கு புரிதலும், மகிழ்ச்சியும் செல்வமும் வெற்றியும் கிடைக்க இறைவன் அருள் புரிவானாக! என்பதாகும்.

சேதுபதி தானே முன்னின்று திருமணத்தை நடத்திவைத்ததுடன் தன் அன்புத்தம்பியான மரைக்காயர் சீதக்காதிக்கு தன்னுடைய திருமணப்பரிசாக'ரவிகுல ரகுநாத முத்துவிஜய பெரியதம்பி ' என்ற விருதுப்பெயரையும் வழங்கி சிறப்புச்செய்தார். அன்று முதல்

மரைக்காயர் இல்லத் திருமணங்களில் சேதுபதி மன்னர் தம் திருக்கரத்தால் தாலி எடுத்துக்கொடுப்பது வழக்கமானது.

ஆயிரக் கணக்கான கப்பல்கள் மூலம் உலகில் உள்ள பல நாடுகளுடன் தொடர்பு கொண்டு மிகப் பெரிய வணிக சாம்ராஜ்யத்தையே நடத்திவந்த போதும் சீதக்காதி மரைக்காயர் ஒரு நாளும் சேதுபதிக்கும் சேதுநாட்டுக்கும் விரோதமான எதையும் செய்தது கிடையாது. ஆனால் இதற்கு மாறாக அயல் நாட்டவர்களான ஒல்லாந்தர்களும் போர்ச்சுக்கீசியர்களும் தம் வணிகத்தைத் தொடங்கிய சிறிது காலத்திலேயே சேதுநாட்டுக்குத் துரோகம் செய்யத் துணிந்தார்கள். அவர்களின் சூழ்ச்சிகளை முறியடித்து அவர்களை வெற்றிகொள்ளவும் தன் ஆட்சியை நிலைநிறுத்துவதற்கும் சேதுபதிக்கு மரைக்காயரின் வணிகம் பயன்பட்டது. அதுபோல் மரைக்காயரின் மாபெரும் வணிகத்துக்கும் சேதுபதியின் அரவணைப்பும் பாதுகாப்பும் தேவையாக இருந்தது. மரைக்காயர் மன்னரிடம் தனக்கு இருந்த செல்வாக்கை மதநோக்கத்துக்குப் பயன்படுத்துவதை அறவே தவிர்த்தார். அதைத் தன்னை வளர்த்துவிட்ட சேதுநாட்டின் நலனுக்காக மட்டுமே அவர் பயன்படுத்தினார்.

அதனால் சேதுபதி மன்னருக்கும் மரைக்காயருக்கும் ஒருவர் மீது ஒருவருக்கு மிகுந்த நம்பிக்கையும் அதை அடிப்படையாகக்கொண்டு ஒரு ஆழமான நட்பும் ஏற்பட்டிருந்தது. அந்த நட்பையும் நம்பிக்கையையும் அவர்கள் இருவருமே தம் வாழ்வின் ஒவ்வொரு நிகழ்விலும் ஒவ்வொரு நிலையிலும் வெளிப்படுத்தி உறுதிசெய்தார்கள்.

32
மதுரையுடன் முதல் போர்

அன்று அதிகாலையில் மதுரைக் கோட்டையின் முன்பாக பெரும்படை ஒன்று அணிவகுத்து நின்றது. அதன் முகப்பில் தளவாய் கோவிந்தப்பய்யன் தன் வெள்ளை நிறக் குதிரையில் பூரண கவசம் அணிந்து அமர்ந்திருந்தார். அவரின் பின்னால் மதுரை அரசின் நிலைப்படையின் ஒரு பகுதி நின்றது. சற்றுமுன் தான் தேவி ஜக்கம்மாவுக்கு ஒரு எருமைக்கடாவைப் பலியிட்டு பூசையும் செய்யப்பட்டிருந்தது. அந்தப் பூசையில் மன்னன் முத்துவீரப்பனும் ராணி மங்கம்மாவும் குடும்பத்துடன் நின்று நாயக்கர்களின் குலதெய்வமான ஜக்கம்மா தேவியை வணங்கினார்கள். எவராலும் அடக்கமுடியாத சேதுபதியின் கொட்டம் இந்தப் போருடன் அடங்கவேண்டும் என்பதே அவர்களின் ஒரே வேண்டுதலாக இருந்தது.

மன்னனும் அவன் தாய் ராணி மங்கம்மாவும் கொத்தளத்தில் நின்று படைகளின் அணிவகுப்பைப் பார்வையிட்டனர். மதுரையின் நிலைப்படையுடன் பல பாளையங்களின் படைகளும் சேர்ந்தால் ஒருலட்சம் வீரர்களுக்கு மேல் கொண்ட பெரும்படையாக மாறும். அதில் பத்தாயிரம் பேர் குதிரைப் படையினர். நூற்றுக் கணக்கில் யானைகளும் இருந்தன. உணவு வண்டிகளும் ஆயுத வண்டிகளும் ஏராளமாக இருந்தன. மன்னன் தன் வாளை உயர்த்திக் காட்டியதும், தளவாயும் தன் வாளை உயர்த்தினார். உடனே படைகிளம்பியது. அப்போது வீரர்கள் எழுப்பிய வெற்றிமுழக்கம் கோட்டையை அதிரவைத்தது. அந்தப் பெரும் படை நகரத் தொடங்கியதும் காற்றில் எழுந்த தூசிப்படலம் விண்ணை மறைத்தது. படை நகர நகர பல பகுதிகளிலிருந்தும் பல படைப்பிரிவுகள் ஒவ்வொன்றாக வந்து நிலைப்படையுடன் சேர்ந்துகொண்டன.

"என் மகனின் இந்தப் பெரும்படை நிச்சயம் சேதுபதியைத் தோற்கடிக்கும்; இத்துடன் அவரது கொட்டம் ஒடுங்கும்!" இவ்வாறு தன் மனதில் எண்ணிய இராணி மங்கம்மாள் தன் மகனை பெரும்

பூரிப்புடன் பார்த்து மகிழ்ந்தாள்.

சேதுபதியை ஒரு நேரடியான போரில் வெல்லவேண்டும் என்ற தன் சபதமும் நெடுநாள் ஆசையும் நிறைவேறப் போகின்றன என்ற நம்பிக்கையுடன் முத்துவீரப்பன் மனம் மகிழ்ச்சியில் நிறைந்திருந்தது.

....

மதுரைப்படை கோட்டையின் முன் திரண்டு நின்றதும் அது சேதுநாட்டை நோக்கிக் கிளம்பும் சேதியும் பொழுதுபுலரும் முன்பே சேதுபதிக்குக் கிடைத்துவிட்டது. உடனே அவர் தன் தளவாயையும் படைத்தலைவர்களையும் அழைத்து ஆலோசனை செய்தார். பெரிய ஆலோசனை எதுவும் இல்லாமல், சிறிதும் பதற்றமின்றி அவர் கட்டளைகளை மட்டும் பிறப்பித்தது அவர்களுக்கு வியப்பைத் தரவில்லை. மன்னர் மதுரையின் அந்தப் படையெடுப்பை எதிர்பார்த்தே இருந்ததுபோல் தெரிந்தது. இடையே அவர் தளவாயைப் பார்த்தார். தளவாய் துரைசிங்கம் வாயிலைப் பார்த்துக் கை தட்டியதும் சங்கன் சில வீரர்களுடன் உள்ளே வந்தான்.

மன்னர் அவர்களிடம், "வீரர்களே! இந்தப்போரில் உங்களுக்கு ஒரு முக்கியமான வேலை இருக்கிறது. நான் முன்னரே சொன்னதுபோல மதுரையின் ஆணவமான படையெடுப்புக்கு துரோகி குமாரபிள்ளை தான் முதல் களப்பலியாகப் போகிறான். ஆம்! இன்று அவனை கழுவேற்றப்போகிறோம். நீங்கள் மதுரைப் படையில் உங்கள் பக்கத்தில் நிற்பவர்களிடம் இதன் பயங்கரத்தைச் சொல்லவேண்டும்!" என்றார்.

அந்த வீரர்களும் அப்படியே செய்வதாகச் சொல்லி மன்னரைப் பணிந்துவிட்டு வெளியே போனார்கள். சங்கன் மட்டும் உள்ளே நின்றுகொண்டான். பின் மன்னர் பேசினார்.

"மதுரைப்படையில் கிளம்பும்போது ஒருலட்சம் வீரர்கள் இருக்கலாம். ஆனால் இங்கே வந்துசேரும்போது அதில் பாதிகூட இருக்கக் கூடாது!"

அது படைத்தலைவர்களுக்கு விளங்கவில்லை. "அரசே! படை தானாக எப்படிக் குறையும்?" என்று ஒருவன் கேட்டான்.

"தானாகக் குறையாது; நாமும் இடையில் தாக்கப்போவதில்லை. ஆனால் படை குறைந்துவிடும்! அதற்கான திட்டத்தை தான் நான் இப்போது சொல்லப்போகிறேன்!"

அவர்கள் மன்னர் சொன்னதன் பொருள் புரியாமல் விழித்தனர். பின் மன்னரே விளக்கினார்.

“மதுரைப்படை முதலில் குமாரபிள்ளையின் முடிவைக் கேட்டு பீதியடையும். அது திருப்புவனத்தை நெருங்கும் போது தஞ்சை மன்னன் எக்கோஜியின் குதிரைப்படை எதிர்பாராதவகையில் அங்கே வந்து அவர்களைத் தாக்கும்!”

“என்ன? தஞ்சைப் படையா?” அவர்கள் அதிர்ந்தனர்.

“ஆம்; தஞ்சையின் குதிரைப்படை இந்தப் போரில் நமக்கு உதவுகிறது. அதற்கு எக்கோஜி முன்பே எனக்கு உறுதியளித்துவிட்டான். அவர்கள் மதுரைப்படையை பல இடங்களில் தாக்குவார்கள். அதில் மதுரைப்படை தன் ஆயிரக் கணக்கான வீரர்களை இழக்கும். பல ஆயிரம் பேர் உயிரைக் காப்பாற்றிக்கொள்ள படையிலிருந்து தப்பி ஓடிவிடுவார்கள். மதுரைப்படை திருப்புவனத்தைக் கடந்துவரும்போது நாம் நிறுத்திவைத்திருக்கும் வைக்கோல் வண்டிகள் தீப்பற்றி எரியும். அதன் விளைவுகள் எப்படி இருக்கும் என்பதை நீங்கள் களத்தில் தெரிந்து கொள்வீர்கள்!”

நடக்கப்போவதைக் கற்பனை செய்துகொண்டு, “மதுரைப் படைக்குப் பேரழிவுதான்!” என்றான் ஒரு படைத்தலைவன் திகிலுடன்.

“இன்னும் கேளுங்கள்! அவர்கள் இன்னும் கொஞ்சம்தொலைவு கடந்ததும் துரைசிங்கத்தின் வேட்டைநாய்கள் அவிழ்த்துவிடப்படும்.”

“அப்படியானால் நாம் எதிரியுடன் நேருக்கு நேராக எப்போது மோதுகிறோம்?”

“அவர்களை வெகுதூரம் உள்ளே வரவிட்டு, சேதுபுரத்தின் அருகே தான் நாம் எதிரியைச் சந்திக்கிறோம். அதற்கு முன் நாம் இன்னும் சில வேலைகளைச் செய்துவிடவேண்டும். தளவாய் கோவிந்தப்பய்யனை பாதிவழியில் அவன் படையிலிருந்து துண்டித்து விடவேண்டும். இது துரைசிங்கத்தின் வேலை. எதிரி நம்மை நெருங்கும் போது நம் வீரர்கள் எதிரியின் வீரர்களை முன்னேறவிடவேண்டும்!”

“முன்னேறவிடவேண்டுமா? தடுக்கவேண்டாமா?”

தயக்கமின்றி வந்தது மன்னரின் பதில். “ஆம்; மதுரையின் வீரர்களை மட்டும் தடுக்காமல் முன்னேறவிடவேண்டும். ஆனால் அவர்களுக்குக் கட்டளையிடும் படைப்பிரிவுத் தலைவர்களைக்

குறிவைத்துத் தாக்கிக் கொல்லவேண்டும். இதை நம் வில்லாளிகள் செய்யவேண்டும்!"

"இருந்தாலும் எதிரி வீரர்கள் நம்மை நெருங்கவிடலாமா அரசே?"

"எத்தனை வீரர்கள் வந்தாலும் கட்டளையிட ஒரு தலைவன் இல்லையென்றால் அவர்கள் சிதறி ஓடுவார்கள். அந்தப் படை தலையில்லா உடல் போன்றதே! சேதுபுரத்தில் நம் முன் அவர்கள் நிற்கும்போதே தோற்றுப்போயிருப்பார்கள்."

மந்திராலோசனை முடிந்து அனைவரும் புறப்பட்டுப் போனதும் மன்னர் தளவாயுடனும் சங்கனுடனும் தனியாகச் சிறிது நேரம் ஆலோசனை செய்தார். அதில் அவர்கள் தங்கள் திட்டத்தை மீண்டும் ஒருமுறை விவாதித்தனர்.

....

பிரமாண்டமான மதுரைப் படை திருப்புவனம் வரை மெதுவாக நடைபோட்டுவந்தது. அதன் வீரர்கள் வீரம் பொங்கும் போர்ப்பாடல்களைப் பாடிக்கொண்டும் இசைக்கருவிகளை இசைத்தபடி வேடிக்கையாகப் பேசிக்கொண்டும் ஆரவாரமாக நடைபோட்டனர். ஆங்காங்கே பல படைபிரிவுகள் வந்து நிலைப் படைகளுடன் சேர்ந்துகொண்டார்கள். அப்படி புதிய படைப்பிரிவுகள் வந்து சேரும்போதெல்லாம் அவர்களிடையே பெரும் முழக்கம் எழும்பியது. இசைக்கருவிகளின் ஓசையும் வீரர்களின் போர் முழக்கங்களும் அவ்வப்போது பெரிதாக எழுந்தன. அந்த முழக்கங்களில் எல்லாம் ஜக்கம்மா தேவியின் பெயர் பெரிதாகக் கேட்டது.

மதுரைப் படையில் சேதுபதியின் ஆலோசனை அறையில் இருந்த சில வீரர்களும் இருந்தார்கள். அதில் ஒருவன் சங்கன். அவன் தன் அருகில் இருந்த மதுரை வீரர்களிடம் வெகு உற்சாகமாகப் பேசியபடி வந்தான். ஆனால் பேச்சின் முடிவில் அவன், "ஐயா! போர்க்களத்தில் நான் காயம்பட்டுக் கிடந்தால் என்னை நீங்களே கொன்றுவிடுங்கள். அது எனக்குப் பெரும் உதவியாக இருக்கும். என்னை அப்படியே விட்டுவிட்டு மட்டும் போய்விடாதீர்கள்!" என்று கேட்டுக் கொண்டான்.

அதைக் கேட்ட மதுரை வீரன் ஒருவன், "நீ ஏன் அப்படிச் சாக விரும்புகிறாய்? போர்க்களத்தில் காயம்பட்டு விழுந்தால் பிறகு வைத்தியம் பார்த்துக்கொள்ளலாமே!" என்றான்.

உடனே சங்கன், "ஐயோ! உங்களுக்குச் சேதி தெரியாதா? போரில் பிடிபடும் நம் வீரர்களை சித்ரவதை செய்து கழுமரத்தில் ஏற்றிக் கொல்லும்படி சேதுபதி சொல்லியிருக்கிறாராம். வண்டிகளிலேயே கழுமரங்களையும் கொண்டு வருகிறார்களாம். போர் முறைகளின்படி காயம்பட்ட யாருக்கும் அவர்கள் வைத்தியம் செய்ய அனுமதிக்கப் போவது கிடையாதாம்! யாரையும் அவர்கள் சிறைப்பிடிக்கவும் மாட்டார்களாம்!" என்று பயந்த குரலில் சொன்னான்.

"என்ன? போரில் சிறைப்பட்டவர்களைக் கழுமரத்தில் ஏற்றுவார்களா? இது என்ன கொடுமை? நம் மன்னர் குடும்பத்தை ருஸ்தம்கானிடமிருந்து காப்பாற்றிய சேதுபதியா இப்படிச் செய்கிறார்?"

"ஆமாம்; அதையெல்லாம் மறந்துவிட்டு, நம் இராணி அவரைச் சிறைப் பிடிக்கச்சொல்லி ஆட்களை அனுப்பினார் அல்லவா? அதனால் அவர் மிகவும் கோபமாக இருக்கிறாராம். அதற்கு உதவியாகச் சதி செய்ததால் இன்று காலையில் குமாரபிள்ளையையும் அவருடைய தம்பியையும் கழுவிலேற்றிவிட்டாராம்!"

"ஐயையோ! இதென்ன மிகவும் பயங்கரமாக இருக்கிறதே! கழுமரத்தின் கூரான முனையில் உயிருடன் இருக்கும்போதே உடலைச் செருகி உயிர்போகும்வரை அப்படியே விட்டுவிடுவார்களாமே?"

"ஆமாம் தம்பி! உயிருடன் இருக்கும்போதே காக்கைகளும் கழுகுகளும் உடலைக் கொத்தித் தின்னும்! அந்தச் சாவு மிகவும் கொடூரமாக இருக்கும்! அதனால் தான் நீங்களே என்னைக்கொன்று விடுங்கள் என்று கேட்கிறேன்!"

"ஐயோ! இது என்ன கொடுமை! சிறைப்பட்டவர்களை இப்படியா நடத்துவார்கள்?"

"அதுமட்டுமா? கழுவேற்றுவதற்கு முன் குமாரபிள்ளையின் கைகளையும் கால்களையும் வெட்டி வீசிவிட்டார்களாம்!"

"ஐயோ! அவர் ஒரு படைவீரன் கூட இல்லையே? அவரை ஏன் இப்படிச் செய்தார்கள்?"

"அது தான் சொன்னேனே! சேதுபதி மதுரை அரசாங்கத்தின் மேல் கடும் கோபத்துடன் இருக்கிறாராம்! மதியூகி என்று பெயர் வாங்கிய குமாரபிள்ளைக்கே இந்த பயங்கரமான நிலைமை என்றால் சண்டை செய்யும் சாதாரண வீரர்களான நமக்கெல்லாம் என்ன கதியோ?"

இதைக்கேட்டதும் மதுரைவீரர்கள் முகத்தில் திகில் அதிகமானது. அதைக் கவனித்த சங்கன், “அதனால்தான் இவர்களிடம் சிக்கி கழுமரத்தில் ஏற்றப்பட்டு, எனக்கு உயிர் இருக்கும்போதே உடலைக் காக்கைகளும் கழுகுகளும் கொத்திக் கிழிப்பதைக் காட்டிலும் நீங்களே என்னைக் கொன்றுவிடுங்கள் என்று கேட்டேன்!” என்று மீண்டும் சொல்லி அவர்களுக்குத் திகிலூட்டினான்.

அதன்பின் வெகு நேரம் அவர்கள் அந்த பயங்கரத்தைக் குறித்து தங்களுக்குள் விவாதம் செய்தபடியே வந்தார்கள். பேசிக்கொண்டே வந்தவர்கள் ஒரு சமயத்தில் அவன் பக்கத்தில் இல்லாமல் போனார்கள். . இதேபோல் பல இடங்களில் நடந்தது. குமாரபிள்ளை கழுவேற்றப்பட்ட சேதி மளமளவென்று தீ போல் பரவியது. போரில் காயம்பட்டு இரத்தம் சிந்தி வீரமரணம் அடையச் சித்தமாக இருந்த வீரர்கள் கழுவேறி உயிரைவிடுவதற்கு மிகவும் அஞ்சினார்கள். ஒவ்வொரு திருப்பத்திலும் நூற்றுக் கணக்கில் வீரர்கள் படையிலிருந்து விலகி மறைந்தனர். ஆனால் இதை மதுரையின் படைத்தலைவர்கள் கவனிக்கவில்லை.

இன்னொரு திருப்பத்தில் மதுரை வீரர்கள் யாரும் எதிர்பார்க்காதபடி, திடீரென புயலெனப் பாய்ந்த தஞ்சையின் குதிரைப்படை பல இடங்களில் மதுரைப் படையை ஊடறுத்துச் சென்றது. அதன் ஒவ்வொரு பாய்ச்சலிலும் ஆயிரக் கணக்கான மதுரை வீரர்கள் கொல்லப்பட்டும் காயம்பட்டும் வீழ்ந்தனர். தஞ்சைப்படை இடமிருந்தும் வலமிருந்தும் திடீர் திடீர் என்று பாய்ந்தது. இதனால் மதுரைப் படையின் கட்டுக்கோப்பான அணிவரிசை குலைந்துபோனது. படைத்தலைவர்கள் எதையும் முடிவுசெய்து கட்டளைபிறப்பிக்க முடியாமல் திணறினார்கள். அவர்களின் இந்தத் தடுமாற்றம் வீரர்களின் மன தைரியத்தைக் குலைத்தது. அவர்கள் தங்கள் மனம் போனபடி ஓடத்தொடங்கினார்கள். அவர்களின் உணவு வண்டிகளும் ஆயுத வண்டிகளும் போகிறபோக்கில் அவர்களிடமிருந்து பிரிக்கப் பட்டன.

ஒரு இடத்தில் மரங்கள் அதிகம் இன்றி பெருவெளியாக இருந்ததால் குதிரைப் படையின் தாக்குதல் குறைந்தது. மதுரைப் படையின் தலைவர்களும் வீரர்களும் சற்று ஆறுதல் அடைந்தார்கள். ஆனால் அங்கே அவர்கள் சற்றும் எதிர்பார்க்காத புதுவகை ஆபத்து காத்திருந்தது. முன்வரிசையில் அவர்கள் பெரிதும் நம்பியிருந்த யானைப்படை கம்பீரமாகப் போய்க்கொண்டிருந்தது. அங்கே பல

இடங்களில் நன்றாகக் காய்ந்திருந்த வைக்கோல் நிரப்பிய பொதி வண்டிகள் நின்றிருந்தன. சரியாக யானைகள் அந்த வண்டிகளை நெருங்கியதும் எங்கிருந்தோ வண்டிகள் மேல் எரியம்புகள் வந்துவிழுந்தன. அடுத்தகணம் அந்த வண்டிகளெல்லாம் தீப்பற்றி எரியத் தொடங்கின. வண்டிகளில் இருந்த மிளகாய் மூடைகள் எல்லாம் மள மள என்று தீப்பற்றி எரிந்தன. நெருப்பின் வேகமும் காய்ந்த மிளகாயின் நெடியும் யானைகளை நெருங்கியதும், யானைகள் மிகுந்த அதிர்ச்சியடைந்தன. அந்த அதிர்ச்சி தீர்வதற்குள் வாணக்காரர்கள் யானைகளை நோக்கி நூற்றுக்கணக்கான வாணங்களை வீசி வெடிக்கச்செய்தார்கள். அச்சமும் கோபமும் யானைகளுக்கு வெறியூட்டியதால் அவை முன்னேறமுடியாமல் படைவரிசைக்குள் திரும்பி ஓட ஆரம்பித்தன. அதனால் மதுரைப்படைகள் மேலும் பெரும் அழிவுக்கு ஆளாயின. கோபமடைந்த யானைகளின் பிளிறல் ஓசை அந்தப் பகுதியெங்கும் எதிரொலித்தது.

இதையும் கடந்து பெரும்பாடுபட்டு மதுரைப்படையை ஒன்று சேர்த்த படைத் தலைவர்கள், தம் வீரர்களைத் தேற்றினர்.

"இடையூறுகள் எல்லாம் முடிந்துவிட்டன. அவற்றை நாம் வெற்றிகரமாகக் கடந்துவிட்டோம். இப்போது நம் எதிரி தனியாக நிற்கிறான். நம் வலிமைக்கு முன் சேதுபதியின் சிறுபடை என்ன செய்ய முடியும்? வெற்றி நமக்கே! சேதுநாட்டின் முத்தும் பொன்னும் குவியல் குவியலாக உங்களுக்காக காத்துக்கிடக்கின்றன. மதுரையின் மாவீரர்களே! வாள் உயர்த்தி வீரநடை போடுங்கள்!" என்று ஆசை வார்த்தைகள் பேசி அவர்கள் களத்தைவிட்டு ஓடாதபடி செய்தனர். சேதுப்படைக்குப் பயந்து போர்க்களத்திலிருந்து தப்பிஓடுபவர்கள் பிறகு மரணதண்டனைக்கு ஆளாவார்கள் என்றும் மதுரைப் படைத் தலைவர்களால் மிரட்டப்பட்டார்கள். இவ்வளவும் நடந்துமுடிந்த பிறகு தான் மதுரையின் தளவாய் தன் படைகளுடன் வந்து சேர்ந்துகொள்ள முடிந்தது. அவர் முகம் அடக்கமுடியாத கோபத்தில் சிவந்திருந்தது.

சேதுபதி தன் படையுடன் சேதுபுரம் என்ற ஊரின் அருகில் எதிரிக்காக காத்திருந்தார். மூன்று கல் தொலைவில் மதுரைப்படை வெறியுடன் வந்துகொண்டிருந்தது. அதன் படைத்தலைவர்கள் தங்கள் வீரர்களுக்கு கட்டளைகளைப் பிறப்பித்தபடி வந்தார்கள். இப்போது குதிரைப்படை முன்னணியில் வந்தது. வைகை ஆற்றின் கரையை ஒட்டி அவர்கள் வேகமாக நடைபோட்டனர். திடீரென நாய்களின்

பலமான குரைப்புச்சத்தம் அதிகமாகக் கேட்டது. மதுரையின் வீரர்கள் என்னவென்று யோசிக்கும் முன் நூறுக்கும் மேற்பட்ட வேட்டை நாய்கள் படுவேகமாகப் பாய்ந்துவந்து அவர்களுடைய குதிரைகளின் முன்னங்கால்களைக் கடித்து அவற்றை ஓடமுடியாமல் செய்தன. அதேவேளை படையின் இன்னொரு பக்கமிருந்து அம்புகள் குறிப்பாக படைப்பிரிவுகளை இயக்கியவர்கள் மேல் பாய்ந்தன. எண்ணற்ற வேல்கள் பறந்துவந்து குதிரைகள் மேல் பாய்ந்தன. உடலில் பாய்ந்து நின்ற வேல்களுடனும் அம்புகளுடனும், வலி தாங்காமல் குதிரைகள் தாறுமாறாக ஓடின. கீழேவிழுந்த வீரர்களை அவை பல திசைகளிலும் இழுத்துக்கொண்டு ஓடியதால் அவர்களும் அலறினர்.

மதுரைத் தளவாய் தன் உதவித்தலைவனைப் பரிதாபமாகப் பார்த்தார்.

"இன்னும் போர் நடைபெறும் களம் எதுவென்று தெரியவில்லை. எதிரியை இதுவரையில் நாம் கண்ணால் கூடப் பார்க்கவில்லை. ஆனால் அதற்குள் அவன் நம் படைவரிசையை முற்றாகக் குலைத்து விட்டான். நாம் பெரிதாக நம்பிய யானைப்படையக் காணவில்லை; சீறிப் பாயவேண்டிய குதிரைகள் பரிதாபமாக நொண்டுகின்றன! இந்த நிலைமை எப்படி நேர்ந்தது?" என்று அவர் கேட்டார். அது ஒரு புலம்பல் போலவே அவன் காதில் கேட்டது.

"மதுரையிலிருந்து கிளம்பிய போது இருந்த பெரும்படையில் பாதிப்படையையே காணவில்லையே தளவாய்!" என்று உதவித் தலைவன் தளவாயின் புலம்பலை முழுமைசெய்தான்.

சற்றுநேரம் அப்படியே நின்ற தளவாய், "இனி நாம் பின்வாங்கிச் செல்வதும் முடியாது. எஞ்சியிருக்கும் வீரர்களே எப்படியும் அறுபதா- யிரம் பேர் இருப்பார்கள். அதுவே சேதுப்படையைப் போல் இருமடங்கு ஆகும். இனி நடக்கும் போர் நேருக்குநேரான போர் தான். முழுவீச்சில் நாம் போரிட்டால் வெற்றி நமக்குத்தான்!" என்று சொல்லியபடி தன் குதிரையை படையின் முகப்புக்குச் செலுத்தினார்.

உதவித் தலைவனும் வேறு வழியில்லாமல் தன் விதியை நொந்து கொண்டு அவரைத் தொடர்ந்து போனான்.

முன்பகுதிக்குப் போன அவர்கள் இருவரும் திகைத்துப்போய் அப்படியே நின்றார்கள். சற்றுத் தொலைவில் தன் படையை எதிர்பார்த்து சேதுபதி தன் கருநிறக்குதிரையில் உருவிய வாளுடன் கம்பீரமாக

இருந்தார். கலித்தொகைப் பாடல் ஒன்று தமிழ் மறவனைப் பற்றிச் சொல்கிறது. 'சினம் கொண்ட வீரமறவன் போர்க்களத்தில் மானின் கொம்புகளைப் போன்ற மீசையுடன் நின்றான். அவனுடைய இரட்டை முரசின் ஒலியும் வலிமையான வில்லின் நாண் ஒலியும் மாபெரும் படையின் முகப்பில் தலைமையேற்று வரும் மன்னரையும் அச்சுறுத்தி போர்க்களத்திலிருந்து தப்பி புறமுதுகிட்டு ஓடச்செய்யும்.' அந்த வீரனின் மறு உருவாகவே சேதுபதி நின்றார். அவருக்கு இருபுறமும் சிறிது தூரத்தில் தளவாய் துரைசிங்கமும் திரையத்தேவனும் நின்றனர். சற்றுப் பின்னால் பெரியஉடையாத்தேவன் கையில் வேலுடன் இருந்தான். ஒரு வளரியையும் அவன் முதுகில் தயாராக செருகி வைத்திருந்தான். சேதுப் படைவீரர்கள் தங்கள் மன்னனின் வாள் உயரும் கணத்துக்காகக் காத்திருந்தார்கள். அந்த இடத்தில் ஒரு பெரிய கழுமரத்தில் குமாரபிள்ளையின் கைகளும் கால்களும் துண்டிக்கப்பட்ட உடல் மதுரைப் படை வீரர்களை அச்சத்தில் ஆழ்த்தும் விதமாக கழுமரத்தில் காட்சிக்கு வைக்கப்பட்டிருந்தது. அதைக் கண்டதும் மதுரைப்படையின் வீரர்கள் அச்சத்தில் நடுங்கினார்கள்.

சேதுபதி துரைசிங்கத்திடம் ஏதோ சொல்ல அவர் தன் குதிரையை மதுரைத் தளவாயிடம் நடத்திக்கொண்டு போனார்.

“தளவாய்! சேதுநாடு மதுரை அரசுக்கு இதுவரையும் நன்மைகளையே செய்திருக்கிறது. இதை நீங்கள் நன்றாகவே அறிவீர்கள். ஆனால் மதுரை அரசு பதிலுக்கு நன்றியில்லாமல் தொடர்ந்து பகையையும் படையையும் தான் அனுப்புகிறது. ஏற்கெனவே அதிகம் துவண்டுபோய் இருக்கும் உங்கள் படையை மேலும் அழிக்க எமது மன்னர் விரும்பவில்லை. நீங்கள் விரும்பினால் இப்போதே படைகளுடன் திரும்பிச்செல்லலாம் என்று சேதுபதி தெரிவிக்கிறார்!”

தளவாய் கோவிந்தப்பய்யன் அமைதியாக இருந்தார்.

“இவ்வளவு தொலைவு வந்துவிட்டுப் போரிடாமல் திரும்பிச் சென்றால் மன்னனுக்குஎன்ன பதில் சொல்வது?அப்படி திரும்பிச் சென்றால் மன்னன் உடனே தன்னைச் சிறையில் தள்ளுவதும் உறுதி. அந்த அவமானத்தைக் காட்டிலும், போரிட்டு மடிவதே மேல்!'' என்று அவர் முடிவு செய்தார்.

“உங்கள் மன்னரின் கருணைக்கு நன்றி தளவாய்; ஆனால் நான்

எவரிடமும் உயிர்ப்பிச்சை பெற்று வாழ விரும்பவில்லை; ஒரு வீரனாக நல்ல களச்சாவையே விரும்புகிறேன்!" என்று அவர் துரைசிங்கத்திடம் தெரிவித்தார்.

படைகள் மோதின; சேதுப்படையின் பாய்ச்சல் வேகத்தைத் தாங்கமுடியாத மதுரைப்படை வீரர்கள் சிதறிஓடினர். சேதுபதியுடன் கோவிந்தப்பய்யன் நேரடியாக மோதினார். தன்னுடைய அத்தனை வலிமையையும் திறமையையும் திரட்டி அவர் மோதியும் அவரால் சேதுபதியை வெற்றிகொள்ளமுடியவில்லை உடல்முழுதும் வெட்டுக் காயங்களுடன் மயங்கிவிழுந்த அவரைச் சேதுபதி உடனே மதுரைப் படையின் உதவித்தலைவனிடம் ஒப்படைத்து மதுரைக்கு அனுப்பிவைத்தார். சேதுப்படைகளின் வெற்றி முழக்கங்களுடன் போர் அன்று முடிவுக்கு வந்தது. நேரடியான ஒரு போரில் சேதுபதியைத் தோற்கடிக்கவேண்டும் என்ற மதுரை மன்னன் முத்துவீரப்ப நாயக்கனின் கனவும் அத்துடன் கலைந்து போனது. பெரும் அதிர்ச்சி அடைந்த அவன் தன் தாயின் ஆசையை தன்னால் நிறைவேற்ற முடியவில்லையே என்று நினைத்து மீளாத் துயரத்தில் விழுந்தான்.

33
மீண்டும் வந்த பாதிரியார்

மதுரையுடனான போர் முடிந்த பின் சேதுபதி மீண்டும் தான் விரும்பியபடி நாட்டு நிர்வாகத்தில் தன்னை முழுமையாக ஈடுபடுத்திக் கொண்டார். கோவில் திருப்பணிகள், நீர்நிலைகள்சீரமைப்பு போன்றவைகளை மேற்கொண்டார். அரண்மனையில் புலவர்களுக்கு நல்ல மதிப்பும் ஆதரவும் அளிக்கப்பட்டது. உள்நாட்டில் சிறு கலகமும் எழாதபடி நிர்வாகமும் நீதிஅமைப்பும் கண்காணிக்கப்பட்டது. நாட்டின் பலபகுதிகளிலும் மிகப்பெரிய நெற்களஞ்சியங்கள் அமைக்கப்பட்டன. பஞ்சகாலத்தில் அந்தக் களஞ்சியங்களில் இருந்த தானியங்கள் மக்களுக்குக் கொடுத்து உதவப்பட்டன. மக்களின் குறைகளை சேதுபதி தாமே நேரில் போய்க் கேட்பது வழக்கமானது.

பனைவரி, தோணிவரி, வயல்வரி போன்ற வரிகள் மக்களுக்குச் சிரமம் இல்லாமல் வசூலிக்கப்பட்டன. அரண்மனைச் சத்தம் என்ற வருவாயிலிருந்தே மன்னர் குடும்பத்தின் செலவுகள் மேற்கொள்ளப் பட்டன. பொதுநிதியில் தங்களின் சொந்தச் செலவுகளுக்காக அவர்கள் கை வைப்பதில்லை. நிலத்தகராறுகளில் உள்ளூர் நீதி அதிகாரியான எல்லைவிருத்தியின் தீர்ப்பே இறுதியானது; அதில் மன்னரும் தலையிட முடியாது என்பது மன்னரே இட்ட ஆணை. ஊர்க்காவல், நாட்டுக்காவல், தளக்காவல் என்று காவல் முறை வகுக்கப்பட்டது.

மலபார், வங்கம் போன்ற பரதகண்டத்தின் நாடுகளுடனும், சீனம், அரபு, போர்ச்சுகல் போன்ற கடல் கடந்த நாடுகளுடனும் வணிகம் செழித்திருந்தது. அதேவேளை தன் எல்லைகளின் காவலிலும் அவரது சிறிதும் கவனம் தவறவில்லை. அல்லும் பகலும் தன் மக்களின் வாழ்வும் தன் நாட்டின் தனியரசு என்ற உரிமையும் தான் தன்னுடைய ஒரே நோக்கமென வாழ்ந்தார். கிடைத்த ஓய்வுப் பொழுதுகளில், தம்பி மரைக்காயருடனும் புலவர்களுடனும் பேசி மகிழ்ந்தார். மன்னரின் ஆதரவில் பல புலவர்கள் சேது நாட்டில் மகிழ்ச்சியுடன் வாழ்ந்தார்கள்.

இராமநாதபுரம் பகுதியை காய்ந்து விளையும் பூமி என்பார்கள்.

பல ஆண்டுகள் மழையே இல்லை என்றாலும் ஒரு மழை பெய்து விட்டால் அந்த ஆண்டு நல்ல விளைச்சல் கொடுத்துவிடும். அதனால் அரிசி, தானியங்களின் விலை அங்கே எப்போதும் குறைவாகவே இருந்தது. அதனால் சேதுச்சீமையின் மக்களுக்கு வாழ்வு எப்போதும் ஒரு சுமையாக இருந்ததில்லை. கடலும் பனைமரங்களும் அந்த மக்களின் வாழ்வுக்கு உறுதுணையாக இருந்தன. மன்னரின் வரி விதிப்பும் அக்கறை மிகுந்த காவலும் அவர்களின் சுமையைக் குறைத்தன. வராகன், சூறைக்காசு போன்ற செப்புக்காசுகள் இராமேசுவரத்தில் இருந்த சேதுபதியின் அக்கசாலை என்ற நாணயச்சாலைகளில் வடிக்கப்பட்டு புழக்கத்தில் இருந்தன. எப்போதுமே வணிகத்தில் சேதுபதியின் நாணயங்கள் டச்சுக்காரர், மற்றும் போர்ச்சுக்கீசியரின் நாணயங்களுக்குச் சமமான மதிப்புடன் இருந்தன.

....

ஒருநாள் சேதுபதியின் நண்பர்களாக இருந்த ஊர்ப்பிரமுகர்கள் பலர் ஒன்றுசேர்ந்து அவரைப் பார்க்கவந்தார்கள். மன்னரை வணங்கிய அவர்கள் முகங்களில் பெரும் கவலை தெரிந்தது. மன்னருக்கு அதன் காரணம் விளங்கவில்லை. அதனால் அவரே முதலில் பேசினார்.

“என்ன! என்றுமில்லாமல் இன்று உங்கள் முகங்களில் ஒரு கவலையும் வாட்டமும் தெரிகிறது? நீங்கள் எல்லாம் கவலைப்படும் அளவுக்கு உங்கள் மன்னன் செய்த குற்றம் என்ன?”

முதலில் பேசியவர் பாம்பாவனம் தான். அவர் மன்னரால் தண்டிக்கப்பட்ட குமாரபிள்ளையின் நண்பராக இருந்தவர். முன்பு குமாரபிள்ளையுடன் சேர்ந்துகொண்டு பிரிட்டோ பாதிரியாரை மிரட்டியவர்களில் ஒருவர். அதனால் அவர் ஒருவகையான அச்சத்துடன் தான் மன்னரிடம் பேசினார்.

“மகாராஜா! அந்த மகேசுவரனே வந்து எங்களுக்கு மன்னராக இருந்து ஆட்சி செய்யும்போது அதில் எங்களுக்கு என்ன குறை இருக்க முடியும்? ஆனால் சிலகாலமாகவே வெள்ளை அங்கி அணிந்த பாதிரியின் செயல்கள் அவ்வளவு நன்றாக இல்லை. இடையில் சில காலம் சொந்த நாட்டுக்குப் போயிருந்த அவர் திரும்பவும் இங்கே வந்துவிட்டார். அவரைச் சுற்றி நம் ஊர் ஆட்களின் ஒரு கூட்டம் எப்போதும் இருக்கிறது. இது நமக்கு நல்லதல்ல மகாராஜா!”

அதைக் கேட்டதும் மன்னர் முகத்தில் ஒரு புன்முறுவல் பூத்தது.

“உங்கள் நண்பர் குமாரபிள்ளையும் முன்பு இதேபோல் இந்தப்

பாதிரியைப் பற்றி அடிக்கடி குறை சொன்னார்! என் பேரைச்சொல்லி அவரை மிரட்டவும் செய்தாராம்!"

உடனே பாம்பாவனம், "மகாராஜா! குமாரபிள்ளை இங்கே பல தவறுகளைச் செய்திருக்கலாம்; ஆனால் பாதிரி விசயத்தில் அவர் சொன்னது சரியான கருத்துத் தான்!" என்று பதற்றத்துடன் சொன்னார்.

இன்னொருவர், "அந்தப் பாதிரி நாள்தோறும் பொழுதுவிடியும் முன் நம் மக்கள் வாழும் பகுதிகளில் தன் ஆட்கள் சிலருடன் வந்து நின்றுகொண்டு, 'பாவிகளே எழுந்திருங்கள்!' என்று கூவுகிறார். அவர் சொல்லும் கடவுளை வணங்கினால் மட்டுமே நாம் பாவங்களில் இருந்து விடுதலை பெறலாம் என்றும் கத்துகிறாராம். இதனால் நம் இளைஞர்கள் பலரும் மிகுந்த கோபத்தில் இருக்கிறார்கள். அவர் போய்வந்த பிறகு பல இடங்களில் நம் குடிகளிடையே சண்டைகள் நடக்கின்றன. நம் ஆட்களைக் கட்டுப்படுத்துவதே தினமும் எங்களுக்குப் பெரிய வேலையாக இருக்கிறது!"

இப்போது மன்னர் பதில் சொன்னார். "நண்பர்களே! பாதிரியின் செயலில் குற்றம் எதையும் நான் காணவில்லை. மக்கள் விரும்பினால் எந்தக் கடவுளையும் அவர்கள் வணங்கலாம் என்பதே என் கருத்து; நான் நினைப்பது சரிதானே?"

வந்தவர்கள் முகத்தில் அதிருப்தி; அவர்கள் எதிர்பார்த்துவந்தபடி மன்னர் பேசாததால் அவர்கள் ஏமாற்றம் அடைந்தார்கள். அவர்கள் ஒருவரை ஒருவர் பார்த்துக்கொண்டார்கள்.

"அரசே! மக்கள் விரும்பினால் அது சரிதான்; ஆனால், அவர் நம் மக்களின் மனதைக் கெடுத்து அவர்களை மதம் மாற்றிவருகிறார்; இது எப்படிச் சரியாகும்? இதை நாம் நிறுத்தவேண்டாமா?"

"தன் கடவுளைப் பற்றிய நல்ல விசயங்களை அவர் எடுத்துச் சொல்வதில் என்ன தவறு? பாதிரியார் அயல் நாட்டுக்காரர் என்பதால் அவர் மேல் வீணாகக் குறை சொல்லவேண்டாம்!"

"அரசே! அவர் தன் கடவுளை எவ்வளவு வேண்டுமானாலும் உயர்த்திப் பேசட்டும்; கவலையில்லை! ஆனால் இந்தப் பாதிரி நாம் வழிவழியாக கும்பிடும் சாமிகளை இழிவாகப் பேசுகிறார்! அது எப்படிச் சரியாகும்?"

"நண்பரே! அது தவறுதான். ஆனால் நம் நாட்டில் முன்னரே சைவம், வைணவம், சாக்தம், கபாலிகம் என பல மதங்கள் இருந்திருக்கின்றன அல்லவா? இப்போது இன்னும் ஒரு புதிய மதம் வருகிறது என்றால் அதில் என்ன தவறு? என்னைப் பொறுத்தவரையில்

என் மக்களின் விருப்பமும் உரிமையும் தான் முக்கியம்!"

அவர்களில் ஒருவர் மிகுந்த தயக்கத்துடன் மேலும் சொன்னார். "அரசே! நாங்கள் எங்களுக்காக மட்டும் பேசவில்லை; முன்பு ஒல்லாந்தர்களும் இதே வழியில் தான் செயல்பட்டார்கள். மகாராஜா அப்போது தீர்க்கமான முடிவெடுத்து அவர்களை விரட்டினீர்கள். அதேபோல இப்போதும்....."

அவர் முடிக்கும் முன்பே மன்னர் பேசினார். "ஒல்லாந்தர்கள் நம் மண்ணையும் முத்துக்கடலையும் விலை பேசினார்கள்; புனிதமான தேவாலயத்தை ஒரு கோட்டையாக மாற்றினார்கள். ரகசியமாகப் படை இறக்கினார்கள். அதனால் நாம் அவர்களை ஒழித்தோம். இந்தப் பாதிரி அதுபோல் எதுவும் செய்யவில்லையே!"

"அரசே! இப்போது இவர் அமைதியாக இருப்பதுபோல் தெரிகிறது. இவரும் ஏராளமான சீடர்களைச் சேர்த்துவருகிறார்; தேவாலயம் கட்டவேண்டும் என்று பேசிவருகிறார். அவர் பின்னால் நம் ஆட்கள் நிறையப் பேர் போகிறார்கள். சில நாட்கள் முன்பு நம் படைத்தலைவன் ஒருவனும் பல வீரர்களும் கூட வேதக்காரர்களாக மாறிவிட்டார்களாம்; இப்படியே போனால் ஒருநாள் அவரால் நிச்சயம் நம் அரசுக்குக் கேடு விளையும் என்று நாங்கள் அஞ்சுகிறோம்!"

மேலும் ஒருவர் சொன்னார். "மகாராஜா! இந்தப் பாதிரியால் மதம் மாறி கிறிஸ்தவர்களாக ஆகிறவர்களுக்கு நெதர்லாந்து நாட்டின் குடிகள் என்ற உரிமையும் கொடுக்கிறார்களாம்! இது நமக்கு பெரிய கேடாக முடியும்! இதை மகாராஜா கொஞ்சம் சிந்திக்கவேண்டும்!"

அவர்கள் அவ்வளவு பேசியபோதும் அசைந்துகொடுக்காத மன்னரின் முகம் அவர்கள் இப்படிப் பேசியதும் கொஞ்சம் மாறியது; நெற்றியில் சிந்தனைக் கோடுகள் தோன்றின. சிறிது நேர அமைதிக்குப் பிறகு அவர் சொன்னார்.

"நீங்கள் சொல்வதிலும் ஒரு அர்த்தம் உள்ளது; நாம் அவரைக் கவனித்துவருவோம். அவர் தவறான செயல்களில் ஈடுபட்டார் என்று தெரிந்தால் தயங்காமல் தேவையான முடிவை நாம் எடுப்போம். நீங்கள் கவலைப் படவேண்டாம்!"

பின் வேறு சில சேதிகளைப் பற்றிப் பேசிவிட்டு அவர்கள் விடை பெற்றுச் சென்றார்கள். அவர்கள் போனதும் மன்னர் வெகுநேரம் ஆழ்ந்த சிந்தனையில் மூழ்கிஅமைதியாக இருந்தார். நள்ளிரவு கடந்து மூன்று சாமம் ஆகிவிட்டது; அரண்மனையில் இரவுக் காவலுக்காக முதல் பாரி முடிந்து இரண்டாம் பாரியும் வந்துபோய் விட்டார்கள்.

ஆனால் மன்னர் தன் அறையில் இன்னும் உறங்காமல் யோசித்தபடி இருந்தார். பாதிரியார் பிரிட்டோ விசயம் அவரை வெகுவாகக் குழப்பி-யிருந்தது.

'மதத்தைப் பரப்புவதற்காக மட்டும் ஒருவர் இவ்வளவு தொலைவு, அதுவும் கடல்கடந்து ஆபத்தான பயணத்தை மேற்கொண்டு வருவாரா? அவர் அந்த நாட்டு மன்னனின் தோழன் என்று வேறு சொல்கிறார்கள்; அதனால் அவர் இங்கே வந்திருப்பதில் வேறு எந்த நோக்கமும் இருக்குமா? அப்படி எதுவும் இருந்தால் அது பெரும் கேடுதான்!

மக்களின் உணவு, குடியிருக்க ஒரு இடம், செய்வதற்கு ஒரு தொழில் என்ற எத்தனையோ முக்கியமான விசயங்கள் இருக்கும் போது அவைகளை எல்லாம் விட்டுவிட்டு சாமி கும்பிடுவதை ஏன் ஒரு பிரச்சினையாக இவர்கள் ஆக்குகிறார்கள்? இதற்காக ஏன் இவர்கள் இத்தனை பாடுபட்டு உயிரையும் பணயம் வைத்து கடல்கடந்து வருகிறார்கள்?' என்று அவர் மனம் சலித்துக்கொண்டார்.

அன்று இரவு முழுவதும் உறங்காமல் இருந்த மன்னர் விடியும் வேளையில் தான் கண்மூடினார்.

மறுநாள் காலையிலும் உணவு சாப்பிட்ட பிறகுஊர்ப் பெரியவர்கள் சொன்ன விசயங்களைப்பற்றி வெகுநேரம் சிந்தித்த மன்னர் பாதிரியார் பற்றி அவர்கள் சொன்ன புகார்களை தாம் அலட்சியப் படுத்தக் கூடாது; நன்கு விசாரிக்கவேண்டும் என்று தீர்மானித்தார். இப்படிச் சிந்தித்தபடியே தன் அலுவல் அறையை நோக்கி மெதுவாக நடந்தார். அப்போது இரண்டு சிறுவர்கள் தம் இளம் கரங்களில் மூங்கில் கழிகளை வாள் போல் ஏந்தி விளையாட்டாக வாட்போர் செய்தபடி அவரைக் கடந்து போனார்கள். அவர்கள் சம வயது உடையவர்கள் போல் இருந்தார்கள். ஒருவன் சேதுபதியின் மகன் பவானிசங்கரன். இன்னொருவன் அவர் அக்காள் உடையக்கா நாச்சியாரின் மகன் திருவுடையான். மன்னர் அவர்கள் எவ்விதமான பயிற்சியும் பெறாமலேயே அப்படி வாளேந்திப் போரிட்ட அழகை சற்று நேரம் தன்னை மறந்து பார்த்தார். அப்போது அவருக்கு ஒருநாள் தானும் துரைசிங்கமும் குளக்கரையில் சிறுவன் வெள்ளையனைப் பார்த்த அன்று பேசிக்கொண்டது நினைவுக்கு வந்தது. அந்தச் சிறுவர்களுடன் தானும் சிறிது நேரம் வாளேந்திச் சண்டை போட்டு விளையாடிவிட்டுத் தன் அறைக்குப் போனார்.

மறுநாள் இளவரசர்கள் இருவரும் கூரிக்கிழவன் பயிற்சிச்

சாலைக்கு அழைத்துச் செல்லப்பட்டு அவரின் மாணவர்களாகச் சேர்க்கப்பட்டனர். மன்னரே நேரில் வந்து அவர்களைப் பயிற்சியில் சேர்த்துவிட்டார். அன்றே வெள்ளையனும் அவனது நண்பர்களும் பயிற்சிக்காகச் சேர்க்கப்பட்டனர். அடுத்த தலைமுறை வீரர்களை அடையாளம் கண்டுவிட்ட மகிழ்ச்சி மன்னரின் மனதில் நிறைந்திருந்தது.

ஆனால் அந்த மகிழ்ச்சியை எல்லாம் அந்தப் பாதிரியாரின் நினைப்பு வந்து கெடுத்தது. பிரிட்டோ பாதிரியார் தன்னுடைய வேண்டுகோள், கட்டளை எதையுமே மதிக்கவில்லை என்பதை நினைத்த உடன் மன்னரின் முகம் மாறியது. மனம் உள்ளே எரிமலை போல் குமுறியது. அவர் மிகவும் முயற்சி செய்து தான் இயல்பாக இருப்பதாகக் காட்டிக்கொண்டார்.

34
திருமெய்யம் கோட்டை

சிறுவர்கள் பவானி சங்கரனையும் திருவுடையானையும் பயிற்சிச் சாலையில் சேர்த்துவிட்டுவந்த மன்னர் தன்னைப் பார்க்க வந்திருந்த பலதேச வணிகக்குழுவான நானாதேசிகளுடன் வர்த்தகம் குறித்து பேச்சுவார்த்தை நடத்தினார். அவர்களுடன் பேசிமுடித்தபோது அரண்மனை வாயிலில் மக்கள் திரளாக வந்து மன்னரைப் பார்க்கவிரும்புவதாக காவலன் வந்து சொன்னான்.

"வந்திருப்பவர்கள் எந்த ஊர்க்காரர்கள்?"

"அரசே! அவர்கள் பாம்பாறு, திருமெய்யம் பக்கம் இருந்து வந்திருக்கிறார்கள்."

பாம்பாற்றுப் பக்கம் என்று சொன்னதும் மன்னர் ஏதோ யோசித்தார். பிறகு, "வெகுதொலைவில் இருந்துவந்திருக்கிறார்கள். முதலில் அவர்களுக்கு முதலில் உணவுகொடுத்து இளைப்பாறச்செய்யுங்கள். சற்று நேரத்தில் அத்தாணி மண்டபத்தில் நான் அவர்களைப் பார்க்கிறேன் என்று சொல்!" என்று காவலனிடம் சொன்னார்.

வந்திருந்த மக்கள் உணவருந்தி ஓய்வெடுக்க போதிய கால அவகாசம் கொடுத்து, அவர்கள் உணவருந்திய பிறகு காவலர்கள் அவர்களை அத்தாணி மண்டபத்திற்கு அழைத்துச்சென்றார்கள். மன்னர் வந்து அவர்களைச் சந்தித்தார். அவர்கள் மன்னரைப் பார்த்ததும் வாழ்த்து முழக்கமிட்டார்கள். முதலில் அவர்களில் வயதில் அதிகம் பெரியவராக இருந்த ஒருவர் தான் பேசினார்.

"அரசே! நாங்கள் திருமெய்யம், பாம்பாறு பக்கம் இருப்பவர்கள்!"

உடனே மன்னர், "அப்படியானால் எல்லோரும் தஞ்சை அரசின் குடிகள் அல்லவா? சேதுபதியைப் பார்க்கவந்திருக்கிறீர்களே! சேதுபதி உங்களுக்கு என்ன செய்யவேண்டும்?"

முதலில் பேசியவர், "இப்படிக் கேட்டதே எங்களுக்குப் பெரிய மகிழ்ச்சி அரசே! நாங்கள் தஞ்சை ராச்சியத்தின் ஒரு ஓரத்தில் இருக்கிறோம். அதனால் தஞ்சை மன்னரும் அதிகாரிகளும் எங்களைக் கொஞ்சமும் கருதுவதே இல்லை. அறுவடை முடியும் சமயம்

வரிவாங்கும் போது எங்கள் பக்கம் வருவதோடு சரி; அதன் பிறகு எங்களைப் பற்றி நினைப்பதே இல்லை!" என்றார்.

மன்னர் முகத்திலும் இப்போது கவலை தெரிந்தது. உடனே இன்னொருவர் பேசினார்.

"சில காலம் முன்பு எங்கள் ஊர்கள் சேதுச்சீமையுடன் சேர்க்கப்படும் என்று சொன்னார்கள்; அதை நம்பித்தான் நாங்களும் நிம்மதியாக இருந்தோம். ஆனால் அப்படி எதுவும் இதுவரை நடக்கவில்லை; என்ன துன்பப்பட்டாலும் எங்களை யாரும் எதுவும் கேட்பதில்லை; எட்டிக்கூடப் பார்ப்பதில்லை! எங்களுக்கு ஒரு விடிவு காலம் வரணும் மகாராஜா!"

இரகுநாத சேதுபதி பொறுமையாகவும் அக்கறையுடனும் அவர்கள் பேசியதைக் கேட்டார். "சரி; இப்போது நான் என்ன செய்ய வேண்டும்? அதை முதலில் சொல்லுங்கள்!" என்று பரிவுடன் கேட்டார்.

"மகாராசா! பெரிய மனசு பண்ணி எங்கள் ஊர்களைச் சேதுச்சீமையாக ஏற்றுக்கொள்ளவேண்டும்; எங்களையும் சேதுநாட்டுக் குடிகளாக ஏற்றுக்கொள்ளவேண்டும். பஞ்சத்திலும் பாதகத்திலும் இருந்து நீங்கள் தான் எங்களை காப்பாற்றுவீர்கள்! அதனால் உங்களைக் கும்பிட்டுக் கேட்கிறோம்!"

"எங்கள் ஊர்களை சேதுச்சீமையுடன் சேர்த்துக் கொள்ளப் போவதாக அதிகாரிகள் சிலர் முன்பு சொன்னார்கள்; அதைக் கேட்டு நாங்கள் நிம்மதியாக இருந்தோம்; ஆனால் அது நடக்கவில்லை! இப்பவாச்சும் அது நடக்கணும் மகாராஜா!"

அவர்கள் தங்களின் வேண்டுதலை ஒரே குரலாகக் கேட்டு மன்னர் முன் தெண்டனிட்டு எழுந்தார்கள்.

சில ஆண்டுகளுக்கு முன் சேதுபதி தஞ்சை மன்னருக்கு ஒரு போரில் படை உதவி செய்தார். அப்போது இருவருக்கும் இடையே ஏற்பட்ட ஒரு ஒப்பந்தப்படி பாம்பாற்றின் கரையில் இருந்த சில ஊர்கள் சேதுபதிக்கு அளிக்கப்படவேண்டும். ஆனால் அப்போது தான் அளித்த வாக்கின்படி தஞ்சை மன்னர் பிறகு நடந்துகொள்ளவில்லை அதைத்தான்அந்த எளிய மக்கள் சேதுபதிக்கு நினைவூட்டினார்கள்.

மன்னர் முதலில் பேசியவரைப் பார்த்து, "நீங்கள் நல்லமுத்துக் கோனார் தானே? ஒருநாள் தஞ்சாவூர் போகும் வழியில் நீங்கள் தானே உங்கள் ஆட்களுடன் என்னைச் சந்தித்து மோர் கொடுத்தீர்கள்?" என்று கேட்டார்.

"ஆமாம் மகாராசா!" என்று சொல்லிய கோனார் முகத்தில் பெருமை பொங்கியது.

அதற்குள் மன்னர் சொல்லியனுப்பியபடி துரைசிங்கமும் நிதி அதிகாரியும் வந்திருந்தார்கள். அதிகாரியை மன்னர் பார்த்ததுமே அவர், "அரசே! நாம் இந்த விசயமாக தஞ்சை மன்னருக்கு இதுவரை மூன்று கடிதங்கள் அனுப்பிவிட்டோம். ஆனால் அவரிடமிருந்து இதுவரை பதில் எதுவும் வரவில்லை!" என்று விளக்கம் சொன்னார்.

மன்னர் பொறுமையுடன், "சரி; இன்னும் ஒரு கடிதமும் போகட்டும். வரும் ஆவணித் திருவிழா வரை பொறுத்துப் பார்க்கலாம். அதற்குள் இப்பகுதிகள் நம்மிடம் ஒப்படை செய்யப்படவில்லை என்றால் அவர் முன்பு ஒப்புக்கொண்டபடி நமக்கு உரிமையான ஊர்களை நாமே எடுத்துக்கொள்வோம்!" என்றார்.

அதிகாரியும் தளவாயும் மன்னரின் ஆணையைத் தலை தாழ்த்தி ஆமோதித்தனர்.

மன்னர் அந்த மக்களைப் பார்த்து, "நீங்கள் இன்று முதல் சேது நாட்டின் குடிகள் ஆகிறீர்கள். நாளையே என் அதிகாரிகள் உங்கள் ஊர்களுக்கு வருவார்கள். அவர்கள் உங்கள் குறைகளைக் கேட்டு, உங்களுக்கு வேண்டியதைச் செய்து கொடுப்பார்கள்! எல்லோரும் நிம்மதியாக ஊர் திரும்புங்கள்!" என்றார்.

அவர்கள் மன்னரை வாழ்த்தி பல முறை முழக்கமிட்டார்கள். தங்களை பரிவுடன் கவனிக்கும் மன்னர் கிடைத்துவிட்ட மனநிறைவுடனும் மகிழ்ச்சியுடனும் அந்த மக்கள் ஊர் திரும்பினார்கள்.

அன்றே ஒப்பந்தப்படி திருமெய்யம், பாம்பாறு பகுதி ஊர்களை உடனே தம்மிடம் ஒப்படைக்கவேண்டும் என்றும் அவ்வாறு செய்யத் தவறினால் அவற்றைத் தாமே சேதுச்சீமையுடன் சேர்த்துக்கொள்ளப் போவதாகவும் எழுதப்பட்ட சேதுபதியின் கடிதத்துடன் ஒரு தூதன் தஞ்சாவூருக்குப் புறப்பட்டான்.

....

சேதுநாட்டில், குறிப்பாக இராமேசுவரத்தில் ஆவணிமூலத் திருவிழா மிகவும் சிறப்பாகக் கொண்டாடப்படும் ஒரு திருவிழா ஆகும். அப்போது மன்னர் குடும்பத்தினர் மக்களுடன் சேர்ந்து கடலில் நீராடுவது வழக்கம். அதுபோல் மகர்நோன்பு என்ற திருவிழாவும் சிறப்பாக நடக்கும் என்றாலும் அது சேதுநாட்டின் பாரம்பரியமான திருவிழா அல்ல. நவராத்திரி திருவிழா கொண்டாட்டம் என்பது திருமலை சேதுபதியின் காலத்தில் ஏற்பட்ட ஒன்றாகும். தலைநகரின் அத்தனை கோவில் தெய்வங்களும் தம் வாகனங்களில் அரண்மனை முன் அணிவகுத்து நிற்க அரண்மனையின் ராஜராஜேசுவரி அம்மன் கடைசியாக முழு அலங்காரத்துடன் தன் தேரில் ஊர்வலம் வருவாள். இதுவே நவராத்திரி விழாவின் நிறைவு நிகழ்வாகும்.

ஆவணி மூலத்திருவிழா என்பது இராமேசுவரத்தில் சிறப்பாக நடைபெறும். இந்த இரண்டு திருவிழாக்களின் போதும் மக்கள் வெளியூர்களில் இருக்கும் தம் உறவினர்களை வரவழைத்து விருந்துவைத்து மகிழ்வார்கள். ஊரின் பல இடங்களிலும் தமிழரின் பண்பாட்டுக்கலைகளான கூத்து, பாவைக்கூத்து, பொய்க்கால் குதிரை ஆட்டம், ஒயிலாட்டம்,பாட்டுக்கச்சேரி, சேவல் சண்டை, மல்யுத்தம், சிலம்பப்போட்டி போன்ற நிகழ்ச்சிகள் விடியவிடிய நடக்கும்.

மக்கள் மிகவும் மகிழ்ச்சியாக ஆவணி மூலத் திருவிழாவைக் கொண்டாட ஏற்பாடுகளைச் செய்துகொண்டிருக்கும் போது போர்ச் சூழலை ஏற்படுத்தி அதைக் கெடுக்க சேதுபதி விரும்பவில்லை. அதனால் திருவிழாமுடியட்டும் என்று அவர் பொறுத்திருந்தார். ஆவணிமூலத் திருவிழாவும் நல்லபடியாக நடந்துமுடிந்தது; ஆனால் தஞ்சையிலிருந்து அவர் எதிர்பார்த்த சேதி இன்னும் வரவில்லை. அதனால் மன்னர், தன்னை வந்து சந்தித்த மக்களுக்கு அளித்த வாக்கை நிறைவேற்றிவிடவேண்டும் என்று முடிவுசெய்தார்.

....

திருமெய்யம், பாம்பாறு பகுதி மக்களின் கோரிக்கை மன்னரின் மனதில் சில நாட்களாகவே நீங்காமல் இருந்தது. போரில் உதவிசெய்தபோது தனக்குக் கொடுத்த வாக்கை நிறைவேற்றாமலும் தன் குடிகளின் தேவைகளைக் கருதாமலும் இருந்த தஞ்சாவூர் மன்னன் மேல் அவருக்குக் கோபம் வந்தது. அதனால் அந்தப் பிரச்சினைக்கு உடனே முடிவுகட்ட அவர் விரும்பினார். தளவாயையும் திரையத்தேவனையும் வரச்சொல்லி அவர்களுடன் அதை ஆலோசித்தார். முடிவில் மன்னர் தன் கருத்தைச்சொன்னார்.

“தஞ்சை மன்னன் நாம் அனுப்பிய பல கடிதங்களுக்கும் பதில் கூட அனுப்பவில்லை. அவன் தான் கொடுத்த வாக்கினை மறந்துவிட்டான் போல் தெரிகிறது. வாக்குத்தவறிய அவனை இனிமேல் நாம் மதிக்கத் தேவையில்லை. ஒப்பந்தப்படி அந்தப் பகுதிகள் நம்முடையவை தான். நமக்கு உரியதை நாம் எடுத்துக் கொள்வோம்!”

அவர் சொன்னதை மற்றவர்கள் ஏற்றுக்கொண்டார்கள். உடனே துரைசிங்கம், “படை எப்பொழுது கிளம்பவேண்டும்? இன்றே பாளையத் தலைவர்களுக்கு சேதிஅனுப்பிவிடவா?” என்றார்.

“ஆம்; உடனே சொல்லிஅனுப்பு. ஆனால் ஐயாயிரம் வீரர்கள் மட்டும் போதும்!”

அவர்கள் மன்னரை கேள்வியுடன் பார்த்தார்கள்.

அவர் தொடர்ந்தார். “பாம்பாற்றுப் பக்கம் எந்த இடத்திலும்

தஞ்சைப் படை பெரிய அளவில் இல்லை என்று நம் ஆட்கள் சேதி கொண்டுவந்திருக்கிறார்கள். அதனால் இப்போது அங்கே இருக்கும் வீரர்களை விரட்ட நம்முடைய சிறு படையே போதும்!"

தளவாய் துரைசிங்கம் சொன்னார். "அங்கே எல்லையைக் காக்க படைகளும் இல்லை; குடிகளின் தேவைகளைக் கவனிக்க அதிகாரிகளும் இல்லை! ஏன் தஞ்சை மன்னருக்கு இப்படி ஒரு அலட்சியம் என்று தெரியவில்லை!"

"அதனால் தான் அந்த மக்கள் நம்மிடம் உதவிதேடி வந்தார்கள்! பாவம்!" என்றார் சேதுபதி.

அந்த ஆலோசனையின்போது திரையத்தேவனிடம் ஒரு மாற்றத்தை மன்னர் உணர்ந்தார். அவன் எப்போதும் பூசியிருக்கும் திருநீறு அவன் நெற்றியில் இல்லை. மார்பில் சந்தனப் பூச்சும் காணப்படவில்லை. உடனே அவருக்கு பாதிரியாரின் நினைவு தான் வந்தது. ஆனால் அதுபற்றிக்கேட்க இது சமயம் அல்ல; பின்னர் கேட்டுக் கொள்ளலாம் என்று அவர் நினைத்து விட்டுவிட்டார்.

மன்னரின் கட்டளைப்படி ஐயாயிரம் வீரர்கள் கொண்ட சிறுபடை அன்று மாலையே அரண்மனை முன் திரண்டு நின்றது. முன்னேற்பாடாக துரைசிங்கம் இன்னும் ஒரு ஐயாயிரம் வீரர்களைத் தயார் நிலையில் இருக்கும்படி ஏற்பாடு செய்திருந்தார். சேதுபதி முன்னால் போக மறவர் படை தன் பாய்ச்சலைத் தொடங்கியது. பாம்பாற்றில் வெள்ளம் அவ்வளவாக இல்லாததால் படை ஆற்றை எளிதாகக் கடந்தது. சேதுபதி படையுடன் வருகிறார் என்ற சேதி கிடைத்ததுமே தஞ்சைப் படையினர் பெரும் கலக்கமடைந்தனர். அவர்கள் அந்தச் சமயத்தில் அந்தத் தாக்குதலைச் சிறிதும் எதிர்பார்க்கவில்லை. உடனே படைத்தலைவன் தன் வீரர்களை அழைத்தான்.

"வீரர்களே! தஞ்சையிலிருந்து நமக்கு எந்தச் சேதியும் வரவில்லை. இனிமேல் நாம் அங்கிருந்து எந்த உதவியையும் எதிர்பார்க்க முடியாது. நம் படையால் சேதுபதியின் படையை எதிர்க்க முடியாது. எதிர்த்து நின்று வீணாக உயிரை விடுவதைவிட தஞ்சைக்குப் போய் நம் படைகளுடன் சேர்ந்துகொள்வதே நல்லது!"

படைத்தலைவன் அப்படிச் சொன்னதை இன்னொருவன் ஏற்கவில்லை. அவன், "சேதுபதி ஒரு சிறுபடையுடன் தான் வருவதாகத் தெரிகிறது. இதைக்கண்டு நாம் பின் வாங்கிப் போனால் நமக்கு அதைவிட அவமானம் எதுவும் இல்லை!"

அதற்கு ஆதரவாகவும் சிலர் கூச்சல் போட்டார்கள். அப்போது

சேதுப்படை வெகு அருகில் வந்துவிட்டதால் அங்கே பெரும் மோதல் நடந்தது. எதிர்த்து நின்றவர்கள் வெட்டுப்பட்டு விழுந்தனர். மற்றவர்கள் உயிர் பிழைத்தால் போதும் என்று ஓடினார்கள்.

சேதுப்படையின் வீரமுழக்கம் அங்கே கேட்கும்போது தஞ்சை வீரர்கள் வெகுதூரம் போயிருந்தார்கள். அதன் பிறகு பல இடங்களிலும் சேதுப்படைக்கு எதிர்ப்பே எழவில்லை. இப்படி சேதுப்படை எந்தவிதமான பெரிய எதிர்ப்பும் இல்லாமல் திருவாரூர் வரை போய் நின்றது. தஞ்சைப்படை எதிர்த்து வரவில்லை என்றாலும் ஒரு நியாய உணர்வுடன் தான் பிடித்த பகுதிகளில் திருமெய்யம், பிரான்மலை, அறந்தாங்கி மற்றும் அம்பாரி ஆற்றின் தென்பகுதிகள் ஆகியவற்றை மட்டும் சேதுநாட்டுடன் வைத்துக் கொண்டு, மற்ற பகுதிகளை தஞ்சை அரசுக்கே திருப்பிக் கொடுத்துவிட்டு சேதுபதி இராமநாதபுரம் திரும்பினார். பின்னர் சில மாதங்கள் கழித்து திருமயத்தைச் சேதுநாட்டின் எல்லையென்று அறிவித்தார். அந்தப்பகுதி மக்களும் தமக்கு ஒரு விடிவுகாலம் பிறந்ததால் மகிழ்ச்சியுடன் மன்னருக்கு நன்றி சொல்லி வாழ்த்தினர்.

ஒரு நாள் புலவர்கள் எல்லாம் போன பிறகு மரக்காயரிடம் மன்னர் சில அரசாங்க விசயங்களை விவாதித்தார். திருமெய்யத்தில் இருந்த குன்றின் அடிவாரத்தில் பல்லவர் காலத்தில் அமைக்கப்பட்டிருந்த பெருமாள் கோவில் ஒன்று ஏற்கெனவே இருந்தது.

"திருமெய்யம் குன்றின் மேல் புதிதாக ஒரு சிறு கோட்டை கட்டி அதை நம்முடைய எல்லையாக அறிவிக்கவேண்டும் என்று முடிவு செய்திருக்கிறேன் தம்பி!" என்று மன்னர் தன் விருப்பத்தையும் மரைக்காயரிடம் சொன்னார்.

மரக்காயரும், "தங்களின் விருப்பமே எனக்குக் கட்டளை அரசே! நாளையே அதற்கான வேலைகள் துவங்கிவிடும்! அந்த வேலை இப்போதே முடிந்துவிட்டதாக எண்ணிக்கொள்ளுங்கள்!" என்றார்.

"நாம் பிடித்த பகுதிகளை ஏன் திருப்பிக்கொடுத்துவிட்டீர்கள் மகாராஜா?" என்று சிலர் சேதுபதியிடம் கேட்டார்கள்.

"நமக்கு உரிமையான ஊர்களை நல்லமுறையில் ஆட்சி செய்தாலே போதும்! மனநிறைவு என்பது தான் ஒரு மன்னனுடைய உண்மையான மணிமகுடம்; ஆனால் இந்த மகுடத்தை எந்த மன்னனும் அணிந்து கொள்வது கிடையாது!' என்பது தான் அப்படிக் கேட்டவர்களுக்கு அவருடைய பதிலாக இருந்தது.

சேதுபதியின் விருப்பம் போலவே வெகு விரைவில் திருமெய்யம் குன்றின் மேல் ஒரு அழகிய கோட்டை உருவானது!

35
செந்தமிழ்ச் சேதுபதி

தினசரி வழக்கப்படி அன்றும் காலையில் மன்னர் இராணிகளுடன் இராஜராஜேசுவரி அம்மனை வணங்கிவிட்டு தன் அறைக்குத் திரும்பினார். கோட்டையை விட்டு வெளியே செல்லும்போதும் திரும்பி கோட்டைக்குள் வரும்போதும் அம்மனை வணங்குவது சேதுபதியின் வழக்கமாக இருந்தது. அவர் நெற்றியில் திருநீறும் குங்குமப்பொட்டும் பளிச்சென விளங்கின. மார்பு முழுவதும் சந்தனப் பூச்சால் கம கம என்று மணம் வீசியது. அதில் பொன்னில் கோர்த்த ஒரு முத்துவடம் பளிச்சென்று விளங்கியது.

அன்று கீழக்கரையிலிருந்து இயங்கிவந்த அஞ்சுவண்ணம் என்ற வணிகக்குழுவினர் மன்னரைச் சந்திக்கவருவதாக முன்பே அனுமதிபெற்றிருந்தனர். அவர்களுடன் தம்பி சீதக்காதி மரைக்காயரும் வந்தார். திருமணத்துக்குப் பிறகு அவர் மேலும் கொஞ்சம் சதைபோட்டிருந்தார். அன்று அராபிய வணிகர் சிலரும் புதிதாக அரண்மனைக்கு வந்திருந்தார்கள். அவர்களை 'தம்பி' மரைக்காயர் மன்னருக்கு அறிமுகம் செய்துவைத்தார்.

அதில் ஒருவர், "மன்னருக்கு சலாம்! தங்கள் காவலாலும் அல்லாவின் அருளாலும் எங்கள் வணிகம் மிக நன்றாக நடந்துவருகிறது. அதற்கு மிக்க நன்றி! எங்களின் சிறிய அன்பளிப்புகளை மன்னர் பெருமனதுடன் ஏற்றுக்கொள்ளவேண்டும்!" என்று சொல்லி சில அழகிய, வேலைப்பாடுகள் நிறைந்த பெரிய பீங்கான் பூக்குவளைகளையும் சில அத்தர் போத்தல்களையும் அளித்தார்.

அப்போது மரைக்காயர் சிரித்தபடி, "இதெல்லாம் இருக்கட்டும்; மன்னருக்கான தனிப் பரிசு எங்கே?" என்று அவரிடம் கேட்டார்.

உடனே அந்த அராபியர், "அது வெளியே இருக்கிறது. இங்கே அதைக் கொண்டுவர இயலாது அல்லவா? வாருங்கள், போய்ப் பார்க்கலாம்!" என்றார்.

பரிசு என்னவாக இருக்கும் என்ற ஆவலுடன் அவர்களுடன் மன்னரும் போனார். அங்கே அந்தப்பரிசு அவர்களைப் பார்த்துக்

கனைத்தது. அது ஒரு மிக உயர்ந்தவகை அராபியக் குதிரை. பள பளவென மின்னிய கருநிறத்தில் நீண்ட பிடறிமயிர்களுடன் நல்ல உயரமாகவும் நீளமாகவும் அது இருந்தது.

சேதுபதி மிக்க மகிழ்ச்சியுடன், "ஆகா! அற்புதம்; அருமையான குதிரை. எனக்குப்பிடித்த கருமை நிறம்!"

"இந்தக் குதிரை தங்களுக்கு எங்கள் மன்னரின் அன்புப் பரிசு!" என்று அராபியர் சொன்னார். சேதுபதி பரிசை ஏற்றுக்கொண்டு தலையசைத்து மகிழ்ச்சி தெரிவித்தார்.

அஞ்சு வண்ணத்தார் புறப்படும்போது மன்னர் மரைக்காயரை தம்முடன் இருக்கும்படி சொன்னார். மரைக்காயரும் அவர்களை அனுப்பிவிட்டு அரண்மனையில் மன்னருடன் இருந்தார். அப்போது மரைக்காயர் சொன்னார்.

"அரசே! இந்தக் குதிரை அராபிய மன்னரின் தனியான அன்பைப் பெற்ற குதிரைகளில் ஒன்றாம்; தங்கள் மேல் உள்ள அபிமானத்தைத் தெரிவிப்பதற்காக இதை தங்களுக்குப் பரிசாக அனுப்பியிருக்கிறார்!'

அப்போது மரைக்காயருடன் அங்கே இன்னொருவரும் இருந்தார்,

"அரசே! இவர்தான் உமறுப்புலவர். நான் தங்களிடம் ஏற்கெனவே இவரைப் பற்றிப்பேசியிருக்கிறேன்!."

"வருக புலவரே! தம்பி உங்களைப் பற்றி அடிக்கடி பேசுவார். உங்களைச் சந்திப்பதில் மிக்க மகிழ்ச்சி!"

தம்பி தொடர்ந்து, "இவர் இப்போது நபிப் பெருமானின் வாழ்க்கையை சீறாப்புராணம் என்ற காவியமாக இயற்றிவருகிறார். அந்த நல்ல சேதியை தங்களிடம் சொல்லவிரும்பியே இன்று இவரை நம் அரண்மனைக்கு அழைத்துவந்தேன்!" என்றார்.

"மிக்க மகிழ்ச்சி புலவரே! மனிதகுலம் வாழ வழிகாட்டிய மகான்களின் வாழ்க்கையைப் பாடிவைப்பது மிகவும் நல்லதே! உயர்ந்த காவியம் இயற்றும் உங்களுக்கு என் வாழ்த்துக்கள்!"

அவர்கள் இப்படிப் பேசிக்கொண்டிருக்கும்போதே படிக்காசுப் புலவர் வந்து மன்னரை வணங்கினார்.

மன்னர் அவரிடம், "என்ன புலவரே! உம் நண்பர் கும்பாவை இன்னும் காணவில்லையே?" என்று கேட்டார்.

அவர் கும்பா என்று சொன்னது இன்னொரு புலவரான கும்பகவிராயர் என்பவரைத் தான். கும்பகோணத்துக்காரர் என்பதால் அவர் கும்பக் கவிராயர் என்று அழைக்கப்பட்டார்.

உடனே படிக்காசுப்புலவர், "அவர் கும்பாவைத் தூக்கிக்கொண்டு எங்கே அலைகிறாரோ? ஒருவேளை வேறு எங்கேயோ கும்பா நிறைந்து விட்டது போல! அதனால் அவர் நேராக வீட்டுக்குப் போயிருப்பார். கும்பா நிறையவில்லை என்றால் தான் கவலைப்பட்டு அரண்மனைப் பக்கம் வருவார்!" என்று சிலேடையாகப் பதில்சொன்னார்.

கும்பா என்றால் பெரிய பாத்திரம் என்றும் பொருள் என்பதால் படிக்காசுப் புலவரின் வேடிக்கையான பதிலைக் கேட்டு அங்கிருந்த எல்லோரும் உரக்கச் சிரித்தார்கள்.

படிக்காசுப் புலவருக்கும் கும்பகவிராயருக்கும் எப்போதுமே அவ்வளவாக ஆகாது. ஒருவருக்கொருவர் சிலேடையாகவே காலை வாரிவிடுவது போல பேசிக்கொள்வார்கள்.

மேற்கண்டவாறு படிக்காசுப்புலவர் பேசி முடிக்கும்போது அவரை இடைவெட்டுவதுபோல கும்பகவிராயரின் குரல் கேட்டது.

"ஒவ்வொரு வீட்டின் வாசல் படியிலும் போய் நின்று படிக்காசு கேட்பதைவிட மற்ற எதுவும் குறைவானது இல்லை!" என்று சொல்லிக் கொண்டே கும்பக் கவிராயர் உள்ளே நுழைந்தார்.

அதைக் கேட்டதும் படிக்காசுப்புலவர் உட்பட அனைவரும் சிரித்தார்கள். "பண்பாகப் பகர் சந்தம் பகருவதில் படிக்காசலாது ஒருவர் பகரொணாதே!" என்று புகழப்பட்டவர். அவர் தன் போட்டியாளராக இருந்த கும்பகவிராயரைப் புகழ்ந்து ஒரு கவிதை பாடினார்.

'கும்பா கனகசபாபதி ஈன்ற குளிர்ந்து ரசிக்
கும்பா வலர் சிரோமணி நின்றதமிழ்க் கோப்பசுவின்
கும்பா தபாலுடன் தேனையும் கூட்டிக் குழைத்துச் செம்பொற்
கும்பா விலே எடுத்துக் குடித்தால் அந்தக் கூறொக்குமே!'

அதைக் கேட்ட சேதுபதி மனம் மகிழ்ந்தார்.

"கவிராயர்களே! இதே போல் நீங்கள் இருவரும் தினமும் சண்டை போட்டுக் கொண்டால் மிகவும் நன்றாக இருக்குமே! எங்களுக்குப் பொழுதும் மிக நன்றாகப் போகுமே?" என்று சொல்லிவிட்டு மன்னர் பலமாகச் சிரித்தார்.

இந்தப் புலவர்கள் தவிர இன்னும் பல கவிராயர்கள் மன்னரின் அன்பான ஆதரவில் மகிழ்ச்சியுடன் வாழ்ந்தார்கள். இன்னும் சில புலவர்களும் அங்கே வர, மன்னர் தன் அன்றாடக் கவலைகளை எல்லாம் மறந்து மனம்விட்டு அவர்களுடன் பேசி மகிழ்ந்தார். புலவர்களுடன் பேசிமகிழ்ந்த மன்னர் அவர்கள் அங்கிருந்து போகும் போது அவர்களுக்கு மனம் நிறையும் வகையில் பரிசில்களும்

பொற்காசுகளும் வழங்கி அனுப்பிவைத்தார்.

வெகுநேரம் பேசிக்கொண்டிருந்த புலவர்கள் மன்னரிடம் விடை பெற்றுக்கொண்டு போனார்கள். அவர்கள் போனபிறகு துரைசிங்கம் மன்னரிடம் கேட்டார்.

"மகாராஜா! நீங்கள் ஒரு புலவர் இல்லை; ஆனால் நம் அரண்மனையில் எப்போதும் புலவர்கள் கூட்டம் ஒன்று மகிழ்ச்சியாக இருக்கிறது. நீங்களும் அவர்களுடன் அதிக நேரம் செலவிடுவதுடன் அதிகமான பரிசுகளையும் கொடுக்கிறீர்கள். இதனால் உங்கள் நேரமும் நிதியும் செலவாவதைத் தவிர வேறு ஏதாவது பயன் கிடைக்கிறதா?"

துரைசிங்கத்தின் கேள்வியைக் கேட்டதும் மன்னரின் முகம் சில வினாடிகள் சுருங்கியது. ஆனால் உடனே அது மீண்டும் மலர்ந்தது.

"துரைசிங்கம்! கல்வியும் புலமையும் அவ்வளவு எளிதாக எவருக்கும் வாய்த்துவிடுபவை அல்ல. அவை கடவுள் மனதுவைத்தால் மட்டுமே எவருக்கும் வாய்க்கும். நம் முன்னோர்கள் சங்கம் வைத்துத் தமிழ் வளர்த்தவர்கள். ஆனால் இப்போது தமிழ்ப் புலவர்களை ஆதரித்துக் காப்பாற்றுவதற்கு மதுரையில் பாண்டியரின் ஆட்சியும் நடக்கவில்லை. தஞ்சாவூரிலும் தமிழர் ஆட்சி கிடையாது. எல்லா இடங்களிலும் வடமொழியும் தெலுங்கும் தான் வலிமையாக இருக்கின்றன!"

"ஆம் மகாராஜா! நாம் கூட தெலுங்கு, வடமொழி, பாரசீகம் போன்ற மொழிகளைப் பயன்படுத்துகிறோமே?"

"உண்மை தான்! வணிகத்துக்காக நாமும் பாரசீகம் போன்ற அயல் மொழிகளைப் பயன்படுத்துகிறோம். நம் கோவில்களில் வடமொழி புழக்கத்தில் இருக்கிறது. ஆனால் இந்த அயல்மொழிகள் ஒருபோதும் நம் தாய் மொழியை அழிப்பதற்கு விட்டுவிடக்கூடாது!"

"உங்கள் கவலை நியாயமானது தான் மகாராஜா! இப்படியே போனால் நமது தாய்மொழி என்ன ஆவது?"

"அதனால் தான் நான் நம் புலவர்களுக்கு ஆதரவு அளிக்கிறேன். செந்தமிழைச் சேதுபதி ஆதரிக்காவிட்டால் வேறு யார் ஆதரிப்பார்கள்?" என்ற சேதுபதி அவர்கள் இருவரையும் பார்த்தார்.

அவர்கள் பேசுவதை அமைதியாகக் கேட்டுக்கொண்டிருந்த சீதக்காதி மரைக்காயர் சொன்னார். "மகாராஜா! தமிழையும் தமிழ்ப் புலவர்களையும் ஆதரிப்பதில் தங்களுடன் அருள்கூர்ந்து என்னையும் சேர்த்துக் கொள்ளுங்கள்!"

"ஆம் தம்பி! நம் புலவர்களுக்கு நீங்கள் செய்துவரும்

உதவிகளை நான் நன்றாக அறிவேன்!" என்று சேதுபதி மகிழ்ச்சி தெரிவித்தார்.

மேலும் அவர் சொன்னார். "புலவர்கள் சமுதாயத்தின் ஆசிரியர்கள். உலக வாழ்வின் மாண்புகளையும் சிறந்த நெறிமுறைகளையும் மக்களுக்குப் போதிப்பவர்கள் புலவர்களே! மன்னனே தவறு செய்தாலும் அதைத் தட்டிக்கேட்கும் உரிமை அவர்களுக்கு உண்டு. புலவர்களை மதிக்காத நாடு உயர்வு பெறாது! அதன் மன்னனும் நிலைத்த புகழ் பெற மாட்டான்!"

"மகாராஜா! நானும் இப்போது விளங்கிக்கொண்டேன்; நீங்கள் ஒரு தாய் போல அன்புகாட்டி ஆதரவாக இருப்பதால் தான் நம் புலவர்கள் இங்கே பெரும் நம்பிக்கையுடன் வந்து தம் கவலைகளை மறந்து மன நிறைவுடன் திரும்புகிறார்கள்.! தாய்மொழி காக்கும் தங்களின் பணி மகத்தானது தான்! இன்று தென்னகத்தில் தமிழ் மன்னராக இருப்பது தாங்கள் ஒருவர் தானே!" என்றார் துரைசிங்கம்.

36
சாயல்குடிச் சதி

மிகுந்த பிரகாசத்துடன் எரியும் விளக்கின் அடியிலும் நிழல் வடிவில் இருட்டு இருப்பதைப் போல மிகுந்த அதிகாரத்துடனும் நேர்மையுடனும் சேதுபதி ஆட்சி செய்யும்போதே, அவர் அறியாமல் அவர் நிழலில் சில சதிகாரர்களும் இருந்தார்கள். அதிகார ஆசையும் பொறாமையும் காலப்போக்கில் விசுவாசமாக இருக்கும் சிலரையும் கூடச் சதிகாரர்களாக ஆக மாற்றிவிடுகின்றன.

ஒருநாள் இரவு சாயல்குடி பாளையக்காரர் மாளிகையில் ஒரு பெரிய விருந்து ஏற்பாடாகியிருந்தது. அதில் கூடியவர்கள் சில காலமாகவே சாயல்குடி பாளையக்காரரின் தலைமையில் இரகசியமாக ஒரு குழுவாக இயங்கிவந்தார்கள். அவ்வப்போது ஒன்றாகச் சேர்ந்து வேட்டைக்குப் போவது, திருவிழாக்கள் நடத்துவது என்று ஏதாவது ஒரு காரணத்தை வைத்து அவர்கள் கூடிப்பேசுவதும் வழக்கமாக இருந்தது. பாளையக்காரர்கள் சிலர் ஒன்று சேர்ந்து வேட்டைக்குப் போவது வழக்கமான ஒன்றுதான் என்பதால் அதில் யாருக்கும் சந்தேகம் எழவில்லை. அன்றும் அதுபோல ஒரு கூட்டம் சாயல்குடி மாளிகையில் நடந்தது. பகல் முழுவதும் வேட்டையில் பொழுதைக் கழித்துவிட்டு அவர்கள் இரவு விருந்தை உற்சாகமுடன் தொடங்கினார்கள். அங்கே இருந்த அனைவரும் மோதிரங்கள், கழுத்து மாலைகள் என ஏராளமான தங்க, வைர நகைகளை அணிந்து சவ்வாது வாசனை மணக்க வந்து விருந்துக் கூடத்தில் அமர்ந்திருந்தார்கள்.

அவர்கள் இருந்தது பாளையத்தின் வேட்டை மண்டபம். நடுவில் அழகான வேலைப்பாடுகள் நிறைந்த நீண்ட மேசையும் நாற்காலிகளும் இருந்தன. சுவரில் எப்போதோ வேட்டையாடப்பட்ட கரடி, மான், புலி போன்ற விலங்குகளின் பதப்படுத்தப்பட்ட தலைகள் இருந்தன. ஒரு ஓரத்தில் ஒரு சிறுத்தையின் முழு உருவமே இருந்தது. அந்த விலங்குகளின் கண்கள் விளக்குகளின் ஒளியில் மின்னியதால் அந்த மண்டபம் பார்க்க பயங்கரமாக இருந்தது.

சாயல்குடி பாளையக்காரர் தான் முதலில் பேச்சை ஆரம்பித்தார். அவர்தான் அங்கே இருந்தவர்களில் வயதிலும் அனுபவத்திலும்

மூத்தவராக இருந்தார். நல்ல முரட்டு உருவமும் பெரிய மீசையும் தலையில் இருந்த தலைப்பாகையும் அவரைத் தனித்துக் காட்டின. அவர் தன் கையில் பொன் வளையம் சேர்த்த தந்தப் பிடி கொண்ட கைத்தடி ஒன்றை வைத்திருந்தார். அவர் பேசத்தொடங்குவதற்கு முன் அங்கே இருந்தவர்களை ஒரு முறை கூர்ந்து பார்த்தார்.

"சேதுச்சீமையில் இருக்கும் முப்பத்தி இரண்டு பாளையங்களிலும் நம்முடைய பாளையங்கள் தான் அதிகமாக வரி செலுத்துகின்றன. ஆனால் மரியாதை என்று வரும்போது நேற்று பாளையக்காரன் ஆனவன் எல்லாம் நமக்குச் சமமாக முன்னால் வந்து நிற்கிறான். திடீர் திடீர் என்று சேதுபதி நம்மிடம் இருக்கும் ஊர்களை எடுத்து புதிது புதிதாகப் பாளையங்களை உருவாக்குகிறார். நேற்றுவரை நம்மைப் பார்த்துக் குனிந்து கும்பிட்டவன் திடீரென்று சபையில் நம் பக்கத்தில் வந்து உட்கார்கிறான். இது எல்லாம் எனக்குச் சரியாகப் படவில்லை!"

உடனே இன்னொருவர் சொன்னார். "இதற்கெல்லாம் நாம் எதாவது செய்யவேண்டும்; அப்போது தான் நிலைமைகள் சரியாகும்!"

"இந்த இரகுநாதத் தேவரின் அதிகாரம் விரைவில் முடிந்துவிடும்; நம்மில் ஒருவர் மகாராஜா ஆகிவிடலாம் என்று நாமும் பலகாலமாகவே காத்துக் கொண்டிருக்கிறோம்; ஆனால் அப்படி எதுவும் நடப்பதாகத் தெரியவில்லையே!" என்று அதிகம் சலித்துக்கொண்டார் இன்னும் ஒரு பாளையக்காரர்.

"ஆமாம்; இரண்டு சேதுபதிகள் சீக்கிரமே போய்ச்சேர்ந்து விட்டார்கள். ஆனால் இந்தச் சேதுபதிக்கு ஆயுள் மிகவும் கெட்டியானது போலத் தெரிகிறது.! இப்படியே காலம் போனால் நம் நிலைமை இலவு காத்த கிளியின் நிலைமை ஆகிவிடும்!"

அவர்களின் பேச்சைக்கேட்ட சாயல்குடிக்காரர் சொன்னார்.

"எந்த மயிலும் தானாக இறகு போடாது; காலம் கனிந்துவரும் என்று இனிமேலும் நாம் காத்திருக்கமுடியாது நண்பர்களே! நமக்கு ஏற்ற நல்ல காலத்தை நாமே தான் வரவழைத்துக் கொள்ளவேண்டும்! அதைத்தான் நாம் இன்றைய கூட்டத்தில் முடிவு செய்யவேண்டும்!"

"சரி! நீங்கள் தான் நம்மில் பெரியவர்; என்ன செய்யலாம் என்று நீங்களே சொல்லுங்கள்!" என்றார் ஒருவர்.

"சேதுபதிக்கும் வயதாகிவிட்டது; அவர் அதிக காலம் ஆட்சியிலும் இருந்துவிட்டார். அது அவருக்குக் கொஞ்சமும் சலிக்கவில்லை என்றாலும் நமக்கு அதிகம் சலித்துவிட்டது. அதனால் அவருடைய கதை இத்துடன் முடிந்துவிட்டால் நல்லது!" என்றார் சாயல்குடிக்காரர் தீர்மானமாக.

"என்ன! கதையை முடிப்பதா? நீங்கள் என்ன சொல்கிறீர்கள் ஐயா?" என்று ஒருவர் கொஞ்சம் கலக்கத்துடன் கேட்டார்.

அவருக்கு சாயல்குடிக்காரர் நிதானமாகப் பதில் சொன்னார்.

"ஆம்! சேதுபதி இப்போது மாபெரும் வெற்றிகளுடன் புகழின் உச்சியில் இருக்கிறார். அவருடைய ஆட்சிக்கு எந்த எதிரியாலும் ஆபத்து இல்லை என்ற நல்ல நிலைமை இருக்கிறது. பாளையக்காரர்கள் எல்லோரும் அவரிடம் மரியாதையாகவும் விசுவாசமாகவும் இருக்கிறார்கள். ஆனால் அவருக்கு பெரிய அரசுகளான மதுரையுடனும் தஞ்சாவூருடனும் நல்ல உறவு கிடையாது; தொடர்ந்து பகைதான் இருக்கிறது. இது நமக்கு அவ்வளவு நல்லது கிடையாது. அதனால் இந்தச் சேதுபதியின் கதையை நாம் இத்துடன் முடித்துவிடவேண்டும்!"

"சரி! ஆனால் இதை யார் எப்படிச் செய்வார்கள்?"

"அதைப் பற்றி நீங்கள் கவலைப்படவேண்டாம்! எல்லாம் நானே பார்த்துக்கொள்கிறேன்! நீங்கள் எல்லாம் என் பக்கம் ஆதரவாக நின்றால் போதும்!" என்றார் சாயல்குடிக்காரர்.

பிறகு அவர் மன்னரின் கதையை முடித்துவிடுவதற்கு தன் மனதில் இருந்த திட்டத்தை விளக்கினார்.

வருடாவருடம் திருநெல்வேலியில் ஒரு கோவில் திருவிழாவுக்கு மன்னர் போவது வழக்கம். அப்படி அவர் போவதே பெரும் திருவிழாவைப் போல் நடக்கும். மன்னர் போகும் வழியில் எல்லாம் மக்கள் கூடி நின்று வரவேற்று வாழ்த்துவார்கள். அந்தச் சமயத்தில் மக்களுடன் கொலையாட்களை நிறுத்தி கூட்டத்தில் குழப்பம் ஏற்படுத்தி அதன் ஊடே மன்னரைக் கொலைசெய்துவிடலாம் என்பது தான் அவருடைய திட்டம்!

"இது வெளியே தெரிந்தால் என்ன ஆகும்? கொலைகாரன் பிடிபட்டதும் அடி தாங்காமல் உண்மையைச் சொல்லிவிடுவானே?"

"சேதுபதி சாய்ந்த அடுத்த நிமிடமே கொலைகாரனும் கொல்லப் படுவான்! சேதுபதியின் பக்கத்தில் நிற்கும் நானே அவனைக் கொன்று விடுவேன்; அதனால் விசயம் வெளியே வராது! யாரும் பயப்பட வேண்டியதில்லை!"

"மன்னருக்கு எதிராக இப்படி சதிசெய்வது தவறு ஆகாதா?"

சாயல்குடி பாளையக்காரர் ஒரு புன்சிரிப்புடன் அவரைக் கூர்ந்து பார்த்தார். பிறகு, "நண்பரே! சர்வாதிகாரத்துக்கு எதிராகச் சதிசெய்வது தவறு ஆகாது; அது நியாயம் தான்! மனித வரலாற்றில் ஆட்சி, அதிகாரம் அதற்காகப் போர்கள் என்று ஆனதுமே அவற்றுக்கு எதிரான சதிகளும்

துவங்கிவிட்டன! மகாபாரதம் என்பதே பலவகையான மன்னர்கள் ஒருவருக்கொருவர் எதிராகச் செய்த சதிகளின் தொகுப்புத்தானே!" என்று சொல்லி அவருடைய பயத்தைப் போக்க முயற்சி செய்தார்.

ஆனாலும் அவருடைய பயம் நீங்கியதாகத் தெரியவில்லை. "சரி ஐயா!? நமக்கு போதுமான ஆதரவு வேண்டும் அல்லவா? இங்கே நாம் மொத்தமே ஆறு பேர் தானே இருக்கிறோம்?" என்று கேட்டார்.

"நல்ல கேள்வி தான்! இன்று இங்கே ஆறுபேர் மட்டும் இருந்தாலும் இன்னும் ஏழுபேர் நமக்கு ஆதரவாக இருக்கிறார்கள். நாளாக ஆக மேலும் பலர் நம்மை ஆதரிக்க முன்வருவார்கள்!இன்னொரு சேதி! என்னுடைய இந்த முயற்சிக்கு மதுரை அரசின் பலமான ஆதரவும் இருக்கிறது; போதுமா? இப்போது என்ன சொல்கிறீர்?" என்று சாயல்குடிக்காரர் பதில் சொல்லி அவரைச் சமாதானம் செய்தார்.

"நல்லது தான்! முயலை உசுப்பி ஓடவிடுவதற்கு அதிக தைரியம் தேவையில்லை; ஆனால் சிங்கத்தைச் சீண்ட நினைப்பவனுக்கு அதிக வீரமும் எச்சரிக்கையும் வேண்டும்!' என்றார் கொஞ்சம் பயம் தெளிந்த பாளையக்காரர். அவருடைய பயம் உண்மையிலேயே குறைந்ததா இல்லை அதிகமானதா என்று தெரியவில்லை.

"ஆனால் அருமை நண்பர்களே! ஒன்றை மட்டும் நினைவில் வைத்துக்கொள்ளுங்கள்! நரிகளின் பலமும் திறமையும் அவை கூட்டமாக இருப்பதில் தான் இருக்கிறது. அதனால் நாம் எல்லோரும் மிகுந்த ஒற்றுமையுடன் செயல்படவேண்டும்! அது தான் நமக்கு வெற்றியைக் கொடுக்கும்!" என்ற எச்சரிக்கையுடன் தன்னுடைய பேச்சை சாயல்குடி பாளையக்காரர் முடித்துக்கொண்டார்.

அத்துடன் அவர்களின் ஆலோசனை முடிந்து விருந்து ஆரம்பமானது. அன்று அவர்கள் வேட்டையாடிய மான், முயல்கள், பறவைகள் எல்லாம் அவர்களின் உணவாக அந்த மேசையில் இருந்தன. விருந்து முடிந்து அவர்கள் புறப்படும்போது சாயல்குடி பாளையக்காரர் அவர்களிடம் சொன்னார்.

"சேதுபதியின் ஆட்கள் எல்லா இடங்களிலும் இருப்பார்கள். அதனால் நீங்கள் யாரிடம் பேசினாலும் ஆளை அறிந்து, வார்த்தைகளை அளந்து பேசுங்கள்; உங்கள் மனம் நினைப்பதை முகம் காட்டிவிடாதபடி கவனமுடன் நடந்து கொள்ளுங்கள்! நினைத்த காரியம் முடியும் வரை அது தான் நமக்குப் பதுகாப்பு!"

....

முதுபெரும் கிழவரான சூரிக்கிழவன் முதுமையினால் ஏற்பட்ட உடல்நலக்கோளாறுகளால் சிலகாலமாகவே படுத்தபடுக்கையாக

இருந்தார். அவரைப் பார்த்து நலம் விசாரிக்க மன்னர் அவருடைய வீட்டுக்கு வந்தார். அடங்காத காளை போன்ற தோற்றத்தில் அவரைப் பலகாலமாகப் பார்த்திருந்த மன்னருக்கு அவரின் மெலிந்த உருவம் அதிர்ச்சி அளிப்பதாக இருந்தது. இரகுநாதன் மன்னனாக இருந்தாலும் அந்த நேரத்தில் தன்னை வந்து பார்த்தது கூரிக்கிழவருக்கு மிகவும் மன நிறைவைத் தந்தது. மன்னர் வெகுநேரம் அவருடன் இருந்துவிட்டு அவர் உறங்கிய பிறகு தான் விடைபெற்றுக்கொண்டு போனார்.

மறுநாள் கூரிக்கிழவன் அங்கே இருந்தவர்களிடம் இரகுநாதனைப் பற்றி மிகவும் பெருமையுடன் சொன்னார்.

"ஆட்சியும் அதிகாரமும் இரகுநாதனை மாற்றிவிடவில்லை. அரசவாழ்க்கை இவன் மனதை மயக்கி இவனுடைய வேகத்தைக் குறைத்துவிடவில்லை. அன்று ஒரு சாதாரணப் படைவீரனாக இருந்த போதும் சரி; இன்று சேதுபதியாக உயர்ந்து நிற்கும் போதும் சரி; இவன் கொஞ்சமும் பண்பு குறையாமல் இருக்கிறான்!"

சேதுநாட்டின் நலனும் மன்னரின் காவலுமே தன் கடமையாகக் கொண்டு வாழ்ந்த கடமை வீரனான அந்த சேர்வைக்காரன் ஒரு பின்னிரவில் அமைதியாக உயிர்நீத்தார். ஏழையின் வீட்டுக் கதவையும் பணக்காரன் வீட்டுக் கதவையும் ஒன்றாகவே நினைத்துத் தட்டும் மரணம் கூரிக்கிழவனுடன் அவரது வாழ்விலும் தாழ்விலும் கூடவே இருந்து ஒரு இரவுப்பொழுதில் அவரைத் தன்னுடன் அழைத்துச்சென்றது. அப்போது அவருடைய ஒரே மகன் துரைசிங்கம் தன் மனைவி மக்களுடன் அவர் அருகில் இருந்தார். தன்னுடைய ஆசானும், தன்னுடைய நண்பனின் தந்தையுமான கூரிக்கிழவருடைய இறுதிச்சடங்குகளின் போது, இரகுநாத சேதுபதி துரைசிங்கத்தின் கூடவே இருந்து அவருக்கு ஆறுதல் சொன்னார். கூரிக்கிழவனின் எண்ணற்ற மாணவர்கள் திரளாக வந்திருந்து அவருக்கு இறுதிமரியாதை செய்தார்கள்.

அவர் இறந்த சில நாட்கள் கழித்து ஒரு நாள் மன்னர் தன் அலுவல் அறையில் ஆழ்ந்த சிந்தனையில் இருந்தார். சில நாட்கள் முன்புதான் சீதக்காதி மரைக்காயர்,முகலாய மன்னர் அவுரங்கசீபின் அழைப்பை ஏற்று டில்லிக்குப் போயிருந்தார். அங்கே அவர் அவுரங்கசீபின் வேண்டுகோளை ஏற்று வங்காளப் பிரதேசத்தின் அரசப் பிரதிநிதியாகப் பொறுப்பேற்றுக் கொண்டதாக சேதுபதிக்கு மரைக்காயர் சேதி அனுப்பியிருந்தார். மரைக்காயரின் மத குரு ஒருவர் அவரங்கசீபுக்கு பழக்கமானவராக இருந்தார். அப்போது வங்காளத்தின் நிதிநிலைமை சரியாக இல்லாமல் இருந்ததால் அதைச் சரிசெய்வதற்கு அந்த மத குரு மரைக்காயரின் பெயரை அவுரங்கசீ-பிடம் பரிந்துரைத்தாராம். தன் மதகுருவின் ஆணையை மறுக்க

இயலாமல் தான் மரைக்காயர் அந்தப் பொறுப்பை ஏற்றுக்கொண்டார் என்று சேதுபதி தெரிந்துகொண்டார்.

சேதுச்சீமை இரகுநாத சேதுபதி ஆட்சிக்காலத்தில் பரந்து விரிந்ததாக இருந்தது. வடக்கே திருவாரூரில் இருந்து தெற்கே திருநெல்வேலி வரையிலும் அவரது ஆட்சி இருந்தது. சுமார் ஐந்தாயிரம் சதுர மைல்கள் அவரது நாட்டின் பரப்பளவு இருந்தது. அதிகாரம் முழுவதும் சேதுபதியிடம் தான் இருந்தது. என்னதான் பாளையக்காரர்கள் அவருக்கு அடங்கி இருந்தாலும், அதிகார ஆசையால் பொறாமை கொண்ட சிலர் அவருக்கு எதிராக சதிசெய்யத் துணிந்தார்கள்.

தன் தந்தையின் மரணத்தால் ஆழ்ந்த துயரில் இருந்ததால் துரைசிங்கமும் சில நாட்களாக அரண்மனைக்கு வரவில்லை. அதனால் மன்னர் அரண்மனையில் பேச்சுத்துணைக்கு வந்த புலவர்களைத் தவிர அரசியல் விசயங்களை ஆலோசிப்பதற்கு சரியான ஆட்கள் யாரும் இல்லாமல் தனிமையில் இருந்தார். ஆனாலும் மன்னருக்கு சில ஒற்றர்கள் மூலம் சில முக்கியமான சேதிகள் வந்துகொண்டே இருந்தன. அவையெல்லாம் மன்னருக்குக் கவலையையும் ஆத்திரத்தையும் அளிப்பதாகவே இருந்தன. வெள்ளாற்றுக்குத் தெற்கே இருந்த பாளையக்காரன் சிவந்தெழுந்த பல்லவராயன் சேதுச்சீமைக்கு விரோதமான மனப்போக்கில் இருந்தான். அதனால் அவற்றைப் பற்றி ஆலோசிக்க துரைசிங்கத்தை அழைக்கவேண்டும் என்று நினைத்தார்.

அவர் அப்படி நினைத்தபோதே காவலன் வந்து துரைசிங்கம் வந்திருப்பதாக அறிவித்தான். மன்னர் அனுமதித்ததும் துரைசிங்கம் உள்ளே வந்து மன்னரை வணங்கினார். தந்தைக்கு இறுதிக்கடன்களைச் செலுத்துவதற்காக தலையையும் மீசையையும் மழித்திருந்ததாலும் கவலையுடன் இருந்ததாலும் அவரின் தோற்றம் மாறியிருந்தது.

"துரைசிங்கம்! அப்பாவைப் பார்க்காமல் இருப்பது உனக்கு எவ்வளவு துயரமாக இருக்கும் என்பதை நான் நன்றாகவே அறிவேன்; அம்மாவை சிறுவயதிலேயே இழந்துவிட்ட உன்னை தாயாகவும் இருந்து வளர்த்தவர் உன் அப்பா! என்ன செய்வது? நாம் கொடுத்து வைத்தது அவ்வளவு தான்; மனதைத் தேற்றிக்கொள்!"

"ஆம் மகாராஜா! என் குழந்தைகள் தான் என்னை விட அதிகமாக கவலைப்படுகிறார்கள்! அவர்களைத் தேற்றுவது தான் எனக்கு மிகவும் கடினமாக இருக்கிறது!"

"எனக்கும் ஒரு ஆசானாக இருந்தவர் அவர்; இது எனக்கும் ஒரு

பெரிய இழப்புத் தான் துரைசிங்கம்! காலம் தான் நம்மைத் தேற்ற வேண்டும்!" என்ற மன்னர் சற்று நேரம் கண்கள் கலங்க அமைதியாக இருந்தார்.

பிறகு துரைசிங்கத்தின் மனநிலையை மாற்றவிரும்பி, "நீ ஒரு சேதியை அறிவாயா? சில நாட்களுக்கு முன் சாயல்குடி பாளையக்காரன் அரண்மனையில் பெரிய இரவு விருந்து நடந்ததாமே?" என்று கேட்டார்.

மன்னரின் கேள்வியைக் கேட்ட துரைசிங்கம் மெதுவாகத் தலையசைத்தார்.

"ஆமாம் மகாராஜா! நேற்று இரவு தான் சங்கன் அந்தச் சேதியைக் கொண்டுவந்தான். அதைப் பற்றி தங்களிடம் பேசுவதற்காகத் தான் நான் இப்போது வந்தேன்!"

"நல்லது துரைசிங்கம்! உனக்குத் தெரிந்ததை விவரமாகச் சொல்!"

"அது வெறும் விருந்து அல்ல மகாராஜா; அங்கே நடந்தது ஒரு பெரும் சதியாலோசனை! சிவத்தெழுந்த பல்லவராயன் தலைமையில் ஆறு பாளைக்காரர்கள் அங்கே கூடிப்பேசினார்களாம். இவர்களைத் தவிர நம் பாளையக்காரர்கள் இன்னும் ஏழு பேர் அவர்களுக்கு ஆதரவாக இருக்கிறார்கள் என்றும் சேதி! இது போன்ற ஆலோசனைக் கூட்டங்கள் இதற்கு முன்பே பலமுறை நடந்திருப்பதாகவும் சேதி!"

"ஓ! மொத்தம் பதிமூன்று பேரா! பட்டியல் பெரிதாக இருக்கிறதே! அப்படி என்ன பேசினார்களாம்?"

"மன்னருக்கு வயதாகிவிட்டதாம். சேதுசீமையைச் சுற்றி இருக்கும் மன்னர்களுடன் தாங்கள் நல்ல இணக்கமான உறவில் இல்லையாம்; எங்கே பார்த்தாலும் வெறும் பகைதான் தெரிகிறதாம்!"

"அதற்கு இவர்கள் என்ன செய்யப்போகிறார்களாம்?"

"சேதுச்சீமையின் ஆட்சியை மாற்றவேண்டும்; புதிய மன்னராக இவர்களில் ஒருவர் வந்தால் நல்லது என்று பேசினார்களாம்!"

"அப்படி ஆட்சியைப் பிடிக்க இவர்களால் முடியுமா?"

"அதையும் பேசினார்களாம் அரசே! அப்படி சேதுச்சீமையின் ஆட்சியைப் பிடிக்க முடியாவிட்டால் இந்த பதிமூன்று பேரும் ஒன்றுசேர்ந்து புதிய சீமை ஒன்றை உருவாக்கி இவர்களில் ஒருவரை மன்னராக நியமித்துக்கொள்வார்களாம்!"

மன்னர் பலமாகச் சிரித்தார். "நல்ல யோசனையாகத்தான் இருக்கிறது! அப்படி நடந்தால் இவர்களின் மன்னன் யாராக இருக்கும்? அதை முடிவு செய்துவிட்டார்களா?"

“அதை முடிவு செய்யவில்லையாம் அரசே! ஆனால் நடப்பவைகளை வைத்துப் பார்த்தால் இரண்டு பேருக்கு, அதாவது சிவத்தெழுந்த பல்லவராயனுக்கும் சாயல்குடி பாளையக்காரருக்கும் அப்படி மன்னராக வேண்டும் ஆசை இருக்கும்போல் தெரிகிறது!”

“அந்த இருவருக்கும் வரக்கூடாத ஆசை அல்லவா வந்திருக்கிறது!”

அப்படிச் சொல்லிவிட்டு மன்னர் பலமாகச் சிரித்தார். தளவாய் துரைசிங்கமும் பலத்த குரலில் சிரித்தார். பிறகு அந்தப் பாளையக்காரர்கள் கூட்டத்தில் பேசப்பட்ட சதியை அவர் முழுவதுமாக மன்னரிடம் விளக்கினார்.

ஆண்டு தோறும் வருவது போல் சில வாரங்கள் கழித்து மன்னர் திருநெல்வேலிக்கு வருவதாக முடிவாகியிருந்தது. அப்படி வரும்போது வழியில் பாளையங்களில் பாளையக்காரர்களும் மக்களும் கூடிநின்று மன்னரை வரவேற்று மரியாதைகள் செய்வது வழக்கம். அப்படி வரவேற்பு நிகழ்ச்சிகள் நடக்கும் போது மன்னர் அந்த இடங்களில் அதிக நேரம் இருந்து மக்களுடன் பேசுவார். மக்களும் ஆசைதீர தங்கள் மன்னரைப் பார்த்துவிட்டுப் போவார்கள். அந்தச் சமயங்களில் யாரும் எளிதாக மன்னரின் அருகில் போகமுடியும்; அதைப் பயன்படுத்திக் கொண்டு சில கொலையாட்கள் மக்களுடன் கலந்திருந்து மன்னரைக் கொலைசெய்துவிடவேண்டும் என்பது தான் பாளையக்காரர்களின் திட்டம். அதன் பிறகு சேதுச்சீமையில் ஏற்படும் அரசியல் குழப்பத்தைப் பயன்படுத்திக்கொண்டு பாளையக்காரர்களில் ஒருவர் சேதுபதி ஆகிவிடலாம், அல்லது எளிதாக தனியாகப் பிரிந்துபோய்விடலாம் என்று அந்தச் சதிகாரர்கள் நினைத்தார்கள்.

“சில காலமாகவே பல்லவராயன் நம்மிடமிருந்து ஒதுங்கியே இருக்கிறான். நாமாகவே அழைத்தாலும் அவன் நம்மை வந்து பார்ப்பதில்லை; அவன் வசூலிக்கும் வரிகளையும் காலத்தில் ஒழுங்காக நமக்கு அனுப்புவதில்லை. அதுவே எனக்கு அவன் மேல் சந்தேகத்தை உண்டாக்கியது! இப்போது எல்லாம் தெளிவாகிவிட்டது துரைசிங்கம்!”

“இவர்கள் தாமாக எதையும் செய்பவர்கள் இல்லை மகாராஜா! இவர்களின் இந்தத் திட்டத்துக்கு தஞ்சாவூர் மன்னனின் மறைமுகமான ஆதரவு இருக்கிறது மகாராஜா!”

“ஆம்; நிச்சயம் இருக்கும்; இல்லையென்றால் இவர்களுக்கு ஏது இத்தனை துணிச்சல்?”

இருவரும் சற்று அமைதியாக இருந்தார்கள்.

பிறகு மன்னர் சிறிது யோசித்தபடி, “ம்! எல்லோருக்கும் தலையில் மகுடம் வேண்டும் என்ற ஆசை இருக்கிறது; ஆனால் மகுடம் தாங்குவதற்கு முதலில் தலை இருக்கவேண்டுமே? அதை ஏன் இவர்கள் நினைத்துப் பார்ப்பதில்லை?” என்றார்.

“மகாராஜா! தாங்கள் இவர்களுக்கு எவ்வளவு மதிப்பும் சுதந்திரமும் கொடுத்து வைத்திருக்கிறீர்கள்? ஆனாலும் இவர்கள் ஏன் இப்படியெல்லாம் நினைக்கிறார்கள்?”

“எல்லாம் விதி தான்! ஆசைதான்! வேறு என்ன சொல்வது? முதலில் நாம் சிவந்தெழுந்த பல்லவராயனை ஒரு முறை வரச்சொல்லிப் பேசுவோம்; பிறகு என்ன செய்யலாம் என்று முடிவு செய்யலாம்!” என்று மன்னர் முடிவாகச்சொன்னார்.

“மகாராஜா! பல்லவராயன் நாம் ஏற்கெனவே பலமுறை வரச் சொல்லியும் வரவே இல்லையே?”

“ஆம்; ஆனால் இந்த முறை அவன் நிச்சயம் வருவான்; அவனுடைய பேராசை அவனை நம்மிடம் அழைத்துவரும்!”

சிவந்தெழுந்த பல்லவராயன் சில காலமாகவே சேதுபதிக்கு உண்மையாக இல்லாமல் தஞ்சாவூர் மன்னருக்கு நெருக்கமாக நடந்து கொண்டார். மக்களிடம் வசூலிக்கும் வரிகளை ஒழுங்காக முறைப்படி சேதுபதி மன்னருக்கு அனுப்பாமலும் கடிதங்களுக்கு முறையாகப் பதில் அனுப்பாமலும் இருந்துவந்தார். மன்னர் வரச் சொன்னாலும் வந்து சந்திப்பதில்லை. தஞ்சாவூர் மன்னரின் காவல் தனக்கு இருப்பதால் யாருக்கும் தான் பயப்படப் போவதில்லை என்று பலரிடமும் அவர் சொல்லியதாகவும் மன்னருக்கு சேதிகள் வந்தன. அதனால் மன்னர் கோபமடைந்தாலும் தகுந்த சமயம் வரும்போது பல்லவராயன் தவறை உணர்ந்து திருந்திவிடுவார் என்று நினைத்திருந்தார். ஆனால் விசயம் இந்த அளவுக்குப் போகும் என்பது அவரே நினைக்காத ஒன்று!

37
புதுக்கோட்டைப் புள்ளிமான்

இரகுநாத சேதுபதி தான் கைப்பற்றிய புதிய பகுதிக்கு தனியாக ஒரு அம்பலகாரரையும் அவருக்கு நிர்வாகத்தில் உதவிசெய்ய நாட்டாண்மை, சேதிகள் அறிந்துசொல்ல நோட்டக்காரன், வரி வசூலிக்க வரியன், நில அளவை செய்யும் அளவன், வழக்குகளைத் தீர்த்துவைக்க பொலிதள்ளி போன்ற அதிகாரிகளையும் உடனே நியமித்தார். தன்னுடைய சிறுபடை ஒன்றையும் திருமயம் அருகே நிறுத்திவைத்து எல்லைக் காவலை உறுதிசெய்தார்.

திருமயம், பாம்பாறு பகுதிகள் சேதுச்சீமையின் பகுதிகள் என்று ஆன பிறகு சேதுபதி அப்பகுதியில் இருந்த காடுகளில் அவ்வப்போது வேட்டைக்குப் போவது வழக்கமானது. பொழுதுபோக்காகவும் அதேவேளை எல்லைக் காவலை சோதிப்பதற்காகவும் அந்த வேட்டைகளை அவர் மேற்கொண்டார். அதன் மூலம் அப்பகுதி மக்களுடன் நெருங்கிப்பழகும் வாய்ப்பும் அவருக்குக் கிட்டியது. மன்னரே அடிக்கடி நேரில் வந்ததால் அதிகாரிகளும் அடிக்கடி அங்கே வந்தார்கள். அதிகாரிகளின் கவனிப்பு அவர்களுக்கு எளிதாகக் கிடைத்ததால் குறைகள் உடனுக்குடன் நீங்கின; இதனால் அந்தப் பகுதி மக்களும் மகிழ்ச்சியாக வாழ்ந்தார்கள்.

ஒரு நாள் மன்னர் சில வீரர்களை மட்டும் அழைத்துக்கொண்டு வேட்டைக்கு வந்திருந்தார். புதுக்கோட்டைப் பகுதியில் பரந்துகிடந்த காட்டில் மான், முயல், உடும்பு, காட்டுப்பன்றி, எறும்பு தின்னிபோன்ற விலங்குகளும் பலவகைப் பறவைகளும் பாம்புகளும் ஏராளமாக இருந்தன. காட்டில் நுழைந்து தேடிய போது மன்னர் கண்ணில் ஒரு பெரிய காட்டுப்பன்றி தென்பட்டது. அவர் அதைக் குறிவைத்து அம்பு ஒன்றை எய்தார். அம்பு அதன் உடலில் சரியாகத் தைத்தது; ஆனாலும் மிகவலிமையான அந்தப் பன்றி அந்த அம்பைத் தாங்கியபடியே வேகமாக ஓடியது. மன்னரும் ஒரு ஆர்வமுடன் அதைப் பின் தொடர்ந்து ஓடினார். இன்னொரு அம்பையும் அதன் மேல் எய்து அதை

ஒருவழியாக வீழ்த்தினார். ஆனால் அந்த முயற்சியில் அவர் தன்னுடன் வந்த ஆட்களை விட்டு வெகுதூரம் வந்துவிட்டார். அவர்கள் இருந்த இடத்துக்குத் திரும்பிப்போக அவருக்கு வழி தெரியவில்லை. அந்தக் காடு மிகவும் பரந்ததாக இருந்தது. எல்லா பக்கமும் அடர்த்தியான புதர்களும்பெரிய பெரிய கரையான் புற்றுக்களும் பெரிய மரங்களுமே இருந்தன. அந்தக் காட்டில் இருந்து வெளியேறுவதற்குச் சரியான வழி தெரியாமல் கண்ணில் பட்ட ஒரு ஒற்றையடிப் பாதையில் அடர்ந்த அந்தக்காட்டில் சிந்தனையுடன் அவர் நடந்தார்.

அந்தக் காட்டில் இருந்த ஒரு சிறிய சுனையில் இரண்டு இளம் பெண்கள் நீந்தி விளையாடிக் கொண்டிருந்தார்கள். அந்த இரண்டுபெண்களில் ஒருத்தி பேரழகியாக இருந்தாள். சுனையில் நீந்திக்கொண்டிருந்த சில வாத்துகளை துரத்திப் பிடிக்க அவர்கள் முயன்றார்கள். அவை அவர்களிடம் சிக்காமல் நழுவி ஓடின. அவர்களின் கலகலவென்ற சிரிப்பொலி அமைதியான அந்தக் காட்டில் இனிமையாகக் கேட்டது. வெயிலுக்கு இதமாக வெகுநேரம் நீரில் ஆடிய பிறகு அவர்களுக்கு திடீரென வீட்டின் நினைப்பு வந்தது.

ஒருத்தி அழகாக இருந்த இன்னொரு பெண்ணிடம், "கதலி! நாம் வந்து வெகுநேரமாகிவிட்டது. அரண்மனையில் தேடுவார்கள். தொண்டைமானுக்குத் தெரிந்தால் அதிகம் கோபப்படுவார். வாருங்கள் போகலாம்.!" என்றாள்.

அதற்கு அவள், "வடிவு! அண்ணன் கேட்டால் நீ தான் காட்டுக்குப் போகலாம் என்று என்னை அழைத்துவந்தாய் என்று உன்னைத்தான் நான் மாட்டிவிடுவேன்!" என்று சொல்லிச் சிரித்தாள்.

அதைக்கேட்டு வடிவு என்ற வடிவழகி பயந்துபோனாள். "ஐயோ! அப்படியெல்லாம் செய்துவிடாதீர்கள்!"

"பயப்படாதே! அப்படிச் செய்யமாட்டேன்; சரி ஆடைகள் எல்லாம் நனைந்துவிட்டன. இப்படியே போகமுடியாது. இவற்றைப் பிழிந்து அணிந்துகொண்டால் சற்றுநேரத்தில் காற்றில் உலர்ந்துவிடும்."

இப்படிச் சொல்லிவிட்டு அவள் ஒரு பெரிய மகிழமரத்தின் பின் போனாள். அந்த இடத்தில் தரையிலும் செடிகள் அடர்த்தியாக இருந்து கொடிகளும் மரத்தில் படர்ந்து இருந்ததால் அது அவர்கள் உடை மாற்ற ஒரு மறைப்பு போல் இருந்தது.

வடிவழகி ஒரு பாடலை ராகத்துடன் பாடியபடியே ஒரு மரத்தின்

பின்னால் போய் தானும் தன் ஆடைகளை நன்றாகப் பிழிந்து விட்டு மறுபடி அணிந்துகொண்டாள். அவள் வெளியே வந்த பிறகும் கதலி மரத்தின் பின்னாலிருந்து வரவில்லை. மேலும் கொஞ்ச நேரம் பொறுத்துப் பார்த்தாள். அப்போதும் கதலி வரவில்லை!

"என்ன! கதலியை இன்னும் காணவில்லையே! உடை மாற்றுவதற்கு இவ்வளவு நேரமா?"

வடிவழகிக்கு மனதில் கொஞ்சம் பயம் உருவானது. செடிகளை விலக்கிக்கொண்டு மரத்தின் பின்பக்கம் போய் பார்த்தாள். அங்கே அவள் கண்டகாட்சி அவளுக்குப் பெரும் அதிர்ச்சியை அளித்தது. மகிழமரத்தின் தாழ்ந்த கிளை ஒன்றில் இருந்து ஒரு மலைப் பாம்பு தன் பெருத்த உடலால் கதலியை சுற்றிவளைத்திருந்தது. கதலி மயங்கிச் சாய்ந்திருந்தாள். 'வீல்' என அலறிய வடிவு சட்டென்று வெளியே வந்து சுற்றுமுற்றும் பார்த்தாள்.

"ஐயோ! யாராவது வந்து என் தோழியைக் காப்பாற்றுங்களேன்! ஒரு மலைப் பாம்பு அவளைப் பிடித்துக்கொண்டது! காப்பாற்றுங்கள்! காப்பாற்றுங்கள்!" என்று முடிந்தவரை சத்தம் போட்டுக் கத்தினாள்.

கதலி எவ்வளவு தான் ஆசைப்பட்டாலும் தான் அவளைக் காட்டுக்கு அழைத்துவந்தது தான் செய்த பெரும் தவறு என்று அவள் நினைத்துப் பதறினாள். அவள் கண்களில் நீர் பெருகியது.

"இந்தக் காட்டில் யார் வந்து கதலியைக் காப்பாற்றப்போகிறார்கள்? அவளைக் காப்பாற்ற முடியாவிட்டால் நாமும் இங்கேயே உயிரை மாய்த்துக்கொள்ளவேண்டியதுதான். வேறு வழியில்லை!"

அவள் தன் இடையில் இருந்த குத்துவாளை எடுத்து அந்த மலைப்பாம்பின் உடலில் பலமுறை ஓங்கிக் குத்தினாள். ஆனால் கத்தி பாம்பின் உடலில் பதியாமல் வழுக்கிக்கொண்டு வந்தது. அந்த முரட்டு மலைப் பாம்பு அதற்கெல்லாம் கொஞ்சமும் அசைந்துகொடுக்கவில்லை. வடிவுமறுபடியும் உதவி கேட்டு தன்னால் முடிந்தவரை பலமாகக் கத்தினாள். அவளுக்கு பயத்தில் முகமெல்லாம் வேர்த்து மயக்கம் வருவது போல் இருந்தது.

ஒருவழியாக அவளின் முயற்சிக்கு பலன் கிடைத்தது. காட்டில் வெகுநேரம் வழிதெரியாமல் அலைந்துதிரிந்த சேதுபதி அப்போது அந்தப் பெண்கள் இருந்த இடத்தின் அருகில் வந்திருந்தார்.

வடிவழகியின் அந்த அபயக் குரல்கள் வழிதேடி அலைந்து

கொண்டிருந்த சேதுபதியின் செவிகளில் விழுந்தன. யாரோ ஆபத்தில் இருக்கிறார்கள் என்பதை உணர்ந்துகொண்டு குரல் வந்த திக்கை நோக்கி அவர் வேகமாக ஓடினார். அவரைப் பார்த்ததும் வடிவு, "ஐயா! என் தோழியை ஒரு மலைப்பாம்பு பிடித்துக்கொண்டுவிட்டது. தயவு செய்து அவளைக் காப்பாற்றுங்கள்!" என்று அழுதுகொண்டே கெஞ்சினாள்.

பேசிக்கொண்டே அவள் அந்த மகிழமரத்தின் பின் பக்கம் போனாள். சேதுபதியும் அவளைத் தொடர்ந்து போனார். அப்போதுதான் மலைப்பாம்பு தன் கடைசிச் சுற்றை ஆரம்பித்திருந்தது. அது இன்னும் அவள் உடலை இறுக்கிப்பிடிக்கவில்லை. ஒரு கணம் திடுக்கிட்ட சேதுபதி உடனே தன் கையிலிருந்த வேலை ஓங்கி மலைப்பாம்பின் வாயில் குத்தினார். ஆழமாகப் பதிந்த அந்த வேல் பாம்பின் வாயை மரத்துடன் சேர்த்துத் தைத்தது. வலி தாங்காமல் மலைப்பாம்பு தன் பிடியை தளர்த்தியது. கதலி மெதுவாக நழுவித் தரையில் சாய்ந்தாள். சேதுபதி அவளைத் தாங்கிப் பிடித்துத் தூக்கிவந்து ஒரு பாறையில் கிடத்தினார். வடிவழகி சுனையில் கொஞ்சம் தண்ணீரை அள்ளிக்கொண்டு வந்து கதலியின் முகத்தில் தெளித்தாள். இன்னும் கொஞ்சம் நீர் கொண்டுவருவதற்காக மீண்டும் அவள் போனாள். அப்போது கதலி மெல்லக் கண் திறந்தாள். முதலில் அவள் சேதுபதியைத் தான் பார்த்தாள். அவள் கண்களில் சினம் தெரிந்தது.

"யார் நீ? புதுக்கோட்டை தொண்டைமானின் தங்கையை இப்படி அருகில் நின்று உற்று நோக்குகிறாய்? இப்படிச் செய்வதற்கு உனக்கு என்ன தண்டனை கிடைக்கும் தெரியுமா?"

சேதுபதி சிரித்தார். "பெண்ணே! நீ உன் நிலைமை தெரியாமல் பேசுகிறாய். உண்மையில் நீ எனக்கு நன்றி சொல்லி வெகுமதி அளிக்கவேண்டும். பதிலாக என் மேல் கோபப்படுவது தவறு!"

கதலியின் கோபம் அதிகமானது. "வடிவு! வடிவழகி! எங்கேயடி போனாய்?யார் இந்த ஆள்? என்னிடம் என்னவோ பிதற்றுகிறார்?"

வடிவழகி வேகமாக ஓடி வந்தாள். அவள் முகத்தில் ஒரே மகிழ்ச்சி; "அம்மா! தாங்கள் பிழைத்துவிட்டீர்களா? இப்போது தான் எனக்கு உயிர் வந்தது! நல்லவேளை இவர் வந்து தங்களைக் காப்பாற்றினார்; இல்லையென்றால்...."

கதலி வெடித்தாள். "என்ன இல்லையென்றால்?"

வடிவு தன் தோழிக்கு அங்கே நடந்ததை கதலிக்கு விளக்கிச்

சொன்னாள். "அம்மா! நீங்கள் உடை மாற்றப்போனபோது ஒரு பெரிய மலைப்பாம்பு உங்களைச் சுற்றிவளைத்து விட்டது. நீங்கள் மயங்கி விட்டீர்கள்; நான் எவ்வளவோ போராடியும் உங்களை அதன் பிடியிலிருந்து விடுவிக்கமுடியவில்லை. நான் உதவிகேட்டு பலமாகக் கத்தினேன். என் குரல் நல்லவேளையாக இவர் செவிகளில் விழுந்தது. இவர் வந்து தன் கை வேலால் அந்தப் பாம்பைக் குத்தி உங்களை அதன் பிடியிலிருந்து விடுவித்தார்!"

இப்படிச் சொல்லிய படியே வேகவேகமாக வடிவு தன் தோழியின் ஆடையைச் சரிசெய்தாள். அப்போதுதான் கதலிக்கு தான் இன்னும் ஆடையை முழுமையாகச் சரிசெய்யவில்லை என்பது உறைத்தது. அவளுக்கு தன் மேல் கோபமும் மிகுந்த வெட்கமும் உண்டானது.

சேதுபதியைப் பார்த்து, "என்னைக் காப்பாற்றியதற்கு மிக்க நன்றி!" என்று அவள் சொன்னாள்.

அவர், "ஆபத்தில் இருக்கும் பெண்களுக்கு உதவுவது வீரர்களின் கடமை தானே!" என்றார் அவளையே பார்த்தபடி.

அப்போது கதலி, "நீங்கள் யார்? இங்கே எப்படி வந்தீர்கள்?" என்று கேட்டாள்.

"நான் சேதுநாட்டு வீரன். மன்னருடன் வேட்டைக்கு வந்தேன். வந்த இடத்தில் வழி தெரியாமல் மாட்டிக்கொண்டேன்."

"ஓ! உங்கள் மன்னர் வேட்டைக்கெல்லாம் போவாரா? அந்தப்புரப் பெண்களுடன் பொழுதுபோக்கவே அவருக்கு நேரம் போதாது என்கிறார்களே!"

சற்று திடுக்கிட்ட சேதுபதி, "பெண்ணே! எங்கள் மன்னரைப் பற்றி நீங்கள் அதிகம் தெரிந்து வைத்திருக்கிறீர்களே! அவரைப் பார்த்திருக்கிறீர்களா?" என்று கேட்டார்.

"இல்லை வீரரே! இதுவரை நான் சேதுபதியை நேரில் பார்த்ததில்லை!"

அப்போது வடிவழகி நேரம் ஆகிவிட்டதை கதலிக்கு நினைவூட்டினாள். மேலும் "சேதுநாட்டு வீரரே! நீங்கள் எங்களுடன் அரண்மனை வரை துணைக்கு வரமுடியுமா?" என்றும் கேட்டாள்.

"பெண்களே! வரும்போது தனியாகத் தானே வந்தீர்கள்? இப்போது மட்டும் ஏன் துணை தேடுகிறீர்கள்?"

"ஆம் வீரரே! எப்போதும் நாங்கள் இருவரும் தனியாகத்தான்

வருவோம்; ஆனால் இப்போது இந்த மலைப்பாம்பிடம் சிக்கிக் கொண்டதால் ஒரே பயமாக இருக்கிறது! நீங்கள் துணைக்கு எங்களுடன் வந்தால் மிகவும் நல்லது!" என்று வடிவு அவரிடம் கெஞ்சுவது போல் கேட்டாள்.

அதற்கு சம்மதித்த சேதுபதி, "உங்கள் அண்ணன் இப்போது மாளிகையில் இருக்கிறாரா?" என்றும் கேட்டார்.

உடனே கதலி கலகலவெனச் சிரித்தாள். "வீரரே! பயப்பட வேண்டாம்; எங்கள் தொண்டைமான் உங்களை எதுவும் செய்யமாட்டார். தன் தங்கையைக் காப்பாற்றியதற்காக உமக்கு சிறப்பான வெகுமதி தான் அளிப்பார். நீங்கள் அரண்மனைக்கு வந்து வெகுமதியைப் பெற்றுக் கொண்டு உங்கள் ஊர் திரும்பலாம்."

சேதுபதி பதில் ஒன்றும் சொல்லாமல் அமைதியாக அவர்களின் குதிரைகளைப் பின்தொடர்ந்து தன்னுடைய குதிரையில் போனார். சேதுபதியின் குதிரையைப் பார்த்த அவர்கள் வியந்துபோனார்கள். கதலியால் தன் வியப்பை மறைக்கமுடியவில்லை.

"உங்கள் குதிரை மிக உயர்ந்த வகையைச் சேர்ந்தது ஆயிற்றே!. உங்களுக்கு எப்படி இது கிடைத்தது?"

"சேதுநாட்டின் தேவிபட்டினம் குதிரை வணிகத்துக்கென்றே இருக்கும் தனியான துறைமுகம். அங்கே வந்து இறங்கும் உயர்ந்த வகைக் குதிரைகளில் சிறந்த குதிரைகளை தனக்குப் பிடித்தமான வீரர்களுக்குப் பரிசாக அளிப்பது சேதுபதியின் வழக்கம். இந்த அரபுக்குதிரை அப்படித்தான் எனக்குக் கிடைத்தது!"

"ஓ!" தோழிகளுக்கு இன்னும் வியப்பு அடங்கவில்லை.

சேதுபதியிடம் இருந்து உயர்ந்த வகை அரபுக்குதிரையைப் பரிசாகப் பெற்றிருந்ததால் அந்த வீரன் மிகவும் திறமைசாலியாகவே இருக்கவேண்டும் என்று அந்தப் பெண்கள் நினைத்துக் கொண்டார்கள். அதனாலும் அவன் தங்களைக் காப்பாற்றியிருந்ததாலும் அவனைப் பற்றி அவர்கள் மனதில் ஒரு உயர்ந்த மதிப்பு உருவானது.

காட்டில் இருந்து அந்தக் குதிரைகள் மூன்றும் புதுக்கோட்டை அரண்மனையை நோக்கி விரைந்தன. அவர்கள் அரண்மனைக்குள் நுழைந்ததும் வீரர்கள் பலர் தம் நாச்சியாருடன் புதிய ஆள் ஒருவன் வருவதை வியப்புடன் பார்த்தார்கள். குறிப்பாக அந்தக் கருநிறப் புரவி அவர்களை வெகுவாகக் கவர்ந்தது. சேதுபதி தனியாக

வந்ததாலும் அவர் வழக்கமாக அணியும் பட்டாடை, தலைப்பாகை, உடைவாள் என்ற உடையில் இல்லாமல் வேட்டைக்கான உடையில் இருந்ததாலும் புதுக்கோட்டையின் வீரர்களுக்கு அவரை அடையாளம் தெரியவில்லை. சேதுபதியும் தன்னை இன்னார் என்று அடையாளம் காட்டிக்கொள்ளாமல் அமைதியாக இருந்தார்.

....

புதுக்கோட்டை அரண்மனையில் இரகுநாத பல்லவராயத் தொண்டைமான் மிகவும் கோபமாகவும் கவலையுடனும் இருந்தார். அவருடைய தங்கை கதலிநாச்சியார் வெகுநேரமாகத் தன்னுடைய அறையில் இல்லை; அவள் எங்கே போயிருக்கிறாள் என்பது அங்கிருந்த எவருக்கும் தெரியவில்லை. அதுதான் அவரின் கோபத்துக்குக் காரணம். வெகுநேரம் கழித்து கதலியும் அவளின் தோழியும் வந்துசேர்ந்ததும் தான் அவர் நிம்மதியடைந்தார். தங்களுடன் வந்த சேதுநாட்டு வீரனை வெளியே காத்திருக்கச் சொல்லிவிட்டு, கதலியும் வடிவழகியும் முதலில் உள்ளே வந்தார்கள். மிகவும் கோபமாக இருந்த தொண்டைமானைக் கண்டதும் அவர்கள் தயங்கி நின்றார்கள்.

"எங்கே அம்மா போயிருந்தீர்கள் இரண்டு பேரும்? யாரிடமாவது சொல்லிவிட்டுப் போனால் என்ன? வெகுநேரமாக உங்களைக் காணாமல் எனக்கு எவ்வளவு கவலையாகப் போய்விட்டது தெரியுமா? வடிவழகி! உனக்குமா பொறுப்பில்லாமல் போய்விட்டது?"

தொண்டைமான் கவலையுடனும் கோபமுடனும் கேட்டார்.

வடிவழகி பயந்துபோய் கதலியின் பின் பதுங்கினாள்; கதலிதான் அவருக்குப் பதில் சொன்னாள்

"அண்ணா! விரைவில் வந்துவிடலாம் என்று தான் போனோம். ஆனால் நீரில் விளையாடியதில் நேரம் போனதே தெரியவில்லை; அதனால் சற்று தாமதமாகிவிட்டது!"

"ஐயா! காட்டில் கதலியை ஒரு மலைப்பாம்பு பிடித்துக்கொண்டது. நல்லவேளையாக அப்போது ஒரு ஆள் வந்து அவரைக் காப்பாற்றினார்." வடிவு கைகளைப் பிசைந்தபடி மெதுவாகச் சொன்னாள்.

அதைக்கேட்டதும் தொண்டைமான் பதறினார். "என்ன! மலைப்பாம்பு பிடித்துக்கொண்டதா? இதற்குத்தான் தனியாகக் காட்டுக்குள் போகவேண்டாம் என்று நான் சொல்வது! உன்னைக்

காப்பாற்றியவர் யார்? எங்கே இருக்கிறார்?"

"அண்ணா! அவர் சேதுநாட்டைச் சேர்ந்த வீரர் தான் என்று சொன்னார்; உங்களிடம் சொல்வதற்காக அவரையும் நான் இங்கே அழைத்து வந்திருக்கிறேன்; அவர் வெளியே தான் இருக்கிறார். நீங்கள் அனுமதித்தால் அவரை உள்ளே வரச்சொல்கிறேன்!"

"அவரை வரச்சொல்! உன்னைக் காப்பாற்றியவருக்கு நான் நன்றி சொல்லவேண்டாமா?"

கதலி மகிழ்ச்சியடைந்து தன்னைக் காப்பாற்றிய வீரனை உள்ளே வரச்சொல்லி அழைத்தாள். சிறிது நேரத்தில் உள்ளே வந்த சேதுபதியைப் பார்த்த தொண்டைமான் பெரும் அதிர்ச்சியடைந்தார்.

"சேதுபதி மகாராஜா! தாங்களா! தாங்களா என் தங்கையைக் காப்பாற்றியது? உங்களையா இவ்வளவு நேரம் வெளியில் காக்க வைத்திருந்தோம்? பெரிய பிழை செய்துவிட்டோமே! மகாராஜா! எங்களை மன்னிக்கவேண்டும். அமரவேண்டும்!"

என்ன ஆகுமோ என்ற அச்சத்தில் தொண்டைமான் முகத்தில் வியர்வை ஊறிவழிந்தது; அவர் பதற்றத்துடன் தரையில் நெற்றி படும் வகையில் பணிந்து எழுந்தார்.

தன்னை மலைப்பாம்பின் கோரப்பிடியிலிருந்து காப்பாற்றியது சேதுபதி மன்னர் என்பதை அறிந்த கதலியும் தோழியும் பெரும் அதிர்ச்சியில் உறைந்தார்கள். சேதுபதியிடமா தாங்கள் அவ்வளவு துடுக்காகப் பேசி அலட்சியமாக நடந்துகொண்டோம் என்று அவர்கள் கவலையடைந்தார்கள். ஆனால் சேதுபதியின் இயல்பான சிரிப்பு அவர்களின் அச்சத்தை ஓரளவுக்குப் போக்கியது. கதலி நாச்சியாருக்கு தான் நடந்துகொண்ட விதம் வெட்கத்தை ஏற்படுத்தியது. நடந்ததை எல்லாம் அறிந்துகொண்ட புதுக்கோட்டை தொண்டைமானும் முடிவில் மகிழ்ச்சியடைந்தார். அவர் சேதுபதியைத் தன்னுடைய அறைக்கு அழைத்துச் சென்றார்.

"தாங்கள் யார் என்று அடையாளம் தெரியாததால் தான் என் தங்கையும் என் வீரர்களும் சரியான முறையில் தங்களிடம் நடந்து கொள்ளவில்லை; தங்களை முறைப்படி வரவேற்காமல் போனதற்கும் தாங்கள் என்னை மன்னிக்கவேண்டும்!"

"கவலை வேண்டாம் தொண்டைமான்! எல்லோரும் என்னை வழக்கமான அரண்மனை உடைகளில் தான் பார்த்திருப்பார்கள்.

இப்படி தலைப்பாகை, உடைவாள், பட்டாடைகள் அணியாமல் வில் அம்புகளுடன் வேட்டைக்காரன் உடையில் பார்த்திருக்கமாட்டார்கள் அல்லவா! அதனால் தான் இவர்களுக்கு என்னை அடையாளம் தெரியவில்லை! இது ஒன்றும் பெரிய குற்றம் இல்லை! ' என்று சேதுபதி தொண்டைமானின் அச்சத்தைப் போக்கும் விதத்தில் புன் சிரிப்புடன் பேசினார். அதனால் தொண்டைமானும் கதலியும் சற்று நேரத்தில் இயல்பான நிலைக்கு வந்தார்கள்.

சிறிதுநேரத்தில் சேதுப்படையின் வீரர்கள் தம் மன்னரைத் தேடிக்கொண்டு புதுக்கோட்டை அரண்மனைக்கே வந்துவிட்டார்கள். அங்கே இருக்கும் வீரர்களிடம் உதவி கேட்கலாம் என்று அவர்கள் நினைத்தார்கள். அங்கே சேதுபதி இருப்பதைப் பார்த்ததும் அவர்கள் மிகுந்த நிம்மதி அடைந்தார்கள்.

புதுக்கோட்டை தொண்டைமானின் விருந்தினராக அன்று அங்கே தங்கியிருந்த சேதுபதி புதிதாகக் கிடைத்த நட்பை நினைத்து மகிழ்ச்சியுடன் இராமநாதபுரம் திரும்பினார். அந்த ஒரு நாளிலேயே தன் தங்கை கதலி நாச்சியாரின் மகிழ்ச்சியான முகக்குறிப்பை உணர்ந்த தொண்டைமான் சேதுபதியுடன் ஏற்பட்ட அந்த நட்பை நெருங்கிய உறவாக மாற்றிக்கொள்ளும் எண்ணத்துக்கு வந்திருந்தார்.

38
கடைசி விருந்து

தொண்டைமானின் எண்ணத்துக்கு ஏற்றபடி அந்தப் பகுதியின் அரசியல் நிலவரமும் அப்போது சேதுபதிக்கு திருப்தியானதாக இல்லை. வெள்ளாற்றுக்குத் தெற்கே இருந்த பாளையக்காரன் செவத்தெழுந்த பல்லவராயன் மிகவும் திறமையானவனாக இருந்தாலும் சேதுபதிக்கு நம்பிக்கையானவனாக இல்லை. அவன் தஞ்சை அரசின் பக்கம் சாய்வதுபோல நடந்துகொண்டு அவ்வப்போது சேதுபதிக்கு எதிராக சிறுசிறு குழப்பங்களை ஏற்படுத்திவந்தான். அதனால் சிலகாலமாகவே சேதுபதி அவனுக்குப் பதிலாக வேறுஒரு சரியான ஆளைத் தேடிக் கொண்டிருந்தார். சிவந்தெழுந்த பல்லவராயனையும் அவனுடன் சேர்ந்துகொண்டு தனக்கு எதிராகச் சதிசெய்த பாளையக்காரர்களையும் தண்டிக்கும் முடிவில் இருந்த மன்னர் அதற்கான சமயம் வந்துவிட்டதாக நினைத்தார். புதுக்கோட்டையிலிருந்து இராமநாதபுரம் அரண்மனைக்குத் திரும்பி வந்ததும் தளவாய் துரைசிங்கத்தை அழைத்து ஆலோசனை செய்துவிட்டு, தன் திட்டத்தை இறுதிசெய்தார். பிறகு சில இரகசியமான சில உத்தரவுகளையும் அவர் பிறப்பித்தார்.

திருநெல்வேலித் திருவிழாவுக்கு ஒரு திங்கள் இருக்கும்போது மன்னர் சேதுச்சீமையை மூன்று பெரிய நாடுகளாகப் பிரித்து மூன்று பாளையக்காரர்களுக்கு அதிகமான அதிகாரங்களைக் கொடுக்க விரும்புவதாக அரண்மனையிலிருந்து சேதிகள் கசியவிடப்பட்டன. பிறகு பத்து நாட்கள் இருக்கும்போது அவற்றை உறுதிப்படுத்துவது போல் பல்லவராயனுக்கும் சாயல்குடி பாளையக்காரருக்கும் சேதிகளுடன் தனித்தனியாக தூதுவர்கள் போனார்கள்.

சில தூதுவர்கள் கடிதத்தைக் கொடுத்துவிட்டு, தனிமையில் ஓய்வெடுக்கும் போது தமக்குத் தெரிந்த சில சேதிகளை அதிகாரபூர்வமாக அல்லாமல் சாதாரணமாக பழக்கத்தின் அடிப்படையில் விரிவாகச் சொல்லுவார்கள். அப்படிப் பேசும்போது அந்தப் பாளையக்காரர்கள் இருவரும் தம்மிடம் வந்த தூதுவர்களிடம்

மேற்கொண்டு விசயம் தெரிந்துகொள்வதற்காக அவர்களின் வாயைக் கிண்டினார்கள்.

தூதுவர்களும் யாருக்கும் தெரியாத இரகசியத்தை அவர்களிடம் சொல்வது போல, ' சில நாட்களாகவே மன்னருக்கு திடீர் திடீரென்று இரவு நேரங்களில் உடல் நலமில்லாமல் போகிறது. ஏதோ பெரிய வியாதியாக இருக்கும் போல; அதனால் வைத்தியர் யோசனைப் படி ஓய்வு எடுக்கலாம் என்று மகாராஜா நினைக்கிறார். சீக்கிரம் நம்முடைய பாளையக்காரர்களில் யாரோ மூன்று பேருக்கு ராஜயோகம் அடிக்கப்போகிறது! ' என்று சொன்னார்கள்.

அந்தப் பாளையக்காரர்கள் இரண்டு பேர் மட்டும் முதலில் ரகசியமாகப் போய் மன்னரைச் சந்தித்துவிட்டு வந்தார்கள். சில நாட்கள் கழித்து அவர்கள் தங்கள் ஆதரவாளர்கள் பதினோரு பேருடன் ரகசியமாக மன்னரைச் சந்திக்கப் போனார்கள். ரகசியச் சந்திப்பு என்பதால் யாரும் அறியாமல் அவர்கள் இரவான பிறகே பயணம் செய்தார்கள்.

அவர்களை கோட்டையின் பிரதான வாயிலுக்கு வரவேண்டாம் என்றும் மூலைக்கொத்தளம் என்ற இடத்துக்கு வரச்சொல்லிச் சேதி வந்ததால் அவர்கள் எல்லோரும் நேராக மூலைக்கொத்தளத்துக்கே போனார்கள். அங்கே ஒரு காவல் வீரன் அவர்களைச் சந்தித்து ஒரு இரகசிய வழி மூலம் அவர்களை கோட்டைச்சுவரின் மேல் தளத்துக்கு அழைத்துச்சென்றான். அந்த வீரன் முகம் இருளில் அவர்களுக்கு சரியாகத் தெரியவில்லை. அவன் துரைசிங்கத்தின் ஆளான சங்கன் தான்.

கோட்டைச்சுவர் மேல் இருந்த கொத்தளங்களைப் பார்த்த பாளையக்காரர்கள் அன்று மிரண்டு போனார்கள்.

"நம் அரண்மனைக் கோட்டையில் இத்தனை விசயங்கள் இருப்பது நமக்கே இன்று தான் தெரிகிறது!" என்று வியந்தார் ஒரு பாளையக்காரர்.

"நம் அரண்மனையில் சுரங்கப்பாதை ஒன்று இருப்பதாகவும் கேள்விப்பட்டேன். அது உண்மையா காவலனே?"

"ஆம்; உண்மைதான்!"

"அப்படியானால் அது எங்கே தொடங்கி எங்கே போய் முடியும்? உனக்கு அது தெரியுமா?"

"அது என்னைப் போன்ற சாதாரண காவலாளிக்கு எப்படித்

தெரியும் ஐயா?" என்றான் சங்கன்.

அதன்பிறகு அவர்கள் எதுவும் கேட்காமல் அமைதியாக நடந்தார்கள்.

ஒரு இடத்தில் வேறு ஒரு ஆள் வந்து சங்கனை மேலேயே இருக்கும்படி சொல்லிவிட்டு அவர்களை அழைத்துக்கொண்டு போனான். அந்த ஆள் தன் முகத்தை தலைப்பாகைத் துணியால் மறைத்திருந்தான். அந்த ஆள் எதுவும் பேசாமல் நடந்தான். அவன் ஒரு இடத்தில் நின்று தளத்தில் இருந்த ஒரு கல்லை அகற்றினான். கல் கொஞ்சம் நகர்ந்ததும் அங்கிருந்து சில படிகள் கீழே இறங்கிப் போவது தெரிந்தது. அந்த வீரன் முதலில் இறங்கியதும் அவர்கள் அவன் பின்னால் இறங்கினார்கள். அவர்கள் எல்லோரும் இறங்கியதும் அவர்களை அழைத்துவந்த ஆள் வழியை மூடிவிட்டான். உள்ளே ஒரே இருட்டாக இருந்தது. சுமார் இருபது படிகள் இறங்கியதும் அங்கே ஒரு நீண்ட கூடம் தெரிந்தது. கூடத்தின் நடுவே இருந்த ஒரு பெரிய மேசையில் ஒரே ஒரு விளக்கு மட்டும் எரிந்து கொண்டிருந்தது. அதன் மங்கலான வெளிச்சத்தில் ஒரு ஆசனத்தில் சேதுபதி மன்னர் மட்டும் தனியாக அமர்ந்திருந்தது தெரிந்தது. அவரைக் கண்டதும் பாளையக்காரர்கள் பதிமூன்று பேரும் தெண்டனிட்டுப் பணிந்தார்கள்.

மன்னர் அமரச்சொன்னதும் அவர்கள் அங்கே இருந்த ஆசனங்களில் அமர்ந்தார்கள். அங்கே இருந்த பெரிய மேசையில் உணவுப்பொருட்கள் தயாராக இருந்தன. அதைப் பார்த்ததும் பாளையக்காரர்களுக்கு எதுவும் புரியவில்லை.

"என் அருமை பாளையக்காரர்களே! நீங்கள் அளித்த விருந்துக்கு என்னை அழைக்காவிட்டாலும் நான் உங்களை இன்று விருந்துக்கு அழைத்திருக்கிறேன். நான் எப்போதும், எந்த நிலையிலும் உங்களை மறந்தது கிடையாது. நான் பலமுறை அழைத்தும் என்னைப் பார்க்க வராத பல்லவராயன் இன்று இங்கே வந்திருப்பது எனக்கு மிகுந்த மகிழ்ச்சி அளிக்கிறது! வருக என் அருமைப் பல்லவராயனே!"

அதைக் கேட்டு பல்லவராயன் தலையைக் குனிந்துகொண்டான்.

பாளையக்காரர்களுக்கு ஒரே திகைப்பாக இருந்தது. அந்த இடம், விருந்து என எல்லாமே அவர்களுக்கு ஒருவகையான அச்சத்தைக் கொடுத்தது. இருந்தாலும் அவர்கள் சமாளித்துக்கொண்டு அமைதியாக இருந்தார்கள். முதலில் பல்லவராயன் தான் பேசினான்.

"மகாராஜாவுக்கு உடல் நலமில்லை என்று ஒரே பேச்சாக இருந்தது! அதனால் நாங்கள் அதிகம் கவலை அடைந்தோம்!"

"அப்படியா? ஆனால் சேதி தெரிந்தும் உங்களில் ஒருவர் கூட என்னைப் பார்க்க வரவில்லையே? எல்லோரும் கூடி ஏதோ ஆலோசனை செய்ததாக அல்லவா எனக்கு சேதி கிடைத்தது!"

"ஆம் மகாராஜா! தங்கள் உடல் நலம் குறித்த சேதிகளை எங்களால் நம்பமுடியவில்லை. அதனால் அரண்மனைக்கு வந்து தங்களைச் சந்திப்பது பற்றித்தான் நாங்கள் கூடி ஆலோசித்தோம்!"

"அப்படியா? உங்களுக்கு என் மேல் இருக்கும் அக்கறை எனக்கு மகிழ்ச்சி அளிக்கிறது பல்லவராயா!"

மன்னரின் முகம் அவ்வளவு தெளிவாகத் தெரியாததால் அவர் மகிழ்ச்சியாக இருக்கிறாரா அல்லது கோபமாக இருக்கிறாரா என்பதை அந்தப் பாளையக்காரர்களால் தெரிந்துகொள்ள முடியவில்லை. அதனால் அவர்கள் தவித்தார்கள். தங்களை அங்கே வரச்சொன்னதில் மன்னரின் நோக்கம் குறித்து அப்போது பல்லவராயனுக்குக் கொஞ்சம் சந்தேகம் வந்தாலும் அதைக் காட்டிக்கொள்ளாமல் அவன் பேசினான்.

"மகாராஜாவை நலமுடன் பார்ப்பதிலும் உடன் அமர்ந்து விருந்து உண்பதிலும் எங்களுக்கு மிகவும் மகிழ்ச்சி! தாங்கள் ஏதோ முக்கியமான சேதியைச் சொல்லப்போவதாக உங்கள் கடிதத்தில் இருந்தது! அதைத் தெரிந்துகொள்ள நாங்கள் ஆவலாக இருக்கிறோம்!"

"அதைப் பிறகு சொல்கிறேன்; முதலில் சாப்பிடுங்கள்!"

அவர்கள் பதிலோ மறுப்போ சொல்லாமல் ஒருவகையான பயத்துடன் சாப்பிடத் தொடங்கினார்கள்.

"மகாராஜா! எங்கே தளவாய் துரைசிங்கத்தைக் காணவில்லை?" ஒரு பாளையக்காரர் கேட்டார்.

மன்னர் சிரித்துக்கொண்டே, "தளவாய் அதோ வாசல் அருகே நிற்கிறார். அவர் தான் உங்களை இங்கே அழைத்துக்கொண்டு வந்தார்! இருட்டாக இருந்ததால் இலந்தாரி அம்பலகாரரை உங்களுக்கு அடையாளம் தெரியவில்லை!" என்றார்.

அப்போது வாசல் அருகே நின்ற துரைசிங்கம் பலமாகச் சிரித்தார்.

அதைக் கேட்டதும் கேள்வி கேட்ட பாளையக்காரருக்கு வியர்க்க ஆரம்பித்தது. அப்போது சேதுபதியின் கணீரென்ற குரலில் பேசினார்.

"பேராசை கொண்டவர்களே, கேளுங்கள்! எதிரிகளான தஞ்சாவூர் மன்னனிடமிருந்தும், மதுரை மன்னனிடமிருந்தும்

சேதுச்சீமையைக் காப்பாற்றுவதுகூட எனக்கு அவ்வளவு கடினமாக இல்லை. போர்ச்சுக் கீசியரையும் டச்சுக்காரர்களையும் கூட என்னால் ஆரம்பத்திலேயே அறிந்துகொள்ளமுடிந்தது. ஆனால் என் அருகிலேயே இருந்துகொண்டு சொந்த மண்ணுக்கே துரோகம் செய்யும் உங்களிடமிருந்து இந்தச் சீமையைக் காப்பாற்றுவது தான் எனக்குப் பெரிய சவாலாக இருக்கிறது! துரோகிகளை நான் ஒரு போதும் மன்னிக்க மாட்டேன்! நன்றாக சாப்பிடுங்கள்! இப்போது நீங்கள் சாப்பிடும் இந்த விருந்து தான் இந்த வாழ்க்கையில் உங்களின் கடைசி விருந்து!"

"மகாராஜா! தாங்கள் இப்படிச் செய்யும் அளவுக்கு நாங்கள் என்ன தவறு செய்தோம்?" என்று ஒருவர் கோபமாகவே கேட்டார்.

"நான் பலவீனமாகிவிட்டேன் என்று நீங்கள் எல்லோரும் நினைத்து விட்டீர்கள்; அது தான் நீங்கள் செய்த பெரும் தவறு!" என்றார் சேதுபதி இறுக்கமான குரலில்!

"எங்களைத் தந்திரமாக இங்கே வரவழைத்து கொல்லப் பார்க்கிறீர்கள்; எங்களுக்கு துரோகம் செய்கிறீர்கள்!"

சட்டென்று சேதுபதி பதில் சொன்னார். "நான் செய்வது துரோகம் என்றால் அது நீங்கள் கற்றுக்கொடுத்தது தான். கோவில் திருவிழாவுக்குப் போகும் வழியில் கூட்டத்தில் வைத்துக் கொல்லப்படுவதை விட இது கொடுமையானது அல்ல நண்பர்களே!"

சேதுபதியின் பதில் அவர்களை அதிர்ச்சியடையச்செய்தது.

"மகாராஜா! எங்களை மன்னித்துவிடுங்கள்! இனி ஒருபோதும் தவறு செய்ய மாட்டோம்!" என்று ஒருவர் கெஞ்சினார்.

"நான் யாரையும் சரியான காரணமின்றித் தண்டிக்கமாட்டேன்; அதேபோல் அவ்வளவு எளிதில் சமாதானம் அடையவும் மாட்டேன்! என்னைக் கொலைசெய்ய பலமுறை இரகசியமாகக் கூடிப்பேசி சதித் திட்டம் தீட்டிய உங்களை என்னால் மன்னிக்கமுடியாது!"

சேதுபதி இப்படிப் பேசியதும் தாங்கள் ஏமாந்துபோனதை அறிந்து கோபமுடன் சில பாளையக்காரர்கள் வருவது வரட்டும் என்று தங்கள் வாட்களை உருவினார்கள். அப்போது அங்கே எரிந்து கொண்டிருந்த அந்த ஒரே ஒரு விளக்கும் சட்டென்று அணைந்து போனது. அடுத்த வினாடி பல்லவராயன், 'ஆ!' என்று அலறும் ஓசை பலமாகக் கேட்டது. அதைத் தொடர்ந்து, 'ஐயோ! நாம் ஏமாந்து விட்டோம்!' என்ற வேறு சில குரல்களும், 'இந்தச் சதி எல்லாம் வேண்டாம் என்று நான் அப்போதே சொன்னேன்! யாரும்

கேட்கவில்லை!' என்ற ஒரு குரலும் கேட்டன. சிலர் எழுந்து இருட்டில் தட்டுத்தடுமாறி அங்குமிங்கும் ஓடும் ஓசைகளும் கேட்டன. அப்போது அந்தக் கூடத்தின் பின் பகுதியில் இருந்த சிறிய கதவு சட்டென்று இழுத்து அடைக்கப்பட்டது. எங்கேயும் ஒரே இருட்டாக இருந்தது. சதி செய்தவர்கள் இருண்ட சுரங்கத்தின் உள்ளே மீளமுடியாதபடி சிக்கிக் கொண்டார்கள்.

சுரங்க வழியின் மறுபக்கம் மன்னருக்காகக் காத்திருந்த துரைசிங்கம், அவரைப் பார்த்ததும் நிம்மதிப் பெருமூச்சுவிட்டார்.

“விருந்து வெகு சீக்கிரம் முடிந்துவிட்டதா அரசே?”

“ஆம் துரைசிங்கம்; முடிந்துவிட்டது; ஒழிந்தார்கள் துரோகிகள்! அவர்கள் இங்கே வந்தார்கள் என்பதும் பிறகு எங்கே போனார்கள் என்பதும் எவரும் அறியாத ரகசியமாகவே போகட்டும்!”

சேதுச்சீமைக்கு எதிரான பெரிய சதி ஒன்றை முடித்துவைத்து, சதிகாரர்களையும் தண்டித்துவிட்ட மனநிறைவுடன் அவர்கள் இருவரும் அந்தச் சுரங்க வழியாகவே அரண்மனைக்குப் போனார்கள்.

போகும் வழியில் துரைசிங்கம் சொன்னார். “சதிகாரர்கள் தாம் செய்த சதிக்கு தாங்களே பலியாகிவிட்டார்கள்! இரகசிய விருந்துகளில் உருவான சதி ஒரு இரகசிய விருந்திலேயே முடிவுக்கு வந்துவிட்டது!”

அதற்கு சேதுபதி சொன்னார். “சரியாகச் சொன்னாய் துரைசிங்கம்! ஆனால் வாழ்க்கையானது தன்னுடைய வேகமான போக்கில் இந்தச் சதிகாரர்களுடன் சேர்த்து நம்மையும் கடினமானவர்களாக ஆக்கிவிட்டது பார்த்தாயா!”

மன்னருடைய குரல் வழக்கத்துக்கு மாறாக உற்சாகமில்லாமல் வறண்டு போய் இருந்தது. அவர் சொன்னதன் பொருளை உணர்ந்து கொண்ட தளவாய் துரைசிங்கமும் மன வருத்தம் கொண்டார்.

....

“நாய்கள் வேண்டுமானால் வெறுமனே குரைத்துக்கொண்டு மனநிறைவு அடையலாம்; ஆனால் சிங்கம் தான் ஆட்சி செய்யமுடியும்!” என்ற கூற்றை உண்மையாக்குவதுபோல் பலவகையான சதிகளையும் மீறி இரகுநாதசேதுபதியின் ஆட்சி தொடர்ந்தது. அந்தப் பதிமூன்று பாளையங்களுக்கும் விரைவில் புதிய பாளையக்காரர்கள் நியமிக்கப் பட்டார்கள். திருநெல்வேலியில் மன்னர் கலந்துகொண்ட கோவில் திருவிழாவும் எந்த அசம்பாவிதமும் இல்லாமல் சிறப்பாக முடிந்தது. குழப்பங்கள் தீர்ந்து நிலைமைகள் சீரானதும் விரைவில் ஒரு நல்ல

நாளில் கதலி நாச்சியாரை இரகுநாதசேதுபதி திருமணம் செய்து கொண்டார்.

கதலி நாச்சியாரை மணந்த சிலநாட்களிலேயே, அவளுடைய அண்ணனான தொண்டைமான் புதுக்கோட்டையின் புதிய பாளையக்காரனாக சேதுபதியால் அறிவிக்கப்பட்டார். அவருக்கு முன்பு சிவந்தெழுந்த பல்லவராயன் ஏற்கெனவே வைத்திருந்த பகுதிகளுடன் புதுக் கோட்டையும் சேர்த்து அளிக்கப்பட்டது.

இவை எல்லாம் நடந்த சில நாட்கள் கழித்து துரைசிங்கம் மன்னரிடம் சிரித்துக்கொண்டே கேட்டார்.

"அரசே! தாங்கள் விரும்பிக் காதலித்ததால் கதலியை மணந்து கொண்டீர்களா? அல்லது தொண்டைமானை ஒரு பாளையக்காரனாக ஆக்குவதற்காக அவருடைய தங்கையை மணந்துகொண்டீர்களா?"

அதற்கு மன்னர் மிகுந்த யோசனையுடன்பதில் சொன்னார்.

"துரைசிங்கம்! என்னை நன்றாக அறிந்தவன் நீ ஒருவன் தான். நீ இப்படிக் கேட்கலாமா? சொந்த நலனை விட நாட்டின் நலனுக்காகவே நான் எதையும் செய்வேன் என்பது உனக்குத் தெரியாதா?"

"அதுதானே பார்த்தேன்!" என்று சொல்லி துரைசிங்கம் சிரித்தார்.

39
பாதிரியார் - மன்னர் எடுத்த முடிவு

தலைநகர் திரும்பிய மன்னர் எல்லைக் காவல்களை உறுதிசெய்த மனநிறைவுடன் தன் மற்ற பணிகளில் ஈடுபட்டார். முன்னர் வந்த நகர்ப் பெரியவர் பாம்பாவனமும் சில நண்பர்களும் மீண்டும் ஒரு நாள் மன்னரைப் பார்க்க வந்தார்கள். பாய், முத்து, சங்கு ஆகியவற்றை வணிகம் செய்யும் லெப்பை பிரிவு இசுலாமியர் ஒருவரும் அதில் இருந்தார். அவர்களை மன்னர் அன்புடன் வரவேற்றார். மன்னரிடம் அவர்கள் எதையோ பேச விரும்பினார்கள். ஆனால் அதை யார், எப்படிச் சொல்வது என்று தயங்கிக்கொண்டு அமைதியாக இருந்தார்கள். அவர்கள் எதைப் பற்றிப் பேச வந்திருக்கிறார்கள் என்பதைப் புரிந்து கொண்ட மன்னர் தானேமுதலில் பேச்சைத்தொடங்கினார்.

"ஏன் எல்லோரும் இப்படி அமைதியாக இருக்கிறீர்கள்? பாதிரி மீது மேற்கொண்டு ஏதும் புகார் சொல்ல விரும்புகிறீர்களா? இருந்தால் தயங்காமல் சொல்லுங்கள்!"

"மகாராஜா! நாங்கள் ஏற்கெனவே தங்களிடம் முறையிட்ட விசயம் தான்; நாளுக்கு நாள் நிலைமை மோசமாகிக்கொண்டே போகிறது. இந்தப் பாதிரி நம் குடிகளில் எட்டாயிரம் பேரை அவருடைய மதத்துக்கு மாற்றிவிட்டார் என்று சொல்கிறார்கள். அவர்கள் இப்போது ஏதோ வேற்றுநாட்டுக் குடிகள் போலத்தான் எங்களிடம் பேசுகிறார்கள்; பழகுகிறார்கள். அவர் இன்னும் ஆயிரக்கணக்கில் நமது மக்களை மதம் மாற்றம் செய்யப்போவதாகப் பேசிக்கொள்கிறார்கள்! அதற்காக அவர் இரவு பகல் பார்க்காமல், ஊர் ஊராகப் போய் மக்களைப் பார்த்துப் பேசிவருகிறார். எங்கள் குடும்ப ஆட்கள் சிலரையும் கிறிஸ்தவர்களாக மாற்றிவிட்டார். அதனால் இப்போது எங்கள் கோவிலுக்கு அவர்கள் யாரும் வருவதில்லை. இதெல்லாம் எதில் போய் நிற்குமோ என்று எங்களுக்குப் பெரிய அச்சத்தை ஏற்படுத்தியிருக்கிறது!"

இப்படிப் பேசிய பெரியவர் பாம்பாவனம் பெரும் கவலையுடன் இருந்தார். மன்னர் அதற்கு உடனே எதுவும் பதில் அளிக்கவில்லை.

அதனால் பெரியவரே மீண்டும் பேசினார்.

"மகாராஜா! இப்படியே போனால் இதன் விளைவுகள் நம் அரசையும் பாதிக்கக்கூடும். மன்னரிடம் அன்புடன் இருக்கும் குடிகளின் மனம் மாறி போர்ச்சுகல் மன்னரை அவர்கள் நேசிக்கும்படி செய்துவிடுவார்கள். பிரிட்டோ பாதிரியின் செயலில் சேது நாட்டின் ஆட்சியைப் பிடிக்கும் உள்நோக்கம் இருப்பதாகவே நாங்கள் நினைக்கிறோம். அவர்கள் எண்ணிக்கை அதிகமாவது நமக்கு நல்லதல்ல. இப்படியே போனால் இன்று சேதுநாடாக இருப்பது, விரைவில் வேறு நாடாக மாறிவிடும்!."

"நாங்கள் நெதர்லாந்து நாட்டின் குடிகள்; நெதர்லாந்து மன்னர் தான் எங்களுக்கு ராஜா என்றும் சிலர் சொல்வதைக் கேட்க எங்களுக்கு மிகுந்த வேதனையாக இருக்கிறது மகாராஜா!" என்று சொன்னார் ஒருவர்.

இன்னொருவர், "அரசே! பாதிரிகள் பெரும்பாலும் மக்களிடம் தான் பழகுவார்கள். ஆனால் இவர் வித்தியாசமாக நம்முடைய அதிகாரிகளான அம்பலகாரர்கள், நாட்டாண்மை, அளவர்கள், வரியன், பொலிதள்ளி ஆகியோரைக் குறிவைத்துப் பழகுகிறார்.! பாதிரியின் இந்தப் போக்கு மிகவும் ஆபத்தானது!" என்று சொன்னார்.

இப்போது மன்னர் முகம் கடுமையாக மாறியது; அதைக் கண்ட அவர்கள் முகங்களில் ஒரு ஆறுதல்!

இன்னொருவர் சொன்னார். "மகாராஜா! நம் ஆட்களுக்கு பெற்றவர்கள் இட்ட பெயர்களைக் கூட இந்தப் பாதிரி மாற்றுகிறார். அவர்கள் ஊரில் இருக்கும் பெயர்களை நம் ஆட்களுக்கு இடுகிறார். நம் ஆட்கள் இவருடன் சேர்ந்த பிறகு திருநீறு, சந்தனம் கூட பூசுவதில்லை! பெண்கள் பொட்டுவைப்பதை நிறுத்திவிட்டார்கள்!"

"அரசே! தங்களிடம் விசுவாசம் கொண்ட குடிகள் என்பதால் இதைத் தங்களிடம் தெரிவிப்பது எங்கள் கடமை என்று நினைத்துத் தான் இதைச் சொல்கிறோம். தவறு என்றால் மன்னிக்கவேண்டும்!"

மன்னர் அவர்களிடம், "குமாரபிள்ளையின் விசயத்துக்குப் பிறகு நான் இந்தப் பாதிரி விவகாரத்தைக் கொஞ்சம் மறந்துவிட்டேன். நீங்கள் இப்போது சொல்லிய விசயங்கள் எனக்கும் கவலையை ஊட்டுகின்றன. இதை உடனே விசாரித்துவிட்டு உங்களை அழைத்துப் பேசுகிறேன்!" என்று சொல்லி விடைகொடுத்தார்.

புறப்படும் போது பாம்பாவனம் மன்னரிடம் தனியாக ஒன்று சொன்னார்.

"மகாராஜா! நம் திரையத் தேவர் மாளிகைக்கு இந்த பாதிரி அடிக்கடி வந்து போவதாகச் சொல்கிறார்கள்! இதை மகாராஜாவிடம் தெரிவிப்பது என் கடமை ஆகும்!"

அதை கேட்டதும் மன்னருக்கு திரையத்தேவனிடம் சமீபத்தில் தெரிந்த மாற்றம்நினைவுக்கு வந்தது. அது பாதிரியார் பிரிட்டோவால் ஏற்பட்ட மாற்றம் தான் என்பது இப்போது அவருக்குத் தெளிவாக விளங்கியது. அவர் முகம் இறுகியது.

....

பாதிரியார் ஜான் பிரிட்டோ சிறுவனாக இருந்தபோது அவரது உடல் நலம் கடுமையாகப் பாதிக்கப்பட்டது. அப்போது அவருடைய தாய் தன் மகன் பிழைத்துவிட்டால் அவனை இறைப்பணிக்கு ஒப்படைப்பதாக தேவாலயத்தில் வேண்டிக்கொண்டார். அதன்படி பிரிட்டோவுக்கு பதினாறு வயது ஆனதும் அவர் தன் தாயின் விருப்பப்படியே மதப் பணியில் ஈடுபட்டார். இந்தியாவுக்கு வந்த அவர் முதலில் கோவாவில் சில காலம் பணிசெய்தார். பிறகு தலைமை பாதிரியாரின் விருப்பத்தை ஏற்று மதுரைக்கு வந்தார். சில ஆண்டுகளில் தலைமைப் பாதிரியாராக ஆகிவிட்ட அவர் அங்கே பணி செய்யும் போது மறவர் நாட்டில் மதப் பணி செய்ய பயந்துகொண்டு யாரும் அங்கே போகவில்லை என்பதை அறிந்துகொண்டார். அதனால் அவரே சேதுச்சீமைக்கு வந்து கிறிஸ்துவ மதத்தைப் பரப்பும் வேலையில் தீவிரமாக ஈடுபட்டார். இடையில் ஒரு முறை ரோம் நகருக்குப் போன அவர் மதப்பணியில் மேல் கொண்ட அதிகமான ஆர்வத்தால்அங்கே தங்காமல் மீண்டும் சேதுநாட்டுக்கே திரும்பிவந்துவிட்டார்.

அவர் இந்தியாவில் இருந்து ரோமாபுரியில் இருந்த டி கோஸ்டா என்ற பாதிரியாருக்கு எழுதிய கடிதத்தில், "நான் நாடு திரும்ப விரும்பவில்லை; என் மனம் இந்த உலகத்தை விட சொர்க்கத்தையே அதிகம் விரும்புகிறது. லிஸ்பன் நகரின் ஆடம்பரமான அரண்மனையைக் காட்டிலும் தமிழ் நாட்டில் இருக்கும் மறவர் நாட்டின் காடுகளே என்னை அதிகமாகக் கவர்ந்து இழுக்கின்றன!" என்று தெரிவித்தார்.

மறவர் இன மக்களை கிறிஸ்தவர்களாக மாற்றிவிடவேண்டும் என்பதில் பாதிரியார் பிரிட்டோ பெரும் முனைப்புடன் இருந்தார். அதற்காக அவர் தன் உடல் பொருள் ஆவி என்ற அனைத்தையும் தியாகம் செய்வதற்கும் தயாராக இருந்தார்.

....

போர்ச்சுக்கீசியப் பாதிரியார் ஜான் டி பிரிட்டோ தன் பேச்சுத் திறமையாலும், சமூகத்தின் கீழ்த்தட்டில் இருந்த மக்களுக்குச் செய்த சேவைகளாலும் மணப்பாடு,பெரியதாழை, வீரபாண்டியபட்டணம், வேம்பார் போன்ற பரதவர் குடியிருந்த கடலோரப் பகுதிகளில் மக்களை எல்லாம் கிறிஸ்தவர்களாக மாற்றிவிட்டார் என்ற சேதி மன்னருக்குக் கிடைத்திருந்ததால் அவர் மிகுந்த கோபத்துடன் இருந்தார். பரதவர்கள் ஒட்டுமொத்தமாக மதம் மாறினால் அவர்கள் அதன் பிறகு சேதுநாட்டுக்கும் தனக்கும் விசுவாசமாக இருக்கமாட்டார்கள் என்றும் அது இங்கே போர்ச்சுக்கீசியரின் ஆதிக்கத்துக்கே வழிவகுக்கும் என்றும் அவர் நினைத்தார். அப்படி நடந்துவிட்டால் முத்துக்கடற்கரையும் தன் அதிகாரத்தைவிட்டுப் போய்விடும் என்பது அவருக்குத் தெரியும். அதனால் அன்று முழுவதும் மன்னர் அதே சிந்தனையுடன் இருந்தார். மன்னனான தன் எச்சரிக்கையை எங்கேயோ இருந்து வந்த பாதிரியார் பிரிட்டோ கொஞ்சமும் மதிக்கவில்லை என்பதை அவரால் தாங்கிக் கொள்ள முடியவில்லை.

மன்னரின் கோபத்தீயில் எண்ணெய் ஊற்றி, பாதிரியார் விசயத்தில் அவரை உடனே முடிவு எடுக்கச்செய்யும் வகையில் ஒரு சம்பவமும் அரண்மனையில் அன்று நடந்தது.

அன்றுமாலை திரையத் தேவனின் மனைவி அரண்மனைக்கு மன்னரைப் பார்க்கவேண்டும் என்று வந்தாள். அதிகம் அழுதிருந்ததால் அவளின் முகம் வீங்கியிருந்தது. அவள் வந்ததும் மன்னரின் காலில் விழுந்து எழுந்தாள். அரண்மனைப் பெண்கள் சிலரும் அவளுடன் வந்தார்கள். அவளைப் பார்த்ததுமே அது திரையத்தேவன் பற்றிய விசயமாகத்தான் இருக்கும் என்று அவர் நினைத்தார்.

"அம்மா! ஏன் இப்படி குடிமுழுகிப்போனது போல் அழுகிறாய்? அப்படி என்ன குறை நேர்ந்துவிட்டது உனக்கு?"

"ஆமாம் மாமா! குடியே முழுகும் படிதான் எல்லாம் இங்கே நடக்கிறது. அந்தப் பாதிரியின் பேச்சைக் கேட்டுக்கொண்டு இவர் ஆளே சாமியார் போல மாறிவிட்டார். முதல் தாரத்தை மட்டும் தான் மனைவியாக ஏற்றுக்கொள்வேன் என்று சொல்லி என்னைத் தள்ளி வைக்கிறார். நம்முடைய குலசாமியை இனிமேல் கும்பிட மாட்டேன் என்கிறார். செபம் பண்ணுகிறேன் என்று ஏதோ சொல்லி வேறு ஒரு சாமியைக் கும்பிடுகிறார். தன்னுடைய பேரையும் கூட இப்போது மாற்றிச்சொல்லுகிறார். வீட்டின் ஆண் பிள்ளை இப்படி இருந்தால் நாங்கள் எல்லாம் என்ன செய்வது?"

அவள் மேற்கொண்டு பேசமுடியாமல் திணறினாள்.

இன்னொரு பெண் சொன்னாள், "ஒரு பாளையக்காரரே இப்படிச் செய்தால் மற்றவர்கள் எல்லாம் என்ன செய்வார்கள், மகாராஜா?"

அப்போது இன்னும் ஒருத்தி சொன்னாள்.

"நன்றாக வாழுகிற குடும்பங்களையும் இந்தப் பாதிரி புகுந்து பிரித்து விடுகிறானாம். உடையத்தேவனின் மனைவியும் இவரைப் போலவே மதம் மாறிவிட்டாளாம். எல்லாம் அந்தப் பிரிட்டோ பாதிரி செய்யும் வேலை. அவன் ஏதோ சூனியம் வைத்து எல்லாருடைய மனதையும் மாற்றுகிறானாம்!"

"பெண்ணே! உன் கணவனின் நோயைக் குணப்படுத்தியதால் தான் அவனே விரும்பி மதம் மாறியதாகச் சொன்னார்களே?"

"அதெல்லாம் பொய்; அப்படியே நோயைக் குணப்படுத்தினால் அதற்காக ஏன் மதம் மாறவேண்டும்?"

இன்னும் ஒரு பெண் சொன்னாள்.

"அந்தப் பாதிரி கிராமம் கிராமமாகப்போய் நம் ஆட்களை யெல்லாம் மதமாற்றம் செய்கிறானாம். ஏசுவைத் தவிர யாரையும் கும்பிடக் கூடாது; அப்படிக் கும்பிட்டால் எல்லோரும் நரகத்துக்குத் தான் போவோம் என்கிறானாம் அந்த ஆள்!"

"இதுக்கெல்லாம் ஒரு முடிவு கட்டுங்க மகாராஜா!" என்று அந்தப் பெண்கள் ஒரே குரலில் கேட்டார்கள்.

அப்போது தான் மன்னருக்கு திரையத்தேவனுடைய மாற்றம் என்ன என்பது விளங்கியது. அரசகுடும்பத்தினர் மதம் மாறிவிட்டால் அரசிலும் மாற்றம் ஏற்படுவதை தடுக்கமுடியாது என்பதை அவர் அறிவார். அவர் கண்கள் கோபத்தால் சிவந்து விளக்கின் ஒளியில் மின்னின.

"அன்று ஒல்லாந்தர்கள் செய்ததையே இன்று இவர் வேறு வகையில் செய்கிறார். அவர்கள் வாள் முனையையும் பயன்படுத்தினார்கள்; இவர் வெறும் வாய்ப்பேச்சால் அதைச் சாதிக்க நினைக்கிறார். ஒல்லாந்தர்களின் அதே முடிவை இவரும் சந்திப்பார்!"

மன்னரின் வார்த்தைகள் நெருப்புத்துண்டங்களைப் போல் வந்து விழுந்தன.

உடனே அவர் காவலனை அழைத்து "இப்போது அந்த பிரிட்டோ பாதிரி எங்கே இருக்கிறார் என்று கேட்டுச் சொல்!" என்றார்.

அதற்கு அந்தப் பெண்ணே பதில் சொன்னாள். "அவன் ஓரியூர்

பக்கம் தான் திரிகிறானாம்.! அவன் எங்கே போனாலும் மந்திரித்து விட்டது போல் ஒரு கூட்டமே அவன் பின்னால் போகிறதாம்!"

"தாயே! நீ கவலைப்படாதே; அமைதியாக இரு. ஆகவேண்டியதை நான் பார்த்துக்கொள்கிறேன்.!"

திரையத்தேவனின் மனைவியும் அந்தப்பெண்களும் மன்னரிடம் விடைபெற்றுக்கொண்டு கிளம்பினார்கள். திரையனின் மனைவிக்கு இராணிகள் கதலியும் அன்னக்கிளியும் தேறுதல் சொல்லி அனுப்பினார்கள். அந்தப் பெண்களின் கண்ணீர் பாதிரியார் ஜான் பிரிட்டோவுக்கு எதிரான ஆயுதமாக மாறியது.

"மகாராஜா! நீங்கள் அந்தப் பாதிரியாரிடம் அளவுக்கு அதிகமாகவும் பரிவுடன் நடந்துகொள்கிறீர்கள்; அதனால் அவருக்கும் அவர் பின்னால் போகும் கூட்டத்துக்கும் உங்களிடம் கொஞ்சம்கூட பயம் இல்லாமல் போய்விட்டது.!" என்று இராணிகள் மன்னரிடம் சொன்னார்கள்.

அதைக்கேட்ட மன்னரின் கோபம் இன்னும் அதிகமானது. "நீங்கள் சொல்வது உண்மைதான்! அவர் என்னுடைய பொறுமையை மிகவும் சோதித்துவிட்டார். இரகுநாதத் தேவன் யார் என்பதை அவர் இனிமேல் தெரிந்துகொள்வார்.!"

மறுநாள் காலை மதுரை அரசிடம் இருந்து ஒரு தூதன் வந்திருப்பதாக சேதுபதிக்குத் தெரிவிக்கப்பட்டது. மன்னரும் தளவாய் மற்றும் நிதிஅதிகாரியுடன் இருந்து அந்தத் தூதனைப் பார்த்தார். தூதன் மன்னரைப் பணிந்து கடிதத்தைக் கொடுத்தான்.

அதில், "பாதிரியார் பிரிட்டோவைத் தண்டிக்கவேண்டாம்; அவர் ஒரு மதப் பிரச்சாரகர். அவர் தவறு ஏதும் செய்ததாக சேதுபதி கருதினால் அவரை டச்சு நாட்டுக்கு திருப்பி அனுப்புவது தான் சரியான செயல். மேலும் அவர் போர்ச்சுகல் மன்னரின் நெருங்கிய தோழன். அவரைத் தண்டித்தால் கடும் விளைவுகள் ஏற்படும்!" என்று மதுரையிலிருந்து இராணி மங்கம்மாள் எச்சரிக்கை செய்திருந்தாள்.

அந்தச் சமயத்தில் மதுரையில் கிறிஸ்தவப் பாதிரியார்கள் அதிக அளவில் இருந்தார்கள். அவர்கள் ஏழைகளுக்கு மருத்துவம் செய்வது போன்ற உதவிகளைச் செய்து அதன் மூலம் தங்கள் மதத்தை பரப்பும் முயற்சியில் ஈடுபட்டிருந்தார்கள். அவர்களுக்கு மதுரை அரசு அவ்வளவாக எதிர்ப்பு தெரிவிக்காமல் ஓரளவு அனுசரணையாகவே இருந்தது. அவர்கள் அதைப் பயன்படுத்தி மதுரை அரசிடமிருந்து சேதுபதிக்குக் கடிதம் போகும்படி செய்திருந்தார்கள்.

கடிதத்தைப் பார்த்த சேதுபதியின் கண்கள் கோபத்தில் சிவந்தன. ஒட்டக்கூத்தன் பாட்டுக்கு இரட்டைத் தாழ்ப்பாள் என்பது போன்ற விளைவுதான் மங்கம்மாளின் கடிதத்தால் ஏற்பட்டது.

“சேதுபதிக்கு அறிவுரை சொல்ல மங்கம்மாள் யார்? என்னை மதுரையின் பாளையக்காரன் என்று நினைக்கிறாளா?அந்தப் பாதிரியின் கதையை உடனே முடித்துவிடுகிறேன். என்ன விளைவு ஏற்படும் என்று பார்க்கிறேன்.!” என்று சீறினார்.

சிறிது நேரத்தில் ஓரியூர் அம்பலகாரன் உடையாத்தேவனுக்கு மன்னரின் ரகசியமான கட்டளை இருந்த கடிதத்துடன் ஒரு குதிரைவீரன் இராமநாதபுரம் அரண்மனையில் இருந்து புறப்பட்டுப்போனான்.

40
பாதிரியாரின் பரிதாப முடிவு

பாதிரியார் பிரிட்டோ தன் இரண்டு சீடர்களுடனும் இன்னும் சிலருடனும் தேவகோட்டைக்கு அருகில் முனி என்ற சிற்றூரில் இருந்து நடைப்பயணம் கிளம்பினார். வெய்யிலின் கடுமையிலிருந்து தப்பிக்க அவர்களுடன் வந்தவர்கள் மோர், பானகம், பனாட்டி முதலிய பானங்களை எடுத்துவைத்துக் கொண்டார்கள். அவர்கள் தங்கி- யிருந்த வீட்டிலிருந்து வெளியே வந்தபோது தட தட என்ற ஓசையுடன் உடையாத்தேவன் குதிரையில் முன்னே வர அவனுக்குப் பின்னால் சில வீரர்கள் குதிரையில் வந்து அவர்களை மறித்தபடி நின்றார்கள். அவர்கள் வந்த வேகத்தையும் உடையாத்தேவன் முகத்தில் தெரிந்த கடுமையையும் பார்த்த உள்ளூர் ஆட்கள் ஏதோ பெரிய விபரீதம் நடக்கப்போகிறது என்று நினைத்து மிகுந்த அச்சமடைந்தார்கள்.

பாதிரியார் பிரிட்டோ நிதானமாக இருந்து தன்னுடன் இருந்தவர்களை அமைதிப்படுத்தினார். உடையாத்தேவன் குதிரையில் அமர்ந்தபடியே பேசினான்.

"பாதிரி பிரிட்டோ! நீங்கள் சேதுநாட்டைவிட்டு உடனே வெளியேற வேண்டும் என்று சேதுபதி மன்னர் முன்பே உங்களிடம் சொல்லியிருந்தார். ஆனால் மன்னரின் கட்டளையை மீறி இங்கேயே தங்கியிருந்து சேதுநாட்டின் மக்களை மதம் மாற்றும் வேலையை தொடர்ந்து செய்துவருகிறீர்கள். இந்தக் குற்றத்துக்காக உங்களைச் சிறை செய்கிறேன். இது சேதுபதி மன்னரின் கட்டளை!"

அங்கே இருந்தவர்களில் ஒருவர் எதிர்ப்புக் குரல் கொடுத்தார். "இது அநியாயம்! மக்களுக்குச் சேவை செய்யும் ஒரு பாதிரியாரைச் சிறைசெய்வது தவறு. இவர் எந்தக் குற்றமும் செய்யவில்லை!"

இன்னொரு ஆள் சொன்னார். "இவர் எங்களைப் பாவங்களில் இருந்து விடுதலை செய்வதற்காகவே பாடுபடுகிறார்; இவரைச் சிறை செய்யக்கூடாது!" அந்த ஆள் கிறிஸ்தவராக மாறி ஒரு பிரசங்கியாக பாதிரியார் பிரிட்டோ கூடவே இருந்தார்.

அடுத்த கணம் குதிரை மேல் இருந்த உடையாத்தேவனின் கால் அந்த ஆளுடைய முகத்தில் பலமாகத் தாக்கியது. கீழே விழுந்த அவர் முகமெங்கும் இரத்தம் வழிந்தது. பாதிரியார் குனிந்து அவர் முகத்தைத் தன் அங்கியால் துடைத்துவிட்டார். அங்கே அவரைச் சுற்றி இருந்தவர்கள் விலகி நின்றனர். அவர்கள் எல்லோருடைய கண்களும் கலங்கியிருந்தன. பாதிரியார் பிரிட்டோ தன் வலது கையால் சிலுவைக்குறி காட்டி அவர்களை அமைதியாக இருக்கும்படி கேட்டுக்கொண்டார். பிறகு வீரர்கள் பாதிரியாரை கயிற்றால் கட்டி நடக்கவிட்டு கூட்டிச்சென்றார்கள். அன்று ஓரியூர் என்ற ஊரில் அவர் சிறை வைக்கப்பட்டார்.

....

உடையாத்தேவனின் மனைவி, பாதிரியார் பிரிட்டோவின் போதனையால் ஏற்கெனவே கிறிஸ்துவ மதத்துக்கு மாறியிருந்தாள். பாதிரியாரை தன் கணவன் சிறையில் அடைத்துவிட்டான் என்ற சேதியைக் கேட்டதும் அவள் பதறிப்போனாள். தன் கணவன் வரும்வரை வீட்டிலேயே அவள் காத்திருந்தாள். அவன் வீட்டுக்கு வந்து குளித்து உணவு சாப்பிட்டு முடிக்கும் வரை அமைதியாக இருந்தாள். சாப்பிட்டு முடித்ததும் தன் கவலையையும் கோபத்தையும் அவனிடம் காட்டினாள்.

“நீங்கள் சாமியாரைப் பிடித்துச் சிறையில் அடைத்துவிட்டீர்கள் என்று சொல்கிறார்களே? அது உண்மையா?”

“ஆமாம்; அது மகாராஜாவின் கட்டளை! அதனால் தான் அவரை நான் சிறை செய்தேன்! அதற்கென்ன?”

“நமக்கு வேண்டாமையா இந்தப் பாதகச் செயல்! கத்தி எடுத்துச் சண்டை போடுபவனைச் சிறைசெய்தால் அது அரசனுக்கு அழகு. ஆனால் ஒரு சாமியாரைச் சிறைசெய்வது பெரிய பாவம். மன்னருக்கு இதை எடுத்துச்சொல்ல அரண்மனையில் யாருமே இல்லையா? இதைச் செய்வதற்கு வேறு ஆட்கள் இல்லையா? நீங்கள் தான் செய்ய வேண்டுமா? கர்த்தரே! இது என்ன சோதனை!”

“பெண்ணே! விவரம் தெரியாமல் உளறாதே! இது வெறும் கோவில், சாமி என்ற விசயமாக மட்டும் இருந்தால் மன்னர் இந்தப் பாதிரியை ஒன்றும் செய்யமாட்டார். ஆனால் இப்படி மதம், வணிகம் என்று இங்கே வருபவன் எல்லாம் இந்த நாட்டைப் பிடிக்க அல்லவா திட்டம் போடுகிறான். இதைப் பார்த்துக்கொண்டு நாட்டை ஆளும் சேதுபதி மகாராஜா எப்படி அமைதியாக இருப்பார்?”

அவள் பதிலுக்கு கோபமுடன், "இங்கே வரும் எல்லோருமே நாட்டைப் பிடிக்கத்தான் வருகிறார்களா? ஒல்லாந்தர்கள் வேண்டுமானால் அப்படி இருக்கலாம். ஆனால் போர்ச்சுகீசியர்கள் நல்லவர்களாகவே தெரிகிறார்கள்!" என்று கேட்டாள்.

உடையாத்தேவன் அதைக் கேட்டுவிட்டு தன் மனைவியைப் பார்த்து கேலியாகச் சிரித்தான்.

"உனக்கு போர்ச்சுக்கீசியர்களைப் பற்றித் தெரிந்தது அவ்வளவுதான். கிறிஸ்தவனாக மதம் மாற மறுத்த குஞ்சாலி மரைக்காயர் என்ற மலையாள மாலுமியை அவர்கள் என்ன செய்தார்கள் தெரியுமா?"

அவள் அமைதியாக இருந்தாள்.

உடையாத் தேவன் அவளுக்கு குஞ்சாலி மரைக்காயரைப் பற்றி விபரமாகச் சொன்னான்.

குஞ்சாலி மரைக்காயர் என்பவர் மலபார் பகுதியில் இருந்து வணிகம் செய்துவந்த மரைக்காயர் குடும்பத்தைசேர்ந்தவர். அந்தக் காலகட்டத்தில் மரைக்காயர்களுக்கும் புதிதாக அந்தப் பகுதிக்கு வந்து இறங்கி வணிகத்தை ஆரம்பித்த போர்ச்சுக்கீசியருக்கும் வணிகத்தில் பெரும் போட்டி ஏற்பட்டது. அதன் விளைவாக அவர்களுக்கிடையே சில கடல் போர்களும் நடந்தன. குஞ்சாலி மரைக்காயர் கடல் போரிலும் வல்லவராக இருந்தார். ஆனால் சில காரணங்களால் இறுதியில் போர்ச்சுக்கீசியரின் கை ஓங்கியது. ஒரு போரில் தோல்வியடைந்த குஞ்சாலி மரைக்காயர் போர்ச்சுக்கீசியரால் சிறைப்பிடிக்கப்பட்டார். போர்ச்சுக்கீசியர் அவர் கிறிஸ்துவராக மதம் மாறினால் உயிருடன் விட்டுவிடுவதாகச் சொன்னார்கள். ஆனால் மரைக்காயர் அதை ஏற்க மறுத்துவிட்டார். அதனால் போர்சுக்கீசியர் குஞ்சாலி மரைக்காயரை கோவாவுக்குக் கொண்டுசென்று மக்கள் முன்னிலையில் அவரது தலையை வெட்டி எடுத்து அதை கண்ணூருக்குக் கொண்டுபோய்ப் பலரும் பார்க்கும்படி ஒரு கம்பத்தில் குத்தி வைத்தார்கள். அவருடைய உடலை மட்டும் கோவாவிலேயே வைத்துவிட்டார்கள்.

குஞ்சாலி மரைக்காயரின் வரலாறை தன் மனைவியிடம் சொல்லிவிட்டு, "இவ்வளவு கொடூரமான போர்ச்சுக்கீசியர்களைப் போய் நல்லவர்கள் என்கிறாய்.! இப்போது நடப்பது ஒன்றும் கோவில் விவகாரம் கிடையாது. இது ஒரு இராசாங்க விவகாரம். மன்னர் ஒன்று செய்கிறார் என்றால் அதில் ஒரு நியாயம் இருக்கும்.! புரிந்து கொள்! ஊருக்கே நீதி செய்யும் அவருக்கு இது தெரியாதா?"

இப்போது அவள் பணிவான குரலில் பேசினாள்.

“சாமி! சரியோ, தப்போ! யார் என்ன வேண்டுமானாலும் செய்து விட்டுப் போகட்டும்; நமக்கு இந்தப் பாவம் வேண்டாம்; நீங்கள் இந்தப் பாதிரியாரை விட்டுவிடுங்கள். பாவம் இவர்! வேறு எங்கேயாவது போய் பிழைத்துக் கொள்ளட்டும்!”

“அப்படிப் போவதாக இந்தப் பாதிரியார் சொல்லிவிட்டால் தான் மகாராஜா உடனே அவரை விட்டுவிடுவாரே? ஆனால் இந்த ஆள் அப்படி எங்கேயும் போகமாட்டேன் என்று பிடிவாதம் செய்கிறாரே! அதுதானே இப்போது பிரச்சினையே!”

“என்ன தான் சொன்னாலும் இந்தப் பாதிரியார் பாவம் ஐயா! அவரை விட்டு விடுங்கள்!” அவள் மறுபடியும் பாதிரியாருக்காக மன்றாடினாள்.

“பாவமா? உன்னை மதம் மாற்றியபோதே அவரை நான் கொன்றிருக்க வேண்டும். பார்! இப்போது நீ, மன்னரின் கட்டளையை நான் மீறவேண்டும் என்கிறாய்; அது தான் இந்தப் பாதிரியாரின் ஆசை! அது மட்டும் ஒரு போதும் நடக்காது!இப்படி இந்தப் பாதிரியால் நம் குடும்பமே இரண்டாகும் போல் தெரிகிறது; இப்படியே போனால் இந்தச் சீமையும் இரண்டாகப் போய்விடும்! அவர் கும்பிடும் அந்தக் கர்த்தர்தான் பாதிரியைக் காப்பாற்றவேண்டும்.!”

உடையான் பேச்சில் ஒரு வன்மம் தெரிந்தது. அதனால் அவன் மனைவி பயந்துபோய் அமைதியாகிவிட்டாள்.

மறுநாள் காலை பிரிட்டோ பாதிரியாருக்கு மரணதண்டனை நிறைவேற்றப்படும் என்ற சேதியை உடையாத்தேவன் தன் மனைவி–யிடம் அப்போது கூறவில்லை. ஓரியூரில் இரண்டு நாட்கள் சிறை வைக்கப்பட்ட பாதிரியார் பிரிட்டோ மூன்றாவது நாள் கொல்லப்பட்டு அவரது உடல் கண்டதுண்டமாக வெட்டப்பட்டது. போர்ச்சுகல் நாட்டின் லிஸ்பன் நகரில் ஒரு செல்வந்தரின் மகனாகப் பிறந்து, அந்த நாட்டு மன்னனின் பெரும் மதிப்புக்கு உரியவனாக வாழ்ந்த ஜான் டி பிரிட்டோ கடல்கடந்து இங்கே வந்து தன்னுடைய நாற்பத்தி ஆறாவது வயதிலேயே பரிதாபமாக உயிரிழந்ததை நினைத்துப் பலரும் கண்ணீர் விட்டார்கள்.

பிரிட்டோ பாதிரியாரின் அருள் நிறைந்த பேச்சுக்களாலும் சேவைகளாலும் கவரப்பட்ட பலர் அவருக்கு மன்னர் மரணதண்டனை கொடுத்ததற்கு எதிராகப் பேசினார்கள். அதுபோல அவர் சாதாரண குடிமக்களை கிறிஸ்தவர்களாக மதம் மாற்றியதுடன் நின்றிருந்தால்

பிரச்சினையில்லை; அரச குடும்பத்தில் நுழைந்து, அரசுக்கு உரிமை உடைய திரையத்தேவனை மதம் மாற்றியது தான் அவர் செய்த பெரும் குற்றம் என்றும் அதனால் தான் மன்னர் பாதிரியார் மேல் கோபம் கொண்டார் என்றும் பேசினார்கள். மன்னர் செய்ததிலும் ஒரு நியாயம் இருந்தது என்று அவர்கள் சொன்னார்கள்.

"பாதிரியார் மேல் புகார் வந்ததுமே மன்னர் அவரைத் தண்டிக்கவில்லை; அவரை வரவழைத்து எச்சரிக்கை செய்து நாடு கடத்தினார்; ஆனால் அதை மீறி பிரிட்டோ பாதிரியார் திரும்பவும் இங்கே வந்து மதப்பிரச்சாரம் செய்தது இராஜாங்கக் குற்றம் தானே? ஒரு பாதிரியாருக்கு இவ்வளவு பிடிவாதம் எதற்கு? அதை எந்த மன்னரும் ஏற்றுக்கொள்ளமாட்டார்!" என்றார்கள் சிலர்.

"அவர் செய்தது குற்றம் தான்; ஆனாலும் அவர் தண்டிக்கப்பட்ட விதம் கொடுமையானது!" என்றார்கள் சிலர்.

பெரும்பாலானவர்கள், "இது ஒரு இராஜாங்க விசயம்; மன்னரே முடிவு செய்து தண்டனை அளித்துவிட்டார் என்றால் அது சரியாகத்தான் இருக்கும்; நிச்சயம் அதற்கு சரியான காரணம் இருக்கும்!" என்றார்கள்.

"குமாரபிள்ளை நம்முடைய மதத்தைச் சேர்ந்த ஆள் தான்; பழுத்த சிவ பக்தர் தான். ஆனாலும் அவர் துரோகம் செய்தார் என்று தெரிந்ததும் அவருக்கும் மன்னர் இதே தண்டனையைத் தானே கொடுத்தார். அப்போது அதை யாரும் குறை சொல்லவில்லையே! இதை மட்டும் ஏன் குறை சொல்கிறார்கள்?" என்று கோபமாகக் கேட்டார் ஒருவர்.

இப்படி பிரிட்டோ பாதிரியாரின் மரணம் மக்களிடம் பலவகையான கருத்துக்களை உருவாக்கியது.

ஜான் டி பிரிட்டோ பாதிரியாரால் கிறிஸ்தவராக மாறியவர்கள் தொடந்து அவரை வணங்கி மரியாதை செய்தார்கள். அதற்கு சேதுபதி எந்தத் தடையும் விதிக்கவில்லை!

"என் நாடும் என் மக்களுமே எனக்கு முக்கியம்; வணிகம் செய்ய என்று வந்தாலும் சரி; சேவை செய்யும் அன்பு மதம் என்று சொல்லி அதைப் பரப்புவது போல் வந்தாலும் சரி; எவரையும் நாட்டில் ஊடுருவி அதிகாரம் செய்ய விடமாட்டேன்!" என்பதே தன்னைக் குறை சொன்னவர்களுக்கு சேதுபதியின் விளக்கமாக இருந்தது.

41
மனம் மாறும் தொண்டைமான்

புதிதாக நியமிக்கப்பட்ட பாளையக்காரர்களை மற்றவர்களுக்கு முறைப்படி அறிமுகம் செய்துவைக்கும் விதமாகவும் சீமையின் நிலவரங்களை ஆய்வு செய்யும் விதமாகவும் சேதுபதி இராமநாதபுரம் அரண்மனையில் ஒரு ஆலோசனைக் கூட்டத்துக்கு ஏற்பாடு செய்திருந்தார். இராமநாதபுரம் அரண்மனையில் இருந்த அழகும் கம்பீரமும் வாய்ந்த கொலுமண்டபமான இராமலிங்கவிலாசம் என்ற அரங்கில் அந்தக் கூட்டம் நடைபெற்றது. சேதுச்சீமையின் முப்பத்தி இரண்டு பாளையக்காரர்களும் தங்கள் பரிவாரங்களுடன் முதல் நாளே வந்து அவரவருக்கான மாளிகைகளில் தங்கி-யிருந்தார்கள். அரண்மனைப் பிரதானி என்ற அதிகாரி முறைப்படி கோட்டைவாசலில் நின்று அவர்களை வரவேற்றார். விருந்தினர்கள் அதிகம் வந்துவிட்டதால் அரண்மனையில் பெரும் அளவில் விருந்து உபச்சாரம் முதல் நாளே துவங்கிவிட்டது. நகர் முழுவதும் ஒரே பரபரப்பு தெரிந்தது!

மறுநாள் காலையில் குறிப்பிட்ட நேரத்திற்கு முன்னதாகவே பாளையக்காரர்கள் பல்லக்குகளிலும் சாரட் வண்டிகளிலும் இராமலிங்கவிலாசத்தின் முன் இருந்த சிறிய திடலில் வந்து இறங்கினார்கள். கம்பீரமான கலையழகுடன் நின்ற அந்தக் கட்டிடத்தின் உயரமான படிக்கட்டுகளை நிமிர்ந்து பார்த்து அவர்கள் பெருமூச்சு விட்டார்கள். சில நாட்களுக்கு முன் நடந்த சதிக்கூட்டம் தொடர்பாக அன்று அங்கே என்ன நடக்கப் போகிறதோ, சேதுபதி என்ன சொல்லப் போகிறாரோ என்ற அச்சமே அந்தப் பெருமூச்சின் காரணம்.

பாளையக்காரர்கள் அனைவரும் ஒவ்வொருவராக படிகளில் ஏறி இராமலிங்க விலாசத்திற்குள் நுழைந்து தம் இருக்கைகளில் அமர்ந்தார்கள். அவர்கள் எல்லாம் தங்கப் பதக்கம் மாட்டியிருந்த பட்டுத்தலைப்பாகை, கழுத்தில் பொற்பதக்கம் சேர்த்த சங்கிலி, கை விரல்களில் தங்க, வைர மோதிரங்கள் எல்லாம் அணிந்து

யானை அல்லது சிங்கத்தின் தலை கொண்ட அழகிய கைத்தடி ஆகியவற்றை தங்களின் பாரம்பரியப் பெருமையின் அடையாளமாகக் கையில் வைத்திருந்தார்கள். சிலர் தங்கள் மாளிகைகளில் இருந்து தம்முடைய பல்லக்குகளையும் அங்கே கொண்டுவந்திருந்தார்கள். அவற்றை எல்லாம் அவைக்கு முதன் முதலாக வந்திருந்த புதிய பாளையக்காரரான தொண்டைமான் பிரமிப்புடன் பார்த்துக்கொண்டு அமைதியாக அமர்ந்திருந்தார். இரகுநாதசேதுபதி எப்போது வருவார் என்று மற்ற பாளையக்காரர்களைப் போலவே அவரும் மிகுந்த ஆவலுடனும் படபடப்புடனும் அமர்ந்திருந்தார்.

சேதுபதி இரகுநாதத் தேவர் இராஜராஜேசுவரி அம்மன் கோவிலுக்குப் போய் அம்மனை வணங்கிவிட்டு நேராக வந்து அவைக்குள் நுழைந்தார். மன்னர் அவைக்குள் நுழையும் போது கட்டியங்காரன், ' பரராஜகேசரி, ராணி மானங்காத்தான், தாலிகாத்தான், மூவராய கண்டன், வீரவளநாடன்,சேதுகாவலன் இரகுநாத சேதுபதி மகாராஜா! வருகிறார்! ' என்று சேதுபதிகளின் விருதாவளிகளை உரத்த குரலில் சொல்லி மன்னரின் வரவை அறிவித்தான். உடனே அவையில் இருந்த எல்லோரும் எழுந்து நின்றார்கள். மன்னர் தன் இருக்கையில் அமர்ந்து அவர்களை அமரலாம் என்று கை அசைத்ததும் தான் அவர்கள் அமர்ந்தார்கள். ஒரு சிலரைத் தவிர மற்ற பாளையக்காரர்களின் முகங்கள் ஒருவகையான அச்சத்துடன் தான் இருந்தன.

அவையில் மன்னருடைய கம்பீரமான தோற்றத்தைப் பார்த்த தொண்டைமான் தன்னை மறந்துபோய் பிரமிப்பின் வசப்பட்டு நின்றார். சேதுபதி பட்டாடைகள் உடுத்தி, தலையில் தங்கப் பதக்கம் பதித்த, முத்துச்சரம் கோர்த்த பட்டுத் தலைப்பாகை அணிந்திருந்தார். கழுத்தில் தங்கப்பதக்கம் கோர்த்த முத்துமாலையும் தங்கச்சங்கிலிகளும் அழகுசெய்தன. அவரது இரண்டு காதுகளிலும் தங்கக் கடுக்கண்கள் மின்னின. கையில் தங்கக் காப்பும் விரல்களில் தங்க, வைர மோதிரங்களும் வலது காலில் பொன்னாலான வீரக் கழலும் அணிந்து அவையில் அமர்ந்திருந்தார். அவரின் இடையில் அவையில் மட்டுமே அவர் அணியும் அழகிய உடைவாளும் குறு வாள் ஒன்றும் இருந்தன. அவ்வப்போது அவர் தன் இடது கை விரல்களால் மீசையைத் நீவிவிட்டுக் கொண்டார். இராமலிங்கவிலாசத்தின் வாசலில் ஈட்டியும் வாளும் தாங்கிய வீரர்களும் குதிரை வீரர்கள் சிலரும் காவல் நின்றார்கள். அதுபோல் சேதுபதியின் இருக்கையின் பின்னால் நீண்ட ஈட்டியும் குத்துவாட்களும் வைத்திருந்த இரண்டு

சேர்வைகாரர்கள் இறுகிய முகங்களுடனும் கூர்மையான பார்வையுடனும் நின்றிருந்தார்கள்.

சேதுபதி தன் இருக்கையில் அமர்ந்ததும் பாளையக்காரர்கள் எல்லோரும் மரியாதை செலுத்தினார்கள். எட்டையபுரம், ஊத்துமலை, சிவகிரி, சேத்தூர் போன்ற சில பாளையக்காரர்கள் சேதுபதியை நின்றநிலையிலேயே தலைகுனிந்து வணங்கினார்கள். மற்ற பாளையக்காரர்கள் எல்லாம் நெற்றி நிலத்தில் படும் வகையில் தரையில் படுத்து வணங்கி எழுந்தார்கள். அப்படி வணக்கம் செலுத்தியது அந்தந்த பாளையக்காரர்களின் செல்வாக்கையும் சீமை அரசில் அவர்களின் படிநிலையையும் காட்டியது. புதிய பாளையக்காரனான தொண்டைமான் தரையில் படுத்து எழுந்தே சேதுபதிக்கு மரியாதை செய்தார். ஆனால் உள்ளூர அவருக்கு அப்படிச் செய்வதில் விருப்பம் இல்லை.

அவையில் நிதி அதிகாரி, தளவாய், அரண்மனைப் பிரதானி ஆகியோரும் சில கவிராயர்களும் ஒரு பக்கம் அமர்ந்திருந்தார்கள். நிதி அதிகாரி எல்லா பாளையங்களிலும் இருந்து வரித்தொகைகள் சரியாக வந்துவிட்டதாகச் சொல்லி அதற்கு மகிழ்ச்சியும் நன்றியும் சொல்லிக்கொண்டார். மன்னரும் மகிழ்ச்சியுடன் பாளையக்காரர்களைப் பாராட்டிப் பேசினார். பிறகு சமீபத்தில் நடந்த சதித்திட்டம் பற்றிக் கவலையுடன் பேசினார். ஆனால் அந்தச் சதிகாரர்களைச் சந்தித்ததைப் பற்றியும் அவர்களுக்கு நேர்ந்த முடிவைப் பற்றியும் அவையில் அவர் எதுவும் பேசவில்லை.

"அதுபோல் மறுபடியும் எதுவும் நடக்காமல் பார்த்துக்கொள்ளுங்கள்! நம் சேதுநாட்டை விழுங்குவதற்காக தஞ்சாவூர் மராட்டியனும், மதுரை நாயக்கனும் வஞ்சகமான திட்டங்களுடன் காத்திருக்கிறார்கள். இந்த நிலையில் நாம் ஒற்றுமையுடன் இருப்பது மிகவும் அவசியம். ஆனால் நம்மில் ஒருசிலர் அவர்களுடன் இரகசியமான உறவுகள் வைத்துக்கொண்டு நமக்கு துரோகம் செய்கிறார்கள். துரோகிகள் என் தண்டனையில் இருந்து ஒருநாளும் தப்பமுடியாது. எனவே எச்சரிக்கையுடன் இருந்துகொள்ளுங்கள்!"

மன்னரின் எச்சரிக்கையைக் கேட்டதும் பல பாளையக்காரர்களுக்கு முகங்களில் வேர்த்துக் கொட்டியது. "நல்லவேளை! நாம் அந்தக் கூட்டத்துக்குப் போகவில்லை! அந்தக் கடவுள் தான் நம்மைக் காப்பாற்றிவிட்டார்!" என்று சதிக்கூட்டத்துக்குப் போகாத பாளையக்காரர்கள் நினைத்துக்கொண்டார்கள். தொண்டைமானும்

அப்படியே நினைத்துக்கொண்டார். முரட்டு மீசைகளை முறுக்கியபடி எப்போதும் ஜம்பமாகப் பேசும் பல பாளையக்காரர்களும் அன்று சேதுபதியின் சமூகத்தில் பெட்டிப்பாம்பாக அடங்கியிருந்தது தொண்டைமானுக்குச் சிரிப்பை வரவழைத்தது.

சேதுபதி இப்படிப் பேசியதும் அவையில் பெரும் அமைதி நிலவியது. பெரிய பாளைக்காரர்கள் சிலர் எழுந்து தம் குலதெய்வங்களின் மேல் ஆணை வைத்து, மன்னருக்கு ஆதரவாக உறுதி அளித்துப் பேசினார்கள். அத்துடன் அவைக்கூட்டம் முடிந்தது. மன்னர் அவையிலிருந்து போனதும் மற்றவர்களும் தங்களுக்குள் மெதுவான குரலில் பேசிக்கொண்டு ஒவ்வொருவராகக் கிளம்பினார்கள்.

முப்பத்தி இரண்டு கொத்தளங்களுடன் கம்பீரமாக நின்ற இராமநாதபுரம் கோட்டையும், அதன் உள்ளே இருந்த அரண்மனையின் அழகும், இராமலிங்கவிலாசத்தின் கவர்ச்சியும் தொண்டைமான் மனதில் பெரும் கிளர்ச்சியை ஏற்படுத்தின. தன் தங்கை அங்கே தான் நாச்சியாராக சகல அதிகாரங்களுடன் வாழ்கிறாள் என்பது தனக்கும் அவற்றின் மீது ஒரு உரிமை இருப்பது போன்ற நினைப்பை அவர் மனதில் ஏற்படுத்தியது. சேதுபதியின் அளவற்ற அதிகாரங்களும் அவரிடம் மற்ற பாளையக்காரர்கள் காட்டிய பணிவும் தொண்டைமான் மனதில் ஒரு புதிய ஆசையை ஏற்படுத்தின. சேதுபதி அனுபவிக்கும் அத்தனை அதிகாரங்களையும் மதிப்பையும் தானும் அனுபவிக்கவேண்டும் என்ற விபரீதமான ஆசை அன்று அவர் மனதில் முளைவிட்டது. அதன் முதல் படியாக தானும் மற்ற பாளையக்காரர்களும் ஒன்று அல்ல; தான் ஒரு படி உயர்ந்தவன் என்று அவர் நினைக்க ஆரம்பித்தார்.

இராமநாதபுரத்துக்கு வரும்போது அப்பாவியாக இருந்த தொண்டைமான் அங்கிருந்து திரும்பிச்செல்லும்போது பேராசை கொண்ட ஒரு பாளையக்காரனாக மாறியிருந்தார். திசைமாறிய அவர் மனம் பல ரகசியமான திட்டங்களைத் தீட்ட ஆரம்பித்தது.

42
அடி பட்ட பெண் புலி

தொடர்ந்த தோல்விகளால் பெற்ற அவமானத்தாலும்தன் தந்தையின் அவமானத்தை தன்னால் துடைக்கமுடியவில்லையே என்ற ஏக்கத்தாலும் உடல்நலம் கெட்ட மதுரை மன்னனும் மங்கம்மாளின் மகனுமான இரங்க கிருஷ்ண முத்துவீரப்பன் இறுதியில் பெரியம்மை நோய் கண்டு மரணமடைந்தான். அவன் இறந்த சில மாதங்கள் கழித்து அவனது மனைவி ஒரு ஆண் குழந்தையைப் பெற்றெடுத்தாள். மங்கம்மாள் தன் பேரனுக்கு விஜயரங்க சொக்கநாதன் என்று தன் கணவரின் பெயரையும் சேர்த்துப் பெயரிட்டாள். ஆனால் சில நாட்களில் மங்கம்மாளின் மருமகளும் மரணமடைந்தாள். தன் கணவனின் பிரிவைத் தாங்க இயலாமல் தவித்த அவள் பேறுகாலத்தில் மருத்துவத்துக்குப் பயன்படுத்தும் பன்னீரை அதிகமாகக் குடித்து உடம்பைக் குளிர்ச்சியாக்கித் தன் உயிரை மாய்த்துக்கொண்டாள்.

அதனால் தாயையும் தந்தையையும் இழந்த தன் பேரன் விஜயரங்க சொக்கநாதனுக்கு மன்னனாகப் பட்டம் சூட்டிவிட்டு அவன் சிறுவனாக இருந்ததால் சபையோரின் அனுமதியுடன் மங்கம்மாளே ஆட்சிப்பொறுப்பை ஏற்றுக்கொண்டாள். அப்போது தளவாயாக இருந்த நரசப்பையன் அவளுக்குப் பெரும் ஆதரவாக இருந்தான். இப்படியாக அதுவரை இராஜ மாதா மங்கம்மாளாக இருந்தவள் 1659 ஆம் ஆண்டில் இராணி மங்கம்மாள் ஆக புதிய அவதாரம் எடுத்தாள். கணவனையும் மகனையும் அடுத்தடுத்து இழந்த இராணி மங்கம்மாள் அடிபட்ட பெண்புலியாக இருந்தாள். சேதுபதி தக்க சமயத்தில் உதவி-யிருந்தால் தங்களுக்கு இந்த நிலை வந்திருக்காது என்ற எண்ணம் ஆழமாக அவள் மனதில் பதிந்துவிட்டது. அந்தக் கோபத்தில், சேதுபதி முன்பு தங்கள் குடும்பத்தாரின் உயிரையும் மானத்தையும் இரண்டு முறை காத்து நின்றவர் என்பதைக்கூட அவளால் நினைத்துப்பார்க்க முடியவில்லை. அந்த அளவுக்கு ஆத்திரம் அவள் கண்களை மறைத்தது. சேதுபதியை எப்படியாவது ஒழித்துவிடவேண்டும் என்ற பழி உணர்ச்சி அவள் மனதில் ஒரு நச்சு மரமாக வளர்ந்தது.

எந்தத் துயரத்தையும் மாற்றும் மகாசக்தி படைத்த காலதேவனால் கூட மங்கம்மாளின் மனக்காயத்தை ஆற்றமுடியவில்லை. பழி உணர்ச்சியால் அவள் தவித்தாள்.

ஆனால் தன் கணவராலும் மகனாலும் சேதுபதியை வெல்ல முடியவில்லை என்ற உண்மையையும் இராணி மங்கம்மாள் நன்றாக உணர்ந்திருந்தாள். மேலும் அப்போது தஞ்சாவூர் மற்றும் திருவிதாங்கூர் மன்னர்களும் தனக்கு எதிராகவே இருந்ததையும் அவள் நினைத்துப் பார்த்தாள். ஆகவே சேதுபதியுடன் மோதுவதற்கு முன் தன்னை இன்னும் பலப்படுத்திக்கொள்ளவேண்டும் என்று முடிவெடுத்தாள்.

அந்தக் காலகட்டத்தில் வட இந்தியாவில் மராட்டிய மன்னர் சிவாஜி மரணமடைந்ததால் முகலாய மன்னர் அவுரங்கசீப் பெரு வலிமை கொண்டவராக மாறியிருந்தார். அவரை எதிர்த்து நிற்க வடக்கில் யாரும் இல்லை என்ற நிலைமை தான் இருந்தது.. அதனால் அவுரங்கசீபின் பார்வை தெற்குநோக்கித் திரும்பியது. அவர் தன் படைத்தலைவர்களை அடிக்கடி தெற்கே அனுப்பி மைசூர், தஞ்சாவூர் மன்னர்களை மிரட்டினார். அவர்களும் அவருக்குப் பயந்துகொண்டு கப்பம் கொடுத்துச் சமாதானம் செய்துகொண்டார்கள். அவுரங்கசீப் மதுரையையும் தாக்கக் கூடும் என்ற நிலைமை இருந்தது. இதை அறிந்த இராணி மங்கம்மாள் முன் யோசனையுடன் தானே வலியச் சென்று அவுரங்கசீபின் படைத்தலைவன் ஒருவனைச் சந்தித்து முகலாயருடன் சமாதானம் பேசி, அவர்களுடன் நட்பை ஏற்படுத்திக்கொண்டாள். பிறகு அவர்கள் உதவியுடன் தஞ்சாவூர் மேல் படையெடுத்துச் சென்று அங்கே இருந்து பெரும் செல்வங்களை அள்ளிக்கொண்டு வந்தாள்.

தன் வாழ்க்கையில் சகல சிறப்புக்களையும் அனுபவித்த இராணி மங்கம்மாள் அதற்கு இணையாக துயரங்களையும் அனுபவிக்க நேர்ந்தது. அவற்றை எல்லாம் தன் மன உறுதியால் தாங்கிக்கொண்டு, தன் திறமையாலும் மதிநுட்பத்தாலும் மதுரையின் சிறந்த அரசியாக உருவெடுத்தாள். வாழ்வில் அவள் பட்ட அத்தனை துயரங்களாலும் அவளுடைய கம்பீரமான அழகை முழுவதும் குறைக்க முடியவில்லை. போர்களில் பெரும் அனுபவம் பெற்ற படைத்தலைவர்களும் தளவாயும் அவளது ஆணைக்கு மறுபேச்சின்றி அடிபணிந்தார்கள். அதனால் அவள் பல வெற்றிகளைக் குவித்தாள்.

திருவிதாங்கூர் மன்னர்கள் திருமலை நாயக்கர் காலம்

முதல் மதுரை அரசுக்கு அடங்கியவர்களாக இருந்து திறைப்பணம் செலுத்திவந்தார்கள். ஆனால் சிலகாலமாக மதுரை அரசு பலவீனமாக இருந்ததால் அப்போதைய திருவிதாங்கூர் மன்னராக இருந்த இராஜா இரவிவர்மா மதுரை அரசுக்குத் திறைப்பணம் செலுத்துவதை நிறுத்திவிட்டார். அத்துடன் நில்லாமல் தனது நாட்டை ஒட்டி இருந்த மதுரை அரசின் சில பகுதிகளையும் பிடித்துக்கொண்டார். இவையெல்லாம் இராணி மங்கம்மாவுக்கு இராஜா இரவிவர்மாவின் மேல் கோபத்தை ஏற்படுத்தியது. அவள் இரவிவர்மாவைத் தண்டிக்க திருவிதாங்கூர் மேல் படையெடுக்க முடிவு செய்தாள். தன் நம்பிக்கைக்குரிய தளவாயான நரசப்பையன் தலைமையில் ஒரு பெரும் படையை அனுப்பி திருவாங்கூர் மன்னனைத் தாக்கி ஒடுக்கினாள். பயந்துபோய் சமாதானம் பேசிய அவரிடமிருந்து ஒரு பெரும் செல்வத்தை ஈட்டுப் பணமாகப் பெற்றுக்கொண்டாள். இப்படி கொஞ்சம் கொஞ்சமாக,பலவகைகளிலும் இராணிமங்கம்மாள் மதுரை அரசின் களஞ்சியத்தை நிறைத்துக் கொண்டாள். ஆனாலும் அவள் கவனம் எல்லாம் சேதுநாட்டின் மேல் தான் இருந்தது. இரகுநாத சேதுபதியைப் பழிதீர்க்கவேண்டும் என்ற நோக்கத்திலேயே அவள் அந்தச் செல்வங்களைச் சேர்த்தாள்.

தன் தலை நகரமாக திருச்சிராப்பள்ளியை வைத்துக்கொண்டாலும் மதுரையிலும் தான் வந்து தங்குவதற்காக அழகான தமுக்கம் அரண்மனையைக் கட்டினாள். அந்த அரண்மனையை குளிர்ச்சியாக வைத்திருக்க வேண்டி, அதற்கு அருகில் வண்டியூர் ஏரியையும் அவள் வெட்டுவித்தாள். அதனால் தமுக்கம் என்ற சொல்லின் பொருளுக்கு ஏற்ப அந்தப் பகுதி குளிர்ச்சியானது. மக்களின் ஆதரவு இருந்தால் தான் தன் ஆட்சி நிலைத்து நிற்கும் என்பதை மங்கம்மாள் நன்கு உணர்ந்திருந்ததால் மதுரை மக்களுக்கு பல நன்மைகளைச் செய்துகொடுத்தாள். மீனாட்சி அம்மன் கோவிலுக்கு வரும் பயணிகள் தங்குவதற்காக மங்கம்மாள் சத்திரம் போன்ற பல கட்டிடங்களையும், நிழல் தரும் மரங்களுடன் கூடிய சிறந்த சாலைகளையும் அவள் அமைத்துக் கொடுத்தாள். அதனால் மக்களும் மகிழ்ச்சியடைந்து அவளை மிகவும் மதித்துப் போற்றினார்கள். மதுரை மக்களின் அன்பையும் மதிப்பையும் பெற்ற பெருமை மிக்க அரசியாக இராணி மங்கம்மாள் விளங்கினாள்.

தன்னுடைய நிதிநிலைமை உறுதியாக ஆனதும் இராணி மங்கம்மாள் அதைப் பயன்படுத்தி, தன் படைகளின் வலிமையையும் உறுதிசெய்துகொண்டாள். இப்படி பல வகையிலும் அவள்

செயல்பட்டாலும்,அவளுடைய அடிமனதில் சேதுபதி மேல் இருந்த பகை உணர்ச்சி அணையாத நெருப்பாக எரிந்துகொண்டிருந்தது. வலிமையும் வளமும் பெருகியதும் அந்தப் பகை உணர்ச்சி மீண்டும் விசுவரூபம் எடுத்து மேலுக்கு வந்தது. எப்படியும் சேதுபதியை ஒடுக்கி சேதுச்சிமையை மீண்டும் மதுரை அரசின் பாளையங்களில் ஒன்றாக ஆக்கிவிட வேண்டும் என்ற அவளது ஆசை அதிகமானது. வளமும் வலிமையும் பெருகிய உடன்,தன் ஆசை நிறைவேறும் காலம் கனிந்துவிட்டதாகவே அவள் நம்பினாள்.

தன் வலது கரமாக இருந்த தளவாய் நரசப்பையனிடம் தன்னுடைய ஆசையையும் நம்பிக்கையையும் அவள் தெரிவித்தாள்.

“தளவாய்! இந்தச் சேதுபதி மைசூர் படைகள் நம்மைத் தாக்கிய போது வழக்கம் போல் நமக்கு உதவிசெய்திருந்தால், என் கணவரையும் பிறகு மகனையையும் நான் இழந்திருக்கமாட்டேன். சமயம் பார்த்து அவர் நம்மை கைவிட்டுவிட்டார்.! அது நமக்கு அவர் செய்த துரோகம். அதை இதுவரை என்னால் மறக்கவே முடியவில்லை! இனிமேலும் மறக்கமுடியாது!”

“ஆம் இராணி! மன்னர் சொக்கநாதர் சேதுபதிக்கு அதிகமாக இடம் கொடுத்துவிட்டார்! ஏதோ ஒரு சமயத்தில் உதவிக்கு வந்தார் என்பதற்காக அவருக்குப்‘பரராஜ கேசரி’ என்று பட்டம் எல்லாம் கொடுத்தார். சேதுபதி அவருடைய கடமையைத் தானே செய்தார்! அதற்கு ஏன் நாம் அவருக்குப் பட்டமெல்லாம் கொடுக்கவேண்டும்?”

“நீங்கள் சொல்வது மிகவும் சரியானதே தளவாய்! சேதுபதி நாம் அனுப்பிய மதியூகி குமாரபிள்ளையையும் கழுமரத்தில் ஏற்றிக் கொன்றுவிட்டார்! அதையெல்லாம் என்னால் மன்னிக்கவே முடியாது!”

“ஆம் மகாராாணி! குமாரபிள்ளையை விடுவிக்கச்சொல்லி தாங்கள் அனுப்பிய கடித்தை அவர் கொஞ்சம் கூட மதிக்கவில்லை! பாதிரியார் விசயத்திலும் நம் வேண்டுகோளை அவர் அலட்சியம் தான் செய்தார்!”

“ஆமாம் தளவாய்!சேதுபதி தன் தகுதிக்கு மேலாக தன்னை உயர்வாக நினைத்துக் கொள்கிறார்! இன்று வலிமை மிக்க முகலாயர் நம் நண்பர்கள்; திருவிதாங்கூரும் தஞ்சாவூரும் கூட இன்று நமக்குக் தோப்பாரணம் கட்டுகிறார்கள்! எந்த தைரியத்தில் சேதுபதி மட்டும் இப்படி நடந்துகொள்கிறார்?”

“மகாராாணி! அவர்கள் ஆணவம் பிடித்தவர்கள்; அது தான் காரணம்! மதுரைப்பேரரசுக்கு தோப்பாரணம் கட்டாமல், இப்படியே

தொடர்ந்து சமஸ்தானமாக இருப்பதற்காகத்தான் சேதுபதி இவ்வளவும் செய்கிறார்!"

அதைக்கேட்ட இராணி மங்கம்மாள் இகழ்ச்சியாகச் சிரித்தாள்.

"என்ன இருந்தாலும் இவர்கள் ஒருகாலத்தில் நமக்கு தோப்பாரணம் கட்டி பணிந்து நின்றவர்கள் தானே?"

இராணியின் மனதை அறிந்த தளவாய் நரசப்பையர் அவளை குளிர்விக்கும் விதமாய்ப் பேசினார்.

"ஆம் மகாராணி! இதில் என்ன சந்தேகம்? இப்போது சில காலமாகத்தானே இவர்கள் ஏதோ பெரிய சக்கரவர்த்திகள் போல நடந்துகொள்கிறார்கள்!"

"தளவாய்! சேதுபதியை எப்படியும் அடக்கவேண்டும். என் கணவராலும் மகனாலும் செய்ய முடியாத ஒன்றை நான் செய்து முடிக்கவேண்டும்; இது தான் என் ஒரே ஆசை!"

"மகாராணி! தங்கள் ஆசை நிச்சயமாக நிறைவேறும்; அதற்காக நான் என் உயிரையும் கொடுப்பேன்!"

"மகிழ்ச்சி தளவாய்! இது என் வாழ்வின் மகத்தான ஆசையும் கடமையும் ஆகும்; இதை முடித்துக்கொடுக்க சரியான வீரர் நீங்கள் தான்; அதனால் தான் நான் இதை உங்களிடம் சொல்கிறேன்!"

"மகாராணி! தங்கள் ஆசையை நிறைவேற்ற நல்ல வாய்ப்பு ஒன்று வந்துள்ளது. சிலமாதங்கள் முன்பு தஞ்சாவூர் அரசின் சில பகுதிகளை சேதுபதி திடீரென்று பறித்துக்கொண்டார். அதனால் தஞ்சை மன்னர் சேதுபதி மேல் கடும் கோபத்தில் இருக்கிறார். இதை நாம் சரியாகப் பயன்படுத்திக்கொள்ளவேண்டும்!"

இதைக்கேட்டதும் இராணி மங்கம்மாளின் முகம் மலர்ந்தது.

"சரியான யோசனை சொன்னீர்கள் தளவாய்! நாம் இதுவரையில் இல்லாத அளவுக்கு பெரும்படை ஒன்றைத் திரட்டவேண்டும். அந்தப் படை இராமநாதபுரத்துக்கே சென்று இரகுநாதசேதுபதியின் கதையை ஒரேயடியாக முடிக்கவேண்டும்!"

"ஆம் மகாராணி! நாம் இதற்கு தஞ்சாவூர் அரசின் படை உதவியையும் கேட்டுப்பெறவேண்டும். அதிலும் குறிப்பாக தஞ்சையின் குதிரைப்படை மிகவும் சிறப்புவாய்ந்தது. முன்பு நடந்த போரில் அந்தப் படையின் உதவியால்தான் சேதுபதியால் நம்மை வெல்லமுடிந்தது!"

நரசப்பையன் இப்படிச் சொன்னதும் இராணி மங்கம்மாளின் முகம் மாறியது. " தளவாய்; திரும்பத் திரும்ப நாம் சேதுபதியிடம்

தோல்வி அடைந்ததையே ஏன் நினைவுபடுத்துகிறீர்கள்?" என்று எரிச்சலுடன் சொன்னாள்.

"மன்னிக்கவேண்டும் மகாராணி! அந்தப் படையின் வலிமையைச் சொல்வதற்காகத்தான் நான் அதைக் குறிப்பிட்டேன்!" என்று நரசப்பையன் சமாளித்தார். அவருக்கு அதற்குள் முகம் வியர்த்துவிட்டது.

"அதை நான் அறிவேன் தளவாய்! அதேபடை இப்போது சேதுப்படைகளுக்கு எதிராகத் திரும்பவேண்டும். சேதுபதிக்கு எதிரான அனைவரையும் ஒன்றாகத் திரட்டுங்கள். நம் படையின் பலவீனங்களை அறிந்து அவற்றை நீக்கி, பலத்தை அதிகமாக்குங்கள். இன்றே அதற்கான வேலைகளைத் தொடங்குங்கள்!"

"அப்படியே செய்கிறேன் மகாராணி!"

"இந்தப் போரில் நாம் வெற்றி பெற நீங்கள் என்ன வேண்டுமானாலும் செய்யலாம்; அதற்கு உங்களுக்கு நான் முழு அதிகாரம் தருகிறேன். படைகிளம்பும்போதே நம் வெற்றி உறுதியாகவேண்டும். தேவி ஜக்கம்மா நமக்கு அருள்புரிவாள்!"

சாதாரணமாக எப்போதும் ஒரு புன்னகை தவழும் இராணியின் முகத்திலும் பேச்சிலும் அப்போது தெரிந்த வெறியைப் பார்த்து தளவாய் நரசப்பையன் மிரண்டு போனார். சேதுபதியுடன் நடக்கப்போகும் போரில் கிடைக்கும் வெற்றியில் தான் தன்னுடைய எதிர்காலமும் அடங்கியிருக்கிறது என்பது அவருக்கு விளங்கியது. அப்படி விளங்கியதால், தனக்குக் கிடைத்த புதிய அதிகாரத்தை எப்படிப் பயன்படுத்திக்கொள்ளலாம் என்ற சிந்தனையும் அவர் மனதில் தோன்றியது. அந்த சிந்தனையுடன் தளவாய் நரசப்பையன் இராணியிட மிருந்து விடைபெற்றுக்கொண்டார்.

....

பாம்பாற்றின் கரையிலிருந்த தன் ஊர்கள் சிலவற்றை திடீரென சேதுபதி பறித்துக்கொண்டதை கர்வபங்கமாக நினைத்த தஞ்சை மன்னன் சேதுபதி மேல் பெரும் கோபமாக இருந்தான். அப்போது தஞ்சாவூர் மன்னனாக இருந்தவன் வெங்கோஜி பான்ஸ்லேயின் மகன் ஷாஜி பான்ஸ்லே என்பவன். முன்பு மதுரைக்கு எதிரான போரில் தான் செய்த உதவியை சேதுபதி மறந்துவிட்டதாக அவன் நினைத்தான். ஆனாலும் தனியாக சேதுபதியுடன் மோதும் துணிச்சல் அவனுக்கு வரவில்லை. அவரைப் பழிவாங்குவதற்கு ஏதாவது சந்தர்ப்பம் கிடைக்காதா என்று எதிர்பார்த்து, அவன் காத்துக்கொண்டு இருந்தான்.

அப்போதுதான் படை உதவி கேட்டு இராணி மங்கம்மாள் அனுப்பிய தூதன் வந்து அவன் முன் நின்றான். சேதுபதிக்கு பாடம் புகட்டுவதற்கு தான் எதிர்பார்த்த சரியான சந்தர்ப்பம் வாய்த்துவிட்டது என தஞ் சாவூர் மன்னன் நினைத்தான். தன்னைப் போலவே மங்கம்மாளும் சேதுபதியின் மேல் அடங்காத கோபவெறியில் இருந்தது அவனுக்குத் தெரியும். அதனால் சேதுபதிக்கு எதிராக மதுரை அரசுக்குப் படை உதவி செய்வதற்கு தன்னுடைய ஒப்புதலை உடனே தெரிவித்தான்.

எந்தவிதமான பேரங்களும் இல்லாமல் தான் விரும்பியபடியே பதில் கிடைத்ததால் இராணி மங்கம்மாள் அப்போதே தான் சேதுபதியை வெற்றிகொண்டுவிட்டதாக நினைத்து பெரும் மகிழ்ச்சி அடைந்தாள்.

43
இராணி மங்கம்மாளின் தோல்வி!

படைதிரட்டும் வேலையும் ஆயுதங்கள் தயாரிக்கும் வேலையும் ஆறுமாத காலம் நடைபெற்றது. இராணிமங்கம்மாள் விரும்பியது போலவே மிகப்பெரிய படையை தளவாய் திரட்டிவிட்டார். அந்த வேலைகள் எல்லாம் முடிந்ததும் ஒரு நாள் இராணியின் தலைமையில் மந்திராலோசனை அரண்மனையின் மந்திராலோசனை அறையில் நடந்தது. முதலில் பேசிய இராணி குறைந்த காலத்திலேயே பெரும்படையை திரட்டியதற்காக தளவாயைப் பாராட்டினாள்.

"மகிழ்ச்சி தளவாய்! இந்தப் பெரும்படை நிச்சயம் சேதுபதியை நம் முன் மண்டியிடச் செய்யும்! இதில் எனக்கு எள்முனை அளவு கூட எனக்கு சந்தேகம் இல்லை; இந்தப் போரில் உங்கள் திட்டம் என்ன?" என்று கேட்டாள்.

தளவாய் நரசப்பையன், தஞ்சாவூர் மன்னனும் தங்களுடன் நிற்பதால் தன் வெற்றி எளிதாகிவிடும் என்று நினைத்தார். அதனால் அவர் அரசியிடம் மிகவும் பெருமையுடன் பேசினார்.

"அரசியாருக்கு வணக்கம்! நம் படையில் ஒருலட்சம் காலாட்களும் பத்தாயிரம் குதிரைவீரர்களும் இருக்கிறார்கள். இவர்களுடன் தஞ்சாவூரின் குதிரைப்படையும் நமக்கு உதவிசெய்யும். ஆனால் சேதுப்படையில் அதிகமாகப் போனால் மொத்தமே முப்பதாயிரம் பேர் தான் இருப்பார்கள். அதில் ஐயாயிரம் பேர் தான் குதிரைப்படை. . வழக்கமாக சேதுபதி இராமநாதபுரத்துக்கு நம்மை வரவைத்து அங்கே தான் நம்முடன் மோதுவார். நாம் இம்முறை முதலில் தாக்காமல் தஞ்சையின் குதிரைப்படையை முன்னால் அனுப்பவேண்டும். அது எதிரியை முதலில் தாக்கி பலவீனப்படுத்திவிடும். அதன் பிறகு நாம் முழுவேகத்தில் இறங்கி சேதுப்படையைத் தாக்கி அழிக்கவேண்டும்.!' அப்படிச் செய்தால் நமது வெற்றி எளிதாகக்கிடைத்துவிடும்!"

ஒரு படைத் தலைவன் கேட்டான். "நம் யானைப்படை?"

தளவாய் சொன்னார். "சென்ற போரில் நம் யானைகளால்

நமக்குத்தான் சேதம் ஏற்பட்டது. அதனால் இந்தப் போரில் அவற்றை இரண்டாம் கட்டமாகத்தான் பயன்படுத்தப்போகிறோம்.!"

உடனே தளவாயின் நம்பிக்கைக்குரிய ஒரு படைத்தலைவன், "ஆகா! அருமையான திட்டம். வெற்றி உறுதி.! இத்துடன் ஒழிந்தார் இராமநாதபுரம் சேதுபதி!" என்றான் வெகு உற்சாகமாக. அவனைத் தொடர்ந்து பலரும் தளவாயையும் இராணியையும் புகழ்ந்து பேசினார்கள். வெற்றி உறுதி என்று நினைத்ததால் ஆலோசனை அதிக நேரமும் அவ்வளவு தீவிரமாகவும் நடக்கவில்லை.

போருக்கான ஆலோசனை முடிந்ததும் அனைவரும் வெளியேறினார்கள். அவர்களுக்குப் பணிவிடை செய்த ஒரு ஆள் கடும் கோபத்தில் இருந்தான். அவன் அருகில் இருந்த தோழனிடம் தன் கோபத்தைக் காட்டினான்.

"இவர்கள் திருந்தவே மாட்டார்களா? சேதுபதியை எப்போதுமே இவர்கள் குறைச்சலாகவே நினைக்கிறார்கள். பெரியபடை இருந்தால் வெற்றிபெற்றுவிடலாம் என்றுதான் எப்போதும் இவர்கள் நினைக்கிறார்கள். இராணியைக் குளிர்வித்தால் போதும் என்று நினைத்துத்தான் இவர்கள் இப்படிப் பேசுகிறார்கள்."

தோழன் கேட்டான். "நம்பிக்கை இருப்பதால் தானே அவர்கள் அப்படிப் பேசினார்கள்! அவர்கள் பேசியதில் என்ன குறை?"

"சேதுபதி இப்போதும் கடைசியில் வந்து தான் தாக்குவார் என்பது என்ன நிச்சயம்? அவர் முந்திக்கொண்டால் என்ன செய்வது? சிறுபடையை வைத்துக்கொண்டே சேதுபதி வெற்றிபெறுவது எதிரிகளால் யூகிக்கமுடியாத தன் சிறந்த போர்த்தந்திரங்களால் தான். அதை இவர்கள் இன்னமும் புரிந்துகொள்ளவேயில்லை.!"

நண்பன் சொன்னான், "ஆமாம்; நீ சொல்வது மிகவும் சரியானதே! பழைய தோல்விகளில் இருந்து இவர்கள் எதையும் கற்றுக் கொள்ளவில்லை! இராணியை மகிழ்ச்சிப் படுத்தினால் போதும் என்று தான் நம் படைத் தலைவர்கள் நினைக்கிறார்கள்.!"

"நிறை குறைகளைத் தீவிரமாக ஆலோசிப்பதற்கு பதிலாக இப்படி ஒருவருக்கு ஒருவர் முதுகு சொறிந்துவிட்டுக் கொள்வதால் தான் ஒவ்வொரு முறையும் சேதுபதியிடம் இவர்கள் தோற்றுப் போகிறார்கள்!" என்று எரிச்சலுடன் சொன்னான் முதலில் பேசியவன்.

"முட்டாள் ஆடுகளால் வழிநடத்தப்படும் சிங்கக் கூட்டத்தை விட புத்திசாலியான ஒரு சிங்கத்தால் வழிநடத்தப்படும் ஆட்டுக்கூட்டம்

வலிமையானது! ' என்பதை இவர்கள் அறியவில்லையே?" என்றான் அவனுடைய நண்பன்.

அதே வேளை இராமநாதபுரம் அரண்மனையிலும் ஒரு ஆலோசனைக் கூட்டம் நடைபெற்றது. ஒரு படைத்தலைவன் பேசினான்.

"இம்முறை வரும் மதுரைப்படை இதுவரை இல்லாத அளவு பெரியபடையாம். அத்துடன் தஞ்சையின் குதிரைப்படையும் சேர்ந்து வருகிறதாம்! அப்படி வந்தால் நாம் என்ன செய்யமுடியும்?"

"அதை முடிவுசெய்யத்தானே இங்கு நாம் கூடியிருக்கிறோம்?" என்று சிரித்த மன்னர், "தஞ்சையின் குதிரைப்படை மதுரைப் படையுடன் சேர்ந்து வந்தால் என்ன செய்வது என்பதுதானே உன் கவலை?"

"ஆம் அரசே! தஞ்சாவூர் குதிரைப்படையின் வலிமையும் வேகமும் நாம் நன்றாக அறிந்தது தானே! அதனால் தான் அப்படிச் சொன்னேன்!" என்றான் அந்த படைத்தலைவன்.

"நீ சொன்னதில் எந்தத் தவறும் இல்லை; ஆனால் தஞ்சையின் குதிரைப்படை மதுரைப் படையுடன் சேரப்போவதில்லை.!"

இப்படிச் சொன்ன மன்னர் அதற்கான தன் திட்டத்தை விளக்கினார். அதைக்கேட்ட அவர்கள் விழிகள் வியப்பால் விரிந்தன.

"பகைவனின் வலிமையை ஒருபோதும் நாம் குறைத்து மதிப்பிடக்கூடாது; அவனுக்கு உதவிசெய்பவர்களை அவனிடமிருந்து பிரித்து அவனுடைய வலிமை அதிகரிக்காமல் செய்யவேண்டும்; அவன் எதிர்பார்க்காத இடத்தில், எதிர்பார்க்காத வகையில் நாம் அவனைத் தாக்கவேண்டும்!அவனை ஏமாற்றி பொய்த்தோற்றம் காட்டி அவனைக் குழப்பவேண்டும்! இவற்றை இடத்துக்கு ஏற்ப சரியாக நடைமுறைப்படுத்தினால் வெற்றி நமக்குத்தான்!"

அதன் பிறகும் இன்னொருவன் கேட்டான். "அரசே! இந்த முறை மதுரைப்படை மட்டுமே மிகவும் பெரியதாகத் திரண்டு வரும் என்று சொல்கிறார்களே!"

மன்னர் சொன்னார். "சரியான கேள்வி தான்; அவர்களின் படைவரிசையையும் ஒழுங்கையும் குலைப்பதே நம் முதல்வேலை. அவர்கள் ஒரு பெரியபடை என்பதை நாம் பல இடங்களில் உடைத்துச் சிதறடிக்கவேண்டும். அவர்களின் மனதில் பயத்தை ஏற்படுத்திவிட்டால் அவர்கள் சிதறி ஓடுவார்கள். அதன் பின் அவர்களும் சிறியபடை தான்!"

மன்னரின் நம்பிக்கை தலைவர்களிடமும் ஏற்பட்டது.

"படைத் தலைவர்களே! இம்முறை அவர்கள் எதிர்பார்க்கும் எதையும் நாம் செய்யப்போவதில்லை. முற்றிலும் புதிய முறையில் நம் தாக்குதல் இருக்கும்!" என்று அவர்கள் செய்யவேண்டியதை விளக்கினார். அதில் சிறுசிறு தாக்குதல்களாக நடத்தவேண்டும் என்று அவர் சொன்னவை ஒவ்வொன்றும் எதிரிக்குப் பெரும் சேதத்தை ஏற்படுத்தக்கூடியவையாக இருந்தன.

ஆலோசனை முடிந்து அனைவரும் போனபிறகு சேதுபதி துரைசிங்கத்திடம் மனம் விட்டுப் பேசினார். அப்போது அவர் சொன்னார்.

"பகை முடிப்பதும் பழிதீர்ப்பதும் துரோகிகளைத் தண்டிப்பதும் எனக்குச் சலித்துவிட்டது துரைசிங்கம்! இப்போதெல்லாம் இவை என் மனதுக்குப் பெரும் சுமையாகத் தெரிகின்றன. இந்தச் சுமையை வழியில் எங்காவது இறக்கிவைத்தால் தான் வாழ்க்கைப் பயணம் எளிதாகவும் சுகமாகவும் இருக்கும் என்று நான் நினைக்கிறேன்!"

மன்னரின் மனப்போராட்டத்தைப் புரிந்துகொண்ட துரைசிங்கம் அவருக்கு ஆறுதலாகப் பேசினார்.

"மகாராஜா! தாங்கள் சொல்வது உண்மை தான் என்றாலும் அது சாதாரணக் குடிமகனுக்கே பொருந்தும். நாடாளும் மன்னன் தன் நாட்டையும் மக்களையும் காப்பாற்றவேண்டும். அதற்கு அவன் பகைவரை அழிக்கத்தான் வேண்டும். அதுதான் அரச நீதி! போர் செய்வதும் தண்டிப்பதும் மன்னர்களுக்கு ஒரு கடமை தான்; சுமையோ பாவமோ ஆகாது! அப்படி நினைத்து தாங்கள் கவலைப்பட வேண்டியதில்லை!"

நடக்கப்போகும் போரில் எத்தனை பேர் சாகப்போகிறார்களோ என்று நினைத்த மன்னர் ஒரு நீண்ட பெருமூச்சு விட்டார்.

மதுரைப்படை அதிகாலையில் கிளம்புவதாக தகவல் சேதுபதிக்குக் கிடைத்தது. உடனே சேதுப்படையின் ஒரு பகுதி பெரிய உடையான் தலைமையில் தஞ்சை எல்லையை நோக்கிக் கிளம்பியது. மன்னர், துரைசிங்கம் உடன்வர, மதுரையை நோக்கி இரவோடு இரவாக, அதிவிரைவாகப் புறப்பட்டார். திரையத்தேவன் தலைமையில் இன்னுமொரு படைப்பிரிவு தனியே பக்கவாட்டில் போனது.

தஞ்சையின் குதிரைப்படை அணிவகுத்து, புறப்படத் தயாராக நின்றது. அப்போது தஞ்சைப்படையின் குதிரைவீரன் ஒருவன் வேகவேகமாக வந்தான். அவன் பின்னால் சில விவசாயிகள் வந்தார்கள். அந்த வீரன் நேராக படைத்தலைவனிடம் வந்தான்.

"படைத் தலைவரே! இராமநாதபுரம் சாலையில் சேதுப்படை நம்மை எதிர்பார்த்து வழிமறித்து மோதுவதற்குத் தயாராக நிற்கிறதாம். அதனால் இந்தப் பிரதான வழியில் போனால் நாம் உரிய நேரத்தில் மதுரைப்படையுடன் சேரமுடியாது!"

"அப்படியானால் நாம் எந்தவழியில் போகலாம்?"

"சாலையைத் தவிர்த்து காட்டினூடே போனால் நாம் விரைவில் மதுரைப்படையுடன் திருப்புவனம் அருகே சேர்ந்துகொள்ளலாம். மதுரைப்படை அதிகாலையில் புறப்படுகிறது.!"

அந்தவீரன் இரண்டாகப்பிரிந்த முரட்டு மீசைவைத்து பெரிய தலைப்பாகையுடன் இருந்தான். அவன் சேதுபதியின் ஒற்றன் சங்கன் தான். சங்கன் இப்போது தஞ்சைவீரனாக உருமாறியிருந்தான்.

படைத் தலைவனின் கட்டளையின் பேரில் படை சிறிதுதூரம் போய் காட்டினுள் புகுந்தது. முழுப்படையும் காட்டினுள் புகுந்த சற்றுநேரத்தில் காட்டின் ஓரங்களில் பல இடங்களில் எரியம்புகள் விழுந்து சிறியதாகத் தீ பற்றியது. வெயிலில் காய்ந்த சருகுகள் அதிகம் இருந்ததாலும் காற்றின் வேகத்தாலும் தீ வேகமாகப் பரவியது. பல பக்கங்களிலும் தீ பரவி அதன் வெப்பமும் புகையும் காடெங்கிலும் பரவியதால் குதிரைகள் அஞ்சி மிரண்டன. புகையில் சிக்கி மூச்சுத்திணறி வீரர்கள் பலர் மாண்டனர்; பலர் மயங்கினர். தீயின் கோர நாக்குகளில் சிக்கி பலர் உயிரிழந்தார்கள். தப்பித்து வேகமாக காட்டிலிருந்து வெளியேறியவர்கள் மேல் அம்புகள் பாய்ந்தன. தீயையும் புகையையும் பார்த்துவிட்டு குதிரைகள் தாறுமாறாக ஓடின. தீ பற்றி எரிந்த நிலையிலேயே அலறியபடி வீரர்கள் ஓடினர். அப்போது சிறு சிறு குழுக்களாக வந்த சேதுவீரர்கள் தஞ்சாவூர் வீரர்களை வழிமறித்துத் தாக்கி அழித்தார்கள். அவர்களின் தாக்குதல் மூர்க்கமாக இருந்தது. வெகுநேரம் நடந்த இந்த உயிர்ப்போராட்டத்தின் முடிவில் அங்கே படை என்று சொல்லும்படி எதுவும் இல்லை.

தீயின் வேகம் குறைந்ததும் படைத்தலைவன் எஞ்சியிருந்த தன் வீரர்களை ஒன்று சேர்த்துக்கொண்டு மதுரைப்படையை நோக்கி விரைந்தான். அப்போது அந்தப்படையில் ஆயிரம் பேர் மட்டுமே இருந்தார்கள். அவர்களும் பலவகையிலும் காயம்பட்டிருந்தார்கள்.

மதுரையின் பெரும்படை கோட்டையைவிட்டுவெளியே வந்து வீரநடைபோட்டது. அதை கொத்தளத்திலிருந்து பார்வையிட்ட இராணி மங்கம்மாள் மனம் பெரும் நம்பிக்கை கொண்டது.

சேதுபதி கடைசியில் இராமநாதபுரத்தின் அருகில் தான் நிற்பார்.

என்றே அவர்கள் நம்பியதால், மதுரைவீரர்கள் கதைபேசிக்கொண்டும் பாடல்களைப் பாடிக்கொண்டும் நடந்தார்கள்.

“வெகு விரைவிலேயே தஞ்சைப்படை நம் உதவிக்கு வந்துவிடும். நமக்கு முன்னால் அவர்கள் போய் சேதுப்படையைத் தாக்குவார்கள். அதிலேயே சேதுப்படை ஒருவழியாகிவிடும். இந்தப்போரில் நம் வேலை லேசானது தான்” என்று ஒருவன் சொன்னான். மதுரை வீரர்கள் பலரும் அப்படித்தான் நினைத்தார்கள். அவர்கள் சில காதங்கள் தொலைவு நடந்ததுமே தங்களை நோக்கி ஒரு குதிரைப்படை தூசியைக் கிளப்பிக்கொண்டு வேகமாக வருவதைப் பார்த்தார்கள்.

“நீ சொல்லிமுடிக்கவில்லை; அதற்குள் தஞ்சையின் குதிரைப் படை வந்துவிட்டது பார்!”

நெருங்கி வந்த அந்தப் படையின் வீரர்கள் மள மளவென்று மதுரைப்படையைத் தாக்கினார்கள். அது சேதுநாட்டின் குதிரைப்படை-யினர் தான். அதைக் கொஞ்சமும் எதிர்பார்க்காத மதுரை வீரர்கள் அலறியபடி வீழ்ந்தார்கள். எதிர்த்துப்போரிடவோ தப்பி ஓடவோ முடியவில்லை. சிறிது நேரத்திலேயே மதுரைப்படையின் ஒரு பகுதியைக் காணவில்லை. வந்து தாக்கிய அந்தக் குதிரைப்படை அதேவேகத்தில் போய்விட்டது. சற்று நேரத்தில் இன்னொரு தாக்குதல், இன்னொரு பகுதியில். இதே போல் விட்டுவிட்டுப் பலமுறைகள் அது போன்ற தாக்குதல்கள் நடந்தன. ஒரு கழுகு பறந்துவந்து இரையைக் கொத்தித் தூக்குவதைப்போல அவர்களின் தாக்குதல் இருந்தது. இதனால் மதுரைப் படையின் அணிவகுப்பு குலைந்தது. படைப்பிரிவுகளின் தலைவர்கள் அவர்களை ஒன்றுசேர்க்க முடியாமல் திணறினர்.

சோர்ந்துபோன மதுரை வீரர்கள் முன் சேதுப்படையின் ஒரு சிறு பகுதி தென்பட்டது. உடனே மதுரையின் வீரர்கள் உற்சாகமடைந்து அதைத் துரத்திக்கொண்டு போனார்கள். வைகைக் கரையில் அவர்கள் வந்ததும் சேதுப்படையின் ஒரு பெரும் பிரிவால் அவர்கள் சுற்றிவளைத்துக் கடுமையாகத் தாக்கப்பட்டார்கள். மதுரைப்படையின் ஒரு பிரிவு அழிக்கப்பட்டது. இப்படியே சிறுசிறு தாக்குதல்கள் மூலம் மதுரைப் படையின் பலபிரிவுகள் அழிக்கப்பட்டன. அப்போது தஞ்சையின் குதிரைப்படை ஒருவழியாக அங்கே வந்துசேர்ந்தது. அவர்களை சேதுப்படை வைகைக்கரையில் நேருக்குநேர் எதிர்கொண்டது. மதுரையின் குதிரைவீரர்கள் சேதுவீரர்களை நெருங்கும் முன்பே சற்றுத்தொலைவிலிருந்து

பறந்துவரும் வளரித்தடிகள் அவர்களின் கழுத்தில் வெட்டிவீழ்த்தின. காவிரிக்கரையில் பிறந்துவளர்ந்த பலரும் அன்று வைகைக் கரையில் தம் வாழ்வை முடித்துக்கொண்டார்கள். தஞ்சையின் குதிரைப்படை அன்று சின்னாபின்னப்பட்டு,பெரும் தோல்வியைத் தழுவியது.

மதுரையின் தளவாய் அன்று தன் கண்கள் கண்டதை நம்பமுடியாமல் திகைத்தார். ஆனால் அவரால் அங்கே நடந்த எதையும் கட்டுப்படுத்த முடியவில்லை.

அவர் தன் படையினரை உற்சாகப்படுத்த நினைத்து நரசப்பையர் அவர்களிடையே வீராவேசமாகப் பேசினார். ' வீரர்களே! நம்முடைய சிறு சிறு சறுக்கல்களால், நாம் போரில் தோல்வி அடைந்துவிட்டோம் என்று நினைத்து மனம் தளரவேண்டாம்; நாம் மனம் தளர்ந்து களத்தைவிட்டு வெளியேறினால் தான் தோல்வி அடைந்தவர்கள் ஆவோம்! நம் முன்னே இன்னும் களம் இருக்கிறது. காலமும் இருக்கிறது! அதனால்இறுதி வெற்றி நமக்கே! '

குதிரைப்படையால் முடியாததை யானைகள் சாதித்துவிடாதா என்ற ஆசையில் தளவாய் நரசப்பையர் தன் யானைப்படையை முன் களத்துக்கு அனுப்பினார். யானைகள் நூறு அடிகள் போனதுமே பல இடங்களில் புகைமூட்டம் தெரிய ஆரம்பித்தது. அது என்ன என்பது உடனே அவருக்குப் புரிந்துவிட்டது. புகைவந்த இடங்களில் இருந்தவை காய்ந்த மிளகாய் மூட்டைகள். அதனால் யானைகளைத் திருப்பிவிட அவரே கட்டளையிட்டார். இல்லையென்றால் அந்த யானைகளே மதுரைப் படைகளை அழித்துவிடும். அடுத்து என்ன செய்யலாம் என்று அவர் சிந்தித்தபோதே பெரிய உடையான் ஒருபக்கமும் திரையத்தேவன் ஒரு பக்கமும் புயல்போலப் பாய்ந்துவந்தார்கள். நடுநாயகமாகசேதுபதி தன் படையுடன் வந்தார். அவர் பக்கத்தில் தளவாய் துரைசிங்கம்; ஒரு திரிசூலம் போல சேதுப்படை பாய்ந்துவந்தது. அதற்கு மேல் எதையும் யோசிக்க அவருக்கு அவகாசம் இல்லை. நேருக்குநேர் நடந்த போரில் மதுரைத் தளவாய் நரசப்பையர் ஒரே முடிவுடன் சேதுபதியுடன் மோதினார். முடிவில்அந்த வீரன் சேதுபதியின் வாளுக்கு இரையானார்.

தலைவனை இழந்த மதுரைப்படை சிதறி ஓடியது. சேதுபதி வெற்றியுடன் தன் அரண்மனைக்குத் திரும்பினார்.

சேதி அறிந்த இராணி மங்கம்மாள் பெரும் அதிர்ச்சிக்குள்ளானாள். சேதுபதியின் சரணாகதியை எதிர்பார்த்துக் காத்திருந்த அவள் தன் தளவாய் கொல்லப்பட்டார் என்ற சேதியைக்கேட்டு மிகுந்த மனத்துயர்

அடைந்தாள். தன் நம்பிக்கைக்குரிய தளவாய் நரசப்பையன் போரில் சேதுபதியால் கொல்லப்பட்டதை அவளால் நம்பவே முடியவில்லை. தஞ்சாவூர் மன்னரையும், திருவிதாங்கூர் மன்னரையும் வெற்றிகொண்ட அவளால் ஒரு சிறு படையை வைத்திருப்பவன் என்று அவள் நினைத்த கிழவன் சேதுபதியை போரில் வெல்லமுடியாமல் பின்வாங்கி வரவே முடிந்தது. தன் கணவனால் முடியவில்லை; தன் மகனாலும் முடியவில்லை; கடைசியில் தன்னாலும் அது முடியாமல் போய்விட்டதே என்ற துயரம் அவள் மனதை வாட்டியது. சேதுபதியை வென்று தனக்கு அடிபணிய வைக்கவேண்டும் என்ற அவளது ஆசை அவளுடைய வாழ்நாளில் நிறைவேறவே இல்லை!

இராணி மங்கம்மாள் தன் இறுதிக்காலத்தில் தான் ஆசையுடன் வளர்த்த பேரனாலேயே சிறையில் அடைக்கப்பட்டாள். நிறைவேறாத ஆசையுடனும் பெரும் மனவேதனையுடனும் இராணி மங்கம்மாள் 1705 ஆம் ஆண்டு சிறைப்பட்ட நிலையிலேயே மரணமடைந்தாள்.

44
தொண்டைமானின் ஆசை!

புதுக்கோட்டை பாளையக்காரர் பல்லவராய தொண்டைமான் தன் பாளையத்தில் இருந்த சிங்கமங்கலம், கலசமங்கலம் என்று இரண்டு சிற்றூர்களை ஒரே ஊராக இணைத்து அதில் பல புதிய கட்டிடங்களை எழுப்பி, தெருக்களை அமைத்து ஒரு புதிய நகரத்தை உருவாக்கினார். அதற்கு அவர் புதுக்கோட்டை என்று பெயர் சூட்டினார். அதில் இரண்டு நாழிகை வழி நீளமுடைய மதிலுடன் ஒரு கோட்டையையும் அரண்மனையையும் அவர் கட்டிக்கொண்டார். தஞ் சாவூர் படைகளின் தாக்குதலில் இருந்து தன்னைக் காத்துக்கொள்ளவே இந்த ஏற்பாடுகள் எல்லாம் என்று மற்றவர்களை அவர் நம்பவைத்தார். இதில் எல்லாம் அவருடைய சகோதரர் நமனத்தொண்டைமான் பெரும் உதவியாக இருந்தார். அந்த ஏற்பாடுகள் எல்லாம் தொண்டைமான் மனதில் உருவாகிவந்த ஒரு பெரும் திட்டத்தின் முதல் அடி தான் என்று அப்போது யாரும் நினைக்கவில்லை.

ஒரு நாள் தொண்டைமான் தன் நண்பரும் நிதி அதிகாரியுமான ஒருவருடன் பேசிக்கொண்டே இரவு உணவை உண்டுகொண்டிருந்தார். தொண்டைமான் அன்று கொஞ்சம் அதிகமாகவே மது அருந்தியிருந்தார் என்பது அவர் பேசிய விதத்தில் நன்றாகத் தெரிந்தது. அவர்களின் அன்றைய பேச்சு பல விசயங்ளையும் அலசி ஆராய்ந்து முடித்துவிட்டுக் கடைசியாக சேதுநாட்டு அரசியலின் பக்கம் வந்தது.

நிதி அதிகாரி தான் முதலில் அதைப் பற்றிப் பேச்சை ஆரம்பித்தார்.

“இப்போது இருக்கும் நம் சேதுபதிக்கு வயதாகிவிட்டது; அடுத்த சேதுபதியாக யார் வருவார்கள்? யாரையாவது தேர்வு செய்து வைத்திருக்கிறார்களா? அல்லது இந்த சேதுபதி வந்தது போல் திடீரென்று வேறு யாராவது வருவார்களா?”

“உடனடி வாரிசு என்றால் பவானி சங்கரனும் திருவுடையாத் தேவனும் தான் இருக்கிறார்கள்!” என்று எரிச்சலுடன் சொன்னார் தொண்டைமான்.

“ஆமாம்; இந்த இருவரில் யாருக்கு வாய்ப்பு அதிகம் இருக்கிறது?”

அதைக்கேட்டு தொண்டைமான் சிரித்தார். அவர் கேட்டார்.

“ஏனய்யா அதிகாரி! இந்த இரண்டு பேரில் ஒருவர் தான் சேதுபதியாக வரவேண்டுமா? இந்த இரகுநாதத் தேவர் வந்தது போல் வேறு அனுபவம் மிகுந்த ஒருவர் சேதுபதி ஆகக்கூடாதா? அதற்கு தகுதியான ஆள் இங்கே யாரும் இல்லையா?”

இப்படிக்கேட்ட தொண்டைமான் ஒரு மர்மப் புன்னகையுடன் நிதி அதிகாரியைக் கூர்ந்து பார்த்தார். நிதி அதிகாரிக்கு அப்போது தான் தொண்டைமானின் அடிமனதில் ஏதோ ஆசை இருப்பது புரிவது போல் இருந்தது. அதை அதிகாரி வெளிப்படையாகவே கேட்டார்.

“தொண்டைமான் மனதில் ஏதோ இரகசியமான திட்டம் இருப்பதாகத் தெரிகிறதே? கொஞ்சம் புரியும்படி சொல்லுங்களேன்!”

தொண்டைமான் தன் மனதில் அதுவரையிலும் இரகசியமாக வைத்திருந்த ஆசையை அதிகாரியிடம் சொன்னார்.

“அதிகாரி! சாதாரணப் படைத் தலைவனாக இருந்தவர் தானே இந்த இரகுநாதத் தேவர்; இவர் சேதுபதியாகப் பட்டம் ஏற்று ஆட்சி செய்யும் போது இயல்பாகவே ஒரு பெரிய குடும்பத்தில் பிறந்த நான் ஏன் சேதுபதியாக ஆகக்கூடாது?”

அப்போது தான் அந்தக் கேள்வியின் விபரீதம் அதிகாரிக்கு விளங்கியது. அதைப் பற்றி விவாதிப்பதற்காகவே அன்று தன்னை தொண்டைமான் வரவழைத்திருக்கிறார் என்பதும் அப்போது தான் அவருக்கு விளங்கியது. தொண்டைமான் மேலும் சொன்னார்.

“அதிகாரி! இரகுநாதன் என்று சொல்வதைக் காட்டிலும் தொண்டைமான் என்று சொல்லும்போது தான் இயற்கையாகவே அதிக கம்பீரமாக இருக்கும்; நான் பிறந்தபோது நிலம் நடுங்கியதாகவும் இடி இடித்ததாகவும் என் அம்மா சொல்லியிருக்கிறார். என்னால் சேதுபதிக்கு அடங்கிய வெறும் பாளையக்காரனாக இருக்கமுடியாது; நான் ஒரு மன்னனாக நாட்டை ஆளப்பிறந்தவன்!”

தொண்டைமானின் மனதில் இருந்த பேராசை நிதி அதிகாரிக்கு விளங்கியதும் அவருக்கு உடல் வியர்க்க ஆரம்பித்தது. ஆனால் அந்த நிலையில் தொண்டைமானின் கருத்தை மறுத்துப் பேசினால் தன் உயிருக்கு ஆபத்து என்பதை அவர் புரிந்துகொண்டதால் வேறு வழியில்லாமல் தொண்டைமானுக்கு ஆதரவாகவே அவர் பேசினார்.

"ஐயா! இரகுநாதத் தேவருக்கு ஏதாவது நடந்துவிட்டால் அடுத்த சேதுபதியாக தொண்டைமான் தான் வரவேண்டும் என்று நான் பல சமயங்களில் நினைத்ததுண்டு! பவானி சங்கரனும் திருவுடையாத் தேவனும் சிறுவர்கள்; ஆட்சி நிர்வாகத்தில் எந்த அனுபவமும் இல்லாதவர்கள். ஆட்சி நிர்வாகத்தில் நிறைந்த அனுபவம் உடையவர் தாங்கள் தானே!"

"சரியாகச் சொன்னீர்கள் அதிகாரி! அடுத்த சேதுபதி ஆகிவிடுவதென்று நான் முடிவு செய்துவிட்டேன்! எவ்வளவு காலம் தான் நாங்கள் பல்லக்குத் தூக்குவது? அரியணையில் அமரவேண்டாமா?"

"தாங்கள் முடிவு செய்தால் போதுமா தொண்டைமான்? இராமநாதபுரம் அரண்மனையில் அதற்கான ஆதரவு வேண்டும் அல்லவா? நமக்காக யார் முன்னால் வந்து பேசுவார்கள்?"

"கவலை வேண்டாம் அதிகாரி! அதற்கான வேலையை நான் ஆரம்பித்துவிட்டேன்! என் தங்கை கதலி நாச்சியாரின் தோழியான வடிவழகி தான் இராமநாதபுரம் அரண்மனையில் இப்போது பணிப்பெண்களை எல்லாம் கட்டுப்படுத்தும் அதிகாரம் கொண்ட தானாவதியாக இருக்கிறாள். அதனால் இப்போது அரண்மனையில் அவளுக்கு நல்ல செல்வாக்கு உள்ளது!"

"எல்லாம் சரி தான்! ஆனாலும் தாங்கள் இன்னும் எவ்வளவு காலம் இதற்காக காத்திருக்கப் போகிறீர்கள்? இரகுநாதத் தேவர் ஒன்றும் தானாக விலகிக்கொள்ளப் போவதில்லையே?"

"உம் கேள்வி நியாயமானது தான் அதிகாரி; ஆனால் அதையும் நான் யோசித்து ஒரு ஏற்பாடு செய்து வைத்துவிட்டேன். தானாவதியாக இப்போது இருக்கும் வடிவழகி இங்கே நம் அரண்மனையில் வளர்ந்தவள். நான் என்ன சொன்னாலும் செய்யக்கூடியவள். அவளிடம் நான் ஒரு வேலையை ஒப்படைத்திருக்கிறேன்; அந்த வேலை மட்டும் நல்லவிதமாக முடிந்துவிட்டால் அவர்கள் அடுத்த சேதுபதியைத் தேடத்தானே வேண்டும்!"

தொண்டைமான் சொன்ன அந்த வேலை என்னவாக இருக்கும் என்பதை அதிகாரியும் புரிந்துகொண்டார். அவருக்கு உடல் நடுங்கியது; ஆனால் அதை மறைத்துக்கொண்டு மேலும் பேசினார்.

"புரிகிறது; அப்படியானால் அந்த அடுத்த சேதுபதி நீங்கள் தான்! ஆனால் பவானிசங்கரனும் திருவுடையாத்தேவனும் நீங்கள் சேதுபதி ஆவதைப் பார்த்துக்கொண்டு அமைதியாக இருப்பார்களா?"

அதைக் கேட்டு தொண்டைமான் பலமாகச் சிரித்தார்.

பிறகு அவர் சொன்னார். “அதிகாரி! நம் ஆட்களைப் பற்றி உமக்குத் தெரியாதா?அவர்களுக்கிடையே இப்போதே ஏகப்பட்ட பிரச்சினைகள் இருக்கின்றன என்று சொல்லுகிறார்கள். இரகுநாதத் தேவர் இருப்பதால் அவர்கள் இருவரும் சிரித்துப் பேசிக்கொள்கிறார்கள். சேதுபதி மறைந்த பிறகு பதவிப்போட்டி என்று வரும்போது அவர்களுக்கிடையே இருக்கும் பிரச்சினைகள் பெரும் பகையாகவே மாறும்! அந்தப் பகை உணர்வு தான் நமக்கு நல்ல வாய்ப்பாக அமையும்!”

“ஆகா! நிலைமையை எத்தனை கூர்மையாக அறிந்து வைத்திருக்கிறீர்கள் தொண்டைமான்! உங்களைப் போன்ற அறிவாளிகள் தான் ஒரு நாட்டின் நிர்வாகத்துக்குத் தேவை!”

“ஆம் அதிகாரி! என்னை ஆதரிக்க பல பாளையக்காரர்களும் தயாராக இருக்கிறார்கள்! இன்னும் தேவைப்பட்டால் தஞ்சாவூர் மன்னரும் நமக்கு உதவிசெய்வதாகச் சொல்லியிருக்கிறார்!”

“ஆகா! மிக்க மகிழ்ச்சி தொண்டைமான்! வாழ்த்துக்கள்! அத்துடன் ஒரு சிறிய யோசனை! தாங்கள் சேதுபதியை அதிகமாகப் புகழ்ந்து பேசவேண்டும்! புகழ்ச்சிக்கு மயங்காதவர் எவரும் இல்லை! மேலும் அது உங்கள் மனதில் இருக்கும் எண்ணங்களைச் சேதுபதி அறியாமல் மறைத்துவிடும்!”

“மிகவும் நல்ல யோசனை தான், அதிகாரி!” என்ற தொண்டைமான் அதிகாரியின் முதுகில் தட்டிக்கொடுத்தார்.

உணவும் உளறல் பேச்சும் முடிந்த பிறகு தொண்டைமான் அப்படியே சாய்ந்து உறங்கிவிட்டார். வயிறு நிறைந்துவிட்டாலும் திகில் நிறைந்த மனதுடன் நிதி அதிகாரி அங்கிருந்து கிளம்பிப் போனார். அங்கே பல அதிகாரிகள் இருந்தாலும், இரவு உணவின் போது பெரும்பாலும் தன்னையே தொண்டைமான் உடன் வைத்துக்கொள்வார் என்பதை ஒரு பெருமையாக நினைப்பவர் அந்த அதிகாரி. ஆனால் அன்று அங்கே ஏன் தான் வந்தோமோ என்று நினைத்து அவர் நொந்துபோனார். அன்று இரவில் நடந்தது, தான் சொல்லாமல் வேறு யார் மூலமாவது சேதுபதிக்குத் தெரிந்துவிட்டாலும் தன் தலை தரையில் உருள்வது நிச்சயம் என்பதையும், தான் இரகசியமாகப் பேசியதை வெளியில் சொல்லிவிட்டதாக தொண்டைமான் நினைத்துவிட்டாலும் தனக்கு அதே கதிதான் என்பதையும் நினைத்து அவர் மனம் கலங்கினார்.

அன்று இரவு உறங்குவதற்கு முன்பு, அந்த இக்கட்டான நிலைமையில் இருந்து தன்னைக் காப்பாற்றும்படி தன் குலதெய்வத்தையும் மற்ற எல்லா இஷ்டதெய்வங்களையும் அவர் வேண்டிக் கொண்டார். அப்படியும் அவரால் அன்று இரவு நிம்மதியாக உறங்கமுடியவில்லை!

அதற்குச் சில நாட்கள் கழித்து கதலி நாச்சியாரின் தோழியான வடிவழகி கடைவீதியில் நிற்கும் போது அவளுடைய உறவினன் ஒருவன் அவளைச் சந்தித்தான்.

"வடிவு! பெரிய அரண்மனையில் தானாவதி ஆனபிறகு நீ ஆளே மாறிவிட்டாய்; எனக்கே உன்னை அடையாளம் தெரியவில்லை!"

"ஆமாம் மாமா! நீ கூட ஆள் ரொம்பவே மாறிவிட்டாய்! என்ன இந்தப் பக்கம் வந்திருக்கிறாய்? ஊரில் எல்லோரும் நன்றாக இருக்கிறார்களா?"

"எல்லாரும் நன்றாக இருக்கிறார்கள்! உன்னிடம் ஒரு முக்கியமான விசயம் பேசவேண்டும்; அதற்காகத் தான் நான் இங்கே வந்தேன்!"

"முக்கியமான விசயமா? அப்படி என்ன விசயம்?"

"வடிவு! இந்த போத்தலில் சில குளிகைகள் இருக்கின்றன; இவைகளை நீ எப்படியாவது மகாராஜாவின் உணவில் கலந்து கொடுத்துவிட வேண்டும்!"

அவன் ஒரு போத்தலை அவள் கையில் இரகசியமாகக் கொடுத்தான்.

அவன் சொன்னதைக் கேட்ட வடிவழகி திடுக்கிட்டாள்.

"மாமா!இப்படிச் செய்யும்படி சொல்லி யார் உன்னை அனுப்பியது?"

"அதை நான் சொல்லமுடியாது; நீயே ஊகித்துக்கொள் வடிவு!"

"அடப்பாவி! நான் எப்படி இதைச்செய்யமுடியும்? யாருக்காவது தெரிந்துவிட்டால் என் உயிர் போய்விடுமே?"

"இதை ஒண்ணு ஒண்ணா சாப்பிட்டால் மகாராஜாவுக்கு உடனே எதுவும் ஆகாது; கொஞ்சம் கொஞ்சமாக உடம்பு சரியில்லாமல் போகும்; அவ்வளவுதான்! அவருக்கு வயசு ஆகிவிட்டதால் ஏதோ கோளாறு என்று தான் எல்லோரும் நெனைச்சுக்குவாங்க!"

"தெரிஞ்சு போய்விட்டால் என்ன செய்வது?"

"பயப்படாதே வடிவு! அதெல்லாம் யாருக்கும் தெரியாது. அடுத்த மகாராஜாவாக நமக்கு வேண்டியவர் தான் வருவார்; எல்லாம் பேசி ஏற்பாடாகிவிட்டது. அதனால் நீ எதுக்கும் பயப்படவேண்டாம்! இந்தா! உன் செலவுக்கு இதை வச்சுக்க!"

அவன் ஒரு சிறிய பை நிறைய காசுகளை அவளிடம் நீட்டினான்.

"இதை வச்சு நான் என்ன செய்ய முடியும்? இதை யாருக்கு கொடுப்பது?"

"இந்த அரண்மனைச் சமையல்காரர் நம் ஆள் தான்; அவரைப் பார்க்கப் போவது போல் நீ சமையல் கட்டுக்குப் போகலாம்! யாரும் உன்னைச் சந்தேகப்பட மாட்டார்கள். அவரைப் பார்ப்பதற்கு இந்தக் காசு உதவும்!"

வடிவழகியின் முகத்தில் அச்சம் உறைந்திருந்தது. அவள் எதுவும் பேசாமல் அமைதியாக இருந்தாள்.

"வடிவு! நம் குடும்பம் எல்லாம் ஊரில் தான் இருக்கிறது; அதைக் கொஞ்சம் நெனைச்சுப் பார்த்துக்க! நான் அவ்வப்போது இதே இடத்தில் உன்னை வந்து பார்க்கிறேன்!"

அந்த ஆள் அதற்கு மேல் அங்கே நிற்கவில்லை. வடிவழகி குழப்பத்துடன் அரண்மனைக்குத் திரும்பினாள்.

அந்த ஆள் சொன்ன காரியத்தைச் செய்வதை நினைத்துப் பார்க்கவே வடிவழகியின் உடல் நடுங்கியது. அதே வேளை அவள் தன் உறவினர்களை எல்லாம் ஒருமுறை நினைத்துப் பார்த்தாள். அவர் சொன்னதைச் செய்யாவிட்டால் அவர்கள் உயிருடன் இருக்கமுடியாது என்பது அவளுக்குத் தெரியும். அதனால் அதைச் செய்துவிடவேண்டியது தான் என்று அவள் முடிவு செய்தாள். ஆனால் அவள் அப்படி முடிவு செய்ததற்கு அது மட்டுமே காரணம் அல்ல. வேறு ஒரு காரணமும் இருந்தது.

நெருங்கிய தோழியாக இருந்தாலும் பல சமயங்களில் கதலி அவளை நடத்திய விதமும் ஒரு காரணம். ஆரம்பத்தில் வடிவழகி ஒரு பணிப்பெண்ணாக இருந்தாலும் காலப்போக்கில் அரண்மனையில் பணிப்பெண்களை நிர்வாகம் செய்யும் தானாவதியாக நிலையில் உயர்ந்துவிட்டாள். ஆனாலும் மற்ற பணிப்பெண்களின் முன்னிலையில் கதலி அவளையும் ஒரு பணிப்பெண் போலவே வேலை வாங்கினாள். அதை வடிவு விரும்பவில்லை. மேலும் பெரிய குடும்பத்தைச் சேராத அன்னக்கிளி நாச்சியாருக்கு பணிப்பெண்ணாக வேலை செய்வதை வடிவழகி விரும்பவில்லை; சாதாரணப் பெண்ணாக

இருந்த அன்னக்கிளி ஒரு நாச்சியாராக அரண்மனையில் வளைய வருவதையும் அவளைவிட வசதியாக வாழ்ந்த தான் அவளுக்கு வேலை செய்வதையும் நினைத்து மனதுக்குள் மறுகினாள். அதனால் அவள் தன்னையறியாமலேயே அன்னக்கிளியை அதிகமாக வெறுக்க ஆரம்பித்தாள். இந்த வெறுப்பெல்லாம் சேர்ந்து ஒரு வன்மமாக அவள் மனதில் வளர்ந்திருந்தது. சில காலமாகவே அவர்களின் அதிகாரத்தைக் குலைக்கும் வகையிலும் மகிழ்ச்சியைக் கெடுக்கும் வகையிலும் எதையாவது செய்வதற்கு அவள் மனம் ஏங்கியது.

45
வடிவழகியின் வஞ்சம்!

சமையல்காரர் தன் ஊர்க்காரர் என்பது வடிவழகியின் மனதுக்கு கொஞ்சம் தைரியத்தைக் கொடுத்தது. அவர் மூலம் தான் நினைத்ததைச் செய்துவிடலாம் என்று அவள் திட்டமிட்டாள். தன் கையில் இருந்த காசுகளில் பாதியை எடுத்து ஒரு சுருக்குப்பையில் போட்டு அதைத் தன் இடையில் மறைத்துவைத்துக்கொண்டு யாரும் தன்னை கவனிக்காதபடி மறைவாக நடந்து அவள் அரண்மனயின் சமையல் கட்டுக்குப் போனாள்.

அவளைப் பார்த்த சமையல்காரர் வியப்புடன், "அடடே! என்ன இது? தானாவதி அம்மா சமையல் கட்டுக்கெல்லாம் வருகிறீர்கள்? ஏதாவது விசேசமா?" என்று கேட்டார்.

"ஆமாம்; விசேசம் தான் ஐயா! நீங்கள் எங்கள் ஊர்க்காரராமே? நேற்றுத்தான் எனக்கு இந்த விசயம் தெரிந்தது!" என்று அவளும் பதிலுக்குச் சொன்னாள்.

"ஆமாம்! ஆனால் அதெல்லாம் பழைய கதை அம்மா!"

என்றார் சமையல்காரர் சலிப்புடன்.

"ஏன் இப்படிச் சலிப்புடன் சொல்கிறீர்கள்?"

"சமீபத்தில் என் மகள் திருமணத்துக்கு ஊருக்குப் போய் சிலரைப் பார்த்துச் சொன்னேன்! வருவதாகச் சொன்னார்கள்; ஆனால் யாரும் வரவே இல்லை! பழசையெல்லாம் அவர்கள் மறந்து விட்டார்கள்!"

உடனே வடிவழகி சிரித்தாள்.

"அப்படி எல்லாம் யாரும் மறக்கவில்லை; உங்களிடம் கொடுக்கும்படி இந்தக் காசுகளைஒருவர் கொடுத்தனுப்பியிருக்கிறார். இந்தாருங்கள்!" என்று காசுகள் இருந்த பையை அவரிடம் கொடுத்தாள்.

கண்கள் விரிய அதை வாங்கிக்கொண்ட சமையல்காரர், "பெரிய மனுசன் பெரிய மனுசன் தான்! பாரேன், என்னை மறக்காமல் இதை கொடுத்தனுப்பி இருக்கார்!" என்று மகிழ்ந்தார்.

"ஐயா! சமையல் வேலை எல்லாம் முடிந்துவிட்டதா? மகாராஜாவுக்கு உணவு அனுப்பும் நேரம் ஆகிவிட்டதே?"

"எல்லாம் முடிச்சு அனுப்புவதற்காக எடுத்து வைத்துக்கொண்டே இருக்கிறேன். ஆள் வந்து எடுத்துக்கொண்டு போகவேண்டியது தான்!" என்று சமையல்காரர் சொன்னார்.

பிறகு அவளிடம், "தாகத்துக்கு எதாவது குடிக்கிறீர்களா அம்மா?" என்று கேட்டார்.

"ஐயா! சில நாட்களாக எனக்கு அடிக்கடி தலை சுற்றல் வருகிறது; எதாவது கசாயம் செய்து கொடுக்கமுடியுமா? தொடர்ந்து ஒரு நாலைந்து நாட்கள் சாப்பிட்டால் சரியாகிவிடும்!"

"அவ்வளவு தானே! இதோ உடனே செய்து கொடுக்கிறேன்!"

சமையல்காரர் உள்ளே போய் கொஞ்சம் மல்லிக் கசாயத்தைப் போட்டுக்கொண்டுவந்து கொடுத்தார். அந்த நேரத்தில் வடிவு தன் இடைக்கச்சில் இருந்த சுருக்குப்பையில் இருந்த போத்தலை எடுத்து அதில் இருந்த குளிகைகளில் ஒன்றை எடுத்தாள். ஒரு பாத்திரத்தில் இருந்த குழம்பில் அந்தக் குளிகையைப் போட்டு மூடிவைத்தாள்.

சிறிது நேரத்தில் சமையல்காரர் கொண்டுவந்த கசாயத்தைக் குடித்துவிட்டு வடிவழகி அங்கிருந்து கிளம்பினாள். பணியாட்கள் வந்து மன்னருக்கான உணவை எடுத்துக்கொண்டு போனார்கள். இதே போல் மூன்று நாட்கள் வடிவழகி சமையல் கட்டுக்கு வந்துபோனாள்.

மூன்றாவது நாளே மன்னருக்கு உடல்நிலை சரியில்லாமல் போனது. மிதமான சோர்வு ஏற்பட்டு சாய்வு நாற்காலியில் சாய்ந்தபடியே இருந்தார். அரண்மனை வைத்தியர் வந்து பார்த்துவிட்டு ஒரு மருந்து கொடுத்துவிட்டுப் போனார். ஆனால் யாரும் அதைப் பெரிதாக நினைத்து கவலைப்படவில்லை.

சில நாட்களாகவே தானாவதி அடிக்கடி அரண்மனையை விட்டு வெளியே போய்வருவதையும் அவள் தினமும் சமையல் கட்டுக்குப் போய் சமையல்காரருடன் பேசிவிட்டு வருவதையும் கவனித்துவிட்டு ஒரு பணிப்பெண் அதை அன்னக்கிளியிடம் சொன்னாள். அந்த நாட்களில் தான் மன்னரின் உடல்நிலை பாதிக்கப்பட்டது. அதனால் சந்தேகம் அடைந்த அன்னக்கிளி ஒரு நாள் வடிவழகி அறியாமல், தன் பணிப்பெண்ணுடன் அவள் பின்னால் போய் அவளைக் கவனித்தாள். அவள் ஒரு புதிய ஆளுடன் இரகசியமாகப் பேசிவிட்டு அவனிடம் காசுகளையும் வாங்கிக்கொண்டு திரும்புவதைப் பார்த்து அதிர்ச்சியடைந்தாள். யாரோ செய்யும் சதிச்செயலுக்கு அவள்

உதவுகிறாளோ என்று அன்னக்கிளி சந்தேகம் கொண்டாள். அதனால் வடிவழகியின் செயல்களை எல்லாம் அன்னக்கிளி இரகசியமாகக் கண்காணிக்கத் தொடங்கினாள்.

பல ஆண்டுகளுக்கு முன் தன் வீட்டுக்கு வந்துவிட்டுத் திரும்பும் வழியில் சிலர் இரகுநாதனைக் கொல்ல முயன்றது அன்னக்கிளிக்கு நினைவுக்கு வந்தது. ஒரு குடிசையில் இருந்த அபலையான தன்னைக் காதலித்து மணந்து ஒரு நல்ல வாழ்க்கையைக் கொடுத்த தன் கணவனின் உயிருக்கு உலைவைக்க யாரோ சதிசெய்வதை அவளுடைய உள்மனம் உணர்ந்து கொண்டது. அந்தச் சதி அரண்மனையிலேயே நடப்பது அவளுக்கு அதிர்ச்சியளித்தது. அந்தச் சதியிலிருந்து அவரை எப்படியும் காப்பாற்றவேண்டும் என்று அவள் முடிவு செய்தாள்.

ஒருநாள் அன்னக்கிளி கதலியிடம் தன் சந்தேகத்தைச் சொன்னாள்.

அதைக்கேட்டு கதலி நாச்சியார் கடும் கோபம் கொண்டாள்.

"அன்னக்கிளி! வடிவு என் சிறுவயது முதல் என்னுடன் இருப்பவள்; என்னுடைய நெருங்கிய தோழி! நேற்று வந்த உனக்கு அவளைப் பற்றி என்ன தெரியும்? அவளைப்பற்றி இனிமேல் நீ எதுவும் குறை சொல்லாதே!" என்று சொன்னாள்.

"கதலி! நான் வேண்டுமென்று எதுவும் சொல்லவில்லை; மன்னர் எங்கேயாவது தனியாகப் போகும் சமயம் அவருக்கு ஏதாவது ஆபத்து ஏற்படலாம் என்று பயந்து தான் இதை உங்களிடம் சொல்கிறேன்!"

"எல்லாம் எனக்குத் தெரியும் அன்னக்கிளி! மன்னர் இப்போதெல்லாம் அதுபோன்ற இடங்களுக்கு எல்லாம் போவது கிடையாது!" என்று கதலி கோபத்தில் அன்னக்கிளியின் மனம் நோகும்படி பேசினாள். அதன் பிறகு அன்னக்கிளி அவளிடம் எதுவும் பேசாமல் வருத்தமுடன் போய்விட்டாள்.

இதை அறிந்துகொண்ட வடிவழகி கதலியிடம், "அம்மா! நம்முடைய பழக்கத்தைப் பற்றி இந்த அம்மாவுக்கு என்ன தெரியும்? நீங்கள் ஒரு அரண்மனையிலிருந்து சீர் செனத்தியுடனும் வேலைக்காரப் பெண்களுடனும் இங்கே வந்தவர்; அன்னக்கிளி இன்றைக்கு அரண்மனையில் நாச்சியாராக இருந்தாலும் கண்மாய்க்கரைக் குடிசையிலிருந்து வந்தவர் தானே! அவருக்கு உங்கள் மேல் பொறாமை! அதனால் உங்களுக்கு கூடவே இருந்து எல்லாம் செய்யும் என்னை உங்களிடமிருந்து பிரிக்கப் பார்க்கிறார்!"

வடிவழகியின் சாமர்த்தியமான பேச்சு அவளுக்கு வேண்டிய பாதுகாப்பை அளித்தது. அதன் பிறகு கதலி நாச்சியார் அன்னக்கிளி-யிடம் பேசுவதைக் குறைத்துக்கொண்டாள். வடிவழகியும் அன்னக்கிளி இருக்கும் பக்கமே வருவதில்லை.

அதனால் அன்னக்கிளியின் சந்தேகம் மேலும் வலுவானது. மன்னரின் உடல்நிலை பாதிக்கப்பட்டதற்கும் வடிவழகியின் செயல்களுக்கும் ஏதோ தொடர்பு இருப்பதாக அவள் நினைத்தாள். மறு நாள் வடிவழகி சமையல்கட்டில் நுழையும்போது அன்னக்கிளி அவள் அறியாமல் பின் தொடர்ந்து போய் அவளைக் கவனித்தாள்.

அன்றும் சமையல்காரர் பார்க்காத சமயம் அவள் குழம்பில் அந்தக் குளிகைகளைப் போட்டுக் கலக்கினாள். அப்போது அன்னக்கிளி சட்டென்று ஒரு காவலனுடன் உள்ளே போய் அவளைக் கையும் களவுமாகப் பிடித்துக்கொண்டாள்.

உள்ளே போய்விட்டு வந்த சமையல்காரர் நடந்ததை அறிந்து அதிர்ச்சியடைந்தார். வடிவுவின் இடைக்கச்சில் இருந்த சுருக்குப் பையை அன்னக்கிளி பறித்து அந்தப்பையில் போத்தலில் அவள் மறைத்து வைத்திருந்த குளிகைகளை வெளியே எடுத்து சமையல்காரரிடம் காட்டினாள். சற்று நேரத்தில் அங்கே வந்த வைத்தியர் அந்தக் குளிகைகளைப் பார்த்துவிட்டு பெரும் அதிர்ச்சியடைந்தார்.

"இது கடுமையான நஞ்சு ஆயிற்றே! ஒரே சமயத்தில் மூன்று குளிகைகளை விழுங்கினால் உடனே மரணம் தான்! ஒவ்வொன்றாக விழுங்கினால் உடலை வாதம் அடித்து படுக்கையில் தள்ளி விடும்! இது எப்படி இவளுக்குக் கிடைத்தது?"

"சமையல்காரரே! இவள் தினமும் இங்கே வந்து உங்களைப் பார்த்தது இந்த நஞ்சுக்குளிகைகளை மன்னரின் உணவில் கலந்து அனுப்புவதற்காகத் தான்! திடகாத்திரமாக இருந்த நம் மன்னருக்குத் திடீரென்று உடல்நலமில்லாமல் போனது அவருடைய உணவில் இவள் கலந்து அனுப்பிய இந்தக் குளிகையால் தான்!"

"நான் மன்னருக்கு நாடி பிடித்துப் பார்க்கும் போது கொஞ்சம் வித்தியாசமாக இருந்தது. ஆனால் இவள் கொஞ்சம் கொஞ்சமாக கலந்துகொடுத்ததால் பளிச் என்று தெரியாமல் போய்விட்டது. நல்லவேளை! இவள் இன்றே சிக்கிக்கொண்டாள்! நான் உடனே போய் மன்னருக்கு நஞ்சு முறிவுக்கு மருந்துகொடுக்கிறேன்!" என்று சொல்லிவிட்டு வைத்தியர் அங்கிருந்து போனார்.

அதைக் கேட்ட சமையல்காரர் பதறிவிட்டார். "அடிப்பாவி!

இந்தப் பாதகச் செயலுக்கு நான் தானா உனக்குக் கிடைத்தேன்? நாச்சியாரே! என்னை மன்னித்துவிடுங்கள்!" என்று அன்னக்கிளியின் காலில் விழுந்து கதறினார்.

அப்போது சேதி அறிந்து கதலி நாச்சியார் சமையல்கட்டுக்கு வந்தாள். நடந்ததை அறிந்து அவள் கடும் கோபம் கொண்டாள்.

"இவள் தானாக இதைச்செய்யவில்லை; யாரோ ஒருவன் இவளை மிரட்டியோ ஆசைகாட்டியோ இதைச்செய்ய வைத்திருக்கிறான்; அந்தச் சதிகாரன் யார் என்பது நமக்குத் தெரியவேண்டும்!" என்று அன்னக்கிளி உறுதியான குரலில் சொன்னாள். அப்போது கோபத்தில் சிவந்திருந்த அவளின் முகத்தைப் பார்த்த கதலி நாச்சியாரும் அஞ்சி நடுங்கினாள்.

"இந்த துரோகியை சிறையில் தள்ளி பூட்டுங்கள்; மன்னருக்கு மருந்து கொடுத்த பிறகு இவளை விசாரிக்கலாம்! ' என்றாள் கதலி நாச்சியார்.

தான் வசமாகச் சிக்கிக்கொண்டதை வடிவழகி உணர்ந்து கொண்டாள். அவளுடைய அத்தனை கோபமும் அப்போது தன்னைக் கையும் களவுமாகப் பிடித்துவிட்ட அன்னக்கிளியின் மேல் திரும்பியது. சட்டென்று அவள் தான் மறைத்து வைத்திருந்த குறுவாளை எடுத்து அன்னக்கிளியின் நெஞ்சில் பாய்ச்சினாள். 'ஆ' என்ற அலறலுடன் அன்னக்கிளி நாச்சியார் தரையில் விழுந்தாள். அவள் மார்பிலிருந்து இரத்தம் வழிந்து ஓடியது. அதைப் பார்த்து அதிர்ச்சியடைந்த காவலன் உடனே தன் வாளை உருவி வடிவழகியின் மார்பில் பாய்ச்சினான். அவளும் இரத்தம் வழிய தரையில் விழுந்தாள்.

சிறிது நேரத்தில் ஒரு வைத்தியர் வேகமாக வந்து அன்னக்கிளி நாச்சியாரைப் பரிசோதித்தார். அவள் மயங்கிய நிலையில் இருந்தாள். உடனே அவளை மருத்துவர் தன் அறைக்குக் கொண்டுபோய் சிகிச்சை அளித்தார். அதிக இரத்தம் வெளியேறியதால் அவள் ஆபத்தான நிலையில் இருந்தாள். சில நாட்கள் அவள் மயக்கமாகவே இருப்பாள் என்றும் அவளைக் காப்பாற்றிவிடமுடியும் என்று மருத்துவர் சொன்னார். ஆனால் வடிவழகி உயிரிழந்துவிட்டாள். சேதி அறிந்து துரைசிங்கம் அரண்மனைக்கு விரைந்துவந்தார். மயக்கத்தில் இருந்த அன்னக்கிளியைப் பார்த்து அவர் அதிர்ச்சியும் துயரமும் அடைந்தார். தன்னைக் காதலித்து மணமுடித்த இரகுநாததேவரின் உயிரைக் காப்பாற்றும் முயற்சியில் தன் உயிரையும் தியாகம் செய்யத் துணிந்த

அந்த எளிமையான பெண் அவர் மனதில் உயர்ந்த இடத்தைப் பிடித்தாள்.

மன்னரின் உடலில் கலந்திருந்த நஞ்சுக்கு வைத்தியர் உடனே முறிவு மருந்து கொடுத்து மன்னரின் உடல் நிலையைச் சீராக்கினார். சில நாட்கள் மன்னர் மயக்கமாகவே இருந்து பிறகுதான் கண்விழிப்பார் என்று வைத்தியர் சொன்னார்.

“இப்போதைக்கு மகாராஜாவுக்கு ஆபத்து இல்லை; ஆனாலும் இன்னும் சில காலம் மகாராஜா நன்றாக ஓய்வெடுக்கவேண்டும்! அவர் மிகவும் பலவீனமாக இருக்கிறார்!” என்று வைத்தியர் சொன்னார். அதனால் அன்னக்கிளி நாச்சியார் காயமடைந்ததையும் அதற்கான காரணத்தையும் அப்போது யாரும் மன்னரிடம் சொல்லவில்லை.

அன்னக்கிளி பல நாட்கள் மயக்கமாக இருந்ததாலும், வடிவழகி இறந்துவிட்டதாலும் மன்னரைக் கொல்ல நடந்த சதி முயற்சி பற்றிய முழுவிவரமும் யாருக்கும் தெரியாமல் அப்படியே அடங்கிப் போனது. இராமநாதபுரம் அரண்மனையில் நடந்த நிகழ்ச்சிகளை அறிந்துகொண்ட தொண்டைமான் அங்கே வந்து தன் தங்கைக்கு ஆறுதல் சொன்னார். கதலி நாச்சியாரும் தன் அண்ணன் உடனே வந்து ஆறுதல் சொன்னதாலும் அவர் சில நாட்கள் அங்கேயே தங்கி மன்னரைக் கவனித்துக்கொண்டதாலும் பெரும் ஆறுதல் அடைந்தார்.

“வடிவழகி நம் அரண்மனையில் சிறுவயது முதல் உன்னுடன் ஒன்றாகவே வளர்ந்தவள்; அவளா இப்படிச் செய்தாள்? நல்லவேளை அந்த துரோகி இறந்துவிட்டாள்!” என்று தொண்டைமான் கவலையுடன் சொன்னார். தன் அண்ணன் காட்டிய அன்பிலும் அக்கறையிலும் கதலி நாச்சியார் மனம் நெகிழ்ந்தார்.

46
தொண்டைமானின் துரோகம்

தான் பலமுறை மதுரை நாயக்க மன்னர்களுக்கு நல்லவற்றைச் செய்திருந்த போதும் அவர்கள் தன்னிடம் ஏன் நேர்மையான நட்புடன் பழகவில்லை என்பது சேதுபதிக்கு விளங்கவில்லை. அது குறித்து அவர் மனம் மிகுந்த கவலை கொண்டது. தன் கவலையை அவர் அவ்வப்போது தன் நண்பர்களிடமும் பகிர்ந்துகொண்டார்.

"முன்பு நோய்வாய்ப் பட்டு,படுக்கையில் இருந்த திருமலை நாயக்கருக்காக மைசூர் தளபதி ஹம்பையாவுடன் போரிட்டார் நம் திருமலை சேதுபதி; அதேபோல் இப்போது நாம் சொக்கநாத நாயக்கரை ருஸ்தம்கானிடமிருந்து காப்பாற்றினோம். இதற்காக நம் வீரர்கள் எத்தனை பேரை நாம் இழந்தோம்! இந்த மங்கம்மாளையும் இளவரசனையும் சேர்த்துத் தானே அப்போது நாம்காப்பாற்றினோம்? அதற்குப் பிறகும் அவர்கள் நம்மை எதிரிகளாகத் தானே நினைக்கிறார்கள்? ஏன் இப்படி?"

சேதுபதியின் கவலையை நண்பர்களும் பகிர்ந்துகொண்டார்கள்.

ஒருவர் சொன்னார். "மதுரைக்குக் கட்டுப்படாத சமஸ்தானமாக சேதுச்சீமையை அறிவித்துக்கொண்ட போதிலும் தாங்கள் நட்புக்குக் கட்டுப்பட்டவராகவே இருந்துவருகிறீர்கள். திருமலை சேதுபதிக்கு நாயக்கரின் மனைவி 'தாலி காத்தவர்', 'இராணி மானம் காத்தார்' என்ற பட்டங்கள் எல்லாம் கொடுத்தார். அவர் மகனையும் தாங்கள் காப்பாற்றினீர்கள்; ஆனால் என்ன பலன்? ம்! நன்றி கெட்டவர்கள்!"

துரைசிங்கம் சொன்னார். "அரசே! நன்றி என்பது ஒரு உயர்ந்த குணம். அது இல்லாதவர்களைப் பற்றி நாம் கவலைப்படவேண்டாம். அவர்களின் துரோக குணம் ஒரு நாள் அவர்களையே தின்று தீர்க்கும்!"

தன் எதிரிகளைப் போரில் புறமுதுகிட்டு ஓடச்செய்த சேதுபதியால் தன் மைத்துனன் செய்த துரோகத்தைத் தடுக்கமுடியவில்லை. தனக்கு

நம்பிக்கையாக இருப்பார் என்று நினைத்து பாளையக்காரனாக அவர் நியமித்த புதுக்கோட்டை தொண்டைமான் மனதிலும் துரோக சிந்தனை புற்றைப் போல வளர்ந்து வந்ததை சேதுபதி அறியவில்லை.

சேதுநாட்டுக்கே மகாராஜா ஆக நினைத்த தன் ஆசை நிறைவேற வழியில்லை என்பதை உணர்ந்துகொண்ட தொண்டைமான் பெரும் ஏமாற்றம் அடைந்தார். அதே வேளை தான் செய்த சில இரகசியமான வேலைகள் சேதுபதிக்குத் தெரியாமல் போனதை நினைத்து பெரும் ஆறுதலும் அடைந்தார். ஆனால் இவ்வளவு நடந்த பிறகும் அவர் மனதில் எரிந்துகொண்டு இருந்த பேராசை நெருப்பு அணையவில்லை. சேதுபதிக்கு எதிராகச் சதிசெய்த பாளையக்காரர்களுக்கு நேர்ந்த கதியை நினைத்து அவர் மிகுந்த கவனமுடன் செயல்பட்டார்.

அன்று இரவு உணவின் போது எமனுக்கு ஒரு சித்திரகுப்தன் போல் அவருடன் எப்போதும் இருந்த நிதி அதிகாரி அவருக்கு ஆறுதல் கூறும்படியாக ஒரு புதிய யோசனையைச் சொன்னார்.

"சேதுபதி ஆக முடியவில்லையே என்று தொண்டைமான் விசனப்படவேண்டியதில்லை; இராமநாதபுரத்துக்கு ராஜா என்றால் மட்டும் தான் ராஜா என்று ஆகுமா?" என்று ஒரு நமுட்டுச் சிரிப்புடன் சொன்னார் அதிகாரி.

அதிகாரி சொன்னதன் பொருள் உடனே தொண்டைமானுக்கு விளங்கவில்லை.

"நீங்கள் என்ன சொல்கிறீர் அதிகாரி? கொஞ்சம் விளங்கும் படியாகச் சொல்லுங்கள்!"

"உங்கள் ஆசை ஒரு மன்னர் ஆகவேண்டும் என்பது தானே? அதற்கு வேறு ஒரு வழி இருக்கிறது!"

"அப்படியா? அது என்ன வழி?" தொண்டைமான் ஆவலுடன் கேட்டார்.

"இராஜா என்பவர் யார்? அவருக்கு என்ன தேவை? ஆள்வதற்குச் சில ஊர்களும் வரி கொடுப்பதற்கு கொஞ்சம் மக்களும் இருந்தால் அவர் ஒரு இராஜா தானே?"

தொண்டைமானுக்கு ஏதோ புரிவது போல் இருந்தது. ஆனாலும் அவர் கேட்டார். "அதிகாரி! ஏன் இப்படி விடுகதை போடுவது போல் பேசுகிறீர்? நன்றாக, புரியும்படி தெளிவாகச் சொல்லுங்கள்!"

"தொண்டைமான்! இப்போது புதுக்கோட்டை ஒரு பாளையமாக

இருக்கிறது. இது ஒரு தனி நாடு ஆக இருப்பதற்குத் தேவையான எல்லா வசதிகளையும், வளங்களையும் கொண்டதாக இருக்கிறது. வயல்கள், மலை, ஆறு என எல்லாமே இங்கே இருக்கின்றன. இப்போதே மக்கள் உங்களிடம் தான் வரிப்பணத்தைக் கொடுக்கிறார்கள். அதனால் நீங்கள் உடனே புதுக்கோட்டை பாளையத்தை ஒரு தனி நாடாக அறிவித்து விடுங்கள். அதன்பிறகு நீங்கள் ஒரு சுதந்திரமான தனி நாட்டின் மன்னர் ஆகிவிடுவீர்கள்!"

அதைக்கேட்ட தொண்டைமானுக்கு அச்சத்தில் முகம் வேர்த்தது.

"அது எப்படி முடியும் அதிகாரி? புதுக்கோட்டையை தனி அரசு என்று அறிவித்தால் சேதுபதி சும்மா இருப்பாரா?"

அதற்கு அதிகாரி விளக்கமாகப் பதில் சொன்னார்.

"தொண்டைமான்! அது எப்படி அவர் சும்மா இருப்பார்? முதலில் கோபப்படத்தான் செய்வார். ஆனால் இப்போது அவருடைய உடல் நிலை மிகவும் மோசமாக இருக்கிறது. அதனால் உடனே அவர் எதையும் செய்யமாட்டார். மேலும் உங்கள் தங்கை கதலி நாச்சியார் தானே அங்கே பெரிய நாச்சியார் ஆக செல்வாக்குடன் இருக்கிறார். நீங்கள் அவருடன் நயமாகப் பேசுங்கள்; எல்லாம் சரியாகிவிடும்!"

"இந்த நிலையில் கதலியால் என்ன செய்யமுடியும்? நாம் செய்வது அவள் கணவருக்கு எதிரானது அல்லவா?"

"இருக்கலாம்; ஆனால் இதுதான் சரியான சமயம்! நீங்கள் அவரை வளார்த்த அண்ணன் அல்லவா? அந்தப் பாசம் போய்விடுமா?அவர் உங்களுக்காகப் பேசி சேதுபதியின் கோபத்தைக் குறைத்துவிடுவார்!"

அதிகாரி பேசப்பேச தொண்டைமான் மனதில் அச்சம் குறைந்து ஆசை அதிகமானது. அந்த ஆசை அவர் முகத்திலும் தெளிவாகவே தெரிந்தது. அதை அறிந்துகொண்ட அதிகாரி மேலும் சொன்னார்.

"இவ்வளவுக்கும் மேல் தஞ்சாவூர் இராஜாவும் மதுரை அரசின் துணையும் உங்களுக்கு இருப்பதையும் சேதுபதி நிச்சயம் அறிந்திருப்பார். அதனால் உடனே உங்களுக்கு எதிராக உடனடி நடவடிக்கை எதுவும் இருக்காது!"

அதிகாரி சொன்னதை ஆழ்ந்து யோசித்த தொண்டைமான் மனதில் ஆசையுடன் ஒரு புதிய தைரியமும் உருவானது. தானே ஒரு இராஜா ஆகப்போகிறோம் என்ற நினைப்பால் ஒரு புதிய மகிழ்ச்சியும்

பெருமையும் அவர் மனதில் உருவானது.

அதற்குச் சில மாதங்கள் கழித்து, ஒரு நாள் சேது நாட்டு அதிகாரிகளும் வீரர்களும் புதுக்கோட்டைக்குப் போனார்கள். அப்போது அந்தக் கோட்டையின் முகப்பில் இருந்த புதிய கொடிக்கம்பத்தில் சேது நாட்டின் அனுமன் கொடிக்குப் பதிலாகப் புதிய கொடி ஒன்று பறந்து கொண்டிருந்ததைப் பார்த்தார்கள். ஏன் சேதுநாட்டுக்கொடி அங்கே பறக்கவில்லை என்று புரியாமல் அவர்கள் யோசித்துக்கொண்டு நின்றார்கள். அரண்மனைக்குள் அவர்கள் செல்வதற்கு அங்கே காவலில் இருந்த புதுக்கோட்டை வீரர்கள் அனுமதிக்க மறுத்து விரட்டினார்கள். உடனே சேதுநாட்டு அதிகாரிகளின் தலைவர் அந்த வீரர்களிடம் கோபமாகப் பேசினார். கடுமையாக எச்சரிக்கவும் செய்தார்.

வீரர் தலைவன் அவர்களிடம் சொன்னான். ' ஐயா! இப்போது எங்கள் புதுக்கோட்டை தனியான அரசாக மாறிவிட்டது. அதனால் சேதுநாட்டு அதிகாரிகள் உள்ளே வரவேண்டும் என்றால் எங்கள் மன்னர் தொண்டைமானின் அனுமதி வேண்டும்! நீங்கள் உள்ளே வருவதற்கு இப்போது இருக்கும் நிலையில் அனுமதி கிடையாது! '

அதைக் கேட்டதும் சேதுநாட்டின் அதிகாரிகள் திகைத்துப் போனார்கள். அவர்கள் கடும் கோபம் கொண்டு புதுக்கோட்டை வீரர்களை மிரட்டினார்கள்.

“அடேய்! இந்த சேதி சேதுபதி மன்னருக்குத் தெரிந்தால் என்ன ஆகும் தெரியுமா? எத்தனை உயிர்கள் பரலோகம் போகும் தெரியுமா? உங்கள் தொண்டைமானுக்கு ஏன் புத்தி இப்படிப் போகிறது?”

“ஐயா! நாங்கள் என்ன செய்யமுடியும்? இதெல்லாம் இராஜாக்களுக்கு இடையே நடக்கும் விசயம்! நாங்கள் சாதாரணமான வீரர்கள் தானே? எங்களை ஏன் கோபித்துக்கொள்கிறீர்கள்? நாங்கள் எங்கள் அரசர் தொண்டைமான் சொல்வதைத்தானே கேட்கவேண்டும்?”

ஆனால் சேதுநாட்டு வீரர்களின் கோபம் அடங்கவில்லை.

“டேய்! ஆனானப் பட்ட மதுரை அரசே எங்கள் மன்னரிடம் மண்டியிடுகிறது! நீங்கள் எல்லாம் எம்மாத்திரம்?” என்று சொல்லிவிட்டு அவர்கள் திரும்பி வந்தார்கள்.

புதுக்கோட்டை பாளையத்தை தனி அரசாக அறிவித்ததற்கு மதுரை அரசும் தஞ்சாவூர் அரசும் மகிழ்ச்சியுடன் வரவேற்பும் வாழ்த்தும் தெரிவித்தார்கள். சேதுபதியின் செல்வாக்கு அதன்

மூலம் குறையும் என்று அவர்கள் நினைத்தார்கள். தொண்டைமான் தன்னைத் தனி அரசனாக அறிவித்துக்கொண்டார் என்ற சேதியை சேதுபதியிடம் உடனே சொல்வதற்கு எல்லோரும் பயந்தார்கள். கடைசியில் அரண்மனை நிதி அதிகாரி தான் அவரிடம் பக்குவமாக அதைச் சொன்னார். அதைக் கேட்டதும் சேதுபதிக்கு முதலில் கொஞ்சம் அதிர்ச்சியாகத் தான் இருந்தது. அது விரைவில் கடும் கோபமாக மாறியது.

உடனே தளவாய் துரைசிங்கத்தை அழைத்து வரச் சொன்னார். அவர் வரும் வரை சேதுபதி யாரிடமும் பேசவில்லை.

"துரைசிங்கம்! சேதியை அறிந்தாயா? தொண்டைமான் தன்னை தனி அரசனாக அறிவித்துக் கொண்டானாம். அவனுடைய வீரர்கள் நம் அதிகாரிகளை அங்கே நுழையவிடாமல் விரட்டிவிட்டார்களாம்!"

துரைசிங்கத்துக்கும் அது அதிர்ச்சியாகவே இருந்தது.

"அப்படி எதுவும் இருக்காது மகாராஜா! நமக்கு அப்படி கடிதம் எதுவும் வரவில்லையே?"

"நமக்குக் கடிதம் அனுப்பும் துணிச்சல் அவனுக்கு எப்படி வரும்? ஆனால் இதில் அவனுக்கு யார் உதவி செய்கிறார்கள்?"

"மகாராஜா! தஞ்சாவூர் மன்னன் தான் தொண்டைமானைத் தூண்டிவிட்டிருக்கவேண்டும்! நம் கவனம் எல்லாம் மதுரைப் பக்கம் இருந்த வேளையில் அவர்கள் சத்தமில்லாமல் இந்தச் சதிவேலையைச் செய்திருக்கிறார்கள் என்று நினைக்கிறேன்!" என்று சொன்ன துரைசிங்கம் மன்னரைச் சமாதானம் செய்ய முயன்றார்.

மன்னரின் கடும் கோபம் ஓரளவு சீராகியிருந்த அவருடைய உடல் நலத்தைக் கெடுத்துவிடக்கூடாதே என்று துரைசிங்கம் கவலைப் பட்டார். அதனால் அவர் அரண்மனையில் நடந்த சம்பவங்களை எல்லாம் மன்னரிடம் பொறுமையாக விளக்கினார். அன்னக்கிளி நாச்சியார் படுகாயமடைந்ததை அறிந்த மன்னர் பெரும் துயரத்தில் மூழ்கி அமைதியாக இருந்தார். ஆனாலும் ஓரளவு மனம் ஆறுதல் பெற்றவுடன் அவருடைய முழு கோபமும் தொண்டைமான் மேல் திரும்பியது.

"இவ்வளவுக்கும் காரணம் தொண்டைமான் தான்; உடனே அந்த துரோகி தொண்டைமானுக்கு நாம் சரியான தண்டனை கொடுக்கவேண்டும்! அடுத்த கழுமரத்தை அவனுக்காகத் தயார்செய்து வைக்கச்சொல்!" என்று உறுமினார்.

அதற்கு மேலும் மன்னரைக் கட்டுப்படுத்த முடியாது என்று நினைத்த தளவாயும் “அப்படியே செய்கிறேன் மகாராஜா! எப்போது படை கிளம்பவேண்டும்?” என்று கேட்டார்.

“நாளையே கிளம்பவேண்டும்! ஒரு நாள் கூட தாமதம் ஆகக் கூடாது!”

மன்னர் அவ்வளவு கோபமாக இருந்து துரைசிங்கம் பார்த்தது கிடையாது. எந்த சூழ்நிலையிலும் நிதானமாக இருக்கும் அவர் தொண்டைமான் செய்த துரோகத்தால் அன்று அளவுகடந்த கோபத்தைக் காட்டினார். அவரது உடல் கோபத்தால் நடுங்கியது!

மன்னரின் கோபத்தைக் கண்ட துரைசிங்கம் வெளியே எங்கும் போகாமல், படைத்தலைவர்களை அரண்மனைக்கு வரவழைத்து ஆலோசனை செய்து,தேவையான ஆணைகளைப் பிறப்பித்தார் . அவர் தன் வீட்டுக்குப் போகாமல் அன்று முழுவதும் மன்னருடன் அலுவலக அறையிலேயே இருந்தார்.

வெகுநேரமான பிறகும் மன்னர் அலுவலக அறையிலேயே இருந்ததால் ராணி கதலி நாச்சியார் கவலைப் பட்டு தாமதத்துக்கான காரணத்தை விசாரித்தார். அவர் கேள்விப்பட்ட சேதி அவர் காதில் இடி போல் விழுந்தது. தன் அண்ணன் இப்படி ஒரு துரோகச்செயலைச் செய்வார் என்று அவர் கனவிலும் நினைத்ததில்லை. சேதுபதி படையுடன் கிளம்பிப் போனால் நிச்சயம் தன் அண்ணனின் தலை தரையில் உருளும் என்பதை கதலி நாச்சியார் அறிவார்.

உடனே அவர் மன்னரின் அலுவலக அறைக்கு வேகவேகமாகப் போய் மன்னரின் காலில் விழுந்தார்.

“மகாராஜா! என் அண்ணன் செய்தது பெரிய துரோகம் தான்; அவர் எனக்குத் தாய் போல் இருந்து வளர்த்தவர். அதனால் அவர் சார்பாக நான் மன்னிப்புக் கேட்கிறேன். தயவு செய்து அவரை மன்னித்துவிடுங்கள். எப்படி இருந்தாலும் இதுவரை உங்களுக்கு விசுவாசமாக இருந்து அவர் தானே அந்தப் பாளையத்தை நிர்வகித்துவந்தவர்!”

“எதிரிகளைக்கூட நான் மன்னித்துவிடுவேன்; ஆனால் துரோகியை மன்னிக்கமாட்டேன்! இன்று தனி அரசு என்பவன் நாளைக்கு நமக்கு எதிரியாகக்கூட மாறலாம்!”

“இல்லை மகாராஜா! அவர் ஒரு நாளும் நமக்கு எதிரியாக மாறமாட்டார்! அதற்கான வலிமையெல்லாம் அவருக்கு இல்லை!

யாருடைய பேச்சையோ கேட்டு அவர் இப்படிச் செய்துவிட்டார். எனக்காக அவரை மன்னித்துவிடுங்கள்! கூடிய விரைவில் அவர் தவறை உணர்ந்து மனம் திருந்திவிடுவார்!"

கதலி நாச்சியார் இப்படிக் கதறி அழுது கெஞ்சியதால் சேதுபதியின் மனம் இரங்கியது. புதுக்கோட்டையை உடனடியாகத் தாக்குவதை நிறுத்திவைத்தார். தான் நம்பிக்கை வைத்து நட்புக்கரம் நீட்டியவர்கள் தொடர்ந்து தனக்கு துரோகிகளாக மாறியது அவரது மன வேதனையை மேலும் அதிகரித்தது. அவர்களுடன் போர் செய்யக்கூட அவரது மனம் கூசியது. தளவாய் துரைசிங்கமும் மற்ற நண்பர்களும் உடனிருந்து சேதுபதிக்கு ஆறுதல் சொன்னார்கள். இது போன்ற சமயத்தில் தன் அன்புக்குரிய 'தம்பி' சீதக்காதி மரைக்காயர் தன் அருகில் இல்லாததை சேதுபதி பெரிய குறையாக உணர்ந்தார்.

"நல்ல பயிர்கள் விளையும் அதே நிலத்தில் தானே களைகளும் நச்சுச் செடிகளும் வளர்கின்றன!" என்று அவர் நினைத்துக்கொண்டார்.

47
வெள்ளமும் வறட்சியும்

காலம் யாருக்காகவும் காத்திருப்பதில்லை; பெரியவர் சிறியவர், மன்னன், குடிமகன் என்ற பாகுபாடுகளும் அதற்குக் கிடையாது. யார் வந்தாலும் யார் போனாலும் எதைப் பற்றியும் கவலைப்படாமல் அது தன் கடமையைச் செய்தபடி போய்க்கொண்டே இருக்கும். ஒருமுறை கடந்து போய்விட்ட நேரம் யாருக்காகவும் திரும்பிவராது. அதுதான் காலத்தின் சிறப்பு. அந்தக் காலம் தன்னுடைய போக்கில் நம் மனதின் கவலைகளையும் கொஞ்சம் கொஞ்சமாக மறக்கவைத்து மனதின் கடுமையான காயங்களையும் ஆற்றும் சக்தியும் உடையது. சேதுபதி இரகுநாதத் தேவரும் காலப்போக்கில் தன் கவலைகளை கொஞ்சம் மறந்து கடமைகளில் கவனம் செலுத்தினார்.

ஒரு நாள், சேதுபதி மன்னர் தன் சாய்வு நாற்காலியில் ஓய்வாக அமர்ந்திருந்தார். அவர் அருகில் தளவாயும் இலந்தாரி அம்பலமுமான துரைசிங்கம் அமர்ந்திருந்தார். மன்னர் முன் அமர்ந்து குடிமகன் சின்னையா எப்போதும் போல மன்னருக்குப் பணிவிடைகள் செய்துகொண்டிருந்தார். வேலையின் இடையில் சின்னையா மன்னரைப் பார்த்துப் புன்னகை செய்தார்.

அதைக் கவனித்துவிட்டு மன்னர், "என்ன சின்னையா? ஏன் சிரிக்கிறாய்?" என்று கேட்டார்.

"மகாராஜாவுக்கு வயதாகிவிட்டது; மீசை, தாடியும் வெளுத்து விட்டன! இப்போது தான் பெயருக்குப் பொருத்தமாக உங்கள் தோற்றமும் இருக்கிறது! அதை நினைத்துதான் சிரித்தேன்!"

சின்னையா மன்னரிடம் பேசுகிறோம் என்ற தயக்கம் எதுவும் இல்லாமல் சிரித்துக்கொண்டே சொன்னார்.

அதைக்கேட்ட மன்னரும் சிரித்தார். "அடே சின்னையா! நீ மட்டும் என்ன வாலிபனாகவே இருக்கிறாயா? இல்லை, துரைசிங்கம் தான் அப்படியே இருக்கிறானா? "

"மகாராஜா சொல்வது சரிதான்; நாம் மூவருமே கிழவர்கள் ஆகிவிட்டோம்! காலம் போனதே தெரியவில்லை!" என்று தளவாயும்

அவர்கள் பேச்சில் கலந்துகொண்டார். அவர்கள் மூவரும் சிறுவயது முதலே பழகியவர்கள் என்பதால் பணி, பதவி என்ற வேறுபாடுகளைக் கடந்த ஒரு அன்பும், நட்பு உணர்வும் உரிமையும் அவர்களுக்கு இடையே எப்போதும் இருந்தது. தனியாக இருக்கும்போது அந்த உணர்வுகள் அவர்களின் பேச்சில் அழகாக வெளிப்படும்.

"ஆனால் உனக்கு மட்டும் மீசை இன்னமும் நரைக்கவே இல்லையே துரைசிங்கம்? அது எப்படி?"

"மகாராஜா! முடி வெளுப்பது, பல் விழுவது, முதுகு கூன் விழுவது எல்லாம் பரம்பரையைப் பொறுத்து வருவது. ஒவ்வொருவருக்கும் ஒவ்வொரு வகையில் முதுமை தெரியும்; நாம் யாரும் அதை ஒன்றும் செய்யமுடியாது! நான் சொல்வது சரிதானே சின்னையா?" என்றார் தளவாய் துரைசிங்கம்.

"இலந்தாரி அம்பலம் சொல்வது சரிதான்!" என்றார் சின்னையா.

பேசிக்கொண்டே சின்னையா மன்னருக்கு முகம் மழித்துவிட்டு கை, கால் விரல் நகங்களை நறுக்கி சுத்தம் செய்தார். பிறகு வழக்கம் போல் கழுத்து தோள் பட்டைகள், கை கால்களை இதமாகப் பிடித்து விட்டார். கண்களை மூடி அந்த சுகத்தை அனுபவித்த மன்னர் அது முடிந்ததும் மெதுவாகக் கண்விழித்தார். வெள்ளிப் பாத்திரத்தில் இருந்த பன்னீர் கலந்த வெது வெதுப்பான நீரால் சின்னையா மன்னரின் கை கால்களைத் துடைத்துவிட்டார்.

பிறகு மன்னர் சின்னையாவிடம் வழக்கம் போல் கேட்டார்.

"சின்னையா! உனக்கு ஏதாவது குறை இருக்கிறதா? குடிகள் என்ன பேசுகிறார்கள்?"

"மகாராஜா புண்ணியத்தில் எனக்கு எந்தக்குறையும் இல்லை; மக்களும் ஆடுமாடுகளும் கூட நிம்மதியாக இருக்கிறார்கள். ஆனால்............"

மன்னர் நிமிர்ந்து உட்கார்ந்தார். "என்ன சின்னையா? ஆனால் என்று இழுக்கிறாயே?"

"மகாராஜா! இந்த வருசம் கடுமையான பஞ்சம் வரும்போல தெரிகிறது! அதற்கான அறிகுறிகள் நிறையவே தெரியுது! அதனால் குடிகள் எல்லாம் ரொம்பவே துன்பம் அனுபவிப்பார்கள்!"

சேதுபதி சிந்தனையில் ஆழ்ந்தார்.

உடனே தளவாய் துரைசிங்கம், "அரசே! குடிமகன் சொல்வது பெரும்பாலும் சரியாகத்தான் இருக்கும்; நாம் சற்று கவனமுடன் இருந்துகொள்வது நல்லது தான்!"

"ஆம், துரைசிங்கம்! நம் இறையிலிக் களஞ்சியங்களில் இருக்கும் நெல்லையும் தானியங்களையும் கணக்கெடுத்து பத்திரப் படுத்தும்படி சொல்லிவிடு; இப்போது இருந்தே செலவு செய்வதைக் குறைத்து அளவுபடுத்திக் கொள்ளும்படி அதிகாரிகளிடம் சொல்லிவிடு. மேற்கொண்டு நெல்லும் தானியங்களும் எங்கே கிடைத்தாலும் வாங்கிச் சேர்த்துவைத்துக் கொள்ளவேண்டும்; சின்னையா சொல்வது போல் பஞ்சம் வந்தால் அப்போது அவை எல்லாவற்றையும் எடுத்து மக்களுக்குக் கொடுக்கலாம்!" என்றார் சேதுபதி.

அப்போது பவானிசங்கரனும் திருவுடையானும் தம் வாள் சண்டைப் பயிற்சியை முடித்துவிட்டு வியர்க்க விறுவிறுக்க வந்து மன்னரைப் பணிந்துநின்றார்கள். அவர்கள் சிறந்த வீரர்களாக உருவெடுத்திருந்தது மன்னருக்கு மகிழ்ச்சியாக இருந்தது. அவர்களிடம் அவர் ஒரு இளைஞனைப் போல் உற்சாகமுடன் பேசினார். பேச்சின் இடையே சில அறிவுரைகளையும் அவர் சொன்னார்.

"நீங்கள் சிறந்த வீரர்களாக உருவாகியிருப்பது எனக்கு மிக்க மகிழ்ச்சி அளிக்கிறது; ஆனால் அதுமட்டும் போதாது. நீங்கள் உங்களின் முன்னோரைப் பற்றித் தெரிந்துகொள்ளவேண்டும். நேற்று இந்தப் பூமியில் வாழ்ந்த அவர்கள் தான் நம்முடைய இன்றைய தெய்வங்கள். தன்னுடைய கடந்த கால வரலாறை அறிந்து கொள்ளும் ஒருவனால் தான் எதிர்காலத்தில் சிறப்பாக வாழமுடியும்!"

உடனே தளவாயும், "ஆம் தம்பிகளே! மகாராஜா சொல்வது மிகப் பெரிய உண்மை; தான் எந்த மரத்தின் இலை என்பதை ஒவ்வொரு இலையும் அறிந்துகொள்வது அவசியம்; தன் வரலாறு தெரியாதவனுக்கு வாழ்க்கையில் எதுவுமே தெரியப்போவதில்லை!" என்று சொன்னார்.

அந்த இளம் வீரர்கள் இருவரும் பெரியவர்கள் சொன்னதை மிகவும் பணிவுடன் கேட்டுக்கொண்டார்கள்.

அப்போது சின்னையா சொன்னார். "மகாராஜா! இவர்கள் இரண்டு பேரையும் பார்த்தால் அந்தக் காலத்தில் உங்களையும் அம்பலகாரரையும் பார்த்தது போல் இருக்கிறது!"

அதைக்கேட்டு சேதுபதியும் துரைசிங்கமும் மகிழ்ச்சியுடன் சிரித்தார்கள். பவானிசங்கரனும் திருவுடையானும் பெருமை பொங்கும் முகங்களுடன் அங்கிருந்து போனார்கள்.

....

குடிமகன் சின்னையா சொன்னது போலவே எல்லாம் நடந்தது. அடுத்த சில மாதங்கள் கழித்து ஒரு நாள் மாலையில் சிறிய தூறல் ஆரம்பித்தது. இரவு செல்லச் செல்ல அந்தத் தூறல் பெருமழையாக மாறி விடிய விடிய மழைபெய்தது. மக்கள் தம் ஆயுளில் அதுவரை அப்படி ஒரு பெருமழையைப் பார்த்ததில்லை என்று சொல்லும்படியாக அந்த மழை இருந்தது. கடுமையான மின்னல்களுடனும் பெரும் இடியுடனும் இடைவிடாமல் பெய்த அந்த மழையைப் பார்த்து சிறுவர்களும் குழந்தைகளும் மிகவும் பயந்து போய்விட்டார்கள். தனித்தனியாக இருந்த குளங்கள் எல்லாம் நிறைந்து மூடிக்கொண்டு ஒரே குளமாகத் தெரிந்தன. வானம் ஊற்றிய தண்ணீரை வாங்கிக்கொள்ள பூமியில் இடம் இல்லாத அளவுக்கு அதிகமான மழை பெய்தது. தொடர்ந்து சில நாட்கள் சூரியனே கண்ணில் தெரியாமல் ஒரே இருட்டாக இருந்தது. அப்படிப் பல நாட்கள் பெய்த பெருமழை கடைசியில் ஒருவழியாக ஓய்ந்தது.

ஆனால் மக்களின் துயரம் அத்துடன் முடிந்துவிடவில்லை. மழை நின்ற இரண்டு நாட்கள் கழித்து பயங்கரமான காற்றுவீசியது. அதில் பலகாலமாக நின்ற பெரிய மரங்கள் கூடச் சாய்ந்துவிட்டன. அதே வேளை இரவோடு இரவாக, கடலும் பொங்கி கடல் நீரும் நிலத்திற்குள் ஏறிவந்துவிட்டது. பெருமழையால் ஆறுகளில் எல்லாம்பெரும் வெள்ளம் வந்து ஏரிகள், குளங்கள், கண்மாய்கள் என்று எல்லா நீர் நிலைகளும் நிரம்பின. அத்துடன் வைகையில் வந்த வெள்ளமும் சேர்ந்துகொண்டது. கண்மாய்கள் எல்லாம் நிரம்பி மறுகால் பாய்ந்து நீர் வெளியேறியது. அப்படியும் பூமியில் நீர் குறைந்தபாடில்லை. வெள்ளத்தில் அறுவடைக்குத் தயாராக இருந்த பயிர்கள் எல்லாம் மூழ்கி அழிந்துவிட்டன. பல ஆண்டுகளாக ஊன்றி உறுதியாக நின்றிருந்த பெரிய புளிய மரங்கள் கூட காற்றில் சாய்ந்து அந்தப் பெருவெள்ளத்தில் அடித்துச்செல்லப்பட்டன. வெள்ளத்தில் மூழ்கி ஏராளமானவர்கள் இறந்தார்கள். ஆடுமாடுகள் பெரும்பாலானவை வெள்ளத்தில் மூழ்கி இறந்துபோய்விட்டன. கிட்டத்தட்ட ஒரு மாதம் முழுவதும் எல்லாப் பகுதியும் தண்ணீரில் மூழ்கியே கிடந்தன. மக்கள் எஞ்சியிருந்த தம் ஆடுமாடுகளை மேடான இடங்களில் வைத்து படாத பாடுபட்டுக் காப்பாற்றினார்கள். பல நாட்கள் கழிந்த பிறகு தான் கொஞ்சம் கொஞ்சமாக நீர் வடிந்து நிலம் கண்ணில் தெரிந்தது.

வெள்ளத்தில் இருந்து ஒருவழியாக மீண்ட மக்கள் அதற்குப் பின் கோரமான வறட்சியின் பிடியில் சிக்கிக்கொண்டார்கள். நீர் வடிந்து போனாலும் வயல்களில் எல்லாம் கடல் நீர் புகுந்துவிட்டதால் உப்புப் படிந்து அவை பயிர் செய்யத் தகுதியற்றவையாக மாறிவிட்டன.

குடியிருந்த வீடுகளுடன் வீட்டில் அவர்கள் வைத்திருந்த அரிசி, மிளகாய், பயறு போன்ற உணவுப் பொருட்களும் வெள்ளத்தில் போய்விட்டதால் அவர்கள் ஒருவேளை உணவுக்கும் வழியில்லாமல் பெரும் துயரத்தில் மூழ்கினார்கள். விதை நெல்லையும் இழந்துவிட்ட மக்கள் அடுத்து என்ன செய்வது என்று தெரியாமல் கிடைத்த புல்லரி–சியையும் கிழங்குகளையும் உண்டு பசியை ஆற்றிக்கொள்ளும் நிலைக்கு வந்துவிட்டார்கள். தாம் பல காலமாகப் பாடுபட்டு வளர்த்த பலவகையான பயிர்களையும், ஆடுமாடுகளையும் தம் கண் முன்னே வெள்ளம் அடித்துக்கொண்டு போவதை எதுவும் செய்ய முடியாமல் வேதனையுடன் பார்த்த அந்த மக்கள் எஞ்சியிருந்த ஆடுமாடுகளையும் தம் குழந்தைகளையும் மட்டுமாவது காப்பாற்ற முடியாதா என்று ஏங்கினார்கள்.

“அழிச்சு முடிச்சதினால் அரைவயிற்றுக் கஞ்சியில்லை;
தெய்வத்துச் சோதனையோ தேசம்விட்டுப் போவதற்கு!”

என்று மக்கள் புலம்பினார்கள். தாம் கும்பிட்ட அத்தனை தெய்வங்களும் தங்களைக் கைவிட்டுவிட்டார்களே என்று அழுது புலம்பினார்கள்.

தன் மக்கள் படும் துயரத்தை அறிந்த சேதுபதி மிகுந்த மனவேதனை கொண்டார். உடனே தன் சீமையில் இருந்த இறை–யிலிக் களஞ்சியங்கள் எல்லாவற்றையும் திறந்துவிடச் சொல்லி உத்தர விட்டார். இராமநாதபுரம் கோட்டை வளாகத்தில் பல லட்சம் மூடைகளை அடுக்கிவைக்கும் அளவு இறை ஆயிரம் கொண்டான் என்ற் பெயருடைய பெரிய ஒரு களஞ்சியம் இருந்தது; அதுபோல சேதுச்சீமையின் பல ஊர்களிலும் மொத்தம் பன்னிரெண்டு இறையிலிக் களஞ்சியங்கள் இருந்தன. அவை எல்லாவற்றிலும் அதுவரை சேமித்து வைக்கப்பட்டிருந்த அரிசியையும் பிற தானியங்களையும் எடுத்து மக்களுக்குக் கொடுக்கும்படி அவர் உத்தரவிட்டார். உடல் நிலை சரியில்லாமல் போனதாலும் தன் வணிகத்தைக் கவனிக்கவேண்டியதிருந்ததாலும் வங்காளத்தில் இருந்து சீதக்காதி மரைக்காயரும் சில நாட்கள் முன்பு கீழக்கரைக்குத் திரும்பிவந்திருந்தார். அவரும் மன்னரின் முயற்சிக்கு உறுதுணையாக இருந்து பஞ்சத்தில் தவித்த மக்களுக்காகத் தன் செல்வத்தின் பெரும்பகுதியைச் செலவிட்டார். இப்படிப் பலரும் தன் பங்குக்கு உதவிகளைச் செய்ததால் மக்களின் துயரம் ஓரளவு குறைந்தது.

48

தஞ்சை மராட்டியன் படையெடுப்பு

சேதுச்சீமையின் மக்கள் பட்ட பெரும் துயரம் அனைவர் மனங்களையும் உருகச்செய்தாலும் சில கல் மனம் கொண்டவர்களை அது தொடவே இல்லை. அப்படி ஒரு கல்மனம் கொண்டவனாக தஞ்சாவூர் மராட்டிய மன்னன் ஷாஜி பான்ஸ்லே இருந்தான்.

1702 ஆம் ஆண்டில் இராணி மங்கம்மாவுக்கு ஆதரவாக சேதுச் சீமையைத் தாக்குவதற்காக படைகளுடன் வந்த அவன்மறவர் படையின் வீரத்துக்கு முன் நிற்கமுடியாமல் பெருத்த தோல்வியை அடைந்தான். புகழ்பெற்ற மராட்டிய குதிரைப்படை அந்தப் போரில் மறவர்களின் வீரமான தாக்குதலில் சிக்கி,சின்னாபின்னம் அடைந்ததுடன் அதுவரையில் தான் பெற்றிருந்த புகழையும் இழந்தது. அத்துடன் தன் ஆட்சியில் இருந்த சில ஊர்களையும் தஞ்சை மன்னன் சேதுபதியிடம் இழந்துவிட்டான். அந்த அவமானத்தை அவனால் அவ்வளவு எளிதில் மறக்கமுடியவில்லை. அதை நினைத்து நினைத்து அவன் தன் மனதிற்குள் புழுங்கிவந்தான். வட இந்தியாவில் சத்ரபதி சிவாஜி இறந்த பிறகு மராட்டியர்களின் வலிமை குறைந்துபோனது. அதனால் தஞ்சாவூர் மன்னன், இனத்தால் ஒரு மராட்டியனாக இருந்ததாலும் அவனுக்கு வெளியில் இருந்து படை உதவி செய்வதற்கு யாரும் இல்லை. தான் ஒருவனாகவே சேதுபதியை எதிர்ப்பது என்பதை எல்லாம் அவனால் நினைக்கவே முடியாது. அதனால் அவன் மனம் வெதும்பிய நிலையில் காலம் கடத்திவந்தான்.

அந்தச் சமயத்தில் சேதுச்சீமையின் மக்கள் வெள்ளம், பஞ்சம் என்று சில காலமாக இயற்கையின் கோரமான தாக்குதலில் சிக்கி பெரும் துயரத்தில் இருப்பது அவனுக்குத் தெரியவந்தது. நெஞ்சில் கொஞ்சமும் ஈரம் இல்லாத அவன் அதைத் தனக்குக் கிடைத்த நல்ல வாய்ப்பாகக் கருதி மகிழ்ச்சி அடைந்தான். அத்துடன் சேதுபதியும் உடல்நலக் குறைவால் அவதிப்படுவதையும் அறிந்துகொண்ட அவன் அவரைப் பழிவாங்க அதைவிட்டால் வேறு வாய்ப்புக் கிடைக்காது என்று நினைத்தான். அவனது மனப் புழுக்கம் அணையாத நெருப்பாக

எரிவதை அறிந்து அவனுடைய தளவாயும் அதில் தம்மால் முடிந்த அளவு எண்ணெய் ஊற்றுவது போல் பேசினார்.

"தளவாய்! சேதுச்சீமையில் ஒரே பஞ்சமாமே? உண்மையா?" என்று அறியாதது போல் தஞ்சை மன்னன் கேட்டான்.

"ஆமாம் அரசே! முதலில் பெரும் வெள்ளம் வந்தது; அது வடிந்ததும் கடுமையான பஞ்சம் வந்து அவர்களைப் பிடித்துக் கொண்டது; பாவம்! சேதுச்சீமையின் மக்கள் அன்றாடம் சோற்றுக்கே அல்லாடுகிறார்களாம்! உண்மையில் அவர்களுக்கு இது போதாத காலம் தான்!"

"உணவுக்குப் பஞ்சம் என்று நீர் சொல்கிறீர்; அரிசி வேண்டும் என்றால் சேதுபதி நம்மிடம் தானே வரவேண்டும் என்று நான் நினைத்தேன்; ஆனால் சேதுபதி நம்மிடம் உதவி எதுவும் வேண்டும் என்று இதுவரை கேட்கவில்லையே!"

"அரசே! அதுதான் சேதுச்சீமையின் குணம்; சேதுபதியின் திமிர். சேதுபதி மிகப்பெரிய தானியக் களஞ்சியங்கள் பன்னிரெண்டு வைத்திருக்கிறாராம். அதில் இருந்த தானியங்களை எல்லாம் எடுத்து மக்களுக்குக் கொடுக்கிறாராம். அரிசி இல்லை என்றெல்லாம் கேட்டு அவர்கள் ஒரு நாளும் நம்மிடம் வரமாட்டார்கள்!"

"கால் வயிறு கஞ்சியைக் கொடுத்து மக்களைக் காப்பாற்றி-விடலாம்; ஆனால் படைவீரர்கள் அப்படி இல்லையே? சரியான உணவு இல்லை என்றால் அவர்களால் சண்டை செய்யமுடியாதே!சேதுபதியின் படை பலம் இப்போது எப்படி இருக்கும்? சொல்லும் தளவாயே!"

"அரசே! மறவர்கள் வீரம் மிகுந்த ஆட்கள். மிகுந்த தந்திரசாலிகளும் கூட.! அசாத்தியமான உடல் வலிமை மிக்க அவர்கள் திடீர் திடீரென குணம் மாறிக் கோபம் கொள்ளக்கூடியவர்கள். சாதாரணமான காலத்தில் ஏர் பிடித்து கடினமாக உழைக்கும் அவர்கள் சண்டை என்று வந்துவிட்டால் ஆயுதங்களை ஏந்திக்கொண்டு மூர்க்க குணம் கொண்டவர்களாக மாறிவிடுவார்கள்! அதனால் இங்கே யாரும் அவர்களின் பலத்தை அவ்வளவு எளிதாக நினைப்பதில்லை!"

"தளவாய்! நான் உம்மை மறவர்களின் பெருமையைப் பேசுவதற்காக இங்கே வரச்சொல்லவில்லை! அவர்களை அழிக்கும் வழிகளை ஆராய்வதற்காகவே அழைத்தேன்! அதனால் சேதுபதியை எப்போது, எப்படித் தாக்கி ஒழிக்கலாம் என்பது பற்றி உங்களுடைய ஆலோசனைகளை மட்டும் சொல்லுங்கள்! இன்றைய நிலைமையில், அதாவது இந்தப் பஞ்சகாலத்தில் சேதுபதியின் படைவலிமையைப்

பற்றி நீங்கள் என்ன நினைக்கிறீர்கள்? அவர்களிடம் வழக்கமான வீரமும் வேகமும் இப்போது இருக்காது அல்லவா?"

தன்னுடைய மன்னனின் பேச்சில் இருந்த குரூரமான நோக்கத்தை அறிந்து தளவாய் முதலில் திடுக்கிட்டார். ஆனாலும் மன்னன் மனம் குளிரும் வகையில் பேசினால் தான் தன்னுடைய தளவாய் பதவி நிலைக்கும் என்பதை அவர் நன்றாக அறிந்திருந்தார். அதனால் அவர் தான் பேசும் விதத்தை உடனே மாற்றிக்கொண்டார்.

"என்ன தான் மூர்க்கமானவர்களாக இருந்தாலும் இந்தப் பஞ் சத்தில் அடிபட்டு அதன் காரணமாக மறவர்கள் நிச்சயம் பலமிழந்து தான் இருப்பார்கள் அரசே! சாப்பிடவே எதுவும் இல்லை என்கிற போது சண்டை செய்ய மட்டும் எங்கே சக்தி இருக்கும்? அவர்கள் இப்போது மிகவும் பலவீனமாக இருப்பார்கள் என்பதில் எனக்குச் சந்தேகமே இல்லை!" என்று சாமர்த்தியமாக அவர் பதில் சொன்னார்.

"அப்படியானால் அந்தக் கிழட்டுச் சிங்கம் இரகுநாத சேதுபதியை நாம் தாக்குவதற்கு இதுதான் தக்க சமயம் என்று நீர் சொல்கிறீரா தளவாய்?"

வேறுவழியில்லாமல் தளவாய், "ஆம் அரசே! அப்படித்தான் நான் நினைக்கிறேன்; அதுதான் தங்களின் விருப்பமும் என்பதையும் நான் அறிவேன்!" என்று சொன்னார்.

"சரி தளவாய்! உம்முடைய இந்தச் சரியான யோசனையை நான் ஏற்றுக் கொள்கிறேன். இந்த அரிய வாய்ப்பை நாம் தவறவிடக் கூடாது. நீர் உடனே சேதுச்சீமையைத் தாக்குவதற்கு நம்முடைய படைகளைத் தயார் செய்யும்! இதில் எந்த விதமான தாமதமும் கூடாது!"

சேதுநாட்டைத் தாக்குவதில் பொதுவாகவே தளவாய்க்கு விருப்பம் இருந்தாலும் அந்தப் பஞ்சகாலத்தில் தாக்குவதை அவரது மனம் ஏற்கவில்லை. அது தர்மத்துக்கு எதிரான செயல் என்று அவர் உணர்ந்திருந்தார். ஆனால் தமது மன்னனின் விருப்பத்துக்கு மாறாக அவரால் செயல்பட முடியவில்லை.

சில நாட்கள் கழித்து தஞ்சாவூர் மன்னன் மதுரை அரசுக்கு ஒரு தூதனை அனுப்பி அவர்களிடம் படை உதவி கேட்டார். அவர்களும் முன்பு பட்ட அவமானங்களால், சேதுபதிக்கு எதிராக யார் என்ன செய்தாலும் அதற்கு ஆதரவு அளிக்கத் தயாராகவே இருந்தார்கள். அவர்களின் படை உதவி கிடைக்கும் என்பது உறுதியாகத் தெரிந்ததும் தஞ்சாவூர் மன்னன் பெருமகிழ்ச்சி அடைந்தான். அதைத் தன் தளவாயுடனும் அவன் பகிர்ந்துகொண்டான்.

மன்னனின் ஆசையையும் ஆணையையும் படைத்
தலைவர்களிடம் தளவாய் விளக்கமாகச் சொன்னார். அதைக்கேட்ட
தஞ்சாவூர் படைத்தலைவர்கள் மனம் பதறினார்கள்.

"சேதுச்சீமையின் குடிமக்கள் வெள்ளத்தினாலும் பஞ்
சத்தினாலும் பெரும் துயரத்தில் இருக்கிறார்கள். இப்போது போய்
நாம் அவர்களைத் தாக்கலாமா? இது பெரும் பாவம் ஆகுமே!
காலமெல்லாம் நம்மை உலகம் பழிக்குமே! நம் மன்னருக்கு ஏன்
புத்தி இப்படிப் போகிறது?" என்று அவர்களில் சிலர் கவலையுடன்
சொன்னார்கள்.

"சேதுபதி சில சமயங்களில் நமக்கு உதவியும் செய்திருக்கிறார்.
அவருக்கு எதிராக நாம் இப்படிச் செய்வது தவறு!இந்தப் போரில் நாம்
வெற்றிபெற்றாலும் இதனால் நமக்கு எந்தப் புகழும் கிடைக்காது;
மாறாக தீராத பழிதான் வந்து சேரும்!" என்றார் ஒரு படைத்தலைவர்.

"ஒரு தமிழன் தஞ்சாவூரில் மன்னனாக இருந்தால் இப்படி
நடக்குமா? மராட்டியன் என்பதால் தான் இந்தச் சூழ்நிலையிலும்
மனம் கூசாமல் சேதுநாட்டைத் தாக்கச்சொல்கிறான்!" என்றான் மனம்
பொறுக்காத இன்னொரு படைத்தலைவன்.

பேச்சு போகும் திசையை உணர்ந்துகொண்ட தளவாய் உடனே
சுதாரித்துக்கொண்டார். அவர்களை அதற்கு மேல் பேசவிடவில்லை.

"மன்னரின் முடிவுக்கு எதிராக எவரும் பேசவேண்டாம்; இப்படி
நீங்கள் பேசியது தெரிந்தாலே மன்னர் உங்களைக் கடுமையாகத்
தண்டிப்பார்! தான் முன்பு சேதுபதியிடம் அடைந்த தோல்விக்கு
இப்போது பழிதீர்க்க வேண்டும் என்று நம் மன்னர் துடிக்கிறார்.!
அதற்கு இந்தப் பஞ்சத்தை நல்ல வாய்ப்பாக அவர் நினைக்கிறார்.
எல்லோரும் அதைப் புரிந்துகொள்ளுங்கள்! மன்னரின் கட்டளையை
நாம் மதிக்கவேண்டும்!" என்று சொல்லி அவர்களைச் சமாதானம்
செய்தார்.

தளவாய் அச்சுறுத்தியதால் மற்ற படைத்தலைவர்கள் அதற்கு
மேல் தங்களுடைய கருத்துக்களை வெளிப்படையாகச் சொல்வதைத்
தவிர்த்துவிட்டார்கள். ஆனால் முக்கியமான சில படைத்தலைவர்கள்
அப்படி ஒரு அநீதியான போரை விரும்பவில்லை என்பது மட்டும்
தளவாய்க்கு நன்றாகவே புரிந்தது.

தன் படைத்தலைவர்களின் விருப்பங்களையும் கருத்துக்களையும்
சரியாகத் தெரிந்துகொள்ளாமலேயே தஞ்சாவூர் மன்னன் அரண்மனை
வள்ளுவனிடம் சொல்லி போருக்கு நாள் குறித்தான். ஆத்திரமும்

அவமானமும் தஞ்சை மன்னனின் அறிவை மறைத்தன.

தஞ்சாவூர் அரண்மனை வள்ளுவன் தன் சோதிட அறிவுகொண்டு கணித்துப் பார்த்த போது போரின் முடிவு குறித்து அவனுடைய மனம் பதறியது. தன் மன்னனின் அறியாமையையும் மனிதாபிமானமற்ற குணத்தையும் கண்டு அவன் கோபம் கொண்டான். ஆனாலும் அவன் மன்னனுக்குப் பயந்துகொண்டு, 'விதி வலியது!' என்று மனதைத் தேற்றிக்கொண்டு, ஏதோ ஒரு நாளை படையெடுப்புக்கு ஏற்ற நல்லநாள் என்று குறித்துக்கொடுத்தான்.

அப்போது வள்ளுவனிடம் தஞ்சை மன்னன், "இந்தப் போரின் முடிவு எப்படி இருக்கும்?" என்று கேட்டான்.

அதற்கு வள்ளுவன், "இந்தப் போர் மிகவும் கடுமையான ஒன்றாக இருக்கும்; உங்கள் எதிரிக்கு இதுவே இறுதிப் போராக இருக்கும். இந்தப் போரில் ஒரு பெண் தெய்வம் தன் வீரமகனைக் காத்துநிற்கிறது! தாங்கள் வணங்கும் தேவி பவானியின் அருள் உங்களுக்குக் கவசமாக இருக்கும்!" என்று பொதுவாகச் சொல்லி தப்பித்துக்கொண்டான்.

49
என்றும் குறையாத வீரம்!

ஒரு பெரிய தலைவன் என்பவன் எல்லோரையும் போல் சாதாரணமான மனிதன் தான். ஆனால் கலங்காமல் பொறுமையுடனும் உறுதியுடனும் துன்பங்களைத் தாங்கிக்கொண்டு, கடும்இடையூறுகளைச் சமாளித்து எதிரிகளை வெல்லும் போது தான் அவன் ஒரு பெரும் தலைவனாக உருவெடுக்கிறான். தன் வாழ்க்கை முழுவதையுமே எதிரிகளைச் சமாளிப்பதிலேயே கழித்திருந்தாலும் இரகுநாதத்தேவரின் தலைமைப் பண்பையும் பெரும் வீரத்தையும் உலகம் உணரக்கூடிய ஒரு பெரும் சோதனையாக, கடும் பஞ்சத்தில் சேதுச்சீமை தவித்த காலத்தில் தஞ்சை மராட்டியனுடனான அந்தப் போர் வந்தது.

இரகுநாதசேதுபதி தன் சாய்வு நாற்காலியில் அமர்ந்து அமைதியாக ஓய்வெடுத்துக்கொண்டிருந்தார். என்ன தான் மனம் இளமையாக இருந்தாலும் முதுமை அவர் உடல் தோற்றத்தில் பல மாற்றங்களைச் செய்திருந்தது. அவர் கண்கள் சோர்வால் மூடி-யிருந்தன. கதலி நாச்சியார் அவர் காலடியில் அமர்ந்து கால்களை இதமாகப் பிடித்துவிட்டுக் கொண்டிருந்தார். அப்போது அவர் முன் ஒரு ஒற்றன் வந்து பணிந்து நின்றான். அமைதியாக இருக்கும்படி நாச்சியார் சைகை செய்ததால் மன்னர் கண் விழிக்கும் நேரத்தை எதிர்பார்த்து அவன் ஒரு ஓரமாகப் போய் அமைதியாக நின்றான்.

சற்று நேரத்தில் அரவம் கேட்டு மன்னர் கண்விழித்தார். அங்கே ஓரமாக நின்ற ஒற்றனைப் பார்த்தார்.

“வெகு நேரமாக நிற்கிறாயா? என்ன சேதி கொண்டு வந்திருக்கிறாய்?”

“மகாராஜா! தஞ்சாவூர் மன்னர் சேதுநாட்டைத் தாக்கப்போவதாக முடிவு செய்திருக்கிறார்; நேற்றிரவு நடந்த மந்திராலோசனைக் கூட்டத்தில் படைத் தலைவர்களுக்கு அதற்கான கட்டளையும் கிடைத்துவிட்டதாம்; சேதுச்சீமையை நோக்கிதஞ்சாவூர்ப் படைகள் நாளை மறுநாள் கிளம்புகின்றன.! மதுரைப்படைகளும் அவர்களுக்கு

துணையாக வரும் என்று சொல்கிறார்கள்!"

அதைக்கேட்ட சேதுபதியின் முகம் மாறியது. ' உடனே தளவாயை வரச்சொல்!" என்று சொல்லி அவனை அனுப்பிவைத்தார். சற்று நேரத்தில் தளவாயும் அங்கே வந்துவிட்டார்.

"துரைசிங்கம்! நம் வாழ்வில் இன்னும் ஒரு போர்! இத்தனை வயதிலும் ஒருவன் என்னைப் போருக்கு அழைக்கிறான்! நாம் அமைதியாக இருக்க விரும்பினாலும் அது நம்மால் முடியவில்லை!"

"எத்தனை முறை தோற்றாலும் இவர்களுக்கு புத்தி வரவில்லையே? தவிரவும் போர்களால் மட்டுமே எதையும் சாதிக்கமுடியாது என்பதை ஏன் இவர்கள் விளங்கிக்கொள்ள மறுக்கிறார்கள்?" என்று வெடித்தார் தளவாய் துரைசிங்கம்.

"வரட்டும் அந்த மராட்டியன்! இந்த முறை நடக்கும் போர் அவனுக்கு அந்த அறிவை அளிக்கும் என்று நான் நம்புகிறேன்! முன்பு மதுரையின் இராணி மங்கம்மாளுக்கு விளங்கிய விசயம் இப்போது தஞ்சாவூர் மராட்டியனுக்கும் விளங்கிவிடும்!"

சேதுச்சீமையின் மக்கள் கடும் பஞ்சத்தால் தவிக்கும் போது தஞ்சாவூர் மன்னன் இப்படிச் சிந்திப்பான் என்று அவர் கொஞ்சமும் நினைக்கவில்லை. அவசரமாக தன் படைத் தலைவர்களைக் கூட்டி ஆலோசனை செய்தார். ஏற்கெனவே சொல்லமுடியாத துயத்தில் இருக்கும் தன் குடிகளுக்கு மேலும் சிரமம் வருவதை நினைத்து அவர் முகத்தில் கோபமும் கவலையும் தெரிந்தன.

இப்போது தளவாய் துரைசிங்கத்தின் கீழ் படைத் தலைவர்களாக பெரிய உடையாத் தேவனும் திரையத் தேவனும் இருந்தார்கள். அவர்களுடன் இளம் வீரர்களாக களம் காணும் ஆர்வத்துடன் பவானி சங்கரனும், திருவுடையானும் வெள்ளையன் சேர்வைக்காரனும் இருந்தார்கள். அவர்களை ஒருமுறை தன் கூர்மையான கண்களால் பார்த்தார் சேதுபதி. அந்தக் கண்களில் ஒரு பெருமிதம் தெரிந்தது.

"மராட்டியன் இத்தனை தரம் தாழ்ந்து போவான் என்று நான் நினைக்கவில்லை; யாராக இருந்தால் என்ன? பகைவன் படைகளுடன் நம் வாசலை நோக்கி வருகிறான். நம்மைத் தேடி வருபவனுக்கு நாம் என்ன மரியாதை செய்யலாம்? சொல்லுங்கள்!" என்று சேதுபதியின் குரல் கம்பீரமாக ஒலித்தது.

பவானி சங்கரன் எழுந்தான். "அரசே! அடைக்கலம் கேட்டு வந்தால் ஆதரவு கொடுக்கலாம்; ஆனால் இவர்கள் நம்மை அழிக்கவேண்டும் என்று வருகிறார்கள். அதனால் பரிசாக நாம்

இவர்களுக்குக் கொடுக்கக்கூடியது மரணம் ஒன்றுதான்!"

சேதுபதி தலையசைத்தார். அடுத்து திருவுடையான் எழுந்தான்.

"நம்மைத் தாக்க வரும் தஞ்சாவூர்ப் படையில் ஒருவன் கூட உயிருடன் ஊர் திரும்பக்கூடாது! இனிமேல் நம்முடன் போர் செய்யும் நினைப்பே அவர்களுக்கு வரக்கூடாது!"

"ஆம் அரசே! நம் பதிலடி அப்படித்தான் இருக்கவேண்டும்!" என்றான் வெள்ளையன்.

இறுதியாக சேதுபதி பேசினார்.

"நம் குடிகள் பஞ்சத்தில் தவிப்பதைக்கூடக் கருதாமல் தஞ்சாவூர் மன்னன் நம் மேல் படையெடுத்து வருகிறான். சேதுபதிக்கு வயதாகி விட்டது என்ற தைரியமா அல்லது நம் வீரர்கள் சரியான உணவு இல்லாமல் சோர்ந்திருப்பார்கள் என்ற எண்ணமா? என்று தெரியவில்லை. எதுவானாலும் அவன் முடிவு தவறு என்பதை அவனுக்கு நாம் உணர்த்துவோம். யானை படுத்தாலும் அது குதிரையின் உயரம் இருக்கும் என்பதை அவன் அறியவில்லை! இந்தப் போரில் சேதுச்சீமையின் வீரமறவர்கள் நெறி தவறிய மராட்டியனுக்கு ஒரு புதிய பாடத்தைச் சொல்லிக் கொடுக்கப் போகிறார்கள்.!"

ஆலோசனைக் கூட்டம் முடிந்ததும் இளம் வீரர்களான பவானிசங்கரன், திருவுடையான், வெள்ளையன் ஆகியோரை சேதுபதி தன் அருகில் அழைத்தார்.

"சேதுச் சீமையின் புதிய வீரர்களே! சிறந்த வீரர்களுக்கே கடினமான போர்கள் கிடைக்கும். அதனால் இந்தப் போர் உங்கள் பயிற்சியையும் திறமையையும் உரசிப் பார்க்கும் நல்ல வாய்ப்பு; ஆற்றில் நீந்தினால் தான் நீரின் வேகமும் நீந்துபவன் வலிமையும் தெரியும்.! நீங்கள் கொடுத்துவைத்தவர்கள். களம் கண்டு வெற்றியுடன் திரும்புங்கள்!" என்று அவர்களை வாழ்த்தினார்.

மறுநாள் சேதுபதி தன் பரிவாரங்களுடன் தேரிருவேலி சென்று தன் குலதெய்வம் மாகாளி அம்மனை வணங்கினார். ஆடு கோழிகளைப் பலியிட்டு சிறப்பாக பூசையும் படையலும் நடைபெற்றது. இரகுநாதத் தேவர்வீர மாகாளியை மனம் உருகி வேண்டிக்கொண்டார்.

"தாயே! இதுவரை எனக்கு சக்தி அளித்துக் காவலாக இருந்த நீ இந்தப் போரிலும் வெற்றியை அளிக்கவேண்டும்; தலை நிமிர்ந்து நிற்கும் சேது நாட்டின் மக்களின் மானம் காக்கும் இந்தப் போர் எம் மக்கள் மீது மிகவும் சோதனையான ஒரு காலத்தில்

திணிக்கப்படுகிறது. உன் பாதம் பணிந்து நாங்கள் வாளேந்திக் களம் காண்கிறோம். வெற்றி அளித்து எங்களைக் காப்பாற்றுவாய் எங்கள் தாயே!"

சேது நாட்டின் மக்கள் கடும் துயரத்தில் இருந்தாலும் தம் மன்னரின் அழைப்பை ஏற்று அரண்மனை முன் திரண்டார்கள். அத்தனை பாளையங்களின் படைகளும் அரண்மனை முன்பாக வந்து வெற்றி முழக்கமிட்டு நின்றன.

படைகள் அரண்மனையிலிருந்து கிளம்புவதற்கு முன் சேதுபதியும் படைத்தலைவர்களும் இராஜராஜேசுவரி அம்மனை வணங்கினார்கள்.

"இரத்தினத்தால் ஆன சதங்கை, கை வளைகள், கழுத்தில் அட்டிகை அணிந்து தீயின் சுடர் போன்று ஒளிரும் முகம் கொண்டவளே! சூலம், கதை, அங்குசம்,வில் போன்ற ஆயுதங்களைத் திருக்கரங்களில் ஏந்தி தீயவர்களை அழிப்பவளே, நல்லவர்களைக் காப்பவளே! எல்லா உயிர்களையும் படைத்தவளே, எம்மைக் காப்பவளே! இன்று போர்க்களம் புகும் எம் மக்களுக்கு வெற்றியை அளிப்பாய் தாயே!" என்று ஒருவர் உரத்த குரலில் அம்மனின் சிறப்புகளைப் பாடினார்.

பவானிசங்கரன், திருவுடையான், வெள்ளையன் ஆகிய மூன்று இளம் படைத் தலைவர்களும்களம் காணும் பெரும் வேட்கையுடன் தம் வீரர்களை அழைத்துக்கொண்டு தம் பொறுப்பில் இருந்த கொத்தளங்களை நோக்கிக் கிளம்பினார்கள். கொத்தளங்களில் தேவையான ஏற்பாடுகளைச் செய்துவிட்டு தஞ்சாவூர் படைகளை எதிர்கொள்வதற்காக அவர்கள் கிளம்பினார்கள். அவர்களுடன் மூத்த தளபதிகளாக இருந்த பெரிய உடையாத்தேவனும் திரையத்தேவனும் போனார்கள். இளம் வீரர்கள் படை நடத்துவதை அவர்கள் இருவரும் கவனித்து தேவையான ஆலோசனைகளைச் சொன்னார்கள்.

அவர்கள் போருக்குக் கிளம்புவதை ரசித்துப் பார்த்த சேதுபதி தளவாயிடம் சொன்னார். "துரைசிங்கம்! வயதாகிவிட்டதால் நான் என் வாளை உறையில் போட்டுவிட்டு ஓய்வெடுக்கிறேன் என்று மராட்டியன் நினைக்கிறான் போல; நான் சில புதிய வாட்களைக் கூர் தீட்டி வைத்திருக்கிறேன் என்பதை அவன் அறியவில்லை!"

அவர் சொன்னதன் பொருளை அறிந்து துரைசிங்கம் அமைதியாகப் புன்னகை செய்தார்.

சேதுச்சீமையின் படைகள் பல சிறிய பிரிவுகளாகப் பிரிக்கப்பட்டு ஒவ்வொரு பிரிவுக்கும் என்ன வேலை என்பது தீர்மானிக்கப்பட்டது.

இரகுநாதத்தேவர் களத்தில் நின்று போரிட இயலாத நிலையில் இருந்தாலும், போருக்கான திட்டத்தை அவரே வகுத்துக்கொடுத்தார். அத்துடன் இளம் வீரர்களை ஊக்குவிப்பதற்காக அவரும் தளவாயும் தம் குதிரைகளில் அமர்ந்து வாளும் வேலும் ஏந்தி போர்க்களத்துக்குப் போனார்கள். தங்கள் சேதுபதி களத்தில் இருக்கிறார் என்று அறிந்த வீரர்களின் உற்சாகம் பலமடங்கு அதிகமானது. தங்கள் உயிரைக் கொடுத்தாவது அவருக்கு வெற்றியைப் பெற்றுத் தரவேண்டும் என்ற வெறியுடன் சேதுநாட்டின் ஒவ்வொரு வீரனும் களம் புகுந்தான். வெள்ளமும் பஞ்சமும் அவர்களின் வீர உணர்ச்சியைக் கடுகளவும் குறைக்கவில்லை என்பது அன்று தெரிந்தது.

50
உரிமை வீரன் கிழவன் சேதுபதி!

தஞ்சாவூர்ப் படைகள் கிளம்புவதற்கு முன் தஞ்சை மன்னன் தன் வீரர்களிடம் பேசினான்.

"வீரர்களே! நம் மனதில் நெடு நாட்களாக ஆறாத புண்ணாக இருக்கும் பழைய தோல்வி இன்றுடன் மறையப் போகிறது. நாம் பெறப்போகும் புதிய வெற்றியை நம் சந்ததிகள் பாராட்டுவார்கள். நாம் இந்தப் போரில் கொடுக்கப்போகும் மரண அடியை நம் எதிரியால் தாங்கமுடியாது. யாராலும் வெல்ல முடியாத சேதுபதியை நாம் இன்று வெல்லப்போகிறோம். இன்று நாம் உயர்த்தும் வாள் சேதுபதியின் கொட்டத்தை அடக்கப்போகிறது; மதுரை நாயக்கர்களால் முடியாததை நாம் செய்துமுடிக்கப்போகிறோம். அந்த உறுதியுடன் வாள் உயர்த்தி, வலிமை மிக்க தோள் உயர்த்தி புறப்படுவீர்!"

"சேது நாட்டு வீரர்கள் பஞ்சத்தில் அடிபட்டு பலம் குன்றித்தான் இருப்பார்கள். அதனால் அவர்களால் அவ்வளவு வலுவாக தம்மை எதிர்க்க இயலாது" என்று நினைத்த தஞ்சாவூர் படையின் தளபதி நேரடியாக தஞ்சைப் பெருவழிச்சாலையில் செல்லும்படி தன் படைகளுக்கு ஆணையிட்டான். அதன்படி முதலில் அவர்களின் குதிரைப் படை அந்தச் சாலையில் நுழைந்து இராமநாதபுரத்தை நோக்கிப் பாய்ந்தது. தஞ்சாவூர் எல்லையைக் கடந்து காட்டுப் பகுதியில் அந்தச் சாலை சென்றது. ஒரு இடத்தில் ஆடு மேய்க்கும் கீதாரிகள் சிலர் சாலையை மறித்து கிடை போட்டிருந்தார்கள். திடீரென்று ஆயிரக்கணக்கான குதிரைகளில் வீரர்கள் வந்ததால் அந்தக் கிடைகளில் இருந்த ஆடுகள் மிரண்டு நாலா பக்கமும் சிதறி ஓடின. அவர்களின் வட்டமான குடில்களில் குட்டிகள் இருந்ததால் அவற்றை கீதாரிகள் உடனே அகற்றவில்லை. அந்த இடம் எங்கும் ஒரே செம்மண் புழுதி கிளம்பி பார்வையை மறைத்தது. அதனால் படைவீரர்கள் குதிரைகளின் வேகத்தைக் குறைத்து நிறுத்தினார்கள். படைவரிசையின் பின் பக்கம் இருந்து சிலர் முன்னால் வந்து நிலைமையைக் கவனித்து ஆலோசனை செய்தார்கள். ஆடுகள்

கலைந்து வேறு பக்கம் போன பிறகு அதே வழியில் தொடர்ந்து போகலாம் என்று முடிவுசெய்தார்கள்.

அப்போது அவர்கள் கொஞ்சமும் எதிர்பார்க்காத வகையில் சாலையின் இருபுறமும் இருந்த அடர்ந்த காட்டுப் பகுதியில் இருந்து ஆயிரக் கணக்கில் வேல்கள் பாய்ந்து வந்து வீரர்கள் மேலும் குதிரைகள் மேலும் பாய்ந்தன. அவை தவிர எண்ணற்ற வளரிகளும் காற்றில் சுழன்று வந்து குதிரையில் இருந்த வீரர்களைச் சாய்த்தன. அவர்களின் அலறலும் அடிபட்ட குதிரைகள் தாறுமாறாக ஓடியதாலும் அவர்களின் படைவரிசையில் குழப்பம் ஏற்பட்டது. அங்கே இருந்த பல ஓலைக் குடில்களில் இருந்தும் நூற்றுக்கணக்கான சேதுவீரர்கள் வெளியே வந்து தஞ்சை வீரர்களைத் தாக்கிவீழ்த்தினர். அத்துடன் அந்த இடத்தில் ஆயிரக்கணக்கான ஆடுகளும் கத்திக்கொண்டே ஓடி அந்தக் குழப்பத்தை அதிகமாக்கியது. அப்போது அங்கே எழுந்த பெரும்புழுதி மண்டலமும் தெளிவாகாமல் அவர்களின் பார்வையை மறைத்தது. எதிரி ஒருவன் கூட அவர்கள் கண்ணில் தெரியவில்லை; அங்கே இன்னும் கொஞ்ச நேரம் இருந்தால் தன் படையே அழிந்துவிடும் என்று அஞ்சிய தளபதி உடனே வீரர்களுக்குக் கட்டளை பிறப்பித்தான்.

"வீரர்களே! நம் எதிரிகள் காட்டில் மறைந்து கொண்டு தந்திரமாக நம்மைத் தாக்குகிறார்கள். நீங்கள் உடனே சற்றுப் பின் வாங்கி காட்டுப் பாதைகளில் இராமநாதபுரம் செல்லுங்கள். அங்கே இராமநாதபுரம் கோட்டை முன் நாம் ஒன்று சேர்ந்து கொள்ளலாம்! அங்கே நம்மை எதிர்க்க யாரும் இருக்கமாட்டார்கள்!"

அவன் கட்டளையைக் கேட்ட தஞ்சைக் குதிரைப் படை வீரர்கள் தங்கள் குதிரைகளை சாலையின் இரு பக்கமும் தெரிந்த சிறு சிறு காட்டுப் பாதைகளில் செலுத்தினார்கள். அவர்கள் எதிர்பாராத தாக்குதலால் பெரும் அதிர்ச்சிஅடைந்திருந்தார்கள். காட்டுப் பகுதியில் அவர்கள் நுழைந்த போது அங்கே யாரும் இருப்பதாகத் தெரியவில்லை. அதனால் அவர்கள் தைரியமாக காட்டுக்குள் நுழைந்தார்கள். அவர்களுக்கு வழி சரியாகத் தெரியாததால் அங்குமிங்கும் சுற்றி அலைந்தார்கள். அப்போது தங்களை அறியாமலேயே அவர்கள் சிறு சிறு குழுக்களாகப் பிரிந்துவிட்டார்கள். அப்போது ஆங்காங்கே புதர்களில் மறைந்திருந்த சேதுநாட்டு வீரர்கள் வெளியே வந்து வாட்களால் அந்தக் குதிரை வீரர்களைத் தாக்கிவீழ்த்தினர். அவர்களின் வாளுக்குத் தப்பி ஓடியவர்கள் வேல் வீச்சில் விழுந்து மடிந்தனர். இப்படி சிறு சிறு பிரிவுகளாக எதிரில்

வந்த சேதுநாட்டு வீரர்கள் தஞ்சாவூரின் குதிரைப்படையை முற்றிலும் நிலைகுலையச் செய்தார்கள்.

ஒரு இடத்தில் தஞ்சாவூர் குதிரைப்படை வேகமாக வந்து கொண்டிருந்தது. இடையில் எந்த தடங்கலும் எதிர்ப்பும் ஏற்படவில்லை என்று படைத்தலைவன் மகிழ்ந்தான்; ஆனால் அவனுடைய மகிழ்ச்சி அதிக நேரம் நீடிக்கவில்லை. குதிரைகள் எல்லாம் ஒரே சீரான வேகத்தில் போய்க்கொண்டிருந்தபோது திடீரென்று அவர்கள் முன் தரையில் படுத்திருந்த நூற்றுக்கணக்கான சேதுவீரர்கள் எழுந்து நின்றார்கள். கண்ணிமைக்கும் நேரத்தில் அவர்கள் தங்கள் முதுகிலிருந்து வளரிகளை உருவி குதிரை வீரர்களை நோக்கி வீசினார்கள். அதனால் குதிரையிலிருந்த வீரர்கள் தாக்கப்பட்டு கீழே சரிந்தார்கள். பிறகு முதலில் வளரி வீசியவர்கள் படுத்துக்கொள்ள அடுத்த வரிசையாக இன்னொரு நூறு பேர் எழுந்து வளரிகளை வீசினார்கள். ஆனால் குதிரை வீரர்களின் கண்களுக்கு தரையில் ஆட்கள் மறைந்திருப்பதே தெரியவில்லை. இப்படியே தொடர்ந்து சிறிது நேரம் தாக்கிவிட்டு அவர்கள் சுவடு தெரியாமல் மறைந்து போனார்கள். இதனால் தஞ்சாவூர் குதிரைவீரர்கள் எல்லாம் திகிலில் உறைந்துபோனார்கள்.

தன் படையில் கணிசமான வீரர்களை இழந்த நிலையில் ஒருவழியாக தஞ்சாவூர்ப் படை இராமநாதபுரத்துக்கு சில காதங்கள் வரை வந்து சேர்ந்தது. அது தஞ்சாவூர் பெருவழிச்சாலையின் ஒரு இடத்தில் ஒன்று சேர்ந்தது. அப்போது அங்கே இருந்த பல வைக்கோல் வண்டிகள் தீப்பற்றி எரிந்தன. அதனால் ஏற்கெனவே மிரண்டு போ-யிருந்த குதிரைகள் மேலும் மிரண்டு தறிகெட்டு ஓடத்துவங்கின. அவற்றைக் கட்டுப்படுத்த முடியாமல் வீரர்கள் திணறினர். அப்போது பல திசைகளிலும் இருந்து நூற்றுக் கணக்கான வேட்டைநாய்கள் பலமாகக் குரைத்துக்கொண்டு அவர்களை நோக்கிப் பாய்ந்துவந்தன. நன்றாகப் பழக்கப்பட்ட அந்த நாய்கள் சரியாக அந்தக் குதிரைகளின் முழங்கால்களில் கடித்தன. அதனால் குதிரைகள் வலி தாங்காமல் தம் மேல் இருந்த வீரர்களை உதறித்தள்ளின. அவை அங்கே இருந்து தப்பிச்செல்ல முயற்சித்ததால் வீரர்கள் வேறு வழியில்லாமல் கீழே குதித்தார்கள். அப்படி கீழே குதிக்காதவர்கள் குதிரை ஓடிய பக்கமே போகவேண்டியதாயிற்று. அந்த வீரர்கள் களத்தில் இருந்தும் கையில் வாள் இருந்தும் அவர்களால் போர் செய்யமுடியவில்லை. இப்படியே ஒவ்வொரு நிமிடமும் தஞ்சாவூர் குதிரைப்படை நூற்றுக்கணக்கில் தன்னுடைய வீரர்களை இழந்துகொண்டிருந்தது.

"சேதுபதி ஒவ்வொரு போரிலும் தன் போர்த் தந்திரங்களை மாற்றுகிறார். இவரை என்னால் கணிக்கவே முடியவில்லை! இப்படிப் போர் செய்யும் ஒருவரை எப்படி எதிர்கொள்வது?" என்று தஞ்சாவூர் தளபதி தனக்குத் தானே சொல்லி நொந்துகொண்டான்.

அவனுடைய மன வேதனை தெரியாமல் உபதளபதி அவனை மேலும் நோகடித்தான்.

"படைத்தலைவரே! நாங்கள் முன்பே சொன்னோம், இப்போது படையெடுக்க வேண்டாம் என்று! மேலும் வெங்கோஜியாலும் இராணி மங்கம்மாவாலுமே சேதுபதியை வெல்ல முடியவில்லை என்பதை நாம் நினைத்துப்பார்க்கவேண்டாமா?

"அதுவும் அவர்கள் இருவரும் சேர்ந்து படையெடுத்துப் போன போதே தோற்றுத்தான் திரும்பினார்கள்! இதையெல்லாம் நாம் யோசிக்காமல் கிளம்பிவந்தது பெரும் தவறு!" என்றான் இன்னொரு படைத்தலைவன்.

அதற்கு படைத்தளபதி பதில் எதுவும் சொல்லவில்லை. என்ன நடக்கப்போகிறதோ என்ற அச்சத்தால் அவன் முகம் இருளடைந்து கிடந்தது. மதுரையின் காலாட் படை விரைவில் வந்து சேரவேண்டும் என்பதே அந்த நேரத்தில் அவனுடைய ஒரே வேண்டுதலாக இருந்தது.

சேதுபதி பல தந்திரங்களைப் பயன்படுத்தியும் வழியில் சில இடையூறுகளை ஏற்படுத்தியும், மதுரையின் படைகள் வந்து சேர்வதைத் தாமதப் படுத்தியிருந்தார். ஏற்கெனவே சேதுப்படைகளிடம் பட்டிருந்த அடியால் மதுரைப்படை வீரர்கள் மிகுந்த அச்சத்துடன் வேகத்தைக் குறைத்துக்கொண்டு நிதானமாகவே தான் கிளம்பிவந்தார்கள். வழியில் பல இடங்களில் சேதுப்படை வீரர்கள் நூறு பேர், ஐநூறு பேர் என்று திடீர் திடீர் என்று எதிர்ப்பட்டுத் தாக்கியதால் மதுரை வீரர்கள் உயிர் தப்பினால் போதும் என்று சிதறி ஓடினார்கள். இரத்த வெறி கொண்ட புலிகளைப் போல் பாய்ந்து தாக்கிய மறவர் படை வீரர்களின் வலிமைக்கும் மூர்க்கமான தாக்குதலுக்கும் அவர்களால் ஈடுகொடுத்து களத்தில் நிற்கமுடியவில்லை. அவர்கள் தம் மண்ணின் மேலும் மன்னனின் மேலும் வைத்திருந்த அன்பும் பற்றுதலும் அவர்களின் ஒவ்வொரு அசைவிலும் வெளிப்பட்டு எதிரிகளின் தலைகளை வெட்டி வீசும் தெம்பை அவர்களுக்கு அளித்திருந்தது.

சேதுச்சீமையின் எல்லைக்குள் பகைவன் ஒருவனைக் கூடக் கால்வைக்க விடமாட்டோம் என்ற உறுதியுடன் ஒவ்வொரு சேதுவீரனும் களத்தில் நின்றான். வழி நெடுகிலும் ஒரு இடத்தில் கூட முழுமையான

சேதுப் படையை எதிரிகளால் பார்க்கவே முடியவில்லை. திடீர் திடீரென்று சிறு சிறு குழுக்களாகவே எதிரிகளை அவர்கள் பார்த்தார்கள். ஆனால் அந்தக் குழுக்களின் தாக்குதல் வழக்கத்தைக் காட்டிலும் மூர்க்கமாக இருந்ததை தஞ்சாவூர் படைத்தலைவர்கள் கொஞ்சமும் எதிர்பார்க்கவில்லை. திருமயம் எல்லைக்கு அருகில் வந்ததும் தான் அவர்கள் முன் சேதுப்படையின் ஒரு பெரிய பிரிவு எதிர்ப்பட்டது.

பவானி சங்கரன் தலைமையில் அங்கே நடந்த உக்கிரமான போரில் தஞ்சாவூரின் படை முற்றாக முறியடிக்கப்பட்டது. சேதுச்சீமையின் எல்லைக்குள் அத்துமீறி நுழைந்தவர்கள் இரக்கமின்றி வெட்டி வீழ்த்தப்பட்டார்கள். மிச்சம் இருந்த தஞ்சாவூர் குதிரைப் படை வீரர்கள் தலைதெறிக்க தப்பி ஓடினார்கள்.

அதேபோல் மதுரைப்படையின் வீரர்களும் இராமநாதபுரம் எல்லையில் நுழையவிடாமல் தடுத்து விரட்டப்பட்டார்கள். திருவுடையாத்தேவன் தன் படைப்பிரிவுடன் அங்கே நின்று மதுரைப் படையுடன் மோதினான். தன் மண்ணைக் காக்கும் வெறியுடன் போரிட்ட அவன் மதுரைப் படையைக் கடுமையாகத் தாக்கி அவர்களை வெகுதூரம் வரை விரட்டிச்சென்று வெற்றி முழக்கமிட்டான்.

இரண்டு பெரும் எதிரிகளையும் ஒரே களத்தில் வெற்றிகொண்டு மண்ணைக் காத்த தன் இளம் படைத்தலைவர்களை இரகுநாத சேதுபதி கட்டியணைத்து வாழ்த்தினார்.

“வெந்ததைத் தின்று விதி வந்ததும் சாகும் வீணர்கள் அல்ல நாம் என்பதை மராட்டியனும் மதுரை நாயக்கனும் இப்போதாவது உணர்ந்து கொண்டால் நல்லது! நம் உயிரினும் மேலான சேதுச்சீமை என்றும் தனி ஆட்சியும் உரிமையும் கொண்டதாகவே விளங்கும்; பகை முரசு கொட்டிவந்தாலும் சரி, வணிகராக வந்தாலும் சரி, மத போதராக வந்தாலும் சரி; நம் மண்ணை எவருக்கும் விட்டுத்தர மாட்டோம்.! நாம் யாருக்கும் தோப்பாரணம் செலுத்தி அடிமை செய்யமாட்டோம்! இதுவே முதலும் இறுதியுமாக நாம் அனைவருக்கும் சொல்லும் சேதி!‘

தன் படையையும் மதுரைப்படையையும் ஒரே போரில் சேதுபதி வெற்றிகொண்டார் என்ற சேதி தஞ்சாவூர் மன்னன் காதில் இடிபோல் விழுந்தது. கடும் பஞ்சத்தில் இருந்த மறவர் படை வீரர்கள் எப்படி அத்தனை வலுவுடன் போரிட்டனர் என்பது அவனுக்கு விளங்காத புதிராக இருந்தது. இராணி மங்கம்மாவாலும் வெங்கோஜியாலும் முடியாத ஒன்றை தான் சாதிக்கப்போவதாக மார்தட்டிய அந்த

க. மனோகரன் ❍ 371

மராட்டியன் ஷாஜி பான்ஸ்லேயின் மனம் விரக்தியால் துவண்டது.

அவன் தன் படைத்தலைவர்களிடம் பேசினான்.

"என்னால் இந்தத் தோல்வியை ஏற்றுக்கொள்ளமுடியவில்லை? நாம் எங்கே தவறுசெய்தோம்? சேதுபதி எப்படி வெற்றி பெற்றார்?"

சில படைத்தலைவர்கள் மன்னருக்குக் கோபம் வராதபடி ஏதோ சொல்லவேண்டும் என்பதற்காக தமக்குத் தோன்றிய காரணங்களைச் சொன்னார்கள். ஒருவன் மட்டும் எழுந்து துணிச்சலுடன் தன் மனதில் பட்டதைச் சொன்னான்.

"அரசே! சேதுநாட்டு மக்கள் வெள்ளத்தாலும் பஞ்சத்தாலும் துயரத்தில் இருக்கும் சமயத்தில் அவர்களுடன் போர் தொடுத்தது எந்த வகையிலும் நியாயம் இல்லை; தாங்கள் சேதுபதியைப் பழி தீர்க்கும் ஆசையில் போர் தொடுத்தீர்கள். அதே போல் நம் வீரர்கள் எல்லோரும் கொள்ளையடிக்கும் ஆசையில் வந்தார்கள். நீங்களும் தளவாயைப் போர்க்களத்துக்கு அனுப்பிவிட்டு வசதியாக அரண்மனையில் இருந்துகொண்டீர்கள். ஆனால் சேதுபதி இந்தத் தள்ளாத வயதிலும் தன் நாட்டைப் பாதுகாக்க ஆயுதம் ஏந்திக் களத்துக்கு வந்தார். அவருடைய வீரர்கள் தங்கள் மண்ணின் உரிமையைக் காப்பதற்காக வந்தார்கள். அதனால் அவர்கள் தம் உயிரைப் பொருட்படுத்தாமல் களத்தில் நின்று போராடினார்கள். நம் வீரர்கள் காயம் பட்டதுமே உயிருக்கு அஞ்சிக் களத்தைவிட்டு ஓடினார்கள். இதுதான் சேதுபதியின் வெற்றிக்கும் நம் தோல்விக்கும் காரணம்!"

அந்த இளம் வீரன் சொன்னதைக் கேட்டு தஞ்சாவூர் மன்னன் கொஞ்சம் கூடக் கோபம் கொள்ளவில்லை; மாறாக அதை அவன் அமைதியாக ஏற்றுக்கொண்டான்.

தள்ளாத வயதிலும் தன் நிலையில் தாழாமல் களம் கண்டு இரண்டு பெரிய அரசுகளின் படைகளை எதிர்த்து மாபெரும் வெற்றியையும் பெற்ற மாபெரும் வீரனான சேதுபதி இரகுநாதத் தேவரை நினைத்து தஞ்சாவூர் மன்னன் தன் மனதுக்குள் வியந்தான்.

தஞ்சையுடனான போர் முடிந்ததும் இரகுநாத சேதுபதி வெற்றி வீரனாக அரண்மனைக்குத் திரும்பிவந்து மூலைக்கொத்தளத்தில் நின்று தன் வாளை உயர்த்தினார்.

கொத்தளத்தின் முன்பாகக் கூடியிருந்த சேதுச்சிமையின் வீரமக்கள் அவரை வாழ்த்தி வணங்கி முழக்கமிட்டார்கள்.

"வீரவேல், வெற்றிவேல்!" என்ற வெற்றி முழக்கங்களும், "உரிமை வீரன் சேதுபதி வாழ்க! சேதுநாடு வாழ்க! தமிழ் மன்னர் சேதுபதி வாழ்க! வாழ்க!" என்ற வாழ்த்து முழக்கங்களும் விண்ணை முட்டும்படி எழுந்தன.

"என் அருமை மக்களே! என் இறுதி மூச்சு இருக்கும்வரை என் மண்ணின் உரிமையையும் உங்கள் உரிமைகளையும் நான் காத்து நிற்பேன்!" என்று சொல்லி சேதுபதி மீண்டும் ஒரு முறை தன் வாளை உயர்த்தினார். வயதான போதிலும் அந்தச் சிங்கத்தின் சீற்றம் குறையாமல் இருந்தது!

....

வரலாற்றின் ஒரு திருப்பத்தில் பரதகண்டத்தில் விந்திய மலைகளுக்குத் தெற்கில் இருந்த தமிழ் மன்னர்கள் அனைவரும் தம் உட்பகையால் வீழ்ச்சியடைந்தார்கள். அவர்கள் செல்வாக்கு இழந்ததால் வேற்று மொழி பேசிய மன்னர்களின் ஆட்சி இங்கே ஏற்பட்டது. அவர்களுக்கு உதவி செய்வதாக இங்கே நுழைந்தவர்கள் இந்த நாட்டையே தமதாக ஆக்கிக்கொண்டார்கள். சங்கம் வைத்து தமிழ் வளர்த்த பாண்டியரின் மதுரை தெலுங்கர்களிடமும், இராஜராஜ சோழன் என்ற அருள்மொழிவர்மன் ஆண்ட தஞ்சாவூர் மராட்டியர்களிடமும் சிக்கி தமிழரின் வாழ்வும் வளமும் சிதைந்த நிலையில், இங்கே இருந்த ஒரே தமிழ் மன்னர் இராமநாதபுரம் சேதுபதி மட்டும் தான். அவர்களிலும் வணிகத்தின் மூலமும் மதத்தின் மூலமும் நம் நாட்டைக் கைப்பற்ற முயன்ற போர்ச்சுக்கீசியர், டச்சுக்காரர், முகலாயர், மராட்டியர், தெலுங்கர் என்ற அயலார் பலரிடமிருந்தும் தம் தமிழ் நிலத்தைத் தன் பெரும் வீரத்தாலும் இணையற்ற ராஜ தந்திரத்தாலும் காத்துநின்ற மாவீரன், ஆட்சிக்கு உரிமை கோரியதால், 'கிழவன் சேதுபதி' என்று அழைக்கப்பட்ட இரண்டாம் இரகுநாத சேதுபதி ஆவார்.

எல்லா மன்னர்களும் இராணிகளும் அரசகுலத்தில் பிறந்தவர்கள் அல்ல! அரசகுலத்தில் பிறக்காத சிலர் அரசுப் பொறுப்பை ஏற்றபிறகு தம் பொறுப்பை உணர்ந்துகொண்டு தம் சிறப்பான செயல்களால் அரசகுலத்தைச் சேர்ந்தவர்களாக உயர்ந்து விடுகிறார்கள்.

சேதுபதிகளின் படையில் ஒரு சாதாரணப் படைவீரனாகத் தன் வாழ்க்கையைத் தொடங்கி, நாளடைவில் தன் வீரமான செயல்களால் சேதுபதி மன்னரின் நம்பிக்கைக்குரிய படைத்தலைவர்களில் ஒருவனாக உயர்ந்தவர் கிழவன் சேதுபதி. பிறகு காலம் இட்ட

கட்டளையால், அரசுரிமைக்கான போட்டியில் தன் உரிமையை வீரத்தால் பெற்று, சேதுபதியாக பட்டம் ஏற்று மக்களால் 'கிழவன் சேதுபதி' என்று அன்புடன் அழைக்கப்பட்டவர் தான் உரிமை வீரன் இரண்டாம்இரகுநாத சேதுபதி. இவர் சாதி மதங்களைக் கடந்து தன் ஆட்சிக்காலத்தில் அனைத்துத் தரப்புக் குடிகளின் பேரன்பைப் பெற்றவர்.

வீரன் ஒரு முறை தான் இறக்கிறான்; ஆனால் தன் அச்சத்தால் கோழை பலமுறை இறக்கிறான் என்பார்கள். அது போல் வீரன் இரண்டு முறை பிறக்கிறான். ஒன்று அவன் பிறக்கும்போது; இரண்டாவது அவன் மரணத்தை நேருக்கு நேர் சந்திக்கும்போது. இரண்டாவது பிறப்பில் அவன் முடிவற்ற, என்றும் நிலைத்த, ஒரு புகழ் மிக்க வாழ்க்கையை அடைகிறான். எவரிடத்திலும் எதற்காகவும் வேறுபாடு காட்டாத மரணம் ஒரு நாள் கிழவன் சேதுபதியிடமும் வந்தது. தன்னுடைய குளிர்ச்சியான கரங்களால் அவரை அன்புடன் அணைத்து, தன்னுடன் அழைத்துக் கொண்டு போனது. எதிரிகளை அடக்கி, துரோகிகளையும் இல்லாமல் செய்துவிட்டதால் அவர் தன் வாளுக்கும் வேலுக்கும் ஒய்வு அளித்துவிட்டு மரணதேவனுடன் கிளம்பிச்சென்றார்.

மாபெரும் மன்னர்களாலும் போரில் வெல்லமுடியாத வீரனாகவும் தன் உரிமையையும் தன் மண்ணின் தனி ஆட்சியையும் இறுதிவரை விட்டுக்கொடுக்காமலும் வாழ்ந்த இரகுநாத சேதுபதி கி. பி. 1710 ஆம் ஆண்டில் தன் எண்பத்தி இரண்டாம் வயதில் இயற்கை எய்தினார்.

'நரபதி, செகபதி, இரகுநாதன்
பொருந்த மனுமுறைசெய்யும் இராமநாதபுரத்தில். . . '
அவர் புகழ் என்றும் நிலைத்து நிற்கும்!

இந்த நாவலை எழுத தகவல்கள் பெறுவதற்கு எனக்கு உதவியாக இருந்த நூல்கள்

1 சேதுபதிகள் வரலாறு . திரு எஸ் . எம் . கமால் .

2 கிழவன் சேதுபதி . திரு . மீ மனோகரன் .

3 1800 ஆம்ஆண்டுக்கு முந்தைய தமிழர்கள் - திரு. கனகசபாபதி பிள்ளை

4 வள்ளல் சீதக்காதி வரலாறு – திரு கவி. கா. மு ,ஷெரீஃப்.

5 கிங்ஷிப் அன்ட் பொலிடிகல் ப்ராக்டிஸ் இன் கொலொனியல் இண்டியா - பமேலா ஜி ப்ரைஸ்

6 தி ஹிஸ்டரி அஃப் தி நாயக்ஸ் அஃப் மதுரை - ஆர். சத்யநாத ஐயர்

க. மனோகரன் எழுதிய மற்ற நாவல்கள்

1. சேதுபதியின் சேர்வைக்காரன்
2. சக்ராயுதம்
3. சந்திப்பு
4. தென் திசை வீரன் சிவன்
5. எ 42 கன் சல்யூட் [ஆங்கிலம்]
6. நந்தனும் நாய்க்குட்டியும்
7. நந்தன் அன் தி ஆக்டோபஸ் ப்ரின்ஸ் [ஆங்கிலம்]
8. தனுஷ்கோடி
9. தலையாலங்கானத்துச் செருவென்ற பாண்டியன் நெடுஞ்செழியன்.
10. நண்பனே! நண்பனே!

குறிப்புகள்